முனைவர் பக்தவத்சல பாரதி (பி. 1957) முப்பத்தைந்து ஆண்டுகளாக மானிடவியல் புலத்தில் இயங்கி வருகிறார். தமிழ்ச் சூழலில் மானிடவியல் சொல்லாடலை முன்னெடுத்ததில் இவருடைய பங்கு முதன்மையானது. இதுவரை 13 நூல்களை எழுதியும் 10 நூல்களைப் பதிப்பித்தும் மொழிபெயர்த்தும் உள்ளார். பாரதியின் பண்பாட்டு மானிடவியல் தமிழ் மானிடவியலின் விவிலியமாகக் கருதப்படுகிறது. இந்நூலும், தமிழர் மானிடவியல், மானிடவியல் கோட்பாடுகள் ஆகிய நூல்களும் பல்கலைக்கழகங்களில், பல கல்லூரிகளில் பாட நூல்களாக இருக்கின்றன. தமிழ்ச் சமூகத்தின் இருத்தலைத் திராவிட மானிடவியல், இன்றைய தமிழ்ச் சமூகம் ஆகிய நூல்கள் மூலம் நிறுவியுள்ளார். இலக்கிய மானிடவியல், பாணர் இனவரைவியல் இரண்டும் தமிழியற் புலத்தில் மிகுந்த கவனம் பெற்றுள்ளன. தமிழகப் பழங்குடிகள், தமிழகத்தில் நாடோடிகள், வரலாற்று மானிடவியல் ஆகியவை விளிம்பு நிலை, பின்காலனியம் சார்ந்தவை. அண்மை வெளியீடான பண்பாட்டு உரையாடல் தமிழ்ச் சூழலில் கவனம் பெற வேண்டிய புதிய விவாதங்களுக்கு இட்டுச் செல்கிறது. இலங்கை இந்திய புலங்கள் அறிவுநிலையிலும், அரசியல் நிலையிலும் மிகுந்த கவனத்தைக் கோருகின்றன. இலங்கையில் சிங்களவர் எனும் பாரதியின் மிக முக்கியமான நூல் சிங்களவருக் கென்று தனியான ஒரு மரபில்லை என்பதையும், தமிழ்மரபின் வார்ப்புகளையே கொண்டுள்ளார்கள் என்பதையும் நிறுவியுள்ளது. இலங்கை - இந்திய மானிடவியல் இப்புலத்தில் மேற்கொள்ளப்பட்ட ஓர் ஒப்பியல் ஆய்வாகும். சோழ மண்டல மீனவர், நரிக்குறவர் பற்றிய பாரதியின் இரண்டு ஆங்கில நூல்கள் மேற்குலக அறிஞர்களின் கவனத்தைப் பெற்றுள்ளன. தமிழக அரசு, புதுவை அரசு உள்ளிட்ட பல அமைப்புகள் விருதுகள் வழங்கியுள்ளன. புதுச்சேரி மொழியியல் பண்பாட்டு ஆராய்ச்சி நிறுவனத்தில் இயக்குநராகப் பணியாற்றி ஓய்வு பெற்றவர். தமிழ்ப் பல்கலைக்கழகம், காந்திகிராம கிராமியப் பல்கலைக்கழகம் இரண்டிலும் வருகைதரு பேராசிரியர்.

தமிழகப் பழங்குடிகள்

மரபையும் மாற்றத்தையும் நோக்கிய
மானிடவியல் பார்வை

மூன்றாம் பதிப்பு

பக்தவத்சல பாரதி
வருகைதரு பேராசிரியர்
காந்திகிராம கிராமியப் பல்கலைக்கழகம்
காந்திகிராமம்

அடையாளம்

முதல் பதிப்பு 2007
மூன்றாம் பதிப்பு 2017
மீளச்சு 2025

© பக்தவத்சல பாரதி

வெளியீடு: அடையாளம், 1205/1 கருப்பூர் சாலை, புத்தாநத்தம் 621310,
திருச்சி மாவட்டம், இந்தியா. தொலைபேசி: 04332 273444

நூல் வடிவம்: த பாபிரஸ், அச்சாக்கம்: அடையாளம் பிரஸ், இந்தியா

ISBN 978 81 7720 080 5

விலை: ₹ 480

Thamizhakap pazhankudikal, Tribes of Tamilnadu in Tamil by Bhakthavatsala Bharathi, Published by Adaiyaalam, 1205/1 Karuppur Road, Puthanatham 621310, Thiruchirappalli District, India, email: info@adaiyaalam.net

என் கல்விக்கு வழியமைத்த
மூத்த சகோதரர் சீ.வேங்கடாசலம்
அவர்களின் அழியா நினைவுகளுக்கு...

பொருளடக்கம்

	முன்னுரை	ix
1	**அறிமுகம்** *இந்தியச் சூழலும் தமிழகச் சூழலும்*	1
2	**திராவிடப் பழங்குடியியல்** *அகண்ட தமிழகத்தில் ஆதிக்குடிகள்*	11
3	**பழங்குடி: சொல்லாட்சியின் பன்மியம்** *வரலாற்றில் குடிகளும் சமூக அடையாளங்களும்*	28
4	**பழங்குடி: வரையறைகளும் வகைப்பாடுகளும்** *காலனிய, இந்திய அரசுகள் முன்னெடுத்தவை*	47
5	**தமிழகப் பழங்குடிகள்** *சமகாலப் பரவலும் பரிமாணங்களும்*	61
6	**பழங்குடி: அடையாளச் சிக்கல்கள்** *திணை வகைமைகளும் புறவகைமைகளும்*	79
7	**சமூகமுறை** *பழங்குடித்தன்மையின் அமைப்பியல்புகள்*	101
8	**வேட்டுவப் பொருளாதாரம்** *ஆதி வாழ்வும் இன்றைய அசைவியக்கங்களும்*	116
9	**மலை விவசாயம்** *காட்டெரிப்பு வேளாண்மையும் மாற்றங்களும்*	138
10	**ஆயர் வாழ்க்கை** *தொல் ஆயர்களும் இன்றைய தொதவர்களும்*	160
11	**சாதியின் முன்வடிவம்** *தொல் மூலங்கள், படிமலர்ச்சி, மீட்டுருவாக்கம்*	182

12	*ஜாகீர்தார் முறை*	
	காலனிய நிர்வாகத்தில் நிலவரிமுறை	190
13	*பழங்குடிகளும் பன்றியும்*	
	உணவு, பாரம்பரியம், நெருக்கடிகள்	198
14	*வாழ்வியல் சடங்குகள்*	
	மரபின் தொன்மையும் தொடர்ச்சியும்	208
15	*வழிபாட்டு முறைகள்*	
	தொல் சமயத்தின் நீட்சிகள்	227
16	*வாய்மொழி இலக்கியம்*	
	தொல் இலக்கியத்தின் தொடர்ச்சி	263
17	*குற்றவாளிப் பழங்குடிகள்*	
	காலனியத்தின் கொடூர வடிவங்கள்	298
18	*காடுகளும் வனச்சட்டங்களும்*	
	சுதேசியம், காலனியம், பின்காலனியம்	308
19	*பின்னுரை*	320
	பின்னிணைப்புகள்	
	1. சியாட்டல் உரை	327
	2. தொதவர் மனு	332
	3. பழமையான ஓர் அரசாணை	337
	4. அண்மையில் அழிந்த ஒரு புராதன மொழி	339
	கலைச்சொற்கள்	342
	உசாத்துணை	344
	சுட்டி	363

முன்னுரை

தமிழ்ச் சமூகம் நீண்ட நெடிய வரலாற்றையும் அறுபடாத தொடர்ச்சியையும் கொண்டுள்ள ஒரு சமூகமாகும். இந்த 'நீண்ட நெடிய அறுபடாத தொடர்ச்சி'யில் அதன் சமூக-பண்பாட்டு உருவாக்கமும் அசைவியக்கமும் பல்வேறு சமூக முறைகளை உருவாக்கியுள்ளன. பழங்குடிச் சமூக முறை தொடங்கி தொழிற்சமூக முறை வரை அதன் படிமலர்ச்சி அனைத்து நிலைகளையும் கொண்டிருக்கிறது. இந்நிலையில் உலகளாவிய அளவில் பார்க்கும்போது இதன் மிக நீண்ட நெடிய தொடர்ச்சி ஒரு 'முழுமுதலான மாதிரி'யாக அமைகிறது. இத்தகு முழுமுதலான மாதிரியை முன்வைத்து உலகளாவிய சமூகங்களை ஒப்பு நோக்கி ஆராய்வதற்குத் தமிழ்ச் சமூகம் ஒரு நல்ல மாதிரியாகவும் அமைகிறது.

***

மனித சமூகத்தின் நடத்தை முறைகளை ஒழுங்கமைக்கும் உலகளாவிய விதிகளைக் காண்பதும், அந்தந்தச் சமூகத்திற்குரிய விதிமுறைகளைக் காண்பதும் மானிடவியலர்களின் முக்கிய முயற்சியாக இருந்து வருகிறது. மானிடவியலர்களாகிய நாங்கள் இத்தகு முயற்சியைப் பழங்குடி மக்களிடமிருந்து தொடங்குகிறோம். காரணம் இத்தகு பூர்வகுடிச் சமூகங்கள்தாம் மனித சமூகத்தில் தோன்றிய ஆரம்பகால சமூக நிறுவனங்களைக் கொண்டுள்ளன. இத்தகு தொடக்ககட்ட நிறுவனங்களால் ஆக்கப்பட்ட சமூகம் 'எளிமைச் சமூகம்' (simple society) என உருவெடுத்தது. அதன் சமூக நிறுவனங்கள் சுருக்கமானவையாக, எளிமையானவையாக இருந்தன.

இத்தகைய எளிமையான, தொடக்ககட்ட, சுருக்கமான கூறுகளிலிருந்து இன்றைய கூட்டுத்தன்மையுடைய நவீன சமூகங்கள் தோன்றி வளர்ந்தன. எளிமையிலிருந்து கூட்டுத்தன்மை உருவான முறையை அறிவதற்கு எளிமையிலிருந்து ஒவ்வொரு கட்டமாக ஆராய வேண்டியது அவசியமாகும்.

இதற்குப் பல்வேறு படிநிலை வளர்ச்சிகளைக் கொண்டுள்ள பழங்குடிச் சமூகங்களைப் பற்றிய புரிதல் மிகவும் அவசியமானதாகும். தமிழ்ச்சூழலில் இந்தப் புரிதலை நன்கு ஏற்படுத்திக்கொள்ள முடியும். இந்தியாவிலேயே மிகப் பழமையான பழங்குடி எனக் கருதத்தக்க ஆனைமலைக் காடர்கள் தொடங்கி மலை விவசாயத்தை ஏற்றுக் கொண்ட மலையாளிகள் வரை பல படிநிலைகளில் வாழும் பழங்குடிகள் தமிழகத்தில் உள்ளனர்.

எளிமைச் சமூகங்களில் பல இன்றுவரை எழுத்துமுறைகூட கொண்டிராததால் இவை ஒருபுறம் மறைந்து வருகின்றன. எதிர்காலச் சந்ததியினர் இந்த 'எளிய' சமூகங்களைப் பற்றித் தெரிந்துகொள்ள வேண்டும் என்பதற்காக இப்போதே நாம் பதிவு செய்யவேண்டியது உடனடித் தேவையாகிறது.

இத்தகைய நோக்கத்தைக் கொண்டு மானிடவியலர் உலகில் தனித் தொதுங்கி முற்றிலும் இயற்கை சார்ந்த பழைமைச் சூழல்களில் வாழ்ந்து வரும் பூர்வகுடிகளை அணுகி, அவர்களிடம் நீண்டகாலம் தங்கி, இரண்டறக் கலந்து, அவர்களின் வாழ்வியலோடு பங்கேற்று, உற்றுநோக்கி இனவரைவியல் (ethnography) பதிவுகளைச் செய்து வருகின்றனர்.

ஆரம்ப காலத்திலிருந்து மேற்கொள்ளப்பட்ட இத்தகு களப்பணி முறை மானிடவியலுக்கு ஒரு தனித்துவமான, முழுமுதலான அணுகு முறையாக அமைந்துள்ளது.

***

உலகளாவிய நிலையில் மனித சமூகங்கள், பண்பாடுகள் உருவாக்கி யுள்ள 'வேறுபாடு'களையெல்லாம் உள்ளடக்கி மனிதச் சமூகத்தின் உள்ளார்ந்த போக்குகளை அறிவது மானிடவியலின் மற்றொரு முக்கிய இலக்காகும். இத்தகு போக்குகளை ஆராய்வதில் தமிழ் மண்ணின் பூர்வகுடிகளின் பதிவுகள் மிக இன்றியமையாதவை என்பதை நான் இங்கு மீண்டும் வலியுறுத்திக் கூறவேண்டியதில்லை. ஏனெனில் இது ஒரு 'நீண்ட நெடிய அறுபடாத தொடர்ச்சி' கொண்ட சமூகமாகும்.

தொன்மையான இலக்கியச் சான்றுகள், வரலாற்றுக்கும் முந்தைய மக்கள் வாழ்ந்த இடங்கள், கல்வெட்டுகள், சாசனங்கள், சுவடிகள், வழக்காறுகள், பெருங்காப்பியங்கள் என எண்ணற்ற சான்றாதாரங்களைக் கொண்டிருக்கிற ஒரு சமூகமாகும். இத்தகு

சமூகத்தை ஆராய்வதன் மூலமும் பிற முழுமுதலான சமூகங்களை ஆராய்வதன் மூலமும் உலகளாவிய நிலையில் அறுபட்ட, குறைந்த வரலாறு கொண்ட பல சமூகங்களில் ஏற்படக்கூடிய இடைவெளி களைப் புரிந்துகொள்ளவும் அவற்றை இட்டு நிரப்பவும் முடியும்.

உலகளாவிய அளவில் மானிடவியலர்கள் பல்வேறு தத்துவ இயக்கங்களைப் பின்புலமாகக் கொண்டு கடந்த காலத்தில் முழுமையியம் (holism), செயற்பாட்டியம் (functionalism), மார்க்சியம், பிராய்டிய உளவியல், அமைப்பியம் (structuralism), இன்று பெண்ணியம், பின் நவீனத்துவம், பிந்தைக் காலனியம், பண்பாட்டு ஆய்வுகள் எனப் பல்வேறு அணுகுமுறையுடன் ஆராய்ந்து வருகின்றனர். ஒவ்வொரு காலகட்டத்திலும் ஒவ்வொரு அணுகு முறையைக் கூடுதலாக உருவாக்கிப் புரிதலை விரிவுபடுத்தி வந்துள்ளனர்.

***

தமிழ்ச் சமூகத்தின் தொன்மையை ஆராயும்போது பழங்குடிச் சமூகங் களை இலக்கியம், தொல்லியல், சமயம் வாயிலாகவும் அறிய வேண்டி யுள்ளது. தமிழ்ச் சூழலில் மானிடவியல் ஆய்வுகளுக்குக் குறிப்பாக, பூர்வகுடிகள் பற்றிய ஆய்வுக்கு இலக்கியம், தொல்லியல் இரண்டும் துணை செய்யும் இன்றியமையாத ஆய்வுக் களங்களாகும்.

இவையன்றி, ராஜஸ்தான் தொடங்கி மேற்கு வங்கம் ஊடாக ஆந்திரம் வரை வடஇந்தியா முழுவதிலும் வெகுவாகப் பரவி வாழும் திராவிடப் பழங்குடிகளோடு ஒப்பிட்டு ஆராயவேண்டிய தேவையும் உள்ளது. வடஇந்திய திராவிடப் பழங்குடிகளின் தொன்மையும், அவர்கள் திராவிடக் கூறுகளைப் பேணிவரும் தன்மையும் தமிழ்ச் சமூகத்தின் ஆதிகூறுகளைத் தேடுவதில் புதிய வெளிச்சங்களைக் காட்டவல்லவை (பக்தவத்சல பாரதி 2007அ).

தமிழகத்தில் பழங்குடிச் சமூகங்களின் வளர்ச்சி நிலைகள் அனைத்தும் சங்க இலக்கியங்களில் பதிவாகியிருப்பது பெரும் வியப்பளிக்கிறது. மேற்கணக்கு நூல்களாகிய பாட்டையும் தொகையையும் மானிடவியல் கண்கொண்டு நோக்குபவர்கள் உலகளாவிய பழங்குடிச் சமூகம் அடைந்த சமூகப் படிமலர்ச்சிக் கட்டங்கள் அனைத்தும் சங்க இலக்கியத்தில் மிகத் தெளிவாகவே பதிவாகியிருப்பதை நன்கு அறிய முடியும் (பக்தவத்சல பாரதி 2007 ஆ, 2007இ).

***

இந்தியாவில் கடந்த இருநூறு ஆண்டுகளாகப் பழங்குடிகள் பற்றிய தேடுதல் நடைபெற்று வருகிறது. வணிகர்கள், பயணிகள், மறை பணியாளர்கள், காலனிய ஆட்சியாளர்கள், குடிமதிப்பு அதிகாரிகள், பிற நிர்வாகிகள், ஆய்வாளர்கள் எனப் பலதரத்தவர்களால் இத்தேடுதல் முயற்சி நடைபெற்றது. இப்போது அம்முயற்சி அறிவார்ந்த நிலையில் ஆய்வாளர்களால் தொடர்ந்து நடைபெற்றுக்கொண்டிருக்கிறது.

இத்தகைய முயற்சியில் ஏராளமான பதிவுகள் உருவாக்கப் பட்டுள்ளன. காலனிய ஆட்சிக்காலத்தில் பழங்குடிகளையும் பிற பூர்வகுடிகளையும் கட்டுக்குள் வைத்திருப்பதற்காக இம்மக்களைப் பற்றிய ஏராளமான விவரங்களைக் காலனி ஆட்சியாளர்கள் தொகுத்தனர். நிர்வாகத்திற்காகத் தொகுக்கப்பட்ட விவரங்கள் இவை என்பதால் காலனிய நிர்வாக முறையை 'இனவரைவியல் சார்ந்த ஆட்சிமுறை' (ethnographic state) என நிக்கோலஸ் டிர்க்ஸ் (1992) வர்ணிப்பார்.

இந்தியப் பழங்குடிகள் குறித்த பார்வை பன்மயப்பட்டது. மேலை அறிஞர்கள் முதல் இந்திய அறிஞர்கள் வரை ஏராளமானோர் எழுதி யுள்ளனர். தமிழ்ச் சூழலில் நீலகிரிப் பழங்குடிகளைத் தவிர பிற பழங்குடிகள் பற்றி மிகுதியான ஆய்வுகள் இல்லை.

மேலை ஆய்வாளர்களின் பார்வையால் நமக்குப் பல ஆய்வு நுட்பங்கள் கிடைத்திருப்பினும் நமது சமூகங்களின் உட்பொருளை வெளிப்படுத்துவதற்கு நாம் சில அகவயமான முறையியலை வகுத்து ஆராய வேண்டியது அவசியமாகும்.

சங்க இலக்கியத்திற்கும் இன்றைய சமகாலத் தமிழகப் பழங்குடி களின் வாழ்வுக்குமுள்ள தொடர்ச்சியையும் வேறுபாடுகளையும் நாம் நுட்பமாக அறிய வேண்டும். இது ஒரு தனி ஆய்வுக்களமாகும். மேலை மானிடவியலர்கள் சங்க இலக்கியம் பற்றி அரிச்சுவடுகூட அறியாதவர்கள். சமகாலச் சமூக அசைவியக்கத்தை மட்டுமே அவர்கள் ஆராய்கிறார்கள். அது ஒரு வகையான புரிதலைத் தருகிறது. ஆனால் நம்முடைய தேவைக்கேற்ற ஆய்வுப் போக்குகளை நாம்தான் உருவாக்க வேண்டும்.

இந்நிலையில் 'இலக்கிய மானிடவியல்' வளர்த்தெடுக்கப்பட வேண்டிய ஒரு பயில்களமாகும். இதில் இலக்கியவியலர்கள் மானிட வியலைத் தெரிந்துகொள்வதும், மானிடவியலர்கள் இலக்கிய வியலைப் புரிந்துகொள்வதும் தவிர்க்க முடியாதவை.

நமது புலமைமரபின் செல்நெறியில் பல்துறை இணைவுப் போக்கிற்கு முக்கியத்துவம் தர வேண்டியது மிகவும் அவசியமாகும். அத்தகைய அணுகுமுறையை இந்நூலின் பல பகுதிகள் நன்கு வலியுறுத்துவனவாக அமைந்துள்ளன.

***

இந்நூல் பன்முக வாசகர்களை மனதில் கொண்டு எழுதப்பட்டதாகும். மானிடவியலர்களுக்கு இலக்கிய மானிடவியலின் தேவையை நன்கு வலியுறுத்தும். பழங்குடியியலைத் தமிழ்ச் சூழலில் எவ்வாறு அணுக வேண்டுமென்ற முன்மொழிவையும் இந்நூல் சுட்டிக்காட்டுகிறது. மானிடவியல்சாரா ஆர்வலர்களுக்குத் தமிழகப் பழங்குடிகள் பற்றிய பன்முக அறிமுகத்தை வழங்கும். பழங்குடி மக்களின் வளர்ச்சிக்குப் பங்காற்றும் பல்வேறு அரசு அதிகாரிகளுக்கும், ஆய்வாளர்களுக்கும், அரசுசாரா தொண்டு நிறுவனத்தாருக்கும் நல்லதொரு கையேடாக இந்நூல் அமையும்.

இந்த மூன்றாம் பதிப்பில் மூன்று புதிய இயல்கள் சேர்க்கப் பட்டுள்ளன. மேலும், ஒவ்வோர் இயலிலும் புதிய தரவுகளும் அண்மைக் கால விவரங்களும் விரிவுபெற்றுள்ளன. ஒரு மேம்பட்ட, விரிவுபெற்ற பதிப்பாக இது உருமாறியுள்ளது. 360 பக்கங்களில் 36 பெட்டிச் செய்திகள் உள்ளன. இவையாவும் வழக்கமான நேர்க்கோட்டு வாசிப்பு அனுபவத்தைத் தாண்டி ஒரு புதுவாசிப்பு அனுபவத்தைக் கொடுக்கும்.

***

இந்த நூலாக்கத்தில் பலர் உதவியுள்ளனர். இத்தருணத்தில் அவர்கள் அனைவரையும் எண்ணிப் பார்க்கிறேன். நண்பர் தி. லஜபதிராய் வழக்கறிஞர் மட்டுமல்ல, பழங்குடி மக்கள் குறித்த ஆய்வில் அளப்பரிய நாட்டமுடையவர். இவர் உருவாக்கிய *தமிழகத்தில் தொல்குடிகளும் காடுகளும்: ஒரு அறிமுகம்* (2016) என்னும் நூல் தமிழகத்திலுள்ள பழங்குடிகள் பற்றிய சிறந்த ஆவணம். பழங்குடிகள், காடுகள், விலங்குகள், பறவைகள், தாவரங்கள் என அனைத்தையும் ஒருசேர ஆவணப்படுத்தியுள்ளார். இவர் தமது களப்பணி மூலம் எடுத்த ஒளிப்படங்கள் சிலவற்றை இந்த நூலில் பயன்படுத்தியுள்ளேன்.

தொதவர் மனுவை (இணைப்பு 2) மொழிபெயர்த்துக் கொடுத்தார் பேராசிரியர் கு. சிவமணி; அரிய படங்களைத் தந்துதவிய பேராசிரியர்கள் சி. மகேசுவரன், ஓ. முத்தையா, ஜே. ஆர். இலட்சுமி. ஆ. செல்லப்பெருமாள்.

கொளத்தூர் கே.பி.என். மகேஷ்வர் கொண்டரெட்டிகள் பற்றிய ஆய்வுக்கு உதவிபுரிந்து, பல்வேறு படங்களை எடுக்க உதவினார். சென்னைப் பல்கலைக்கழக மானிடவியல்துறை ஆய்வாளர் அ. தமிழழகன் 2011ஆம் ஆண்டுக் குடிமதிப்பு விவரங்களைத் தொகுத்துக் கொடுத்தார். சௌ. சதீஷ் பாபு நூலாக்கத்தின்போது கணினி சார்ந்த வேலைகளில் உதவினார்.

தமிழில் மானிடவியல் வாசிப்பு பெருகிவருகிறது. வாசகர்களும் ஆய்வாளர்களும் தொடர்ந்து என்னுடன் உரையாடி வருகின்றனர். அவர்கள் கொடுக்கும் ஊக்கம்தான் என்னை மேலும் எழுத வைக்கிறது. புதுவை இளவேனில் முக்கியமானவர். அவரும் நானும் கூடலூர் வட்டாரத்தில் படப்பிடிப்பு மேற்கொண்டோம்; குறும் படத்திற்காக. அதில் முனைவர் செ. துரைமுருகன் அவர்களின் உதவி முக்கியமானது.

தமிழர் இனவரைவியல் கழகம் சார்பில் 2016, 2017ஆம் ஆண்டுகளில் நடந்த 'பழங்குடி தரிசனம்' முகாமில் பல ஆய்வாளர்கள் பங்குகொண்டனர். முதல் முகாமை 'அடையாளம்' சார்பில் நடத்தினோம். இந்த ஆய்வு முகாம் மூலம் பளியர் பழங்குடி பற்றிக் கூட்டு விவாதம் முன்னெடுக்கப்பட்டது. அவ்விவாதம் விரைவில் நூலாக வெளிவர உள்ளது.

'அடையாளம்' சாதிக் இந்நூலை மிக நேர்த்தியான முறையில் வெளியிடுவதற்குப் பல ஆலோசனைகள் கூறி, இந்நூலுக்குரிய ஒளிப்படங்கள் சிலவற்றை உதகைக்குச் சென்றபோது நேரடியாக எடுத்துவந்தார். இந்தப் பதிப்பைச் சிறப்பாக வெளிக்கொண்டு வருகின்றனர் 'அடையாளம்' பதிப்புக்குழுவினர்.

ஆய்வுப் பணியில் நான் முழுமூச்சுடன் தொடர்ந்து இயங்கு வதற்குப் பின்புலமாக இருப்பவர்கள் ர. விஜயா, கா. வைஷ்ணவி, வை. கார்த்தி.

இவர்களின்றி இந்தப் பதிப்பில்லை. அனைவருக்கும் நன்றி.

பக்தவத்சல பாரதி
bharathianthro@gmail.com

தமிழகப் பழங்குடிகள்

தொதவர் பாரம்பரியம்

1

அறிமுகம்
இந்தியச் சூழலும் தமிழகச் சூழலும்

மனிதகுலம் இன்று பல்வேறு இனங்களாகவும், பல நூறு தேசிய இனங்களாகவும், பல ஆயிரங்களுக்கும் மேற்பட்ட சமூகங்களாகவும் வேறுபட்டுக் காணப்படுகின்றது.

இதில் மிகத் தொன்மையாக விளங்குபவர்கள் 'பழங்குடி' (tribe) மக்கள். இவர்களின் சமூகங்களும் பண்பாடுகளும் காலம் நிகழ்த்தி வரும் மாற்றங்களால் மறைந்து வருகின்றன அல்லது அழிக்கப்படு கின்றன. இத்தொன்மைச் சமூகங்களை இனங்கண்டு ஆராய்வதும் பதிவு செய்வதும் நம் மனிதகுல வரலாற்றை, படிமலர்ச்சியை அறிவதற்குத் துணை செய்யும்.

மனித குலத்தின் தொல் சமூக-பண்பாட்டில் ஏற்பட்ட பல படிநிலை வளர்ச்சிகளை அறிவதற்கு இன்று சான்றாக விளங்குபவர்கள் பழங்குடிகளே. இன்றைய பொது அறிவுச் சூழலில் 'பழங்குடி' எனும் சொல் பல தர நிலைகளில் வாழும் பழங்குடிப் பிரிவினர்கள் அனைவரையும் பொதுமைப்படுத்தும் ஒரு சொல்லாட்சி. பழங் குடிகளில் மிகவும் தொன்மையானவர்களை 'ஆதிக்குடி' (primitive people) என்று வரையறை செய்கிறோம்.

இன்று உலக அளவில் மிகவும் தொன்மையானவர் எனக் கருதத்தக்க ஆதிக்குடியினர் சிலர் தென்னிந்தியப் பகுதியில் வசிக்கிறார்கள் (அய்யப்பன் 1988:1). இவர்கள் இன்றும் காடுகளில் வேட்டையாடி, பல்வேறு காட்டுப் பொருள்களைச் சேகரிக்கும் ஆதிக்குடியினராக வாழ்ந்து வருகிறார்கள்.

தமிழகத்தில் ஆனைமலையில் வாழும் காடர்கள், வட கேரளத்தில் நிலம்பூர் காட்டுக் குகைகளில் அண்மைக்காலம் வரை குகைவாசிகளாக வாழ்ந்து வந்த சோலைநாயக்கர், கேரளத்தின் இன்னொரு ஆதிக்குடியான ஆளார், ஆந்திரப்பிரதேசத்தில் நல்லமலைப் பகுதியில் வாழும் செஞ்சுக்கள் போன்றோரை தொன்மைக் கூறுகள் அதிகம்கொண்ட ஆதிக்குடியினர் என்கிறோம்.

ஆப்பிரிக்க போட்ஸ்வானா பகுதியில் வாழும் புஷ்மென், ஆஸ்திரேலியாவின் மேற்குப் பாலைவனப் பகுதியில் வாழும் பிட்ஜண்ட்ஜரா அல்லது இவர்களையொத்த பிற ஆதிக்குடியினரைப் போலவே தென்னிந்திய ஆதிக்குடியினரும் சமூக பொருளாதார நிலையில் மிகவும் ஆதி நிலையில் இருக்கிறார்கள் (மேலது: 2).

காடர், ஆளார், சோளநாயக்கர், செஞ்சு ஆகிய ஆதிக்குடியினர் வரலாற்றுக்கும் முந்தையகால மக்களின் மிச்சசொச்ச தொடர்ச்சியைக் காட்டும் உடலியல் சார்ந்த, வாழ்வியல் சார்ந்த சில கூறுகளைக் கொண்டவர்களாக இருக்கிறார்கள்.

இந்தத் தென்னிந்திய ஆதிக்குடிகளின் தொடர்ச்சியாக இலங்கைக் காடுகளில் வாழும் வேடர் (Veddhas) குடியினரையும் மிகப் பழமையான ஓர் ஆதிக்குடி என்கிறோம். தென்னிந்திய இனத் தொடர்ச்சி கொண்டவர்களாகவே இவர்களைக் கருதவேண்டும் (ஆஸ்திரேலிய ஆதிக்குடியினருங்கூட இந்த வரிசையில் வைத்துப் பார்க்க வேண்டியவர்களே).

இந்தியாவில் பழங்குடிகள்

இந்திய அளவில் பழங்குடியினர் பின்வரும் மூன்று முக்கிய இனங்களாக வகைப்படுகின்றனர் (முக்கர்ஜி 1982:3).

1. **மங்கோலியர்.** அருணாசலப் பிரதேசம், நாகாலாந்து, அசாம், மேகாலயா, மிசோராம், மணிப்பூர், திரிபுரா, இமயமலையின் தாழ்நிலப்பகுதி ஆகிய இடங்களில் வாழும் பழங்குடிகள் மங்கோலிய இனத்தைச் சேர்ந்தவர்கள்.
2. **நீக்ரிட்டோவினர்.** அந்தமான் தீவுகளில் வாழும் அந்தமானியர், ஓங்கே ஆகிய பழங்குடியினர் நீக்ரோ இனத்தின் ஒரு பிரிவான நீக்ரிட்டோ இனப்பிரிவைச் சேர்ந்தவர்கள்.
3. **தொன்மை ஆஸ்திரேலியர்.** வடமேற்கு இந்தியா, கிழக்கிந்தியா,

பளியர் ஆணின் தனித்துவமான உடற்கூறுகள்

நடு இந்தியா ஆகிய பகுதிகளில் வாழும் திராவிட மொழி பேசும் பழங்குடிகளும் தென்னிந்தியாவில் வாழும் பழங்குடிகளும் இந்தப் பிரிவில் அடங்குவார்கள்.

அடுத்ததாக, இந்தியாவிலுள்ள பழங்குடிகள் மேற்கூறிய மூன்று பெரும் இனங்களாகப் பிரிந்தாலும் பேசும் மொழியால் பின்வரும் நான்கு பெரும் மொழிக் குடும்பங்களாகப் பாகுபடுகிறார்கள்:

1. **திபேத்திய-பர்மிய மொழி.** ஆதி, அப்பாதானி, தப்லா, கேலாங், மிஷ்மி, நாகர், லுஷாய், புரூம், கேரோ, ரியாங், டொட்டோ போன்ற பழங்குடிகள் திபேத்திய-பர்மிய மொழிக் குடும்பத்தைச் சேர்ந்த மொழிகளைப் பேசுகின்றார்கள்.

2. **ஆஸ்திரிய-ஆசிய மொழி.** காசி, பினார், அசூர், பூமிஜ், பிர்ஹார், பொண்டோ, ஹோ, காரியா, முண்டா, சந்தால், சவரர், கோல் போன்ற பழங்குடிகள் இம்மொழிக் குடும்பத்தைச் சேர்ந்த மொழிகளைப் பேசுகின்றார்கள்.

3. **இந்திய-ஆரிய மொழி.** லோதா, மலை பூயியா, செரோ, பெய்கர், பூமியா, ஜவுன்சாரி, தாரு, பில்லர், தப்லா, கிராசியா, மகாதேவ் கோலி, நய்க்கா போன்ற பழங்குடிகள் இந்திய-ஆரிய மொழிக் குடும்பத்தைச் சேர்ந்த மொழிகளைப் பேசுகின்றார்கள்.

4. **திராவிட மொழி.** மாலர், ஒராவ்ன், கோந்த், செஞ்சு, ஏனாதி, கோத்தர், தொதவர், காடர், காணிக்காரர், ஊராளி போன்ற வட, நடு, தென்னிந்தியத் திராவிடப் பழங்குடிகள் திராவிட மொழிக் குடும்பத்தைச் சேர்ந்த மொழிகளைப் பேசுகின்றார்கள்.

மிகச் சில பழங்குடிகள் இருமொழிக் குடும்பத்தைச் சேர்ந்த மொழி களைப் பேசுகிறார்கள்.

பின்வரும் அட்டவணையில் இந்த நான்கு மொழிக் குடும்பங்களின் மொழிகள் எவ்வாறு வகைப்படுகின்றன என்பதைக் காண்போம்:

பழங்குடிகளின் மொழிகள்

மொழிக் குடும்பம்	பழங்குடி மொழிகள்	பழங்குடி அல்லாதார் மொழிகள்	மொத்தம்
திராவிட மொழிகள்	25	6	31
ஆஸ்திரிய-ஆசிய மொழிகள்	20	-	20
இந்திய-ஆரிய மொழிகள்	20	30	50
திபேத்திய-பர்மிய மொழிகள்	99	1	100
பிறமொழிகள்	10	-	10
கூடுதல்	174	37	211

இந்தியாவில் நான்கு பெரிய மொழிக் குடும்பங்கள் உள்ளன. இவை தவிர அந்தமானி மொழிக் குடும்பத்தைச் சேர்ந்த மொழியை 4 பழங்குடிச் சமூகங்களும் சியாம்-சீன மொழிக் குடும்பத்தின் மொழியை ஒரு பழங்குடியும் பேசுகின்றனர். பத்து மொழிகள் எந்தக் குடும்பத்தைச் சார்ந்தவை எனப் பிரிக்கப்படாமல் உள்ளன (இராமகிருஷ்ணரெட்டி 2006: 205).

இந்தியாவில் மொத்தம் 11 மொழிக் குடும்பங்களைச் சேர்ந்த மொழிகள் பேசப்படுகின்றன. இந்தியாவில் பேசப்படும் மொழிகளின் எண்ணிக்கை குறித்து கருத்து மாறுபாடுகள் இருக்கின்றன. குடிமதிப்பு ஆவணம் ஓர் எண்ணிக்கையையும் இந்திய மானிடவியல் மதிப் பாய்வகம் வேறொரு எண்ணிக்கையையும் கூறுகின்றன (மேலது: 205).

களப்பணியில் ஈடுபட்டுள்ள மொழியியலார் ஏறக்குறைய 211 மொழிகள் இருக்கலாம் என்கிறார்கள். இந்திய மொழிகளின் நடுவண் நிறுவனம் தொடங்கவுள்ள 'இந்தியாவில் புதிய மொழியியல்

மதிப்பாய்வு' என்னும் திட்டத்தின் மூலம் சரியான எண்ணிக்கை தெரியவரும். ஆனால் இத்திட்டம் முடிய 10-12 ஆண்டுகள் வரை ஆகலாம் என மதிப்பிடப்பட்டுள்ளது.

புராதன இந்தியாவில் நான்கு மொழிகள் மட்டுமே இருந்தன. அவை: பைசாசி (ஆரியமல்லாத மொழிகள்), சம்ஸ்கிருதம், பிராகிருதம், அபபிரம்சம். ஆரிய மொழிகளும் ஆரியமல்லாத மொழிகளும் 4000 ஆண்டுகளுக்கும் மேலாக ஒன்றோடு ஒன்று உறவாடி வந்துள்ளன. இவற்றிற்கிடையே கொண்டு கொடுத்தலும் தாக்கங்களும் நிகழ்ந்துள்ளன.

இவற்றை மொழி, இலக்கியம், தொல்லியல், பிற சான்றுகள் வழி அறிய முடிகிறது. ஏ.எல்.பாஷம் (1954) கூற்றுப்படி முண்டா மொழி பேசுவோர் (ஆஸ்திரிய-ஆசிய மொழி) பழங்கற்காலத்திலேயே இந்தியாவிற்குள் வந்தடைந்தார்கள். அவர்களுக்கடுத்து திராவிட மொழி பேசுவோர் கற்காலத்தில் இந்தியாவிற்குள் வந்திருக்கிறார்கள். இறுதியாக இந்திய-ஆரிய மொழி பேசும் ஆரியர்கள் கி.மு. 2000 வாக்கில் வந்தனர் எனக் கணிக்கப்படுகிறது.

ஆனால் சிந்துவெளி அகழாய்விலும் ஆதிச்சநல்லூர் அகழாய்விலும் திராவிட இனத்தாரின் மண்டை ஓடுகள் மண்ணடுக்கின் அடிப் பகுதியில் அண்மையில் கிடைத்துள்ளன. இவை திராவிடர்களின் தொன்மை மற்ற இனத்தாரைக் காட்டிலும் காலத்தால் முந்தையது என்பதைப் பறைசாற்றுகின்றன. திராவிட மக்களின் தோற்றம் குறித்தும் பரவல் குறித்தும் மேலும் விரிவான அளவில் அகழாய்வுகள் நிகழ்த்த வேண்டியுள்ளன.

மேற்கூறிய அட்டவணையில் ஆஸ்திரிய-ஆரிய மொழியும் திபேத்திய-பர்மிய மொழியும் (ஒரு மொழி தவிர) பழங்குடி மொழிகளாகவே இருக்கின்றன. திராவிட மொழிகளில் 25 மொழிகள் பழங்குடி மொழிகளாக இருக்கின்றன. இவற்றை மொழியியலார் தென் திராவிடம், நடு திராவிடம், வட திராவிடம் எனப் பாகுபடுத்து வார்கள். இப்பிரிவுகளில் அடங்கும் மொழிகள் வருமாறு:

தென் திராவிட மொழிகள்

1. தொதவம்   2. கோத்தம்   3. இருளம்
4. தமிழ்   5. மலையாளம்   6. குடகு
7. கன்னடம்   8. படுகம்   9. துளு

நடுதிராவிட மொழிகள்

10. தெலுங்கு	*11.* சவரா
12. கோலாமி	*13.* நய்க்டி
14. நய்க்கி	*15.* பர்ஜி
16. கதபா (ஒல்லாரி)	*17.* கதபா (சாலூர்)
18. கதபா (பொட்டங்கி)	*19.* கூய்
20. குவி	*21.* கொண்ட (கூபி)
22. பெங்கோ	*23.* மண்ட
24. கோண்டி, தொர்லா	*25 .* கோண்டி, கோயா
26. கோண்டி, மரியா	*27.* கோண்டி, முரியா
28. கோண்டி, ராஜ்	

வடதிராவிட மொழிகள்

29. குடுஹ் (ஒராவன்)	*30.* மால்டோ
31. பிராகூய்	

இந்தியாவில் மொத்தம் 1572 மொழிகள் (கிளைமொழிகள் உட்பட) உள்ளன. இவற்றில் 18 மொழிகளே இந்திய அரசால் அட்டவணை மொழிகளாக (scheduled languages) அங்கீகரிக்கப்பட்டுள்ளன. இந்தியாவில் பழங்குடிகள் இனரீதியிலும் மொழி ரீதியிலும் பாகுபடு வதைப் பார்த்தோம். இதே வகையில் பூகோள ரீதியிலும், பொருளாதார ரீதியிலும், திருமணம், குடும்பம், வம்சாவழி முறை, சமய நம்பிக்கை போன்ற மேலும் பல பண்பாட்டுக் கூறுகளை முன்வைத்தும் பழங் குடிகளைப் பலவாறு வகைப்படுத்திப் பார்க்கலாம்.

தமிழகப் பழங்குடிகளைப் பற்றிய ஆய்வில் நீலகிரிப் பகுதி மிகுந்த முக்கியத்துவம் பெறுகிறது. நீலகிரியிலிருந்து கேரளத்தின் எல்லைப் பகுதிக்கு அருகேயுள்ள கூடலூர் வரையுள்ள மலைத்தொடர் திராவிட மொழிகளின் நுண்ணுலகம் எனும் சிறப்பைப் பெறுகிறது.

'எருமையின் குழந்தைகள்' என்றழைக்கப்படும் தொதவர்களின் மொழி ஒல் போஸ் (போஸ் மொழி) எனக் குறிப்பிடப்பட்டாலும் 'தொத' என்றே குறிப்பிடுகிறார் கால்டுவெல். தொத மொழியின் ஆதிமூலம் குறித்துப் பல்வேறு கருத்துகள் இருந்தாலும் அமெரிக்க மொழியியல் அறிஞர் எமனோ (M. B. Emeneau) இம்மொழியை விரிவாக ஆய்வு செய்து இது தனியொரு திராவிட மொழியென்று நிறுவினார். தொத, கோத்த மொழிகள் நீலகிரிக்கே உரிய தொல் மொழிகள் எனவும் நிறுவியுள்ளார் (1967). தொத மொழியில் பல்வேறு

தொன்மை ஆஸ்திரேலியர்

ஆதியில் லெமூரியா கண்டம் இருந்தது பற்றிய கோட்பாடு தொடர்ந்து ஆராய்வதற்குரியது. மடகாஸ்கர் தொடங்கி மலாய் தீவுக்கூட்டங்கள் (Malay archipelago) வரை பரவியிருந்த லெமூரியா கண்டமானது ஒருபுறம் இந்தியாவையும் ஆப்பிரிக்காவையும் இணைக்கக்கூடியதாக இருந்தது; மறுபுறம் அது ஆஸ்திரேலியாவையும் இணைத்தது. இக்கோட்பாட்டை உடனடியாக யாராலும் நிராகரிக்க முடியாது. ஏனெனில் ஆஸ்திரேலிய முதுகுடிகளும் பூர்வ திராவிடப் பழங்குடிகளும் ஒரு பொதுவான இன மூலத்தைக் கொண்டவர்கள். அதனால்தான் மனித இனங்களை வகைப்படுத்தும் போது தென்னிந்திய மக்களைத் 'தொன்மை ஆஸ்திரேலிய' வகையினர் (proto-Australoids) என்று இனவியல் அறிஞர்கள் பிரிப்பார்கள்.

இந்த இனவியல் தொடர்ச்சியோடு பண்பாட்டுத் தொடர்ச்சியும் வலுவுடன் காணப்படுகிறது. ஆஸ்திரேலியாவில் வாழும் கரைரா (Karaira) எனும் முதுகுடியினர் கொண்டிருக்கும் உறவுமுறையும் (kinship) தென்னிந்திய மக்களிடம் காணப்படும் உறவுமுறையும் ஒன்றாக இருப்பது கருத்தூன்றி நோக்குதற்குரியது. பிரமலைக் கள்ளர்கள் பற்றி ஆராய்ந்த பிரெஞ்சு மானிடவியல் அறிஞர் லூயி துய்மோன் கரைரா பழங்குடியின் உறவுமுறைக்கும் திராவிட உறவுமுறைக்கும் இடையே காணப்படும் நெருங்கிய உறவுகளை ஆராய்ந்துள்ளார். ஆஸ்திரேலிய முதுகுடி, ஆப்பிரிக்க மக்கள், தென்னிந்தியத் தொல்குடியினர் ஆகியோருக்கிடையே தொடர்புகள் இருப்பதும் நம் கவனத்தை ஈர்க்கின்றது. அமெரிக்க மானிடவியல் அறிஞர் லூயி ஹென்றி மார்கன் தொல் அமெரிக்கர் களின் (செவ்விந்தியர்கள்) மூலம் ஆசியாவே என்று வாதிடுகிறார்.

சங்க இலக்கியச் சொற்கள் உள்ளதை செ. துரைமுருகன் *(2011: 83)* குறிப்பிடுகிறார். தொதவர்களின் முக்கிய வாழிடங்களான தோடா நாடு, குந்தா நாடு, பெரங்கா நாடு முதலிய பகுதிகளில் இந்த மொழி பேசப்படுகிறது.

கோத்தர்களின் மொழி 'கோத்த' என்பதாகும். இதனைக் 'கோவ்மாந்த்' என்றும் அழைப்பார்கள். தென்திராவிட மொழிகளில் இது ஒரு தனிமொழியாகும். கோத்த மொழிக்கும் தொதுவ மொழிக்கும்

நெருங்கிய தொடர்புள்ளது. நீலகிரியிலும் அதனையடுத்த கேரளம், கர்நாடகம் பகுதிகளிலும் வாழும் இருளர்கள் சமவெளி இருளர் களிடமிருந்து வேறுபட்டவர்கள். நீலகிரி இருளர்களின் கிளைமொழி யானது தமிழோடு நெருக்கமானது என்றாலும் இம்மொழியை ஆராய்ந்த மொழியியல் அறிஞர் பெரியாழ்வார் இதனைத் தனியான தொரு மொழி என நிறுவியுள்ளார். கேரளத்தை ஒட்டிய பகுதிகளில் வாழும் இருளர்கள் மலையாளத்தின் தாக்கத்தையும் கர்நாடகத்தை ஒட்டிய மசினகுடி, மாயார், ஆனைக்கட்டி, கன்னியாகுமரி, வாழைத் தோட்டம், மாவனல்லா பகுதிகளில் கன்னடத்தின் தாக்கத்தையும் கொண்டுள்ளனர்.

நீலகிரிப் பகுதிகளில் வாழும் கசவர் பழங்குடியினர் பேசும் 'கசவ' மொழியானது தென்திராவிட மொழிக் குடும்பத்தில் ஒரு தனி மொழி என்று இதனை ஆராய்ந்த வே. சிதம்பரநாத பிள்ளை (1978) கூறுகிறார். கமில் சுவலபில் இருளாவின் வடகிளைமொழி எனக் கூறுகிறார்.

காட்டுநாயக்கர் பேசும் மொழி அந்தந்தப் பிரதேசத்திற்கேற்ப வேறுபடுகிறது. நீலகிரி, கூடலூர்ப் பகுதிகளில் தமிழ் சார்ந்தும், கர்நாடகத்தின் மைசூர்ப் பகுதிகளில் கன்னடம் சார்ந்தும், கேரளத்தில் வயநாட்டைச் சுற்றிய பகுதிகளில் மலையாளம் சார்ந்தும் உள்ளது. காட்டுநாயக்கரின் மொழி குறித்து விரிவான ஆய்வு செய்துள்ள நடனசபாபதி (1986) அது கன்னடத்தின் கிளைமொழி எனக் கூறுகிறார்.

குறும்பர்களின் (குறுமர் என்பதே சரியான வழக்கு) மொழி பல்வேறு வேறுபாடுகளைக் கொண்டுள்ளது. காரணம் குறும்பர்களே பல்வேறு அகமணப் பிரிவினராக வேறுபட்டுக் காணப்படுகின்றனர். பெட்டக் குறும்பர்களின் பேச்சு வழக்கானது கன்னடத்தின் கிளை மொழியாகக் கருதப்பட்டாலும் அது ஒரு தனித்த தென்திராவிட மொழி என எமனோ, சுவலபில் கூறுகின்றனர்.

தேன் குறும்பர் (ஜேனுக் குறும்பர்) பேசும் மொழியானது கன்னடத்தின் கிளைமொழியாகவே கருதப்படுகிறது. இவர்கள் வாழும் பகுதி கர்நாடக எல்லையை ஒட்டியுள்ளதால் இவர்கள் கன்னடம், தமிழ், படகு முதலான மொழிகளையும் பேசுகின்றனர். ஆனால் முள்ளுக் குறும்பர்களின் மொழியானது மலையாளத்தின் கிளைமொழியாகக் கருதப்படுகிறது என்கிறார் ராஜசேகரன் நாயர். இவர்கள் கேரளத்தை ஒட்டிய பகுதிகளில் வாழ்ந்து வருவது இதற்கு ஒரு காரணமாகும்.

இவ்வாறே கூடலூர் தொடங்கி கேரளாவில் பாலக்காடு, கண்ணன், வயநாடு முதலான பகுதிகள் வரை வசிக்கும் பணியர்கள் பேசும் மொழியும் மலையாளக் கிளைமொழியே என்கிறார் இவர்களுடைய மொழியை ஆராய்ந்த சோமசேகர நாயர். நீலகிரியில் பாரம்பரியமாக 42 ஊர்களில் வாழ்ந்து வரும் ஆலுக் குறும்பர்கள் தமிழ் கலந்த பழங்கன்னடம் பேசுகின்றனர்.

ஜீன் லாரன்ஸ் பணியரின் மொழி ஒரு தனித்த மொழி என்கிறார். இருப்பினும் பணியர்களின் வாழிடம் கூடலூர் தொடங்கி கேரளம் வரை பரவியுள்ளதால் இவர்கள் தமிழையும் மலையாளத்தையும் பேசக்கூடியவர்களாக உள்ளனர். பணியர்கள் வயநாடன் செட்டியார், மௌன்டாடன் செட்டியார் ஆகியோரின் நிலங்களில் வேலை செய்வதால் அச்செட்டியார்களின் மலையாள வழக்கையும் அறிந்து வைத்துள்ளனர்.

நீலகிரியையடுத்த கூடலூர்ப் பகுதியானது கேரளம், கர்நாடகம் ஆகிய மாநிலங்கள் இணையும் பகுதியில் இருப்பதால் இம்மலைத் தொடரில் வசிக்கும் மேற்கூறிய பழங்குடிகள் பன்மொழிப் புலமை கொண்டவர்களாக உள்ளனர். இவையாவும் தொடர்பு மொழியாகக் கையாளப்படுகிறது. ஆதலின் நீலகிரி மலைத் தொடரில் பேசப்படும் மொழிகளாகத் தொதவம், கோத்தம், இருளம், காட்டுநாயக்கா, பணியா, குறும்பா ஆகிய பழங்குடி மொழிகளும் கன்னடக் கிளை மொழியான படகமும் உள்ளன. இந்நிலையில் தமிழகத்தில் உள்ள மாவட்டங்களிலேயே நீலகிரி மாவட்டம்தான் தமிழ் குறைவாகப் பேசப்படும் மாவட்டமாக உள்ளது.

பழங்குடியினர் பெரும்பாலும் இருமொழியாளர்களாக (bilinguals) உள்ளனர். பேச்சு வழக்கில் உள்ள தங்கள் தாய்மொழியுடன் அவர்கள் வாழும் மாநிலத்தின் மொழியையும் பேசுகின்றனர். இதுவே பழங்குடி மக்களின் இருமொழிய நிலையாக (tribal bilingualism) உள்ளது. பொதுவாக, இந்தியாவின் இருமொழியத்திலிருந்து (Indian bilingualism) பழங்குடிகளின் இருமொழியம் வேறுபட்டதாகும். பழங்குடி மக்கள் பின்பற்றும் இந்த ‘இருமொழிய நிலை’ யானது அவர்களுடைய தாய்மொழியை இழப்பதற்கு ஒரு முக்கிய காரணியாக அமைகிறது என மொழியியல் அறிஞர்கள் கூறுகின்றனர்.

மொழிகள் ‘ பேச்சுமொழிகள்’ எனவும் ‘எழுத்துமொழிகள்’ எனவும் இருவேறு வகைகளாகப் பயன்பாட்டில் உள்ளன. பேச்சுமொழியானது

பல கிளைமொழி வழக்குகளைக் கொண்டதாகும். கிளைமொழி வழக்குகள் இலக்கியங்களிலும் பயின்றுவருகின்றன. தமிழில் எழுதப்பட்டுள்ள வட்டார மொழி இலக்கியங்கள் பேச்சு வழக்கின் பெறுமானத்தைக் காட்டுகின்றன. பழங்குடிகளின் கிளைமொழிகளை அறிந்துகொள்வது பழந்தமிழின் வேர்களை ஆராய்வதற்கு உதவும். எண்ணற்ற பழந்தமிழ்ச் சொற்கள் இன்றும் பழங்குடிகளின் கிளை மொழிகளில் ஆளப்படுவதைக் காண்கிறோம்.

பழந்தமிழில் காலமானது இறந்தகாலம், இறப்பிலாக்காலம் என இரண்டு வகையாக இருந்தது. இதன் பின்னரே இறந்தகாலம், நிகழ்காலம், எதிர்காலம் என மாறியது. தமிழின் வரலாற்றில் ஏற்பட்ட இந்த மாற்றத்தைப் பேச்சு வழக்கில் உள்ள பழங்குடிகளின் மொழி வழி அறியலாம். இதுபோன்று வரலாற்று மொழியியல் போக்குகள் பலவற்றை ஆராய சான்றளிப்பது பழங்குடிகளின் பேச்சு வழக்காகும்.

2

திராவிடப் பழங்குடியியல்
அகண்ட தமிழகத்தில் ஆதிக்குடிகள்

தமிழ்ச் சமூகத்தின் மிக நீண்ட அறுபடாத தொடர்ச்சியை ஆராய் வதற்குப் பழங்குடிகள் பற்றிய ஆய்வு பெரும் பயன் விளைவிக்கும் என்பதில் எந்தவித ஐயமுமில்லை. தமிழ்ச் சமூகம் பல தொல் குடிகளைக் கொண்டிருந்த ஒரு காலம் உண்டு. அத்தொல்குடிகளின் எச்சங்களாக விளங்குபவர்கள் இன்றைய பழங்குடிகளே. அப்பழங் குடிகளை ஆராய வேண்டியது காலத்தின் தேவையாகும்.

நமது ஆதித் தாய்த் தெய்வங்களாகிய கொற்றவை, காடுகெழு செல்வி, துணங்கையற் செல்வி, மூதேவி (மூத்த தேவி) பற்றி மீளாய்வு செய்திருக்கிறோமா? சங்க இலக்கியத்தில் பயின்று வரும் ஆய், ஞாய், யாய் ஆகிய யாவும் தாயைக் குறிப்பவையே. பேச்சி என்ற ஒரு சிறு தெய்வம் இன்றும் தமிழகத்தில் காணப்படுகிறது. இந்தச் சொல் 'பேய்த்தி' என்பதன் திரிபாகக் கருதப்படுவதற்கு வாய்ப்புண்டு.

பிறப்பின் மகத்துவத்தைச் சிந்தித்த மனிதன் தாயை வழிபட்டான். கூடவே, இயற்கையின் ஆற்றலைச் சிந்தித்தவன் அதன் இயங்கு சக்தியை வழிபட்டதால் இயக்கர்களும் இயக்கிகளும் (வடமொழியில் யக்ஷ, யக்ஷி) தோன்றினர். இயக்கன், இயக்கி வழிபாடு பண்டைய நாட்டார் மரபில் இருந்தமையைச் சிலப்பதிகாரம் அடைக்கலக்காதை (115-118) நன்கு பதிவு செய்துள்ளது. இத்தகு மரபு அடுத்தடுத்த சமய மரபுகளில் எவ்வாறு தொடர்ந்தது என்பதை அறியவேண்டுமல்லவா?

பூத வழிபாடு பற்றியெல்லாம் நாம் அறிந்திருக்கிறோமா? சங்க காலம் முதல் இன்றுவரை பெயர் மாறாமல் அறியப்படும் ஆதித் தமிழர்களாகிய குறவர்கள் குலதெய்வமாகக் கொண்டாடுவது, இன்று நாம் துக்கத்திற்குரியவளாகக் கருதும் 'மூதேவி' என்பதை அறிந்திருக்கிறோமா?

ஆணை மட்டுமே வீரம் மிகுந்த வேட்டைக்காரன் என அறிந்த நாம் பெண்ணை வில் ஏந்திய வேட்டைக்காரியாக, போராளியாக அறிந்திருக்கிறோமா?

தமிழ்ச் சமூகத்தின் முதல் விவசாயி பெண்தான் என்பதும், இந்தப் பெண்கள் பயன்படுத்திய 'தோண்டுகழி' முதல் விவசாயக் கருவி என்பதும், அதுவே தினைப்புனக் காவல் ஆயுதமாக, பின்னர் சூலாயுத மாக மாறியது என்பதும் நாம் அறிய வேண்டுமல்லவா? இவ்வாறாக, தொல் பண்பாட்டின் எண்ணற்ற தளங்களின் பொருண்மைகளை அறிய வேண்டுமல்லவா?

நீண்ட, நெடிய, அறுபடாத தொடர்ச்சியைக் கொண்ட தமிழ்ச் சமூக மரபின் தொல் எச்சங்களை எங்கிருந்து தேடுவது? சங்க இலக்கியங் களிலிருந்தா? பழங்கற்கால வாழ்விடங்களின் அகழாய்வுகளி லிருந்தா? அல்லது சிந்துவெளி நாகரிகத்திலிருந்தா?

சங்க இலக்கியத் தரவுகளை ஆராயுமிடத்தும், அகழாய்வு செய்து ஆராயுமிடத்தும் ஏற்படும் வெற்றிடங்களை இட்டு நிரப்பும் கூறுகளை ஆதிக்குடியினர் வாழ்விலிருந்து பெரிதும் பெறமுடியும். தென்னிந்தியப் பண்பாட்டின் தொல் எச்சங்களாகத் திகழும் இன்றைய ஆதிக்குடி, பழங்குடி வாழ்வு முறைகளை ஆராயும்போது கால இடைவெளியில் காணப்படும் பல்வேறு வெற்றிடங்களை நிரப்ப முடியும்.

கோத்தர் பழங்குடியினர் பஞ்ச கம்மாளர்கள் செய்யும் ஐந்து கைவினைத் தொழில்களையும் செய்வதை நாம் அறிவோமா? மேலும் வயநாட்டிலுள்ள ஊராளிக் குறும்பர்கள் கோத்தர்கள் போன்றே பல்வேறு கைவினைத் தொழில்கள் செய்யும் கொல்லர்களாகவும், தச்சர்களாகவும், குயவர்களாகவும், இசைவாணர்களாகவும், கூடை முறம் கட்டுபவர்களாகவும் இருக்கிறார்கள். இவர்கள் மண் வனையும் சக்கரமோ, பிற கருவிகளோ இல்லாமல் வெறும் கைகளைக் கொண்டே மட்பாண்டங்கள் செய்யும் திறன் பெற்றிருப்பதை அறிவோமா?

பிராமணர்கள் வீட்டிற்கு வந்து சென்றவுடன் தீட்டுப்பட்டு விட்ட தாக எண்ணி வீட்டைச் சுத்தம் செய்யும் பழங்குடியை அறிந்திருக் கிறோமா? குறிச்சன் பழங்குடியினர் பிராமணர்களிடம் மிகுந்த வெறுப்புடையவர்கள். பிராமணன் ஒருவன் குறிச்சன் இல்லத்திற்கு வந்து போவானாயின் அவன் புறப்பட்டுப் போனவுடன் அவன் உட்கார்ந்திருந்த இடத்தைச் சாணியால் மெழுகித் தீட்டு நீக்குவர்

தீக்கடைதல், பிராமணர் தீண்டத்தகாதார்

நெருப்புப் பெட்டி தொதவர்களுக்கு அறிமுகமான பின்னரும் அது சமையல் அறையை மட்டுமே சென்றடைந்துள்ளது; சுருட்டுப் பற்ற வைப்பதற்கும் உதவுகிறது. ஆனால் சடங்குகளில் நுழைய முடியவில்லை.

பல நூறு ஆண்டு காலமாகப் புனிதச் சடங்குகளிலும் பால் மாடத்திலும் தீக்கடைந்து உருவாக்கும் நெருப்பே பயன்படுத்தப் பட்டு வந்துள்ளது.

தொதவர்களின் ஈமச் சடங்குகள் பற்றி வால்ஹவுஸ் எழுதியுள்ள குறிப்புகள் மூலம் தீக்கடைதல் புனிதமானது என்பதையும், பிராமணர்கள் தீண்டத்தகாதவர்கள் என்பதையும் அறிய முடிகிறது. வால்ஹவுஸ் குறிப்புகளிலிருந்து 'சிதைக்கு விறகு அடுக்கி முடிக்கப்பட்டவுடன் தீக்கடையும் குச்சிகள் கொண்டு நெருப்பு உண்டாக்குகின்றனர். இத்தீயைக் கடைந் தெடுக்கும்போது யாரும் பார்க்காதவாறு மறைவாக அமர்ந்து கடைகின்றனர்' என்பதை அறிய முடிகிறது.

பால்மாடத்தில் தீக்கடையும் கோலை வால்ஹவுஸ் உதவி யாளரான ஒரு பிராமணர் தொட்டுவிட்டதால் அது தீட்டுப்பட்டு விட்டது என்று தூக்கிப்போட்டுவிட்டனர். மேலும் தொதவர் களின் பால்மாடத்திற்குள் பிராமணர்களை அனுமதிப்பதில்லை என்பதை ஹார்க்கென்ஸ் அவர்களும் பதிவு செய்துள்ளார்.

தீயைக் கடைந்தெடுப்பதற்குத் தொதவர்கள் சில வகையான மரக்குச்சிகளைப் பயன்படுத்தி வந்துள்ளனர். தொதவர்களைப் பற்றி விரிவாக ஆய்வு செய்த ரிவர்ஸ் (1906) எழுதியுள்ள குறிப்பு களிலிருந்து தீக்கடையும் குச்சிகளின் பெயர்களை அறிய முடிகிறது.

ஒரு சிறுவனைப் பால்கறக்கத் தகுதியுடையவனாக ஆக்கும் 'தெககெராட்' சடங்கில் முளி மரக்குச்சியைத் தீக்கடை கோலாகப் பயன்படுத்துவார்கள். ஒருவனைப் பால் மாடத்திற்கு உரியவனாக்கும் 'நிரொதிடி' சடங்கிலும் இக்குச்சிகள் பயன்படுத்தப்படுகின்றன.

தொதவர் வாழ்வில் பின்வரும் நான்கு வகையான மரக்குச்சி களைத் தீக்கடையப் பயன்படுத்துகின்றனர்:

1. கெய்ஸ் அல்லது கெடஜ் (*Litscea Wightiana*)

2. மோர்ஸ் (*Michelia Nilagirica*)
3. பர்சுகுடி (*Eleagnus latifolia*)
4. மைன் (*Cinnamomum Wightii*)

பழங்காலத்தில் தீப்பெட்டிகள் அறிமுகமாகாத காலத்தில் ஒவ்வொரு மந்திலும் 'துட்மூக்கல' எனும் கல் வைக்கப் பட்டிருக்கும். அதனை இரும்புத் துண்டால் கொட்டி நெருப்பு உண்டாக்கினர் என்பதையும் ரிவர்ஸ் பதிவு செய்துள்ளார். (தமிழகத்தில் பல பழங்குடிகளிடமும் நாடோடிகளிடமும் கூட தீ கடையும் முறை உள்ளது. பயன்படுத்தும் கருவிகளும் தீ கடையும் முறையும் சில வகையில் மாறுபடுகின்றன).

தீக்கடை கோலால் தீ உருவாக்கும் முறை சங்ககாலத்திலேயே இருந்துள்ளமையை 'புல்லென் மாலைச் சிறு தீ நெலியும் கல்லா இடையன்' (புறநானூறு 331.4-5) எனும் பாடல் மூலம் அறியலாம்.

(தர்ஸ்டன் 1909 IV:157). தொதவர்கள் பிராமணர்களைத் தீண்டத் தகாதவர்களாகக் கருதுகின்றனர். மிக உயர்ந்த மலைச் சிகரத்தில் தொதவர்கள் சைவப் பழங்குடியாக வாழ்ந்து வருகின்றனர்.

சாதி அமைப்பு தோன்றுவதற்கு முந்தைய வடிவம் என ஊகிப் பதற்குரிய ஒரு 'முன்வடிவம்' நீலகிரிப் பழங்குடிகளிடம் இருந் ததை அறிந்திருக்கிறோமா? சில சாதிகளின் 'தோற்றத் தொன்மம்' (origin myth) போன்றே, தொதவர், கோத்தர், குறும்பர் ஆகிய மூவரும் தாங்கள் வணங்கும் கடவுள் கம்பட்ராயன் சிந்திய வியர்வையிலிருந்து தோன்றியவர்கள் எனவும் கடவுளிடம் பெற்ற வரத்தால் வெவ்வேறு தொழில்கள் செய்வதாகவும் கூறுகிறார்கள். சாதித் தொன்மம் போன்றே பழங்குடிகளின் தொன்மமும் இருப்பதை ஆய்வுக்கு எடுத்துக் கொள்ள வேண்டுமல்லவா? இவ்வாறாக இன்னும் பல பண்பாட்டுப் புதிர்கள் பழங்குடிப் பண்பாட்டில் உள்ளதை அறிவோமா?

மனிதகுலம் அடைய விரும்பும் மிக உயர்ந்த சமூக விழுமியங்களும் மேலைச் சமூகத்தார் வளர்த்துக்கொண்டதாக எண்ணும் விழுமியங் களும் இந்தியாவில் பழங்குடிகளிடம் பெரிதும் காணப்படுகின்றன. சாதிப் படிநிலையற்ற சமூகம், ஆண்-பெண் பாலின உறவில் சமத்துவம், ஆணாதிக்கம் குறைந்த சமூக வாழ்வு, காதலித்தோ விரும்பியோ திருமணம் செய்துகொள்ளுதல், தனிமனித சுதந்திரமும் தன்னியல்புப் போக்கும் மிகுதியாகக் கொண்டிருத்தல் போன்ற பல உகந்த கூறுகள்

பழங்குடிகளின் பண்பாட்டில் வளர்ந்துள்ளன. இவற்றைத் தமிழகப் பழங்குடிகளிடம் காணமுடியும்.

திராவிடப் பழங்குடிகளின் தொன்மை

திராவிட மொழிக் குடும்பத்தைச் சேர்ந்த பழங்குடிகளிடம் மிக நுட்பமான ஒப்பியல் ஆய்வுகள் இதுவரை மேற்கொள்ளப்பட வில்லை. இது பண்பாட்டுத் தளத்தில் ஒரு மிகப் பெரும் வெற்றிடத்தைத் தொடர்ந்து நிலைநிறுத்தி வருகிறதெனலாம். தென், நடு, வட திராவிட மொழிகள் பேசும் இவர்கள் பல பிராந்தியங்களில் பல்வேறு படிநிலைகளில் தத்தம் பண்பாட்டுத் தனித்துவங்களைக் காத்துக்கொண்டும், பல்வேறு நிலைகளில் அண்டைப் பண்பாடு களுடன்/மொழிகளுடன் உறவாடி மாற்றம் பெற்றும் வருகின்றனர்.

இத்தகு நிலையில் வட, நடு இந்திய திராவிடச் சமூகங்கள் வட இந்திய ஆரியச் சமூகங்களுடன் கொண்டு கொடுத்து வருகின்றன. அதே நேரத்தில் இந்தத் துணைக் கண்டத்தின் பூர்வகுடிகளின் தொல் கூறுகள் பலவற்றைத் தன்னகத்தே காப்பாற்றி வருகின்றன.

வட இந்தியாவில் பல பகுதிகளிலும் திராவிடப் பழங்குடிகள் பரவி வாழ்கின்றனர். இன்னும் சொல்லப்போனால் இந்தியாவின் 705 பழங்குடிகளிலேயே அதிக மக்கள்தொகை கொண்ட முதல் இரண்டு பழங்குடிகள் (கோண்டு, பில்லர்) திராவிடப் பழங்குடிகள்தாம். நான்காவது இடத்திலுள்ள ஒராவ்ன்களும் திராவிடப் பழங்குடியினரே. மற்ற இரண்டு குடியினரும் (சந்தால், மினா) திராவிடர்களல்லர். இவர்களின் புள்ளிவிவரம் பின்வரும் அட்டவணையில் உள்ளது.

நடு இந்திய திராவிடப் பழங்குடியான கோண்டுகள் இறப்பவரின் நினைவாக எழுப்பும் 'கொடக்கல்' ஆதியில் திராவிடக் குடிகளிடம் காணப்பட்ட நினைவுச் சின்னமாக இன்றும் தொடர்வதைக் காண முடிகிறது. ஆனால் ஆதியில் திராவிடர்களிடம் காணப்பட்ட ஒரு பண்பாட்டுக் கூறு இது என்ற நினைவையோ முக்கியத்துவத்தையோ கோண்டுகள் நினைவில் கொண்டிருக்கவில்லை என்பதும் தெரிய வருகிறது.

கோண்டுச் சமூகத்தில் இசைக் கருவியுடன் பாடும் பர்தான்களைப் 'பாண' என்று குறிப்பது சங்ககாலத் தமிழ்ச் சமூகத்தில் காணப்பட்ட பாணர்களை நினைவுபடுத்துகிறது. இவ்வாறு தொடர்புபடுத்துவதற்கு வாய்ப்பிருக்கிறது. ஏனெனில் கோண்டுகளிடம் தோட்டி என்பவரும்

இந்தியாவில் அதிக மக்கள்தொகை
கொண்ட முக்கிய பழங்குடிகள்

1.	கோண்டு	*5.8 மில்லியன்*
2.	பில்லர்	*5.2 மில்லியன்*
3.	சந்தால்	*3.6 மில்லியன்*
4.	ஒராவ்ன்	*1.7 மில்லியன்*
5.	மினா	*1.5 மில்லியன்*

அண்டி வாழ்கின்றனர். இன்றைய தமிழ்ச் சமூகத்திலும் தோட்டிகள் உள்ளனர். கோண்டுகளின் தோட்டி பற்றி ஹெய்மண்டார்ஃப் பின்வருமாறு கூறுகிறார்:

> கோண்டு குலத்தினர் சிலர் தங்களுக்கு இசை ஊழியம் செய்வதற்காகப் பர்தான்களை வைத்துக்கொள்ளாமல் தோட்டிகளை மட்டுமே வைத்திருக்கின்றனர். கோண்டுகளுடன் தோட்டிகள் ஆதிகாலம் தொட்டு உறவுகொண்டிருப்பதால் இத்தகு உறவு நிலைபெற்றிருக்கிறது. அதே நேரத்தில் பர்தான்களும் தோட்டிகளுக்கு இணையான சமூக உறவைச் சில கோண்டுகளுடன் கொண்டுள்ளனர். இன்றைய நிலையில் இருபிரிவினரும் கோண்டுகளுடன் சமஉரிமை கொண்டாடுகின்றனர். இந்நிலையில், கோண்டுகளுடன் அதிக உறவுகொண்டு இருப்பவர்கள் தாங்களே என்ற போட்டி இரு பிரிவினரிடமும் காணப்படுகிறது. ஒருவர் மற்றவரைக் காட்டிலும் தாங்களே உயர்ந்தவர்கள் என்றும் கூறிக்கொள்கின்றனர் (ஹெய்மண்டார்ஃப் *1989: 217*).

கோண்டுகளுக்குச் சேவை செய்பவராகத் தோட்டி என்னும் பிரிவினர் இருந்துள்ளனர். இன்றைய தமிழ்ச் சமூகத்திலும் இத்தகு பிரிவினர் இருப்பது பழம்பெரும் வரலாற்றுத் தொடர்ச்சியைக் காட்டுகிறது. வட இந்தியாவில் வாழும் பூர்வ திராவிடர்களாகிய கோண்டுகளை அண்டி வாழும் பர்தான் குடியினரும் இருந்துள்ளனர். இவர்கள் எத்தகு குடியினராகத் தென்னிந்தியாவில் இன்று காணப்படுகின்றனர் என்பதை நாம் தொடர்ந்து ஆராய வேண்டியுள்ளது.

மேலும் கோண்டுகளின் இசைக் கருவியான ‘கொக்ரா’ திருவிதாங்கூர் பகுதியிலும், தமிழகக் காணிக்காரர் பழங்குடிகளிடமும் உள்ளதை ஒப்பிட்டு நோக்க முடிகிறது. காணிக்காரரிடம் கொக்கரை என்னும்

இசைக் கருவி இன்றும் உள்ளதை இங்கு ஒப்பு நோக்கலாம் (கொக்கரை பற்றி அறிய காண்க: ஸ்டீபன் 1997: 64-68). இவ்வாறாகப் பல ஒற்றுமைகளை வரிசைப்படுத்திக் கொண்டே செல்வதற்குப் பரவலான சான்றுகள் உள்ளன.

கோண்டுகளின் வாழ்வில் இளையவர்கூடம் (dormitory) 'கோட்டுல்' (Ghotul) எனப்படும். இது பற்றிய மிகச் சிறப்பான விவரங்களை *முரியரும் கோட்டுலும்* (1944) எனும் நூலில் வெரியர் எல்வின் மிக விரிவாக எழுதியுள்ளார். இத்தகைய இளையோர்கூடம் நீலகிரி கோத்தர், காணிக்காரர், முதுவர் உள்ளிட்ட மேலும் சில பழங்குடிகளிடம் இருந்தது. முதுவர்களின் ஆண்கள் கூடம் 'இளந்தாரி மடம்' என்றும் பெண்கள் கூடம் 'குமரி மடம்' என்றும் அழைக்கப் பட்டன. மலைமலசர்களின் இளையோர் கூடம் 'சாவடி வீடு' எனப்பட்டது. இத்தகு இளையோர் கூடங்கள் முதியவர்களின் மேற்பார்வையின் கீழ் இயங்கின. கோண்டுகளின் இளையோர் கூடங்களில் பாலியல் சுதந்திரம் இருந்தது. ஆனால் நீலகிரிப் பழங்குடிகளிடம் அத்தகைய பாலியல் சுதந்திரம் காணப்படவில்லை.

கோண்டுகளின் கோட்டுல் எனும் சொல் 'கொட்டில்' எனும் பழந் தமிழ்ச் சொல்லின் திரிபு என மானிடவியலர் அய்யப்பன் (1988: 23) குறிப்பிடுவது கவனிக்கத்தக்கது. கொட்டில் என்பது அக்காலத்தில் வில்வித்தை கற்பிக்கும் இடமாக இருந்ததையும் நாம் நினைவில் கொள்ளலாம். மேலும் மணமான முரியா கோண்டுப் பெண்கள் தலையில் சீப்பைச் செருகி வைக்கும் பழக்கம் மேற்குத் தொடர்ச்சி மலைகளில் முதுவர், காடர் போன்ற சில பழங்குடிகளிடம் இருப்பது (காண்க: இயல் 14) கோண்டுகள் தொல் திராவிடக் கூறுகள் பலவற்றை இன்றும் விட்டுவிடாமல் பேணிப் பாதுகாத்து வருவதைக் காண முடிகிறது.

கோண்டுப் பழங்குடியினருக்கு 'ஏழு' என்பது ராசியான எண்ணாக இன்றும் இருந்து வருகிறது. முக்கியமான சடங்குகள் அனைத்திலும் ஏழு மண் குடுவையில் நீர், சாம்பல் வைத்து அவற்றைப் பரணில் ஏற்றிவைத்து முன்னோர் வழிபாட்டுச் சடங்காகச் செய்கின்றார்கள். மேலும் ஏழு என்ற எண் கோண்டு அரசர்களின் ஏழு கோட்டைகளைக் குறிக்கும் அடையாளமாகவும், தொன்மமாகவும், அதுவே ஒப்பாரி பாடலிலும் இடம்பெறுகிறது. வழிபடும் கோயில்களில் ஏழு கத்திகள் வைக்கப்படுகின்றன (ரெங்கையா முருகன் 2007: 84).

பூப்புக் குடிசையில் பணியர் பெண்

கோண்டுகளுக்கு அடுத்து ஒரிசாவின் மலைப் பகுதிகளில் வாழும் திராவிடப் பழங்குடியான கோந்த் தொல் திராவிடப் பண்பாட்டுக் கூறுகளைத் தன்னகத்தே கொண்டிருப்பதை அறியமுடிகிறது. தமிழகத்திலிருந்து அப்பகுதிக்குச் சென்று ஆராய்ந்த மொழியியல் அறிஞர் சி. மகேசுவரன், இலக்கிய ஆய்வாளர் ஆர். பாலகிருட்டினன், இ.ஆ.ப. (பேராசிரியர் தமிழ்க்குடிமகன் அவர்களின் மாணவர்) போன்ற ஆய்வாளர்கள் பண்டைத் தமிழ் இலக்கியங்களில் காணப் படும் வண்ணனைகள் பலவற்றை நினைவுகூரும் கோந்த் வாழ்வியல் முறைகளை நேரில் கண்டுள்ளனர்.

ஆங்கிலேய இராணுவ அதிகாரிகள் இவர்களைப் பற்றி எழுதி வைத்துள்ள விவரங்கள் மூலம் பண்டைத் தமிழ்ச் சமூகத்தின் போர் முறையை இவர்கள் நினைவுபடுத்துவதாக அய்யப்பன் (மேலது: 23) அவர்களும் குறிப்பிடுகிறார். கிராமத்தின் காவல் மரத்தை வெட்டும் ஒரு நிகழ்வையுங்கூட அய்யப்பன் (மேலது: 23) நினைவு படுத்துகிறார்.

அடுத்ததாக பில்லர் பழங்குடியினர் பற்றிய ஒப்பாய்வும் மிக இன்றியமையாதது ஆகும். இவர்களும் ஒரு பூர்வ திராவிடப் பழங்குடிகள்தாம். இவர்கள் இன்று வட இந்தியாவில் ராஜஸ்தான் தொடங்கி மத்தியப் பிரதேசம், மகாராட்டிரம், குஜராத் உள்ளிட்ட ஏழு

பெட்டக் குறும்பரின் பாரம்பரிய வீடு

மாநிலங்களில் பரவி வாழ்கின்றனர். பில்லர் பழங்குடியினர் இந்தியாவின் மிகத் தொன்மையான குடிகளில் ஒருவர் என்பதில் எந்தவிதச் சந்தேகமுமில்லை.

இவர்கள் இந்தியப் பழங்குடியினர் மக்கள்தொகையில் இரண்டாவது பெரிய பழங்குடியினர். வேதங்களிலும் புராணங்களிலும் இவர்களைப் பற்றிப் பல குறிப்புகள் உள்ளன. பில் எனும் சொல் 'வில்' எனும் பொருளுடைய திராவிடச் சொல்லிலிருந்து பிறந்ததாகும். இவர்கள் மிகச் சிறந்த வில்வித்தகர்கள். லால்ஜி எனும் பில்லர் பையன் ஒருவன் 1980ஆம் ஆண்டு கோயம்புத்தூரில் நடந்த அகில இந்திய கிராமிய வில் போட்டியில் முதற் பரிசை வென்றான் (வர்மா 1990: 20).

மகாபாரதத்தில் வரக்கூடிய ஏகலைவன் பில்லர் பழங்குடியைச் சேர்ந்தவன். இவன் ஒரு மிகச் சிறந்த வில் வித்தகன் என்பதை நாம் அறிவோம். இவன் வில் வித்தையில் புகழ்பெற்ற விற்பன்னரான துரோணாச்சார்யாவிடம் அக்கலையைக் கற்க விரும்பினான். ஆனால் அவர் கற்றுத்தர மறுத்துவிட்டார். அதனால் அவன் தினமும் துரோணாச்சாரியார் சிலை முன்னால் நின்றுகொண்டு விற்பயிற்சி செய்துவந்தான். இதன் மூலம் வில் வித்தையில் மிகப் பெரும் வீரனானான் என்று மகாபாரதம் தெரிவிக்கிறது.

பில்லர்கள் பழங்காலத்தில் அரசாட்சி செய்துவந்தவர்கள். ராஜபுதனத்தில் துங்கர்ப்பூர், பண்ட்ஸ்வாடா, பிரதாப்கர் ஆகிய இடங்களில் இவர்கள் சிற்றரசர்களாக ஆட்சி செலுத்தியுள்ளனர். பின்னாளில் ராஜபுத்திரர்கள் இவர்களின் நாடுகளைக் கைப்பற்றிக் கொண்டனர்.

அதன் பின்னர் ராஜபுத்திரர்கள், மராட்டியர்கள், முகம்மதியர்கள் மூவருமே பில்லர்களை இழிவாக நடத்தியுள்ளார்கள். ஒரு கட்டத்தில் இவர்கள் இஸ்லாத்துக்குப் பெருமளவு மாற்றப்பட்டனர். மதமாற்றத் திற்காகப் பில்லர்கள் ஒடுக்கப்பட்டு அவமதிக்கப்பட்டு இழிவாக நடத்தப்பட்டார்கள். இதன் காரணமாக, பில்லர்கள் அடர்ந்த காட்டுப் பகுதிகளுக்குள் தஞ்சம் புகுந்தார்கள் என்பதை ஆய்வுகள் மூலம் அறிகிறோம்.

பில்லர்கள் பண்பாட்டில் 'பட்வா' என்பவர் வைத்தியராக, காத்து கருப்பு ஓட்டுபவராக இருக்கிறார். இவர் ஓர் அச்சங்கலந்த மனிதராகவே மற்றவருக்குக் காணப்படுகிறார்.

பில்லர்களின் பூசாரி 'பூஜாரோ' எனக் கூறப்படுகிறார். கோட்வால் என்பவர் 'தூர்' எனப்படும் பறையை வாசிக்கிறார். இவர் பறை அடித்து இறப்பை அறிவித்தல் போன்ற இன்னும் சில வேலைகளைக் கவனிக்கிறார். பில்லர்களின் மரபான பஞ்சாயத்து முறை இன்றும் செயல்பட்டுவருகிறது. பில்லர்கள் பூர்வ திராவிடக் குடிகள். இவர்கள் எண்ணற்ற நூற்றாண்டுகளாக வட இந்தியப் பகுதிகளில் தொடர்ந்து வாழ்ந்து வருவது என்பது ஒரு காலத்தில் திராவிடர்கள் இந்தியா முழுமையும் பரவி வாழ்ந்தனர் என்பதற்குச் சான்றாக அமைகிறது. எனினும் இவர்கள் பல நூற்றாண்டுகளாகப் பேசிவந்த திராவிட மொழி வழக்கிழந்துவிட்டது. இப்போது இந்திய-ஆரிய மொழியைப் பேசி வருகிறார்கள் (டெலீஜ் 1985: 21-36).

தமிழர்களின் பூர்வ பண்பாட்டை அறிய வேண்டுமானால் பில்லர் போன்ற வட இந்தியப் பூர்வ திராவிடர்களின் பண்பாட்டையும் சேர்த்து அறிய வேண்டியது அவசியமாகும். இன்று வட தமிழகத்தில் பல கிராமங்களில் வில்லி என்றொரு சமூகத்தார் வயல்வெளிகளில் எலி பிடித்து, வேட்டையாடி, கூலி வேலை செய்து பிழைக்கின்றனர். இவர்களின் சமய நம்பிக்கையும் வழிபாட்டு முறையும், இரவு முழுவதும் ஒரு வாரம்வரை பாட்டுப்பாடி சாமி வரவழைத்துக் குறியறியும் முறையும், கிராமத்திற்கு வெளியே தனி இடத்தில்

வாழ்வதையும் வைத்து இவர்களைத் தனித்த ஒரு தொல்குடியின் எச்சமாகும் எனக் கருதவேண்டியுள்ளது. வில் எனும் திராவிடச் சொல் பில் என மாறி அதுவே வில்லைக் கொண்டுள்ள மக்கள் என்னும் பொருளில் பில்லர் என்றாகியது.

இவ்வாறாக, இன்று நடு இந்தியாவிலும் வட இந்தியாவிலும் வாழும் திராவிடப் பழங்குடிகள் பண்டைத் திராவிடச் சமூகத்தின் தொல் கூறுகளை இலைமறை காயாகப் பேணிவருகின்றனர். இவர்கள் பற்றிய விரிவான, இனவரலாற்று அணுகுமுறையிலான ஆய்வுகள் தொல் திராவிட மீட்டுருவாக்க ஆய்வுகளுக்குப் பெரிதும் உதவும் என்பதில் ஐயமில்லை. திராவிடவியல் ஆய்வாளர்கள் இத்தகு சமூகங்களை ஆராய வேண்டியது அவசியமாகும்.

இவ்வாறே ராஜஸ்தான் உள்ளிட்ட 7 வடமேற்கு மாநிலங்களில் வசிக்கும் திராவிடப் பழங்குடியான பில்லர்கள் தாங்கள் பேசிவந்த திராவிட மொழியை இழந்த போதிலும் திராவிடப் பண்பாட்டின் பல கூறுகளைக் கொண்டுள்ளனர். வட இந்தியாவில் வாழும் பிற திராவிடப் பழங்குடிகளான மாலர் (மால் பஹாரியா), கோலம், பர்ஜி, பர்தான், ஒராவ்ன், மண்டா ஆகியோரையும் ஒப்பாய்வு செய்தால் தொல் திராவிடக் கூறுகளை மேலும் நன்கு புரிந்துகொள்ள முடியும்.

இலங்கையிலுள்ள வேடர்களின் பூர்வ மொழியானது முற்றிலுமாக அழிந்துபோனாலும் அவர்களிடம் திராவிட உறவுமுறைச் சொற்களும், திராவிட உறவுமுறையின் அமைப்பும் இன்றும் அழியாமல் இருக்கின்றன. மொழி அழிந்தாலும் உறவுமுறை அழியவில்லை என்பதைக் கருத்தூன்றி அறிய வேண்டும்.

அகண்ட தமிழகமும் பழங்குடிகளின் தொன்மையும்

இன்று தமிழகத்தில் உள்ள பழங்குடிகளின் நீண்ட நெடிய வரலாற்றைப் பார்க்கும்போது இவர்களின் புவியியல் பரப்பு மிக விரிந்ததாக உள்ளதை அறிய முடிகிறது. இப்பரப்பு கேரளம், துளு நாடுவரை விரிந்து ஓர் அகண்ட தமிழகத்தைக் கொண்டதாக உள்ளது. இதனை அக, புறச் சான்றுகள் தெளிவாகவே விளக்குகின்றன.

இன்று தென் கேரளத்தில் (பழைய திருவிதாங்கூர்) வாழும் 2000க்கும் மேற்பட்ட மலைப் பண்டாரங்கள் தங்களின் பூர்வீகம் தமிழகமென்றே கூறுகிறார்கள். அடுத்து, திருவிதாங்கூர் பகுதியில் வாழும் முதுவன் பழங்குடியினர் இருநிலைகளில் காணப்படு

கின்றார்கள். மேலைப் பகுதியினர் மலையாளம் பேசுபவராகவும், கீழைப் பகுதியினர் தமிழ் பேசுபவராகவும் இருக்கின்றனர். இவ்வாறான இருமொழி நிலையைக் கேரளப் பழங்குடிகள் பலரிடமும் காண முடிகிறது.

புவியியல் நோக்கில் பார்த்தால் கேரளத்தின் வயநாடானது தமிழகத்தின் நீலகிரிப் பகுதியின் தொடர்ச்சியேயாகும். இதனாலேயே நீலகிரிக் குறும்பர்களும் கேரளக் குறும்பர்களும் ஒத்த சமூக-பண்பாட்டு அமைப்பைக் கொண்டவராக உள்ளனர். தமிழகத்தின் பல பழங்குடிகள் கேரளத்திலும் வாழ்கின்றார்கள். எடுத்துக்காட்டாக இருளர், குறும்பர், இரவாளர், காட்டுநாயக்கர், காணிக்காரர், குறிச்சியர், முதுவர், சோளகர், பளியர், மலசர், மன்னான், ஊராளி போன்ற பல பழங்குடியினர் இரு பகுதிகளிலும் காணப்படுகின்றனர். ஆதியில் இவ்விரு பகுதிகளும் தமிழகமாகவே இருந்துள்ளதை வரலாற்றுச் சான்றுகள் மூலம் அறிகிறோம்.

இன்னும் சொல்லப் போனால் கர்நாடகத்தின் சில பகுதிகள் பண்டைத் தமிழகமாகவே இருந்துள்ளன. புன்னாடு என்பது சங்க காலத்தில் வடகொங்கு நாட்டில் இருந்தது. இன்று அது கர்நாடகத்தில் ஹெக்கட தேவன வட்டமாக இருக்கிறது. சங்க இலக்கியங்களில் புன்னாடும் அதன் தலைநகரமான கட்டூரும் கூறப்பட்டுள்ளன. காவிரி ஆற்றின் துணை ஆறாகிய கபினியைச் சுற்றிப் புன்னாடு இருந்தது.

மேலும் இன்றைய மைசூர் அன்று எருமையூர் எனும் பெயரில் இருந்தது. சங்கச் செய்யுள்கள் எருமையூரையும் அதனையாண்ட எருமையூரனையும் கூறுகின்றன. எருமையூர் கொங்கு நாட்டின் வட எல்லையில் இருந்தது. 'நாரரிநறவின் எருமையூரன்' (அகம். 36.17), 'நேரா வன்றோள் வடுகர் பெரு மகன், பேரிசை எருமை நன்னாடு' (அகம். 253.18-19). எருமையூரன் குடநாட்டையும் அரசாண்டான் என்பது 'நுண்பூண் எருமை குடநாடு' (அகம்.115.5) என்பதிலிருந்து தெரிகிறது. சாசன சான்றுகள் வழியும் இதனை அறியமுடிகிறது. எருமை என்பது வட மொழியில் மகிஷம் எனப்பெயர் பெற்று பின்னர் அது மகிஷை ஊர் என்றாகி இறுதியில் மைசூர் என்றாயிற்று. மய்யூர் எனும் வழக்குப் பின்னாளில் மைசூர் என்றாகிவிட்டது என்ற ஒரு கருத்தும் உள்ளது.

இவ்வாறே இன்றைய துளுநாடும் பண்டைய தமிழகத்தின் ஒரு பகுதியாக இருந்தது. சங்க காலத்தில் துளுநாடு என்றும் கொங்கண

சங்ககால மலை மன்னர்கள்

சங்ககாலம் தொட்டுப் பல்வேறு அரசர்களும் குறுநில மன்னர் களும் மலைகளைச் சிறந்த இருப்பிடங்களாகக் கொண்டிருந்தனர்.

கொல்லிமலையை ஆண்டவன் ஓரி. சங்க நூல்கள் இவனைப் பற்றிக் கூறுகின்றன. கொல்லிமலைப் பகுதியை வளப்பூர் நாடு எனக் கல்வெட்டுகள் கூறுகின்றன.

கொங்கு நாட்டு மலைகளை ஆண்டவர்கள் வேடுவர்கள். தொண்டை நாட்டு வேளாளர்களின் ஆட்சிகள் மாறியபோது தெற்கு நோக்கிக் குடியேறி இறுதியில் வேடுவர் பகுதிகளுக்குக் குடியேறினர். அப்போது வேடுவர்களுக்கும் வேளாளர்களுக்கும் சண்டை ஏற்பட்டது. அச்சண்டையில் வேடுவர் படை 'கொங்குப் படை' என்று கூறப்பட்டதைக் குன்றுடையான் கதை கூறுகிறது.

சேரர்களின் பட்டப் பெயர்களில் கொல்லி வெற்பன், மலையான் போன்றவை குறிப்பிடத்தக்கவை. கொல்லி மலையை வென்றவன் 'கொல்லி வெற்பன்' எனவும் பிற மலைப் பகுதிகளை வென்றவர்கள் 'மலையமான்' எனவும் பெயர் சூட்டிக் கொண்டனர். சங்க நூல்களில் இதற்குரிய குறிப்புகள் கிடைக்கின்றன (புறம். 99, நற்றிணை 370, அகம். 209, பதிற்றுப்பத்து 78, 8ஆம் பதிகம்). திருமுடிக்காரி என்பவர்கள் மலையமான்கள் இனத்திற்குரியவர்களே. கள்ளக்குறிச்சி வட்டத்திலுள்ள கல்வராயன் மலைகூட ஒரு காலத்தில் மலைய மான்களின் ஆட்சிக்குட்பட்டிருந்தது.

நாடு என்றும் பெயர் பெற்றிருந்த இப்பகுதி இன்று தென்கன்னட மாவட்டமாக மாறியுள்ளது. துளுநாட்டை நன்னன் என்னும் பெயருள்ள வேள்குல அரசர்கள் ஆண்டனர். அவர்கள் 'கொண்கானம் கிழான்' எனும்பெயர் பெற்றிருந்தனர். இதன் பொருள் கொண்கான நாட்டுக்குத் தலைவன் என்பதாகும். பாலை பாடிய பெருங்கடுங்கோ எனும் சேர அரசர் தாம் பாடிய நற்றிணை 391ஆம் பாடலில் 'பொன்படு கொண்கான நன்னன்' என்கிறார். மேலும் மோசிகீரனார் என்னும் புலவர் 'கொண்கானம் கிழான்' ஒருவனைப் பாடுகிறார்.

இந்நிலையில் அன்றைய பழங்குடிகளின் தொடர்ச்சியாக இருக்கும் இன்றைய பழங்குடிகளை ஆராயும்போது கேரளம், துளு நாடுவரை யுள்ள பழங்குடிகளையும் நாம் கவனத்தில் கொள்ளுவது தவறாகாது.

இன்னும் சொல்லப்போனால் சங்ககாலத்தில் காணப்பெற்ற பல்வேறு சமூக-பண்பாட்டு மரபுகள் இன்றைய கேரளம், துளு பகுதிகளில் மட்டுமே அழியாமல் எஞ்சி நிற்கின்றன.

சங்க காலத்தில் பெரிதும் வழக்கிலிருந்த பூத வழிபாடு இன்று தமிழகத்தில் இல்லை. ஆனால் அம்மரபு துளு பகுதியில் இன்றும் காணப்படுகிறது. அங்குப் பாடப்படும் பாடுதனாக்கள் (பிரார்த்தனைப் பாடல்கள்) பூதங்களைப் போற்றும் பாடலாகவே உள்ளன. சங்க காலத்தில் மன்னர்களும் பிறரும் விரும்பி சூட்டிக் கொண்ட பெயர் பூதமாகும். ஆனால் அத்தகு பெயர்கள் இன்று நம்மிடமில்லை (பரமசிவன் 2007).

'பூதம் என்பது இயக்கனின் இன்னொரு பெயர். சக்தி என்ற பொருளுடையது இது. இலங்கையில் இயக்கர், நாகர் என்று இருந்த ஆதிக்குடிகளில் வல் இயக்கன் (வலிமை வாய்ந்த இயக்கன்) என்பவர், வள்ளுவ குலத்தின் மூதாதையராக இருந்தார். மூதாதையர் வழிபாட்டால் 'வல்லியக்கன்' வழிபாடு ஏற்பட்டது. இது பழமையான யக்ஷ வழிபாட்டிலிருந்து வந்தது என்பதை பொ. இரகுபதி (2007) மிக நுட்பமாக ஆராய்ந்துள்ளார். ஆதலின் தமிழரின் சமய மரபை நாட்டாரியல், பழங்குடியியல் மரபுகளிலிருந்து ஆராய வேண்டியது மிகவும் அவசியமாகிறது.

சங்ககாலக் குறிஞ்சி நில அகத்திணைப் பாடல்களில் தலைவன் தலைவிக்குக் கையுறை, அதாவது தழையாடை கொடுக்கிறான். இதுபற்றிய குறிப்பு 70 பாடல்களுக்கும் மேல் உள்ளது (பக்தவத்சல பாரதி 2014). இம்மரபு பழங்குடிச் சமூகங்களில் 'மணப்பெண் பரிசு' என்பதாகத் திரிபுற்றது. இன்று தமிழகத்தில் இது பரிசம் (பரியம்) போடும் சடங்காகச் சுருங்கி நிற்கிறது. கேரளத்தில் மணமகன் மணமகளுக்குப் 'புடமுறி', 'புடகொட', 'புடவகொட' என்னும் சடங்குகளுடன் கூடிய 'சம்பந்தம்' என்னும் வழக்காக உள்ளது. இது கையுறையாகிய தழையாடை கொடுத்தலின் எச்சம் என்பார் தே. லூர்து (2007). சங்க மரபொன்று இன்றைய கேரளத்தில் வழக்கில் உள்ளதை இங்கு எண்ணிப் பார்க்கலாம். இதனை 'வரைவிடை வைத்துப் பொருள்வயிற் பிரிதல்' என்கிறது தொல்காப்பியம்.

வேலன் வழிபாட்டு மரபினராக விளங்கும் வேலன் சாதியினர் இன்று கேரளத்தில்தான் உள்ளனர். கேரளத்தின் ஆதிக் குடிகளில் ஒன்றாகிய ஆளார் (அண்மைக்காலம் வரை குகைவாசிகள்) தங்களைச்

சிலப்பதிகாரத்தில் கோத்தர்

தமிழ்ச் செவ்வியல் இலக்கியங்களில் பல தொல்குடிகளைப் பற்றி அறியமுடிகிறது. சிலப்பதிகாரத்தில் நீலகிரியில் வாழும் கைவினைத் தொழில்கள் செய்யும் கோத்தர்கள் இடம்பெற்றிருக் கிறார்கள் எனும் கருத்தை மிக நுட்பமாக அருள்திரு பிலிப் கே. மல்லி *(2011: 23-4)* ஆராய்ந்திருக்கிறார். இவ்வாய்வு பழங்குடிகள் பற்றிய ஆய்வுகளில் ஒரு முக்கியமான ஆய்வாக அமைகிறது.

நீலகிரியில் பழங்குடிகள் பலரையும் ஆங்கிலேயர் ஒலிமாற்றத் தோடு அழைத்தனர் என்பதை நாம் அறிவோம். அவ்வகையில் 'கோத்தர்' (Kotas) என்பது ஆங்கிலேயரின் வருகைக்குப் பின்னர் வழக்கில் வந்ததாகும். ஆங்கிலேயர்களின் வரவுக்கு முன்னர் படகர்கள் இவர்களைக் 'கோவ' என்றே அழைத்துள்ளனர். இதன் பொருள் குயவன் என்பதாகும். இப்பொருளை நிறுவக்கூடிய இலக்கிய, கல்வெட்டுச் சான்றுகள் நிறைய உள்ளன. கோத்தர் தங்களைக் 'கோவ்' என்றே குறிப்பிடுவார்கள். தொதவர் இவர் களைக் 'கூவ்' என்று அழைப்பார்கள். உண்மையில் கோத்தர் பஞ்ச கம்மாளர்களாக உள்ளார்கள். மண் வினைஞர்களாக, உலோக வினைஞர்களாக, இசைக் கலைஞர்களாக, மரவேலை செய்யும் தச்சர்களாக உள்ளார்கள். இதனால் படகர்கள் இவர்களைப் பேச்சுவழக்கில் 'கோவ' என்பதற்குப் பதிலாக 'ஓவ' என்றும் அழைத்து வந்தார்கள்.

'கோவ-ஓவ' எனும் எதிரொலிச் சொற்கள் படகர் மொழியில் இடம்பெறுவது சாதாரணமானதாகும். இத்தகைய சொற்களின் பொருண்மை நீட்சிகளை மொழியியல் அறிஞர் எமனோ *(1967)* மிக விரிவாக ஆராய்ந்துள்ளார். 'கோவ-ஓவ' ஆகிய சொற்களின் பன்மைத் தொடர்களான கோவர், ஓவர் ஆகியவை பழந்தமிழ் நிகண்டுகளில் காணப்படுகின்றன. கன்னடத்தில் 'ஓஜ' (சில படகர் 'ஓஜி' எனவும் சொல்லுவார்கள்) எனும் சொல்லுக்குத் தச்சர் என்பது பொருள். ஆக 'ஓவ' என்பதன் திரிபுச் சொல்லாக இது வழங்குகிறது என்பது தெளிவாகிறது.

சிலப்பதிகாரம், வஞ்சிக் காண்டம், கால்கோட் காதை (வரிகள் *85, 124)* குறிப்பிடும் 'ஓவர்' என்போர் கோத்தர்களாகவே இருத்தல்

வேண்டும் என்று கருதுகிறார் அருள்திரு பி.கே. மல்லி (2011). சேரன் செங்குட்டுவன் கண்ணகிக்குக் கல் எடுக்கச் சென்றபோது நீலகிரியின் நெடும்புறத்தே கடந்து சென்றான் என்ற மரபான பழங்கதை இன்றும் மக்களிடம் வழங்கப்படுகிறது. அவ்வாறு கடந்து சென்றபோது 'ஊழிவாழி' என்ற ஓவர் தோன்றி புகழ்ந்த தாகக் காண்கிறோம். சிலப்பதிகார உரைகளில் ஓவர் 'ஏத்தாளர்' எனக் குறிக்கப்படுகின்றனர். ஏத்தாளர் எனும் சொல்லுக்கும் படக மொழியில் வழங்கும் 'ஆத்திக்குது' அல்லது 'வாழ்த்துதல்' எனும் சொல்லுக்கும் உள்ள உறவு கவனத்திற்குரியது என்கிறார் அருள்திரு பிலிப் மல்லி.

சிலப்பதிகாரம் குறிப்பிடும் 'நீலகிரியின் நெடும்புறம்' எனும் குறிப்பு உதகைக்கு மேற்கேயுள்ள கூடலூர் பகுதியேயாகும். கூடலூர் பகுதியில் இன்றும் உள்ள 'சேரம்பாடி' (சேரன் + பாடி), 'சேரங்கோடு' (சேரன் + கோடு) போன்ற ஊர்ப் பெயர்களும் சேர மரபை நன்கு விளக்குவதாகும்.

ஆக, கோத்தர்களின் முன்னோடிகளாக 'ஓவர்' இருந்துள்ளனர். இவர்கள் சேரன் செங்குட்டுவனுக்கு வரவேற்பு அளித்துள்ளனர். 'ஓவ' என்பதன் திரிபாக விளங்கும் 'ஓஜ' எனும் மலையாள வழக்கு 'பறையறைவோன்' எனும் பொருளை உணர்த்துகிறது. கோத்தர்கள் 'ஹறெ கோல்' (பறை, ஊதுகோல்) இல்லாமல் படகர், தொதுவர் சடங்குகளில் இசை ஊழியம் செய்வதில்லை. இதன் மூலம் ஆதி இசைவாணராகிய ஓவரின் தொடர்ச்சியாகவே ஓவ எனும் கோத்தர் இன்றும் காணப்படுகின்றனர் என்கிறார் அருள்திரு பிலிப் கே. மல்லி (*தென்மொழி*, நவம்பர் இதழ்2011).

சாத்தன் எனக் கூறிக்கொள்கின்றனர். (இதுபற்றிய வேறொரு கருத்திற்குக் காண்க: தே. லூர்து 2007; தர்ஸ்டன் 1909). இவர்கள் பாலக்காடு, மலப்புரம் ஆகிய மாவட்டங்களில் இன்று பெரிதும் காணப் படுகின்றனர். இவர்களின் இன வரலாறு ஆராயப்பட வேண்டும்.

ஆகவே தமிழகப் பழங்குடிகள் பற்றிய ஆய்வானாலும்சரி, சங்க காலம் பற்றிய ஆய்வானாலும் சரி அவ்வாய்வுகளை மேற்கொள்ளும் போது அன்றைய அகண்ட தமிழகமாகிய கேரளம், துளு நாடு வரை விரிந்துள்ள பகுதியில் வாழும் பழங்குடிகளையும் ஆராய வேண்டியது மிக அவசியம் என்பதை இப்போது நாம் நன்கு உணர முடியும்.

இலக்கியத் தொன்மை

இந்திய அளவில் பழங்குடிகளின் வாய்மொழி வழக்காறுகளில் இராமாயணம், மகாபாரதம் ஆகிய இரண்டு பெரும் காப்பியங்களும் காணப்படுகின்றன. தமிழகப் பழங்குடிகளும்கூட மகாபாரதம், இராமாயணம் ஆகிய இதிகாசங்களுடன் உறவைக் கொண்டுள்ளனர் (பக்தவத்சல பாரதி 2017). இதன்வழி தமிழகப் பழங்குடிகளுக்கும் அனைத்திந்திய பெரும் காப்பியங்களுக்கும் உள்ள தொடர்பு தெரிகிறது. தமிழகத்தின் கண்ணகி கதை கேரள மன்னான் பழங்குடிகளிடம் கோவலன் சரித்திரமாக, கதைப் பாடலாக வழங்கி வருகிறது.

மன்னான்களின் இன வரலாற்றுக் கதையின்படி இவர்கள் தமிழகத்திலிருந்து கேரளத்திற்குச் சென்றவர்கள் ஆவர் (நசீமுதீன் 1989: 78-96). நீலகிரியிலுள்ள தொதவர்களும்கூட கண்ணகியை வேறு வடிவில் வணங்குகின்றனர். ஆலு குறும்பர்களிடம் சிபிச் சக்ரவர்த்தி யின் கதை இடம்பெற்றிருப்பதும் இக்கதைகளின் பழமையை யும் இவற்றோடு பழங்குடிகள் பெற்றுள்ள தொடர்பையும் அறிய முடிகிறது (காப் 1997). இவ்வாறாகப் பல தொடர்புகள் இருப்பதைத் தனி ஆய்வாக நாம் மேற்கொள்ள வேண்டும்.

நீலகிரி எனும் பெயர் இன்று நேற்று ஏற்பட்டதல்ல. சிலப்பதி காரத்தில்இளங்கோவடிகளே அதனைக் குறிப்பிட்டுள்ளார்.

உலக மன்னவன் ஒருங்குடன் சென்றாங்கு
ஆலும் புரவி அணித்தேர்த் தானையொடு
நீல கிரியின் நெடும்புறத் திறுத்து (சிலம்பு. 26: 83-85).

நீல என்பது பாட்டன் பெயரையும் கிரி என்பது மலையையும் குறிக்கும். நீலகிரியை 'நீலகுரும' ஆண்டு வந்ததால் இப்பெயர் ஏற்பட்டது என்று கருதுவாரும் உண்டு. இவையெல்லாம் வாய்மொழி யாக வரும் செய்திகள். (உதகமண்டலம் எனும் பெயர் உருவாகுவதற் கான காரணம் பற்றி மேலும் அறிவதற்குக் காண்க: இயல் 10).

3

பழங்குடி: சொல்லாட்சியின் பன்மியம்
வரலாற்றில் குடிகளும் சமூக அடையாளங்களும்

பழங்குடி எனக் கூறப்படும் வகையினர் தமிழில் பல வகையாக அழைக்கப்படுகின்றனர். அரசியல்வாதிகள் உள்ளிட்ட வெகுசனத்தார் அவர்களை ஆதிவாசிகள், காட்டுவாசிகள் எனவும், இலக்கியவாதிகள் மலையின மக்கள், மலைவாழ் மக்கள், தொல்குடி, முதுகுடி, ஆதிக்குடி, பூர்வகுடி எனவும், காந்தியவாதிகள் காந்தியை அடியொற்றி 'கிரிஜன்' எனவும் குறிப்பிடுகிறார்கள்.

கல்விசார் சூழலில் பழங்குடி பற்றிய சொல்லாட்சி வேறு வகையாக மாறுபடுகின்றது. எட்கர் தர்ஸ்டனின் *Castes and Tribes of Southern India* (1909) நூல் வரிசையை மொழிபெயர்த்த பேராசிரியர் க. ரத்னம் 'குலங்களும் குடிகளும்' எனவும், மார்க்சியவாதிகள் 'இனக்குழு' எனவும், மானிடவியலர்கள் 'பழங்குடி' எனவும், இன்னும் சிலர் வேறு வகைகளிலும் கூறுகிறார்கள்.

தமிழில் இவ்வழக்கின் சொற்பரப்பும் பொருண்மை வெளியும் அலாதியாக விரிந்து நிற்கின்றன. ஆகவே இச்சொல் வழக்குகளை விரைந்து தரப்படுத்துதல் என்பது அவ்வளவு எளிதன்று. கல்வி, ஆய்வுச் சூழலில்கூட இதற்குக் கால அவகாசம் தேவையாகிறது. தமிழகத்தில் மானிடவியலின் போதாமையும் இதற்கொரு காரணமாகும்.

கல்விப் புலத்தின் நிலை இவ்வாறிருக்க, இந்தியாவில் 'பழங்குடி' என்னும் சொல்லாட்சியானது முழுவதும் அரசியல், நிர்வாகப் பயன்பாட்டிற்கு ஏற்படுத்தப்பட்ட ஒன்றாக உள்ளது. 'அமெரிக்கப் பழங்குடிகள்', 'ஆஸ்திரேலியப் பழங்குடிகள்' எனப் பேசும்போது அங்கு ஐரோப்பியர்கள் குடியேறுவதற்கு முன்பிருந்த 'பழமையான குடிகள்' என்பதைக் குறிக்கவே அவ்வழக்குகள் பயன்படுத்தப் படுகின்றன.

ஆப்பிரிக்க மானிடவியலர்கள் பழங்குடி என்னும் சொல் இழிவான அர்த்தம் கொண்டதாக எண்ணி அதனைக் கைவிட்டனர். அதனால்தான் புதுப்படிமலர்ச்சியாளர்கள் (neo-evolutionists) 'பழங்குடியினர் என்போர் அரசுமுறை தோன்றுவதற்கு முந்தைய சமூகத்தார்' என அடையாளப்படுத்துகிறார்கள் (ஷாலின்ஸ் 1968). இவ்வாறான திறனாய்வுப் போக்குகளால் மேலும் பல அடையாளப்படுத்துதல் களும் நிகழ்ந்துள்ளன.

எனினும் இதன் பொதுப் பண்புகளை மையமிட்டுப் பின்வரும் வரையறை பரவலான வழக்கில் இருந்துவருகிறது:

> பழங்குடி என்போர் ஒருபடித்தான சமூகக் குழுவினராவர். இவர்கள் தொடர்ச்சியான பொதுவான இடத்தில் வசிக்கக்கூடியவர்கள்; பொதுவான கிளைமொழியைப் பேசுபவர்கள்; பொதுவான, ஒருமுகப் பாங்குடைய சமூக ஒழுங்கமைப்பைக் கொண்டவர்கள்; சமத்துவச் சமூக முறையைப் பேணுபவர்கள்; ஒருபடித்தான பண்பாட்டு முறையைக் கொண்டவர்கள்; பொதுவான மூதாதைய ரையும் பஞ்சாயத்து முறையையும் சமய நம்பிக்கை முறைகளையும் பின்பற்றுபவர்கள்.

ஆனால் இந்தியாவில் 'அட்டவணைப் பழங்குடி' (scheduled tribe) என்று கூறும்போது அரசால் அங்கீகரிக்கப்பட்ட சமூகத்தையே குறிக்கிறது.

இந்தியச் சூழலில் பழங்குடி என வரையறை செய்வதில் கவனிக்க வேண்டிய பரிமாணங்களைப் பலரும் விரிவாக எழுதி இருக்கிறார்கள் (விரிவுக்குக் காண்க: ஆந்த்ரே பெத்தெய்ல் 1986).

இந்தியச் சமுதாயம் மிகவும் பன்முகப்பட்டது. இதற்குள் உள்ள பல்வேறு சமூகங்களின் ஒப்புமைகளைக் காட்டிலும் வேற்றுமைகள் வழியேதான் அதனைப் புரிந்துகொள்ள முடியும். இவ்வேற்றுமை களுக்கு மிக முக்கிய காரணிகளாகவும் சமூக வகையினங்களாகவும் விளங்குபவை சமயம், மொழி, சாதி, நிலப்பகுதி ஆகியவை. இச்சமூக வகையினங்கள் அனைத்தையும் ஆங்கிலேயர்கள் குடிமதிப்பில் கையாண்டனர். பத்தாண்டுக்கு ஒருமுறை தொடர்ந்து விடுபடாமல் எடுத்த இக்குடிமதிப்பு மூலம் அவ்வகையினங்கள் நின்று நிலை பெற்றுவிட்டன.

மேலும், ஆங்கில நிர்வாகம் கட்டமைத்த 'காலனி அரசு' முறையில் மக்கள் திரள் பல வகையினங்களாக வகைப்படுத்தப்பட்டன. இந்தியச்

சமூகங்களில் ஒரு புதிய சமூக வகையினமாகப் 'பழங்குடி' என்பதை அடையாளப்படுத்தினார்கள். இத்தகைய வகைப்பாட்டை ஓர் அறிவார்ந்த அணுகுமுறையாகவும், நிர்வாக முறையாகவும் அவர்கள் தொடர்ந்து வளர்த்தெடுத்தார்கள் (அப்பாதுரை 1992; கான் 1970; டிர்க்ஸ் 1987; இண்டன் 1980). இத்தகைய வகைப்பாடுகள் இரண்டு நூற்றாண்டுகளாகத் தொடர்ந்து பயன்பாட்டில் இருந்து வந்ததால் விடுதலைக்குப் பின்னரும் அவை இறுகி வலுப்பெற்றுவிட்டன.

ஆங்கிலேயர்கள் ஏற்படுத்திய ஒரு புதிய சமூக வகையினமே 'பழங்குடி'. இவ்வாறு காலனி அதிகாரிகள் அடையாளப்படுத்திய பழங்குடியினரை ஆராயும் முயற்சி 1874இல் வில்லியம் ஜோன்ஸ் தோற்றுவித்த 'வங்க ஆசியக் கழகம்' மூலம் தொடங்கப்பட்டது.

சாதி, பழங்குடி என்னும் சொல்லாட்சிகள் சமூக வகையினமாகப் பேசப்பட்டதற்குக் காரணம் காலனியவாதிகளின் கருத்துருவாக்கமே என்பது சில மானிடவியலர்களின் வாதமாகும். சாதி என்பதைவிட 'பழங்குடி' என்னும் கருத்தாக்கமே காலனியவாதிகள் ஏற்படுத்திய கருத்துருவாக்கம் என்பார் ஆந்த்ரே பெத்தெய்ல் (1995).

ஆங்கிலேயர்கள் இங்கு வந்து எழுதிய இனவரைவியல் முயற்சிக்கு முன்பே சாதி பற்றிய ஏராளமான செய்திகள் புலவர்கள், புலமையாளர்கள் தொடங்கி பொதுமக்கள்வரை பரவியிருந்தன. ஆதலின் பழங்குடி என்னும் கருத்தாக்கம் மட்டுமே 'காலனியவாதிகளின் உருவாக்கம்' என்ற வாதம் ஒருபுறம் வலுவாக உள்ளது (பெத்தெய்ல் 1995; சிங் 1993).

காலனிய இந்தியாவில் 'சாதி' அல்லது 'இந்து' எனக்கூடிய வகையினத்தில் அடங்காத எண்ணற்ற பூர்வ சமூகத்தவர்களை ஆங்கில அதிகாரிகள் 'பழங்குடி' (tribe) என்று அடையாளப்படுத்தினார்கள். ஆங்கிலேயர்களின் வரவுக்குப் பின்னரே 'tribe' எனும் வகைப்பாடு இந்தியாவில் அறிமுகமானது. இதற்குக் காரணம் இத்தகைய பூர்வ குடியினர் மக்கள் தொகையின் அளவாலும், மொழியாலும், பண்பாட்டுக் கூறுகளாலும், சுற்றுச் சூழலின் தனித்துவத்தாலும், வாழ்வியல் முறையில் அவர்கள் கொண்டிருந்த பொருள்சார்ந்த கூறுகளாலும் சாதி இந்துக்களைக் காட்டிலும் முற்றிலும் மாறுபட்டவர்களாக இருந்ததால், அவர்கள் 'தொன்மையானவர்கள்' (primitive), 'பின்தங்கியவர்கள்' (backward), 'நாகரிகமற்றவர்கள்' (uncivilized) என்றெல்லாம் அழைக்கப்பட்டனர். இந்திய விடுதலைக்குப் பின்னரே இவர்கள்

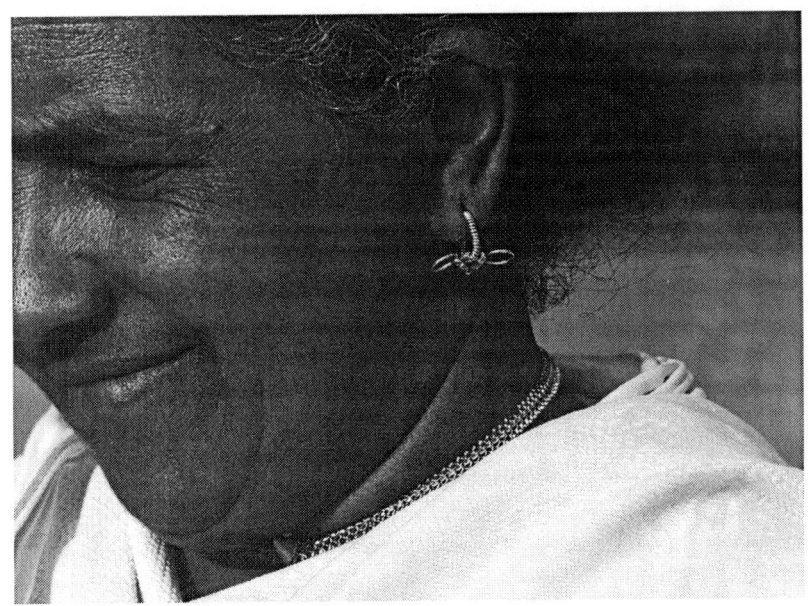

கோத்தர் முதாட்டியும் அணிகலன்களும்

அனைவரும் 'அட்டவணைப் பழங்குடி' (scheduled tribe) என்று வரையறை செய்யப்பட்டனர்.

எனினும், வடஇந்திய இனவரைவியல் நூல்களில் அட்டவணைப் பழங்குடியினர் பலவாறு அடையாளப்படுத்தப்படுவதைக் காண முடியும். 'ஆதிவாசி' (முதன்முதலில் குடியமர்ந்தவர்கள்), 'வனவாசி' (காட்டுவாசிகள்), 'வன்யஜாதி' (காட்டில் வாழ்பவர்கள்), 'பஹாரி' (மலைவாசிகள்), 'அதிம்ஜாதி' (உண்மையான குடியினர்/பூர்வ குடியினர்), 'ஜன்ஜாதி' (நாட்டுப்புற மக்கள்), 'அனுசுசித் ஜாதி' (அட்டவணைச் சாதி) எனும் பல்வேறு பெயர்கள் காணப்படுகின்றன (இந்திரா முன்ஷி 2012:1).

பிரிட்டிஷ் ஆட்சிக் காலத்தில் உருவான ஆவணங்களில் காணப்படும் 'பழங்குடி' என்னும் சொல்லாட்சியின் உண்மையான பொருள் பிரிட்டிஷ் காலத்திற்கு முந்தைய கால ஆவணங்களில் காண முடிவதில்லை. சந்தால், நாகர் போன்ற சில குடிகள் பழங்குடி என்ற பொருளில் பேச முடியாத சூழலே இருந்து வந்தது. அவர்கள் வளர்ச்சிக்குரிய, மாற்றத்திற்குரிய இனக் குழுக்களாகவே இருந்து வந்துள்ளார்கள். இவர்கள் காலனிய காலத்திற்கு முன்னர் 'சனம்' (ஜனங்கள்) என்னும் வகையில் பேசப்பட்டனர்.

தமிழகத்தில்கூட சங்ககாலந்தொட்டு மக்கள் வகையினங்கள் 'குடி' என்னும் பெருவாரியான வழக்குடன் அழைக்கப்பட்டதை அறிய முடிகிறது. அம்குடி, பழங்குடி, முதுகுடி, குரம்பைக்குடி, வேட்டக்குடி, நீள்குடி, விழுக்குடி, வீழ்குடி, செழுங்குடி, பல்குடி போன்ற தொடர்கள் இதனை உறுதிசெய்கின்றன (பூங்குன்றன் 2007: 12).

சங்க காலத்தில் பயின்று வந்த பழங்குடி, முதுகுடி போன்ற சொற்களின் பொருண்மை வேறு பொருளுடையது. ஆங்கிலேயர்கள் உருவாக்கிய 'பழங்குடி' என்னும் கருத்தாக்கம் 'நாகரிகத்தில் பின்தங்கிய' என்று பொருளாகும். ஆகவே 'பழங்குடி' என்னும் வகையினரும் கருத்தாக்கமும் காலனிய ஆட்சிக் காலத்தில் வேறுவகையான கருத்துரு வாக்கமாக மாறி, அது விடுதலைக்குப் பிறகு அப்படியே ஏற்றுக் கொள்ளப்பட்ட ஒன்றாக இருந்துவருகிறது.

ஆங்கிலேயர்கள் இந்தியச் சமூகத்தைப் பற்றி எழுதத் தொடங்கிய காலத்தில் 'பழங்குடி' என்னும் சொல் இருவகையான பொருள்களைக் கொண்டதாக இருந்தது. ஒரு பொது மூதாதையரைக்கொண்ட வம்சாவளி மக்கள் அனைவரையும் 'பழங்குடி' என்று கருதக்கூடிய ஒரு பொருள் இருந்தது. அடுத்து, புராதனமான அல்லது மிகவும் பழமை யான வாழ்க்கை முறையைக் கொண்டவர்களே பழங்குடி என்ற ஒரு கருத்தும் இருந்துவந்தது.

18ஆம் நூற்றாண்டில் ஆங்கிலேயர்கள் எழுதிய இனவரைவியல் எழுத்துக்களை நுட்பமாகப் படிப்பவர்கள் ஒரு கருத்தை உணரலாம். அவர்கள் பழங்குடிகளைச் சில சமயம் 'சாதி' என்றும், சில இடங்களில் சாதிகளைப் 'பழங்குடி' என்றும் மாற்றிப் பயன்படுத்தியிருப்பதைக் காணலாம். இவ்விரு வகையினங்களுக்குமான வேறுபாடுகள் மயங்கிய நிலையைக் காலனிய இன வரைவியலில் ஆங்காங்கு பார்க்கலாம்.

1891ஆம் ஆண்டு மேற்கொள்ளப்பட்ட குடிமதிப்பில் 'பழங்குடி' என்னும் சொல் பயன்படுத்தப்படவில்லை. வனவாசிகள் என்னும் பொருளுடைய 'காட்டுப் பழங்குடி' என்னும் சொல்லே பயன்படுத்தப் பட்டது. காடுகளில் வாழ்ந்ததால் அவர்கள் அவ்வாறு அடையாளப் படுத்தப்பட்டனர். 1901, 1911ஆம் ஆண்டுகளில் மேற்கொள்ளப்பட்ட குடிமதிப்பில் பழங்குடி எனும் வரையறையை ஆங்கில நிர்வாகம் வலுப்படுத்தியது (சிங் 1997: 35).

இந்தத் துணைக் கண்டத்தில் இந்தியச் சமூகங்களைப் புரிந்து கொள்ளவும் வகைப்படுத்தவும் வரையறை செய்யவும் முற்படும்

மலையர்

மலையர்கள் என்பவர்கள் மலைநாட்டோடு தொடர்பு உடையவர்கள். நிகண்டுகளும் அகராதிகளும் மலையரைச் சேரர் என்கின்றன. இலக்கண உரையாசிரியர்கள், மலையமான் நாடு என்பது 'மலாட' என்றும், சோழ நாடு என்பது 'சோணாடு' என்றும், பாண்டிய நாடு என்பது 'பாண்டி நாடு' என்றும் மருவி வழங்கப்பட்டது என்கின்றனர்.

சங்க இலக்கியங்கள் சேரரை 'மலையர்' என்று கூறுகின்றன. சங்க காலத்தில் வாழ்ந்த மலையமான் திருமுடிக்காரி என்னும் வள்ளல் 'மலையன்' என்றே பின்வருமாறு அழைக்கப்பெற்றான்.

காரி யூர்ந்து பேரமர் கடந்த
மாரி யீகை மறப்போர் மலையன் (புறம். 158)

முரண்கொள் துப்பின் செவ்வேல் மலையன் (குறுந். 312.2)

பீடு கெழு மலையற் பாடி யோரே (புறம். 124).

சங்ககால கட்டத்திலேயே மலையமான் நாட்டிற்குத் தலைநகராகத் திருக்கோவலூர் விளங்கியுள்ளது (அகம். 35: புறம். 99). இன்றைய திருக்கோவலூர் வட்டம், கள்ளக்குறிச்சி வட்டம், சேலம் மாவட்டத்தின் ஆத்தூர் வட்டம், வடார்க்காடு மாவட்டத்தின் திருவண்ணாமலை வட்டம் முதலான பகுதிகள் இணைந்த நிலப்பரப்பு அந்நாளில் மலையமான் நாடாக விளங்கியுள்ளது என வரலாற்றாசிரியர்கள் கூறுகின்றனர் (சு. குப்புசாமி 1978: 20-26).

போது உலகளாவிய இனவரைவியல் சார்ந்த மானிடவியல் அணுகுமுறையை அடிப்படையாகக் கொண்டு நோக்குவது அவசியமாகும். எனினும் இந்தியச் சூழலில் நடைமுறையில் பின்வரும் இருவேறு அணுகுமுறைகள் ஏற்பட்டன.

ஆங்கிலக் காலனி அதிகாரிகள் நிர்வாகப் பயன்பாட்டை முன்னிறுத்தி 'பழங்குடி' என்னும் நிலையில் சமூகங்களை இனங்கண்ட அணுகுமுறை ஒன்று. இவ்வணுகுமுறையைக் கொண்டிருந்த ஆங்கில மானிடவியலர் பெய்லி (1961) பழங்குடிகளை இனங்காணும் அணுகுமுறையில், இந்தியாவில் பழங்குடிகள் இட ரீதியாகவும் காலரீதியாகவும் பல்வேறு சிறுசிறு குடிகளாகத் தங்களை உருவாக்கிக் கொண்டனர் என்கிறார். இதனால் இவர்கள் ஒரு தனித்த சமூக

அமைப்புடையவராகவும் உருவாகினர். இத்தகு உருவாக்கத்தில் கால, இட வேறுபாட்டால் வாழிடம், மொழி, பண்பாடு, பஞ்சாயத்து, சமய நம்பிக்கை, வழிபாடு போன்ற பல தனிக்கூறுகள் பழங்குடிச் சமூகங்களுக்குள் சில வேறுபாடுகளை ஏற்படுத்தின என்கிறார்.

பெய்லியின் அணுகுமுறைக்கு மாறாக, ஆந்த்ரே பெத்தெய்ல் (1960, 1974) பழங்குடிகள் யார்? எவர்? என அடையாளங் காண்பதிலும் அவர்களை வரையறுப்பதிலும் வரலாற்று அணுகுமுறை தொடங்கி படிமலர்ச்சி அணுகுமுறை வரை தமது பார்வையைச் செலுத்தினார். இவரது கருத்துப்படி, இந்தியத் துணைக் கண்டம் தொடங்கி இஸ்லாமிய உலகம் வரை அனைத்துப் பழைய உலகப் பகுதிகளிலும் எதிரும் புதிருமான இரு கூறுகள் நம்முன் காணப்படுகின்றன. இன்றைய நாகரிகத்தின் உச்சமும், அதே நேரத்தில் ஆதிநிலையில் இன்றும் தொடர்ந்துகொண்டிருக்கும் பழங்குடிகளின் தொடர்ச்சியும் சமகாலத்தில் நம் கண்முன் காட்சியளிக்கின்றன. பழங்குடி நிலை அழிந்து நாகரிகம் தோன்றவில்லை. இரண்டுமே தொடர்கின்றன என்கிறார்.

இந்நிலையில் தேசம், நாகரிகம் ஆகிய இரண்டும் பழங்குடி என்னும் நிலையிலிருந்து எவ்வளவு தூரம் விலகிச் சென்றுள்ளன என்பதை முன்வைத்தே அவர்களை வரையறை செய்யவேண்டியுள்ளது. 'எளிமையிலிருந்து கூட்டுத்தன்மை' வரையில் ஏற்பட்ட மாற்றத்தின் தன்மையைக்கொண்டு பழங்குடிகளைக் காணவேண்டியுள்ளது என்கிறார் பெத்தெய்ல். இன்று ஏராளமான பழங்குடிச் சமூகங்கள் (இந்தியாவில் 2017இல் 705) எண்ணிக்கையாலும் வாழ்வு முறையாலும் சமூக அமைப்பாலும் பல வகைகளில் வேறுபட்டுக் காணப்படுகின்றன.

எனினும் இவற்றிற்கிடையேயான பொதுத்தன்மைகளால் உருவாகும் 'பழங்குடித்தன்மை' என்பது 'இந்து நாகரிகம்' (பெத்தெய்ல் கையாளும் தொடர் இது) என்பதிலிருந்து வெகுதூரம் விலகி நிற்கின்றது.

இந்நிலையில் ஆங்கில நிர்வாகத்தினர் தனிக் கூறுகளை (வாழிடம், மொழி, பண்பாடு, பஞ்சாயத்து போன்றவை) மையப்படுத்திப் பழங்குடிகளை வரையறை செய்வது இந்தியச் சூழலின் வரலாற்றையும் சமூகங்களின் படிமலர்ச்சியையும் புறக்கணிப்பதாக அமைந்துவிடும் என்பார் பெத்தெய்ல்.

கோத்தர் இசைக்கலைஞர்

தமிழகப் பழங்குடிகளை வரையறை செய்வதிலும் சில முன்னெச்சரிக்கைகளைக் கவனத்தில்கொள்ள வேண்டியுள்ளது. பல நூற்றாண்டுகளுக்கு முன்னர் கிராமிய, சாதியச் சமூகமாக வாழ்ந்தவர்கள் (முதுவர், மலையாளி, பளியர், மலைப்பண்டாரம், காட்டுநாயக்கர், குறும்பர், கணியான், அடியான், குறுமன், கொரகர் போன்றோர்) தங்களுக்கு ஏற்பட்ட மிகப்பெரும் வரலாற்று நெருக்கடிகளைச் சமாளிக்க மலைப்பகுதிகளுக்குச் சென்று பாதுகாப்பாகத் தங்கிவிட்டனர். பின்னாளில் பழங்குடிகளாக அங்கீகாரம் பெற்றுவிட்டனர். இன்றும் இவர்கள் பூர்வீகத்தில் வழிபட்ட வைணவ, சைவ கடவுள்களை விடாமல் வழிபட்டு வருவது கண்கூடு. இன்னும் பலவகையான ஆதிகூறுகளைக் கொண்டிருக்கின்றனர்.

மிகச்சில பழங்குடியினர் (காடர், இருளர், மலசர், காணிக்காரர், மலைவேடர், மலைக்குறவர் போன்றோர்) தங்கள் பூர்வீகத்திலேயே காலங்காலமாகத் தொடர்ந்து இடப்பெயர்ச்சி ஏதுமில்லாமல் அங்கேயே வாழ்ந்துவருகின்றனர். இத்தகு பூர்வகுடிகளின் இனவரலாறு தனித்துவமானது. முதல் வகையினர் இந்துச் சமயத்தின் சாயலைக் கொண்டுள்ளனர். பிந்தைய வகையினர் பழங்குடிச் சமயத்திற்குரிய தொல்கூறுகளைக் கொண்டுள்ளனர்.

மலையமான் திருமுடிக்காரி

சங்க காலத்தில் மலைநாடுகளை ஆண்ட மன்னர்கள் மலையர்/ மலையன் எனச் சிறப்பிக்கப் பெற்றனர்.இவர்களில் மலையமான் திருமுடிக்காரி மிகவும் புகழ் பெற்றவன். மூவேந்தர்களைப் போல இவனும் முடியணிந்த காரணத்தினால் திருமுடிக்காரி எனப் பெயர் பெற்றான். புறநானூற்றில் கடை ஏழு வள்ளல்களைப் பற்றிப் பாடும்போது பெருஞ்சித்திரனார்

'மாரி ஈகை மறப்போர் மலையனும்' (புறம். 158: 7) என்கிறார்.

திருமுடிக்காரி கோவலூரிலிருந்து (இன்றைய திருக்கோவிலூர்) அரசாண்டான் என்பதை அகநானூறு பின்வருமாறு கூறுகிறது.

'துஞ்சா முழுவின் கோவற் கோமான்
நெடுந்தேர்க் காரி கொடுங்கான் முன்துறை' (அகம். 35: 14-15).

அன்றைய வடார்க்காடு மாவட்டம் செங்கண்மா ஊரின் தெற்கே தென்பெண்ணையாற்றின் தென்மேற்கே இருந்த முள்ளூர்கானம் இவனுடைய ஆட்சிப் பரப்பில் இருந்தது

பறையிசை யருவி மள்ளூர்ப் பொருந் (புறம்.126)
முரண்கொள் துப்பிற் செவ்வேல் மலையன் முள்ளூர்க் கானம்' (குறுந். 312) எனும் அடிகள் மூலம் இதனை அறியலாம்.

காரியைப் புகழ்ந்து பாடிய புலவர்கள் பரிசில் பெறாமல் திரும்பியதில்லை என்றும், காரி புலவர்களுக்கு அதிக எண்ணிக்கையில் தேர்களை வழங்கினான் என்றும்

'மகிழா தீத்த விழையாணி நெடுந்தேர்' (புறம். 123) எனும் அடிவழி அறியமுடிகிறது.

இவ்வளவு சிறப்புமிக்க திருமுடிக்காரியை ஆரியர்கள் முற்றுகையால் போர் தொடுத்தனர். ஆரியப் படையும் காரியின் படையும் மோதிக்கொண்டன. இறுதியில் காரியின் வேற்படையின் முன் நிற்க இயலாமல் ஆரியப்படை தோற்றுப் போனது

ஆரியர் துவன்றிய பேரிசை முள்ளூர்ப்
பலருடன் கழித்த ஒள்வாள் மலையனது
ஒருவேற்கு ஓடியாங்கு (நற்.170).

திருமுடிக்காரி மலையமான் நாட்டுக்குக் குறுநில மன்னனாக

இருந்த காலத்தில், கொல்லி மலையை ஓரி ஆண்டு வந்தான். ஒரு கட்டத்தில் திருமுடிக்காரி சேர மன்னனுக்குத் துணையாக ஓரி மீது போர் தொடுத்தான். போரில் ஓரி கொல்லப்பட்டான்.

ஓரிக் கொன்ற ஒருபெருந் தெருவிற்
காரி புக்க நேரம் புலம்போல் (நற். 320)

சிறுபாணாற்றுப்படையும் இதனைப் பின்வருமாறு விவரிக்கிறது.

காரிக் குதிரைக் காரியொடு மலைந்த
ஓரிக் குதிரை ஓரியும் (சிறுபாண். 110-111)

இன்னொரு கட்டத்தில் சோழமன்னனுக்கும் துணையாக நின்று எதிரியை வீழ்த்த உதவினான் காரி. இவ்வாறு தன் வாழ்நாளின் பெரும்பகுதியைப் போரிலேயே இவன் கழித்தான். இறுதிக் காலத்தில் அதியன் திருக்கோவலூர் மீது போர்தொடுத்தபோது திருக்கோவலூர் பெரிதும் சேதமுற்றது (புறம். 99).

சங்ககாலத்தில் வாழ்ந்த மலையமான்களில் திருமுடிக்காரியே பேராண்மை மிக்க பெருவீரன், சிறந்த கொடை வள்ளல், நிலைத்த, நிறைந்த புகழாளன் என்கிறார் வரலாற்றாசிரியர் பாகூர் சு. குப்புசாமி (1978: 40).

இன்னொரு புறத்தில் தொதவர், கோத்தர், குறும்பர் ஆகிய மூவரும் சகோதரர்கள் எனவும், கடவுளின் வியர்வைத் துளியின் சிதறல்களி லிருந்து தோன்றியவர்கள் எனவும் கூறும் தோற்றத் தொன்மம் இன்றைய சாதிகளின் தோற்றத் தொன்மங்களில் ஒன்றின் சாயலாகக் காணப்படுகிறது. சாதித் தொன்மத்தின் தோற்றுவாய் பழங்குடிகளிடம் காணப்படுவதும், சாதியத்தின் 'முன் வடிவம்' நீலகிரிப் பழங்குடிகளின் பரஸ்பர ஒத்துழைப்பில் காணப்படுவதும் இவற்றின் மூலங்கள் பழங்குடி நிலையிலிருந்து தொடங்குகின்றனவா என ஆராய்வதற்கு இடமளிக்கிறது.

ஆதலின் தமிழ்ச் சூழலில்கூட பழங்குடி யார்? எவர்? என்பவற்றை வரையறை செய்வதில் பெத்தெய்ல் அணுகுமுறைப்படி வரலாறு, படிமலர்ச்சி ஆகிய போக்குகளைக் கவனத்தில்கொள்ள வேண்டியுள்ளது. ஓர் ஒற்றை வரையறையின் கீழ் அனைத்துப் பழங்குடிச் சமூகங் களையும் இணைத்துப் பார்க்க முடியாது.

இந்தியச் சூழலில் பழங்குடிகள் எனப்படுவோர் நிர்வாகம் சார்ந்த பார்வையுடன் வகைப்படுத்தப்பட்டவர்களே. மானிடவியல் சார்ந்த

பார்வையில் வகைப்படுத்தப்படுமானால் அதில் சில மாற்றங்கள் தேவைப்படும். விடுதலைக்குப் பின்னர் இந்திய அரசியலமைப்புச் சட்டத்தின்படி அட்டவணைப்படுத்தப்படும் குடியினரே 'பழங்குடி' களாக அங்கீகாரம் பெறுவார்கள்.

அட்டவணையில் 342ஆவது பிரிவில் சேர்க்கப்பெற்று குடியரசுத் தலைவரின் ஒப்புதல் பெறுவோரே பழங்குடியினர் என்பதால் அத்தகைய பட்டியலில் அங்கீகாரம் பெறுவதற்குரிய அளவுகோல்கள் சில சமயம் மானிடவியல் சார்ந்த வரையறையிலிருந்து சற்றுவிலகிச் செல்வதாக உள்ளன.

பழங்குடிகளைப் பற்றி மேற்கொள்ளப்பட்ட பல்வேறு ஆய்வு களைக் கருத்தூன்றி நோக்கும்போது பழங்குடிகளை வரையறை செய்ததில் முறையான அறிவியல் பார்வை (மானிடவியல் பார்வை) பின்பற்றப்படவில்லை என்பதை உணர முடியும் (Xaxa: 376). இந்தியாவில் பழங்குடிகளாக அங்கீகாரம் பெறுவதில் சமூகங்களின் மக்கள் தொகையும் அவர்களுக்கான அரசியல் பலமும் வாக்கு எண்ணிக்கையும், அவர்கள் அரசியல் தலைவர்கள் மூலம் ஏற்படுத்தும் அழுத்தங்களும் பெருமளவு காரணமாகின்றன. இதனால் 'பழங்குடி' என்பதற்கான மானிடவியல் காரணிகளையும் அளவுகோல்களையும் நடுநிலையில் கையாளுவது குறைவாகவே உள்ளது (மேலது: 376).

இதனால் இந்தியாவில் யாரைப் பழங்குடி என்று கூறுவது என்பதில் தீவிர விவாதம் நிலவுகிறது. எவ்வாறாயினும் ஓர் ஒற்றை வரையறையைக் கொண்டு இனம் காண்பதும் விளக்குவதும் எளிதல்ல. எடுத்துக்காட்டாகப் பின்வரும் ஒரு நிகழ்வை மட்டும் கவனத்தில்கொள்வோம்:

இந்தியாவில் குடிமதிப்பு எடுக்கப்பட்டதன் வரலாற்றிலிருந்து 'பழங்குடி' என்பவர்கள் எவ்வாறு அடையாளப்படுத்தப்பட்டனர் என்பதைக் கவனிப்போம். 1901 குடிமதிப்பில் ஆவிவழிபாடு (animism) கொண்டவர்கள் பழங்குடி என இனங்காணப்பட்டுப் பதிவு செய்யப்பட்டனர். அடுத்த குடிமதிப்பில் மேலும் சில காரணிகள் இதனுடன் இணைத்துக்கொள்ளப்பட்டன. 1921 குடிமதிப்பில் 'மலைவாசிகளும் காட்டுவாசிகளும்' பழங்குடிகள் என வரையறை செய்யப்பட்டனர். 1931இல் இவர்கள் 'தொன்மைப் பழங்குடிகள்' (primitive tribes) எனப்பட்டனர். இவ்வாறு மூன்று பத்தாண்டுகளில் மூன்று வகையான வரையறைகள் முன்வைக்கப்பட்டன.

ஆலுக் குறும்பர்களின் இசைக்கருவிகள்

குடிமதிப்பின் கடந்த 30 ஆண்டுகளில் கணக்கில் கொள்ளப்பட்ட 'ஆவி வழிபாட்டி'னரே பழங்குடியினர் என்ற கருத்திலுங்கூட சில சிக்கல்கள் உள்ளன. இந்துக்களிடம்கூட ஆவி வழிபாட்டு நம்பிக்கை உள்ளது. ஆகவே இக்காரணிகூட ஒரு தெளிவான, துல்லியமான வரையறையை உருவாக்குவதற்கு இடந்தரவில்லை.

பிரிட்டிஷ் இந்தியாவில் காலனிய நிர்வாகிகள் ஆதி சமூக வகை யினத்தவர்களைக் குறிப்பிடுவதற்கு 'ட்ரைப்' என்னும் சொல்லைப் பயன்படுத்திய அதேவேளையில் அச்சொல்லுக்கு மாற்றாக 'அபாரிஜின்ஸ்' (aborigines) என்னும் சொல்லையும் கையாண்டனர். ரிஸ்லே (1903), எல்வின் (1944), டால்டன் (1872) போன்றவர்களின் எழுத்துகளில் அபாரிஜின்ஸ் என்னும் சொல் பரவலாக இடம்பெறுவதைக் காண முடியும்.

அடுத்து 'தொல்குடி எனக் கருதப்படுபவர்கள்' (so-called aborigines, குர்யே 1963) என்ற தொடரும், 'பின்தங்கிய இந்துக்கள்' (backward Hindus, குர்யே 1963) என்ற தொடரும், 'இனச் சிறுபான்மையினர்' (ethnic minorities, பால்கே 1988) என்ற தொடரும், 'நான்காம் உலகம்' fourth world, சென்குப்தா 1982) என்ற அடையாளமும், 'மாறிவரும் பழங்குடிகள்' (tribes in transition, தேசாய் 1960) என்ற அடையாளமும் வழங்கப்பட்டன. அறிஞர்கள் சிலரும், சீர்திருத்தவாதிகள் பலரும் இந்தியச் சூழலுக்குட்பட்ட கருத்தியலுடன் 'ஆதிவாசி' என்ற சொல்லையுங்கூடப் பயன்படுத்தத் தொடங்கினார்கள்.

புகழ்பெற்ற பழங்குடித் தலைவர்களில் ஒருவரான ஜெய்பால் சிங் என்பவர் பழங்குடிகளை 'ஆதிவாசி' என்றே அழைக்க வேண்டுமென்று கோரிக்கை விடுத்தார். ஆனால் அரசியல் அமைப்புச் சட்டத்தை உருவாக்கிய அண்ணல் அம்பேத்கர் 'அட்டவணைப் பழங்குடி' (scheduled tribe) என்றே இருக்க வேண்டுமென்று அறிவுறுத்தினார்.

பழங்குடியினர் தொன்மை

பழங்குடி என்றால் 'பழமையான குடி' என்றே பொருள். பழமை என்றால் எவ்வளவு காலதூரம் பழமை என்பது இப்போது நமக்குள் எழும் வினாவாகும். இவ்வினாவிற்கான விடையைத் தேடும்போது அவர்களின் இன வரலாற்றை (ethnohistory) ஆராய வேண்டியதாகிறது. பெரும்பான்மைப் பழங்குடிகள் வரிவடிவமற்ற மொழிகளைப் பேசுவதால் அவர்களின் வரலாறும் தொன்மையும் வாய்மொழி வரலாறாக (oral history) உள்ளன. இவை தோற்றத் தொன்மங்களிலும் (origin myths), இடப்பெயர்ச்சிக் கதைகளிலும் (migration tales), பழமரபுக் கதைகளிலும் (legends), பாடல்களிலும், சடங்குகளிலும், பிற வழக்காறுகளிலும் (lores) புதைந்து கிடக்கின்றன.

இன்று தமிழகத்தில் மூன்று லட்சத்திற்கும் மேற்பட்ட மலையாளிப் பழங்குடியினர் கொல்லிமலை, பச்சைமலை, சேர்வராயன் மலை, கல்வராயன் மலை, ஏலகிரி, ஜவ்வாது, சித்தேரி, பாலமலை ஆகிய மலைகளில் வாழ்கின்றார்கள். தமிழகத்தில் அதிக மக்கள்தொகை கொண்ட பழங்குடியினர் மலையாளிகளே. இவர்கள் இம்மலைகளின் பூர்வகுடிகளல்லர்; இடையே வந்தவர்களே.

காஞ்சிபுரத்தில் தாங்கள் வழிபட்டு வந்த குலதெய்வத்தின் சிலையைத் திருடிச் சென்ற இருளப் பூசாரிகளிடமிருந்து மீட்பதற்குக் கிளம்பிய மூன்று வேளாள சகோதரர்களில் சின்னண்ணன் கொல்லி மலையிலும், நடு அண்ணன் பச்சைமலையிலும், பெரியண்ணன் கல்வராயன் மலையிலும் தங்கிவிட்டனர்.

இவர்களின் வழி வந்தோரே இன்றைய மலையாளிகள் என்பதை அவர்கள் வழங்கிவரும் இடப்பெயர்ச்சிக் கதை மூலமும் பிற வழக்காறுகளின் மூலமும் அறியலாம். இவர்களின் இடப் பெயர்ச்சிக்குக் காரணம் 7 வகையான கதைகளாகக் கூறப்படுகின்றன (தர்ஸ்டன் 1909 IV: 499; சி.மகேஸ்வரன் 1983: 229-30; தி.கோவிந்தன் 1995:16; பாலுசாமி 2002; அய்யப்பன் 2014; ரே. கோவிந்தராஜ் 2017).

மலைகளும் குறிஞ்சியும்

மதுரை மாவட்டத்திலுள்ள மலைப்பகுதிகளில் 15 அடி உயரம் வரை வளரும் கருங்குறிஞ்சியையும், 12 அடி உயரம் வளரும் சோலைக் குறிஞ்சி அல்லது நெடுங்குறிஞ்சியையும், 8 அடி வரை வளரும் வெள்ளைக் குறிஞ்சியையும், 6 அடிவரை வளரும் கணுக் குறிஞ்சியையும், 2 அடி வரை வளரும் கொடிக் குறிஞ்சியையும் ஏராளமாகப் பார்க்கலாம். இம்மலைக்கு அழகே இங்கு வளரும் குறிஞ்சிகள்தாம். பழங்குடிகள் வாழ்வோடு இணைந்தவை இவை.

குறிஞ்சி பெரும்பாலும் கடல்மட்டத்திற்கு மேல் 1000 அடியி லிருந்து 2000 அடிவரை உயரமுள்ள மலைச் சரிவுகளில் இயற்கைத் தாவரமாக மண்டிக் கிடப்பதைக் காண முடியும். சாதாரணமாக போதைப் புல் வளரும் பகுதிக்குக் கீழே குறிஞ்சிச் செடிகள் வளரும்.

குறிஞ்சித் தழையைக் குதிரைக்கு உணவாகக் கொடுக்கின்றனர். ஆடு மாடுகளும் விரும்பி உண்ணும். பூவெடுத்த பின் குறிஞ்சி பட்டுவிடும். அதனை மக்கள் விறகாகப் பயன்படுத்துவார்கள்.

தமிழகத்தில் மலைவாழ் பழங்குடிகள் தங்கள் மலைகளைக் குறிஞ்சி மலை நாடு என்பார்கள். மிகவும் விரும்பிப் பாடும் பாடல்களைக் 'குறிஞ்சிப் பாட்டு' என்கிறார்கள். அவர்கள் அதிக மாக விரும்பும் தாளம் குறிஞ்சித் தாளமாகும். இதனை அவர்கள் குழலில் ஊதி ஆடிப் பாடுவார்கள் (அன்னகாமு 1961: 9-11).

தமிழகத்தில் இரண்டாவது பெரிய பழங்குடிச் சமூகமாக விளங்கு பவர்கள் இருளர்கள். கி.பி 10ஆம் நூற்றாண்டுக்கு முன்னர் இவர்கள் கோவையைச் சுற்றிய சமவெளிப் பகுதியில் வாழ்ந்ததாகவும் பகைவர் களின் தாக்குதலுக்கு அஞ்சி அடர்ந்த காட்டுப் பகுதிகளுக்குச் சென்று விட்டதாகவும் இவர்களின் இனவரலாறு மூலம் அறிய முடிகிறது.

தமிழகத்திலுள்ள பல பழங்குடிகளின் இனவரலாற்றை ஆராய்வோ மானால் பெரும்பான்மையோர் அவர்கள்தம் வரலாற்றில் ஏற்பட்ட நெருக்கடிகளால் பல்வேறு மலைகளுக்குக் குடிபெயர்ந்தவர்கள் என்பதை அறிய முடிகிறது. முதுவர்களின் பூர்வீகம் மதுரை என்றும், நாயக்க மன்னர்கள் போடிநாயக்கனூரில் பாண்டியரைப் போரிட்டுத் தோற்கடித்தபோது ஒரு பிரிவினர் தம் குழந்தைகளை முதுகில் சுமந்து

ஆனைமலை, ஏலமலை, கேரள மலைகள் ஆகிய இடங்களுக்குச் சென்று தங்கினர். குழந்தைகளை முதுகில் சுமந்ததால் அவர்கள் 'முதுவர்' எனப்பட்டனர் என்றும் அவர்களின் இன வரலாறு மூலம் அறிகிறோம் (முத்துஇலக்குமி 2016).

இன்று தென் திருவிதாங்கூர் மலைப்பகுதியில் வாழ்ந்து வரும் காணிக் காரர் பழங்குடியின் முன்னோர்கள் திருநெல்வேலி மாவட்டத்தில் களக்காடு, கல்லிடைக்குறிச்சி ஆகிய பகுதிகளில் குறுநில மன்னர் களாய் இருந்தனர். பாண்டியனிடம் தோல்வியடைந்து, எஞ்சியோர் திருவிதாங்கூர் பகுதிக்கு வந்து சேர்ந்தனர் (ஐயர் 1937, தொகுதி 1: 4-6).

மேற்குத் தொடர்ச்சி மலையில் உள்ள பழனி மலைகளில் வாழும் பளியர் பழங்குடியினர் பாண்டிய மன்னனின் படைகள் எதிரிகளால் சிதறடிக்கப்பட்டபோது ஒரு பிரிவினர் இம்மலைகளில் வந்து மறைந்து வாழத் தலைப்பட்டனர். பளியர்களின் தோற்றம் பற்றி வெவ்வேறு வகையான நான்கு கதை வடிவங்கள் இவர்களிடம் வழக்கில் உள்ளன (அன்னகாமு 1961; கென்னடி 1999).

இவ்வாறே, குறும்பர்கள் 6ஆம் நூற்றாண்டு வாக்கில் தென்னகம் முழுவதும் ஆட்சி செய்த பல்லவர்கள் என்றும், இவர்கள் 7ஆம் நூற்றாண்டில் கொங்கு, சோழ, சாளுக்கிய மன்னர்களால் தோற்கடிக்கப் பட்டபோது ஒரு பிரிவினர் காடுகளிலும் மலைகளிலும் கரந்து வாழத் தலைப்பட்டனர் என்றும் இவர்களின் இன வரலாறு மூலம் அறிகிறோம். 1891ஆம் ஆண்டு குடிமதிப்பு அறிக்கையில் குறும்பர் அல்லது குறுபர் எனக்கூடியவர்கள் பல்லவர்களின் இன்றைய பேராளர்கள் எனக் குறிப்பிடப்பட்டுள்ளது.

மலைக் குறவர்களின் தொன்மம் அவர்களின் இன வரலாற்றைக் கூறுகிறது. பாண்டவர்களால் தோற்கடிக்கப்பட்ட கௌரவர்களின் வாரிசுகள் எனத் தங்களைக் கூறிக் கொள்கின்றார்கள். ஹஸ்தினாபுரத்தி லிருந்து தென்னிந்தியப் பகுதிக்கு வந்ததாகவும் பின்னர் இறுதியில் மேற்கு மலைத் தொடர்ச்சிக்கு வந்ததாகவும் கூறுகின்றார்கள். பாண்டியர் ஆட்சிக்காலத்தில் வட திருவிதாங்கூர் பகுதியிலிருந்து இவர்கள் தமிழகத்திற்கு வந்தார்கள் எனும் பழங்கதையும் உண்டு.

காட்டுநாயக்கர்களோ தங்களின் தொன்மையை மகாபாரதத்தோடு தொடர்புபடுத்துகின்றனர். மகாபாரதத்தில் வரும் இடமகூரனின் வழி வருபவர்களே காட்டுநாயக்கர்கள் என்பவர்கள். மலைவேடர்கள் ஒரு காலத்தில் படைவீரர்களாக இருந்ததைப் பெருமையுடன் கூறிக்

கொள்கிறார்கள். இவர்கள் பிற்காலத்தில் கொள்ளை அடிப்பவர்களாக மாறிப் பின்னர் இன்றைய தொழிலை மேற்கொள்ளத் தொடங்கினார்கள். இவர்கள் தங்களை வால்மிகுலா என்றும் கூறிக்கொள்கிறார்கள்.

குறிச்சன் பழங்குடியினர் பூனாச்சி மலைகளில் (மைசூர்-மலபார் பகுதி) வாழ்ந்தபோது மராத்தியர் மைசூரில் நடத்திய போரின்போது (கி.பி. 1688-89) தர்மபுரி பகுதிகளுக்கு வந்ததாகக் கூறுகிறார்கள். கர்நாடகத்தில் கொல்லேகால் வட்டத்திலிருந்து (இப்போதைய மைசூர் மாவட்டம்) தர்மபுரி மாவட்டத்திற்கு வந்தார்கள். குறிச்சி என்றால் வேட்டைக்காரர் என்று பொருள். இவர்களைக் கன்னடக் கவுண்டர், குஞ்சிடிகர் என்றும் அழைக்கிறார்கள்.

அடுத்து காடர், இருளர், பளியர், முதுவர் போன்ற சில பழங்குடி யினர் தங்களின் பூர்வீகமாகத் தமிழகத்தையே குறிப்பிடுகின்றார்கள். மகாமலசர் பழங்குடியினர் தாங்கள் கொங்கு நாட்டின் பூர்வகுடிகள் என்கிறார்கள். இன்றும் கொங்குமலைப் பகுதிகளில் இவர்கள் வாழ்கின்றார்கள். இவ்வாறு மேலும் சில பழங்குடிகளின் இனவரலாறு களை ஒப்பிட்டுப் பார்க்கும்போது மலைகளில் வாழும் இவர்கள் எல்லாம் ஒரு காலத்தில் சமவெளியில் வாழ்ந்து, வரலாற்று நெருக்கடி களால் பகை அரசனுக்கு அஞ்சி மலைகளுக்குக் குடிபெயர்ந்து தம்மைக் காத்துக்கொண்ட தமிழ் மக்களே என்பதை அறிய முடிகிறது.

தமிழகத்தில் பல பழங்குடிகளிடம் ஒரு கருத்து மரபுத் தொடராக வழங்கப்பட்டு வருகிறது. அது 'நாடு கலைஞ்சி காடு வந்தது' என்பதாகும். நாட்டில் பஞ்சம், பிணி, கலவரம், அரசியல் கொந்தளிப்பு போன்ற பிரச்சினைகள் ஏற்பட்டபோது மக்கள் நாலா திசைகளிலும் தப்பிச் சென்றதாகவும் சிலர் மலைகளில் தஞ்சம் புகுந்ததாகவும் இத்தகு மக்கள் 'நாடு கலைஞ்சி காடு வந்தது' என்று தங்கள் வரலாற்றைக் கூறும்போது விளிக்கின்றார்கள். இந்த வகையில் மலையகங்கள் எல்லாம் தொன்றுதொட்டு தஞ்சம் புகுந்த தமிழர்களின் தாயக மாகவும் பாதுகாப்பு அரணாகவும் இருந்திருக்கின்றன. ஆனால் இன்னுமொரு சூழலில் கொண்ட ரெட்டி, கொண்ட காபு ஆகிய தெலுங்குப் பழங்குடியினர் தமிழகத்திற்குப் புலம்பெயர்ந்து இங்கும் பழங்குடியினராகவே வாழ்ந்து வருவது இன்னொரு வகையான இன வரலாறாகிறது.

பல நூற்றாண்டுகளுக்கு முன் ஆந்திரப் பிரதேசத்தில் 'கொண்ட வீடு' என்ற மலைப் பிரதேசத்தைக் கொண்ட ரெட்டிகள் ஆண்டு

வந்தனர். சாளுக்கிய, நிஜாம் படையெடுப்புகளால் கோதாவரி பகுதியில் எருமை மலைத்தொடரில் குடியேறினார்கள். அங்கு மலை விவசாயத்தை முக்கியத் தொழிலாகக் கொண்டார்கள்.

14ஆம் நூற்றாண்டிலிருந்து விஜயநகரப் பேரரசு தமிழகம், கர்நாடகப் பகுதியில் ஆட்சி செலுத்தியபோது கொண்ட ரெட்டிகள் மைசூர் மாவட்டம் நஞ்சன்கூடு, கொல்லேகால் பகுதிகளில் குடியேறி, பின்னர் தமிழகத்திலும் வந்தமர்ந்தனர். தொடக்கத்தில் மேட்டூர், பவானி, சங்ககிரி, இடைப்பாடி, பென்னாகரம் ஆகிய வட்டங்களில் குடியேறிய இவர்கள் பர்கூர் மலை, பாலமலை, கத்திரிமலை, போதமலை, சென்றாயமலை, ஊட்டமலை, கஞ்சமலை, சேர்வராயன்மலை, பச்சைமலை, மாதேஸ்வரன் மலை, வள்ளிமலை, தொப்பூர்மலை ஆகிய மலைசார்ந்த அடிவாரப் பகுதிகளில் வாழத் தொடங்கினார்கள். அண்மைக் காலங்களில்தான் சமவெளிப்பகுதியிலும் குடியேறி யுள்ளனர் (பக்தவத்சல பாரதி 2007 ஈ). இன்று புதுச்சேரி ஒன்றியத்திலும் 60 குடும்பத்தார் மேட்டூர், கொளத்தூர் பகுதிகளிலிருந்து இங்கு வந்து குடியேறியுள்ளனர்.

மேற்கூறிய பழங்குடிகளின் இனவரலாற்றை நோக்கும்போது இப்பழங்குடிகளின் 'பழமை' பல நூற்றாண்டுகள் கால தூரத்தைக் கொண்டதாக உள்ளது. இதற்கு மாறாக காணிக்காரன், மலைமலசர், மலைஅரசர், மலைஅரையன், மலைக்குறவர் போன்றவர்கள் மிகப் பழங்காலத்திலிருந்தே பூர்வீகமாக அவரவர் இடங்களில் வாழ்ந்து வருவதையும் அறியமுடிகிறது. இத்தகு குடிகளிடம் குடிபெயர்ச்சி வரலாற்றைக் காண முடியவில்லை. அவரவர் வாழும் இடத்திற்குரிய மண்ணின் மைந்தர்களாகவே (autochthon) காணப்படுகின்றனர்.

தொடர்புடைய சில பழங்குடிகளின் இனவரலாறு அவர்களின் பொதுவான தோற்றம், பரவலைக் காட்டுவதாக உள்ளது. நீலகிரி இருளர் (மலை இருளர்), கோவை இருளர் (சமவெளி இருளர்), கோவை ஊராளி ஆகிய மூன்று பழங்குடியினரின் குலங்கள் ஒத்த பெயர் களைக் கொண்டுள்ளன (சக்திவேல் 1971). அட்டவணையில் கூறப்பட்டுள்ள குலப்பெயர்கள் இவர்களின் பொதுவான மூலம், இனத்தொடர்பு போன்றவற்றைக் காட்டுகின்றன.

இன்னும் சில பழங்குடிகளின் தொன்மை மேலும் சிறப்புக் குரியதாகிறது. ஆனைமலையில் வாழும் காடர் போன்ற பழங்குடியினர் வரலாற்றுக்கும் முற்பட்ட கால இனமக்களின் ஒரு தனி வகையின

மூன்று பழங்குடிகளின் குலங்கள்: ஒப்புமைகள்

நீலகிரி இருளர்	கோவை இருளர்	கோவை ஊராளி
1. குப்பெ	குப்பெ	×
2. சம்பெ	சம்பெ	சம்பெ
3. தேவனெ	தேவனெ	×
4. கல்கட்டி	கரட்டிக	கல்கட்டி
5. கொடுவெ	கொடுவெ	×
6. புங்கெ	புங்கெ	புங்கெ
7. குறுநகெ	குறுநகெ	×
8. பேராதர	பேராதர	பேரதர
9. ×	குப்பிளி	×
10. ×	உப்பிளி	உப்பிளி
11. ×	வெள்ளெ	வெள்ளெ
12. ×	ஆறுமூப்பு	பேரிக

ராகவே காணப்படுகின்றார்கள். இந்தியாவிலேயே மிகப் பழமையான பழங்குடியெனக் கருதப்படுபவர்கள் காடர்கள். இத்தகையோர் இம்மண்ணின் தொல்குடி (aborigines) என்னும் நிலையில் மற்ற பழங்குடிகளிடமிருந்து வேறுபடுகின்றார்கள். நீலகிரி மலைப் பகுதியானது புதுகற்காலத்தின் பிந்தைய கட்டத்தின் கூறுகளைக் கொண்டதாக விளங்குவதையும் அறிய முடிகிறது (காங்கிரீவ் 1847; பிரீக்ஸ் 1873). அங்குக் கிடைக்கும் பெருங்கற்காலச் சின்னங்கள் (megalithic objects) மூலம் கி.மு.800க்கு முன்னரே மக்கள் அங்கு வாழ்ந்து வந்ததை நம்மால் அறிய முடிகிறது.

இவ்வாறு தமிழகத்திலுள்ள பழங்குடிகளின் தொன்மையை முன்வைத்து அவர்களைப் பின்வரும் மூன்று வகையினராக வகைப்படுத்தலாம்:

1. பல நூற்றாண்டுகளுக்கு முன் சமவெளிகளிலிருந்து மலைப் பகுதிகளுக்குக் குடியேறியவர்கள் (பழங்குடி).

2. நீண்ட நெடுங்காலமாகவே தத்தம் பகுதிகளில் மண்ணின் மைந்தர்களாக வாழ்பவர்கள் (முதுகுடி).

3. வரலாற்றுக்கும் முற்பட்ட காலத்திலிருந்தே இனக்கூறுகளைத் தனித்துவமாகக்கொண்டிருப்பவர்கள் (தொல்குடி).

இத்தகு பழங்குடி-முதுகுடி-தொல்குடி வகைப்பாட்டின் போது வரலாற்றுக் காலத்திற்கு முன்பே ஏற்பட்ட மனித இனங்களின் புலப்பெயர்ச்சிகளையும் கவனத்தில் கொண்டாக வேண்டியுள்ளது. இக்காலகட்டத்தில் சுமேரியாவிலிருந்து (இன்றைய ஈராக் பகுதி) அல்லது பாபிலோனியாவிலிருந்து வந்தவர்கள் எனக் கருதப்படும் நீலகிரித் தொதவர்கள் தனி இனக்கூறுகளையும், சுமேரிய சடங்குக் கூறு களையும் கொண்டவர்களாக இருக்கிறார்கள் (அய்யப்பன் 1988: 16).

இவர்கள் தென்னிந்தியப் பகுதியிலிருந்து மிகப் பழங்காலத் திலேயே நீலகிரிக்கு வந்தவர்கள் என்ற ஒரு கருத்தும் உண்டு. இவர் களைப் பற்றிய மைசூர் கல்வெட்டு ஒன்று (கி.பி. 1117) கிடைத் துள்ளது. இதில் தொதவர்களுக்கும் ஹொய்சலர்களுக்கும் சண்டை மூண்டதாகக் குறிப்பு இருக்கிறது. இவர்களின் தோற்றம் குறித்துப் பலவகையான கருத்துகள் நிலவுகின்றன.

4

பழங்குடி: வரையறைகளும் வகைப்பாடுகளும்
காலனிய, இந்திய அரசுகள் முன்னெடுத்தவை

தமிழகத்திற்கு வந்த தொடக்ககால ஐரோப்பியர்கள் எழுதிய இனவரை வியல் பதிவுகள் பல வகைப்பட்டவை. எண்ணற்ற பதிவுகள் நம்பகத் தன்மை கொண்டவை என்றாலும் சில பதிவுகள் தவறாகவும் இனச் சார்புடனும் இருந்தன. தொடக்ககால ஆங்கில இனவரைவியலர்கள் குறும்பர்களிடம் பிறப்பு, திருமணம் ஆகியவற்றின்போது சடங்குகள் பின்பற்றப்படவில்லை என்றே எழுதியிருக்கின்றனர் (பிரீக்ஸ் 1873: 54; கிரிக் 1880: 212). இது தவறான பதிவாகும்.

ஆனால் காப் (1978) இவர்களிடம் சடங்குகள் நிகழ்வதை விரிவாக எழுதியுள்ளார். காலனிய இனவரைவியலின் பற்றாக்குறைகளை அல்லது தவறான பதிவுகளைப் பல்வேறு நிலைகளில் திறனாய்வதற்கு இடமிருக்கிறது என்பதையே இவ்வகை விளக்கங்கள் சுட்டிக்காட்டு கின்றன. இவ்வாறான சான்றுகள் ஏராளமாக உள்ளன. காலனிய இனவரைவியலைப் படிப்பதன் மூலம் இதனை உணர முடியும். பழங்குடிகளைப் பற்றிக் கூறும்போது காலனிய இனவரைவியலர்கள் 'மறைந்துகொண்டிருக்கும் பழங்குடி' (vanishing tribe), 'அற்றுப் போய்க்கொண்டிருக்கும் இனம்' (dying race) என்றும் 'நாகரிகமற்ற' (uncivilized), 'இழிந்த', 'தனிக்கொட்டிலில் வைத்துக் கொழுக்க வைக்கப்பட்டவர்கள்' (stall-fed), 'பண்படாத, கரடுமுரடான' போன்ற பல இனவாதச் சொற்களைக் கையாண்டதும்கூட நம் கவனத்திலிருந்து தப்பிவிட முடியாது.

அடுத்து, பழங்குடிகளின் பெயர்களையும் அவர்களின் இடங்களை யும் ஊர்களையும் ஆங்கில உச்சரிப்பு முறையில் பதிவு செய்ததால் எண்ணற்ற பதிவுகள் தவறாகப் பதிவாயின. இந்தியாவின் ஊர், சாதி, மலை, கடல் எனப் பலவற்றின் பெயர்கள் ஆங்கிலமயமாக்கப்

பட்டதன் விளைவாகத் தவறான உச்சரிப்புடன் அரசுப் பதிவுகளில் இடம்பெற்றுவிட்டன.

இத்தகைய போக்கால் பழங்குடிகளின் பெயர்களும் ஆங்கில வயப்படுத்தப்பட்டன. தொதவர், கோத்தர் முதற்கொண்டு மலைப் பண்டாரம், காட்டுநாயக்கன் வரை பெரும்பான்மையான பழங்குடி களின் பெயர்கள் தவறான முறையிலேயே பதிவாகியுள்ளன. இவ்வாறு காலனிய இனவரைவியலை மேலும் பல நிலைகளில் திறனாய் வதற்கு இடமுள்ளது.

தொடக்ககால ஆங்கிலேய, ஐரோப்பியப் பயணிகள், வணிகர்கள், மத போதகர்கள் காலத்திலேயே இத்தகைய போக்கு தொடங்கி விட்டது எனலாம். அவர்களுக்கடுத்து, காலனி ஆட்சியின் போதும் நிர்வாகத்தில் ஈடுபட்டோர் இத்தகைய போக்கையே கையாண்டனர்.

பழங்குடி மக்களை அடையாளப்படுத்தும்போது ‘மலையகப் பழங்குடிகள்’ (hill tribes) எனும் வழக்கைக் கையாண்டனர். பழங்குடிகள் பெரும்பாலும் மலைப் பகுதிகளில் வாழ்ந்ததால் இவ்வழக்குப் பெருவழக்காயிற்று. இதனால் பழங்குடியல்லாத மலைவாசிகள் பழங்குடி அங்கீகாரம் கேட்கும் வாய்ப்பும் உண்டாயிற்று.

நீலகிரி மலையில் தொதவர், கோத்தர், குறும்பர், இருளர் ஆகிய பூர்வ குடிகள் வாழ்ந்து வந்த வேளையில் படுகர்கள் 16ஆம் நூற்றாண்டில் மைசூர் பகுதிகளிலிருந்து இங்குக் குடியேறினர். இவர்கள் இம்மலை யின் பூர்வகுடியினர் அனுபவித்து வரும் சலுகைகளைப் பெற விரும்பினர். பழனி மலையில் வாழும் குன்னுவர் சாதியாரும் இத்தகு சலுகைகளைப் பெற விரும்பினர்.

மேற்கூறிய நிலை ஒருபுறமிருக்க, சமவெளியில் வாழும் சில பழங்குடிகள் மலைவாழ் பழங்குடிகள் என்ற அடையாளத்தின் கீழ்க் கொண்டு வரப்படவில்லை. இந்தியச் சூழலில் பழங்குடி என்ற அங்கீகாரம் தொடக்கத்தில் மலைவாழ் பழங்குடிகள் என்ற ஆங்கில அதிகாரிகளின் தவறான புரிதலால் ஏற்பட்ட ஒன்றாகும்.

அடுத்து, காலனிய அதிகாரிகளின் பதிவுகளைப் பார்க்கும் போது மலைவாழ் பழங்குடிகளை ‘ஆவி வழிபாட்டினர்’ (animists) என்று அடிக்கடி அடையாளப்படுத்தியதையும் காணமுடிகிறது. ஆனால் பின்னாளில் மலைப் பகுதிகளில் வாழும் பழங்குடிகள் பற்றிய முறையான இனவரைவியல் ஆய்வுகள் மேற்கொண்டபோது பழங் குடிகள் பலர் வேற்று வழிபாட்டு மரபுகளைக் கொண்டிருந்தமையை

அறிய முடிந்தது. எண்ணற்ற பூர்வகுடிகளிடம் சிவன், விஷ்ணு ஆகியோரின் தொல் உருவாக்கத்தையும் காணமுடிந்தது.

சமூக-பண்பாட்டு மாற்றமும், இதையொட்டி இந்து, பௌத்தம், இஸ்லாம், பின்னாளில் கிறித்தவம் போன்ற சமயத்தைச் சேர்ந்தவர்களாக இருந்ததையும் அறியலாம்.

இந்நிலையில் காலனிய காலப் பழங்குடிகளின் பதிவுகள் ஆங்கில அதிகாரிகளால் இன மையவாதப் போக்கில் இருந்தமையை இன்னும் பல்வேறு சான்றுகள் மூலம் அறிய முடிகிறது.

ஆங்கிலக் காலனி நிர்வாகம் பழங்குடிகள் பகுதியைத் தங்கள் வசம் நேரடியாக இருக்கவேண்டுமென எண்ணினர். இதற்குப் பல பொருளாதாரக் காரணங்கள் உண்டு. காட்டு வளத்தைப் பயன்படுத்தவும் பெருந்தோட்டங்களை உருவாக்கவும் தங்களுக்குப் பிடித்தமான பொழுதுபோக்காகிய வேட்டையாடுதலை மேற்கொள்ளவும் விரும்பினர். இதனால் தொடக்கத்திலிருந்தே இதற்கான நடவடிக்கைகளில் ஈடுபட்டனர்.

1833இல் கொண்டுவரப்பட்ட ஒழுங்குமுறை (Regulation 12, 1833) நாட்டில் பல பழங்குடிப் பகுதிகளை (குறிப்பாக சோட்டா நாகபுரி உள்ளிட்ட பல பகுதிகள்) 'தனித்த பகுதிகள்' (excluded areas) எனப் பிரித்தது. இதன் பின்னர் 1874இல் பழங்குடி மாவட்டங்களுக்காக ஏற்படுத்திய ஒரு சட்டத்தின் மூலம் (14, 1874) நாட்டில் பல்வேறு மாவட்டங்களை அட்டவணைப்படுத்தியது. உள்ளூர் நிர்வாகம் இத்தகு மாவட்டங்களில் தலையிட முடியாதவாறு செய்தனர்.

இத்தகு தனித்த பகுதிகள் நேரடிக் காலனி ஆட்சிக்குட்பட்டதாகக் கொண்டுவரப்பட்டன. ஆங்கிலேயர்களின் 'பிரித்தாளுதல்' என்னும் உத்தியின்பாற்பட்ட ஒரு நிர்வாக முறையாக இதனைக் கருதுதல் வேண்டும். இவ்வாறு காலனிய ஆட்சிக் காலத்தில் இன்னும் பல்வேறு அணுகுமுறைகளை நாம் திறனாய்ந்து பார்க்கலாம்.

வரையறையின் நெகிழ்வுகள்

இந்திய விடுதலைக்குப்பின் 'பழங்குடி' பற்றி எல்லோரும் ஒத்துக் கொள்ளக்கூடிய, திட்டவட்டமான வரையறையை உருவாக்குவதற்குச் சில முயற்சிகள் மேற்கொள்ளப்பட்டன. மானிடவியலர்கள், நிர்வாகத்தினர், சமூக சேவகர்கள் ஆகியோரை உள்ளடக்கி 1951இல் உருவாக்கப்பட்ட 'பழங்குடி நலக்குழு' (Tribal Welfare Committee)

கொல்கத்தாவில் நடந்த சமூக சேவை பற்றிய ஒரு தேசியக் கருத்தரங்கில் எந்த அடிப்படையில் 'பழங்குடி' என வரையறை செய்வது பற்றி மிக விரிவாக விவாதித்தனர். ஆனால் இறுதியில் எந்த வகையான முடிவையும் எட்ட முடியாமல் விவாதம் முடிந்துவிட்டது.

இதற்கு முன்னர் 1950இல் அட்டவணைச் சாதிகள், அட்டவணைப் பழங்குடிகளுக்கான ஆணையர் எத்தகைய காரணிகளை முன்வைத்துப் பழங்குடிகளை இனங்காணலாம் எனப் பல்வேறு மாநில அரசுகளின் கருத்துகளைக் கேட்டிருந்தார். மாநில அரசுகள் பல வகையான கருத்துகளைத் தெரிவித்தன. உடல்கூறுகளை முதன்மைப்படுத்துதல், பேசும் மொழியை அடையாளப்படுத்துதல், பண்பாட்டு அடையாளத்தை முன்னிறுத்துதல், செய்யும் தொழில்வழி அடையாளங் காணுதல், வாழிடச் சூழலை மையப்படுத்துதல் எனப் பலவகையான கருத்துகளை மாநில அரசுகள் தெரிவித்தன.

இவற்றையெல்லாம் தொகுத்துப் பார்க்கும் போது பழங்குடிகள் மைய நீரோட்டத்திற்குரிய இந்து நாகரிகத்திலிருந்து வெகுதூரம் விலகியிருத்தல், எளிதில் சென்றடைய முடியாத தனித்தொதுங்கிய மலை, காட்டுப்பகுதிகளில் வாழ்தல், தனித்த கிளைமொழியைப் பேசுதல், ஆவி வழிபாட்டு நம்பிக்கை கொண்டிருத்தல், மிகத் தொன்மையான தொழில்களைச் செய்தல் போன்ற காரணிகளே மிக முக்கியமானவையாக இருந்தன.

எனினும், பழங்குடிகளை வரையறுப்பது பற்றி குர்யே (1963) கூறும்போது, இனக்கூறுகள், சமயம், தொழில் போன்றவை முதன்மைக் கூறுகளாக அமையாது என வலியுறுத்துவார். இதுபற்றி அவர் விவாதிக்கும்போது, பரந்த நோக்கில் வரையறை செய்ய முயன்றால் அவர்கள் 'உழு குடிகள்' அளவிற்கு உயர்ந்து நிற்பார்கள் என்றும், மிகச் சுருக்கமாக வரையறை செய்தால் இன்று 'பழங்குடி' என்ற தகுதி பெற்ற பலரும் பழங்குடிகளாக இருக்கமாட்டார்கள் என்பார்.

ஐநாவின் முன்மொழிவு

அண்மைக் காலங்களில் 'பூர்வகுடி' (indigenous people) என்னும் சொல் பெருவழக்கைப் பெற்று வருகிறது. ஐக்கிய நாடுகள் அமைப்பு (UNO) 1993ஆம் ஆண்டை 'உலகப் பூர்வகுடிகள் ஆண்டு' என அறிவித்து உலக மக்களின் கவனத்தைத் திருப்பியது. அந்த ஆண்டைத்

பழங்குடி - வரையறை

நிர்வாகம் சார்ந்த தளத்திலிருந்து விலகி மானிடவியல் சார்ந்த தளத்தில் நின்று பார்க்கும்போது 'பழங்குடி' பற்றி ஒரு பொது வரையறையை உருவாக்குவது சாத்தியமற்றது என்பதை உணர முடியும்.

சில குடிகளை நோக்கும்போது 'பழங்குடி' என்போர் ஒரு தனித்த, கட்டுக்கோப்பான சமூகம் என்றும், அது தனித்த மொழி, பண்பாடு, வாழிடம், வாழ்க்கை முறை, சமயம் போன்றவற்றைக் கொண்ட ஒரு குடி என்றும் கருதமுடியும் (ஹானிக்மன் 1966).

இன்னும் சில சூழல்களில் வாழும் பழங்குடிகளை நோக்கும் போது மேற்கூறிய பண்புகளைவிட முறையான அரசுமுறை கொண்டிராத சமூகத்தாரே 'பழங்குடி' எனக் கூறவேண்டிய தேவை முன்னிலை பெறுகிறது. இவர்களிடம் அரசுமுறை இல்லை யென்றாலும் அதில் மையமிழந்த, கூறாக்கப் பண்புகள் காணப் படுவதை உணர முடிகிறது (ஷாலின்ஸ் 1961).

காட்லியர் (1977) கருத்துப்படி பழங்குடி என்பது மனித சமூகத்தின் படிமலர்ச்சியில் ஏற்பட்ட ஒரு கட்டமாகும். இக்கருத்துக்கு மாறாக, மார்ட்டன் ஃபிரீடு (1975) பழங்குடி என்னும் நிலையானது ஒரு முதல்நிலைச் செயல்பாட்டால் தோன்றியதல்ல; அது ஓர் இரண்டாம்தர நிகழ்வாக ஏற்பட்டது என்பார். பழங்குடி என்பதற் கான பண்புகளும் அடையாளமும் புறச் சூழல்களின் தாக்கத்தால் ஏற்பட்ட இரண்டாம்தர நிகழ்வுக்குரியவை என்றும் கூறுவார்.

இந்நிலையில் 'பழங்குடி' என்னும் தன்மையை வரையறுப்பதில் ஒருமுகப்போக்கைக் காட்டிலும், பன்முகத் தன்மையே முன்னிலை பெறுவதை அறிய முடிகிறது.

தேர்ந்தெடுத்ததற்குக் காரணம் புதிய உலகைக் கொலம்பஸ் கண்டுபிடித்து 500 ஆண்டுகள் நிறைவடைந்ததைக் கொண்டாடுவதற் காகும். அச்சூழலில் ஐநா அமைப்பு, 'பழங்குடி' (tribe) எனும் சொல்லுக்கு மாற்றாகப் 'பூர்வகுடி' (indigenous people) எனும் வழக்கை முன்மொழிந்தது. ஐநா அமைப்பின் பிரகடனத்திற்குப் பின்னர்ப் பூர்வகுடி எனும் வழக்குப் பழங்குடி என்பதற்கு நிகராகவும், ஒரு மாற்றாகவும் கையாளப்படுகிறது.

இன்று உலகளாவிய நிலையில் 370 மில்லியன் மக்கள் பூர்வ குடிகளாக உள்ளனர். இவர்கள் ஏறக்குறைய 90 நாடுகளில் பரவிக் காணப்படுகின்றனர். ஏறக்குறைய 5000 பூர்வக்குடிச் சமூகங்களாக உள்ள இவர்கள் இன்று உலகில் பேசப்படும் 6700 மொழிகளில் 4000க்கும் மேற்பட்ட மொழிகளைப் பேசுகின்றனர். பன்னாட்டளவில் இத்தகைய பூர்வகுடிகளை 'முதல் மக்கள்' (First peoples) என்று அழைக்கின்றனர். ஆஸ்திரேலியா, நியூசிலாந்து, அமெரிக்கா போன்ற நாடுகளில் பூர்வகுடிகளை 'முதல் இனம்' (First Nation) என அழைக்கும் முறையும் உள்ளது. மனிதகுலத்தில் முதலில் தோன்றியவர்கள் இவர்களே எனும் பொருளை இது சுட்டுகிறது. அண்மைக்காலத்தில் பூர்வகுடிகளை 'நான்காம் உலகம்' (Fourth world) என்று அழைக்கும் தொடர்களையும் கையாளுகின்றனர். இவற்றில் 'நான்காம் உலகம்' எனும் வழக்குச் சிறுபான்மையினராக விளங்கும் பூர்வகுடிகளை அரசியல் தளத்தில் புரட்சிகர நோக்கில் அழைக்கும் தொடராகும்.

பழங்குடிகளும் தேசியக் குடிகளும்

இந்தியாவில் பழங்குடிகள் மைய நீரோட்டத்தைச் சேர்ந்த இந்து மக்களின் பண்பாட்டோடும் நாகரிகத்தோடும் நெருக்கமான உறவைக் கொண்டிருக்கின்றார்கள். ஆனால் உலக அளவில் பூர்வகுடிகளின் நிலையைப் பார்க்கும்போது, குறிப்பாக அமெரிக்கா, ஆஸ்திரேலியா, பிசிபிக் தீவுகள் ஆகிய இடங்களில் மைய நீரோட்ட மக்களோடு பூர்வகுடிகள் நெருங்கிக் காணப்படவில்லை எனலாம்.

இந்தியச் சூழலில் பழங்குடிகள் மைய நீரோட்ட மக்களோடு கொண்டுள்ள உறவை சின்கா, பெத்தெய்ல் ஆகிய இருவரும் இருவேறு கோணங்களில் நோக்குகின்றனர். ஒவ்வொரு பழங்குடியும் அவர்களுக் கென்ற தனித்த வாழ்வு முறையைக் கொண்டிருப்பதால் அவர்களின் பண்பாட்டு மரபு 'தனிமரபு' (little tradition) என்று ராபர்ட் ரெட்ஃபீல்டு வரையறை செய்கிறார். மாறாக, மைய நீரோட்டத்தினரின் மரபானது பல தனிச் சமூகங்களின் மரபுகளின் தொகுப்பாக உருவானதால் அது 'கூட்டு மரபு' (great tradition) என ரெட்ஃபீல்ட் அடையாளப் படுத்துகிறார்.

பழங்குடிகளின் மரபைப் பற்றி ஆராயும்போது அவர்களைக் கூட்டுமரபு பரிமாணத்தோடு இணைத்தறிவதால் மட்டுமே நன்கு புரிந்துகொள்ள முடியும் என்பார் சின்கா (1958). ஆனால் பெத்தெய்ல்

முன்னர்க் கூறியவாறு, பழங்குடிகள் தேசம், தேசிய இனம், நாகரிகம் ஆகியவற்றிலிருந்து நெடுந்தூரம் விலகியிருக்கிறார்கள் என்றாலும் இந்து, இஸ்லாம் வாழ்க்கை முறையிலிருந்து மிகவும் தூரமானவர்கள் எனக் கருத முடியாது என்கிறார். இவர்களின் கருத்துகளை இன்னொரு நோக்கில் புரிந்துகொள்ள வேண்டும். சின்கா ஒற்றுமையில் உள்ள சிறப்பம்சங்கள் வாயிலாகவும், பெத்தெய்ல் வேற்றுமையில் உள்ள சிறப்பம்சங்கள் வாயிலாகவும் பழங்குடிகளின் பண்பாட்டை விளக்க முயலுகின்றனர் என்பதை அறிய வேண்டும்.

இவ்வாறான தனித்துவங்கள் இருந்தாலுங்கூட 'பூர்வ குடிகள்' என்ற அடையாளம் இந்தியப் பழங்குடிகளின் தனித்துவத்தை மாற்றி விடவோ அவர்களுக்கான அடையாளச் சிக்கல்களை ஏற்படுத்தவோ முயலாது. ஆகையால் ஐக்கிய நாடுகள் முன்மொழிந்துள்ள வழக்கு ஓர் உலகளாவிய பார்வை கொண்டதாக உள்ளது. இதனைக் கையாளுதல் என்பது உலகளாவிய பிந்தையக் காலனியச் சூழலில் அனைவரும் கருத்தளவில் ஒன்றுபடுவதாக இருக்கும்.

பழங்குடிகளை இனங்காண்பதற்குச் சில அளவுகோல்கள் முன் வைக்கப்பட்டன. அவர்கள் பழங்குடித் தோற்றம் கொண்டவர் களாகவும் மிகவும் தொன்மையான வாழ்க்கைமுறை கொண்டவர் களாகவும் பூகோள ரீதியாகத் தனித்தொதுங்கிய வாழ்விடத்தைக் கொண்டவர்களாகவும் தனித்துவமான பண்பாடு, மொழி கொண்ட வர்களாகவும் இருப்பது முக்கியப் பண்புகளாகக் கொள்ளப்பட்டன.

1871இல் தொடங்கப்பட்ட குடிமதிப்பில் 1931 வரை பழங்குடியினரை அவர்களின் மதத்தின் அடையாளத்தைக் கொண்டு பதிவு செய்தனர். பழங்குடிகள் ஆவி வழிபாட்டினர் என்று குடிமதிப்பு அதிகாரிகள் கணக்கில் எடுத்துக் கொண்டனர். அத்தகு அடையாளத்துடன் குடிமதிப் பிலும் அவர்களைப் பதிவு செய்தனர். 1941இல்தான் பழங்குடிகளை அவர்களின் இனத்தோற்றம் அடிப்படையில் கணக்கெடுக்கத் தொடங்கினர். கணக்கெடுப்பின்போது அட்டவணைப் பழங்குடி களையும் அட்டவணைச் சாதிகளையும் இனங்கண்டு பதிவு செய்வதற்குப் பின்வரும் காரணிகள் முன்வைக்கப்பட்டன.

1931ஆம்ஆண்டு குடிமதிப்பிற்குப் பொறுப்பு வகித்த அன்றைய ஆணையர் ஹட்டன் ஒரு குறிப்பை வட்டார குடிமதிப்புக் கண்காணிப்பாளர்களுக்கு அனுப்பினார். அதில் பின்வரும் காரணிகளை மனதில் கொள்ளுமாறு அறிவுறுத்தியிருந்தார்.

ஒரு சமூகம் சாதிய ரீதியில் ஒடுக்கப்படுமானால் அது நிச்சயம் அட்டவணைச் சாதியாக இனங்காணப்பட வேண்டும். இத்தகு சாதியினர் ஊர்ப் பொதுவழியைப் பயன்படுத்தத் தடை விதிக்கப்பட்டவர்களாக இருப்பர். மேலும் ஊர்க் கோயில், குளம், பள்ளி ஆகியவற்றில் பங்குபெறுவதற்கும் தடைவிதிக்கப்பட்டவர்களாக இருப்பர். உணவு, நீர் போன்றவற்றை மற்றவர்களிடம் பகிர்ந்துகொள்ள முடியாதவாறு தீட்டு ஏற்படுத்துபவர்களாகக் கருதப்படுவார்கள். அடுத்து, மற்ற சாதிகளிடம் நின்று பேசும்போது இடைவெளி கடைப்பிடிக்கப்படுவதையும் காணமுடியும். இவை போன்ற இன்னும் சில காரணிகளை இனங்கண்டு அவர்களை அட்டவணைச் சாதிகளாகக் குடிமதிப்பில் பதியுமாறு ஹட்டன் அறிவுறுத்தியிருந்தார்.

ஆங்கில உயர் அதிகாரியான ஹட்டன் இந்தியச் சாதிமுறையை நன்குணர்ந்துகொண்டதால் மேற்கூறிய கூறுகளை மையமிட்டு அட்டவணைச் சாதிகளைக் குடிமதிப்பில் சேர்க்குமாறு கேட்டுக் கொண்டார். இவ்வாறாக காலனிய ஆட்சிக் காலத்தில் அட்டவணைச் சாதிகளும் அட்டவணைப் பழங்குடிகளும் இனங்காணப்பட்டார்கள்.

விடுதலைக்குப்பின் இந்திய அரசியலமைப்புச் சட்டம் (1949) உருவாக்கப்பட்டு அது 1950லிருந்து நடைமுறைக்கு வந்தபோது ஒடுக்கப்பட்ட, பின்தங்கிய மக்களின் நலனை மேம்படுத்த விரும்பினார்கள். அதனால் அவ்வாண்டே பழங்குடியினர் பட்டியல் ஒன்று தயாரிக்கப்பட்டு அதற்குக் குடியரசுத் தலைவர் ஒப்புதல் அளித்தார். இப்பட்டியலானது 1935இல் பிரிட்டிஷ் ஆட்சிக்காலத்தில் தயாரிக்கப்பட்ட பட்டியலின் தொடர்ச்சியாகவே இருந்தது.

இந்தியா விடுதலை அடைந்தபின் முதன் முதலாக 1951இல் குடிமதிப்பு எடுக்கப்பட்டது. அக்கணக்கெடுப்பின்போது 212 பழங்குடியினர் பதிவாயினர். 1951இல் எஸ்.டி. பட்டியல் தயாரிக்குமாறு அதற்கான ஆணையர் கேட்டுக்கொள்ளப்பட்டார். 1953இல் முதன்முதலாகப் பிற்பட்டோர் நலக்குழு காலேக்கர் என்பவரின் தலைமையில் ஏற்படுத்தப்பட்டது. அக்குழுவானது புதிதாகப் பல அட்டவணைச் சாதிகளையும் பரிந்துரைத்தது. பழங்குடியினர் பட்டியலும் திருத்தப்பட வேண்டும் என்ற கோரிக்கை இருந்து வந்தது. இதன் அடிப்படையில் 1956ஆம் ஆண்டு குடியரசுத் தலைவர் திருத்தப்பட்ட எஸ்.சி., எஸ்.டி. பட்டியலை வெளியிட ஒப்புதல் அளித்தார். இதன் பின்னர் 1961 குடிமதிப்பில் எஸ்.டி. சமூகங்களின் எண்ணிக்கை 427ஆகவும், 1971இல் 432ஆகவும் உயர்ந்தது.

இவ்வாறாக, மக்களின் நிர்வாக, வளர்ச்சிப் பணிகளைக் கவனிப்பதற்காக அவர்களைப் பின்வரும் மூன்று பிரிவினர்களாகப் பாகுபடுத்தினர்:

1. அட்டவணைப் பழங்குடிகள்

2. அட்டவணைச் சாதிகள்

3. பிற பிற்படுத்தப்பட்ட வகுப்புகள்

1956ஆம் ஆண்டு மொழிவாரி மாநிலங்கள் உருவாக்கப்பட்டபோது பல பிரதேசங்கள் மறுசீரமைப்புச் செய்யப்பட்டன. இதனால் சில பகுதிகள் வேற்று மாநிலத்தின் எல்லைக்குள் கொண்டுவரப்பட்டன. தமிழகமும் கேரளமும் மொழி அடிப்படையில் எல்லை வரையறுக்கப்பட்டபோது கன்னியாகுமரி மாவட்டமும் திருநெல்வேலி மாவட்டத்தில் செங்கோட்டை வட்டமும் தமிழ்நாட்டுடன் இணைக்கப்பட்டன. இப்பகுதிகளில் வாழ்ந்த மக்கள் திருவிதாங்கூர்-கொச்சி சமஸ்தானத்தில் என்னென்ன சலுகைகளை அனுபவித்தனரோ அதே சலுகைகள் தமிழ்நாட்டுடன் இணைத்த பின்னரும் தொடர்ந்து அளிக்கப்பட்டன. 2002இல் எஸ்.சி., எஸ்.டி. பட்டியல் திருத்தப்பட்டுச் செயல்படுத்திய ஆணையில் அம்பாசமுத்திரமும் இதனுடன் இணைக்கப்பட்டது.

விடுதலைக்குப்பின் பல சமூகங்கள் பழங்குடியாக அங்கீகாரம் பெறவேண்டும் என விரும்பின. இந்தியச் சூழலில் ஒரு சமூகம் பழங்குடியாக மாற வேண்டுமானால் பின்வரும் நடைமுறைகள் பின்பற்றப்படுகின்றன. இது குறித்து அரசியல் அமைப்புச் சட்டத்தின் 342வது பிரிவு கூறுவது வருமாறு:

- மாநில அரசு ஆளுநர் மூலம் பரிந்துரைக்கும் ஒரு சமூகத்தைக் குடியரசுத் தலைவர் ஒப்புதல் அளிப்பதன் வழி ஒரு சமூகம் 'அட்டவணைப் பழங்குடி' என அங்கீகாரம் பெறும்.

- இதற்கு முன்னர் மக்களவையானது அச்சமூகத்திற்கு அத்தகு அங்கீகாரம் கிடைக்கச் சட்டம் இயற்றும்.

- இந்திய அரசியல் சட்டம் 343(2)இன்படி அட்டவணையில் சேர்க்கப்படும் சாதிகள், பழங்குடிகள் பெயர்களை மாற்றவும், புதியதாகச் சேர்க்கவும், பட்டியலிலிருந்து நீக்கவும் மக்களவையின் ஆமோதிப்போடு குடியரசுத் தலைவரின் ஒப்புதல் பெறவேண்டும். 1956, 1976 ஆகிய இரண்டு ஆண்டுகளில் அட்டவணையில் பல மாற்றங்கள் செய்யப்பட்டன.

அரசியலமைப்பானது எத்தகையவர்களைப் பழங்குடியாக அட்டவணையில் சேர்க்க வேண்டும் என்று அளவுகோல்கள் எவற்றையும் நிர்ணயிக்கவில்லை. 1951களிலேயே இந்திய அரசின் அட்ட வணைச் சாதிகள், பழங்குடிகளுக்கான ஆணையர் பழங்குடிகளை இனங் காண்பதில் உள்ள சிக்கல்களை உணர்த்தியுள்ளார். எவரெவர் அட்டவணைச் சாதிகள், எவரெவர் அட்டவணைப் பழங்குடிகள் எனத் தரம் பிரிப்பதற்கு ஒரு சீரான அளவுகோல் தேவைப்படுவதையும் உணர்த்தினார்.

அரசியலமைப்புச் சட்டம் இயற்றப்பட்டபோது குறைந்தது 20 ஆண்டுகளாவது நிச்சயம் பழங்குடி மக்களுக்குப் பல்வேறு சலுகைகள் கிடைக்க வேண்டுமென்று கூறியிருந்தது. எதிர்பார்த்த முன்னேற்றம் கிடைக்காததால் அச்சலுகைகள் இன்றும் தொடர்கின்றன.

மேற்கூறிய முப்பெரும் வகைப்பாடானது இந்தியாவிலுள்ள ஒடுக்கப்பட்ட அடித்தள மக்களைச் சாதியிலிருந்து விடுவித்து முதன் முதலாக சமூக பொருளாதாரத் தளத்தில் ஒன்றிணைத்துப் பார்க்கும் பார்வையை முன்வைத்தது. ஆனால் நடைமுறையில் சாதியின் அம்சங்கள் வெகுவாகவே இதில் ஊடுருவி நிற்கின்றன.

அட்டவணைப் பழங்குடிகள், அட்டவணைச் சாதிகள் ஆகிய வற்றின் பட்டியல் தேசிய அளவில் தயாரிக்கப்பட்டது. பிற பிற்படுத்தப் பட்ட வகுப்பினர் பட்டியல் மட்டும் மாநில அளவில் தயாரிக்கப்பட்டது.

இதன்பின்னர் மைய அரசு பழங்குடிகளிலேயே மிகவும் தொன்மை யானவர்களை இனங்கண்டு அவர்களுக்குப் பல சலுகைகள் தர விரும்பியது. இதற்காக மைய அரசின் திட்டக்குழு 1969இல் ‘சிலு ஆவோ குழு’ ஒன்றை நியமித்து இந்திய அளவில் மிகவும் தொன்மை யான பழங்குடிகளை இனங்காணுமாறு கேட்டுக்கொண்டது. இதன்படி பின்வரும் காரணிகளை அடிப்படையாகக் கொண்டு இந்தியா முழுவதிலும் 75 ‘தொன்மையான பழங்குடிக் குழுக்கள்’ (Primitive Tribal Groups - PTG) இனங்காணப்பட்டன:

1. வேளாண் முறை தோன்றுவதற்கு முந்தைய தொழில்நுட்பத்தை மட்டுமே வாழ்க்கைக்கு ஆதாரமாகக் கொண்டிருத்தல்.
2. மக்கள் தொகையின் எண்ணிக்கை பெரிதும் உயராமல் இருத்தல் அல்லது குறைந்துகொண்டே செல்லுதல்.
3. அதிகபட்ச பின்தங்கிய வாழ்க்கை முறையைக் கொண்டிருத்தல்.

பங்காளிக் காய்ச்சல்

மிக உயர்ந்த மலைப் பாறைகளின் கீழ்ப்புறங்களில் மலைத் தேன் பெரிய பெரிய அடைகளாகத் தொங்கும். அந்த இடங்களுக்குத் தவழ்ந்து சென்று தேனெடுக்க முடியாது. எனவே, தாவரக் கொடி களால் ஏணி செய்து (இதனை இருளர்கள் மால் என்பார்கள்) பாறை இடுக்குகளில் கட்டி அதில் தொங்கிக்கொண்டு ஆடிய படியே தேன் அறுப்பார்கள்.

தேன் சேகரித்தலுக்கு ஆண்கள் பெண்கள் சேர்ந்தே செல்வார்கள். நற்சகுனம் கிடைத்தால் மட்டுமே தொழிலில் இறங்குவார்கள். சாக்குப் பையைப் போர்த்திக்கொண்டு தேன் அடைகளுக்குத் தீப்பந்தம் காட்டி, மழு, கத்தி உதவியுடன் தேனறுத்துச் சொரக் குடுக்கையில் சேகரிப்பார்கள்.

தாவரக் கொடியால் மால் (கொடி ஏணி) செய்து பாறைகளில் கட்டி இறங்கும்போது முன்னோர்களையும் கடவுளர்களையும் வழிபடுவார்கள். எலியோ பிற விலங்குகளோ மாலைக் கடித்து விடலாம். தேனெடுக்கும்போது மால் அறுந்தால் அதல பாதாளத்தில் விழுந்து உடல் சிதறி சாக வேண்டியதுதான்.

இதனால் மால் கட்டித் தேனறுக்கும் வரை அதனைப் பாதுகாக்க உடன்பிறந்த சகோதரர்களைக் காவலுக்கு வைப்பதில்லை. மனைவியுடன் பிறந்த மாமன் மைத்துனர்களையே பாதுகாப்புக்கு வைத்துக்கொள்கின்றனர். ஒரு காலத்தில் இருளர் ஒருவன் தன் தம்பி மீது கொண்டிருந்த பொறாமையால் தேனறுக்கும்போது கொடி ஏணியை அறுத்துவிட அந்தரத்தில் தொங்கிய அவன் பாதாளத்தில் விழுந்து பரிதாபமாக இறந்துவிட்டான். இந்த நிகழ்ச்சியை விளக்கும் கதைப்பாடலொன்று இருளர்களிடம் இன்றும் வழக்கில் உள்ளது. நீண்ட நெடிய பாடலாக இதனை ராகத்துடன் இரவெல்லாம் பாடுவார்கள். சில இடங்களில் உடுக்கை அடித்துப் பாடுபவர்களும் உண்டு (ந. நஞ்சப்பன் 2007: 10).

4. மிகக் குறைவான கல்வியறிவு கொண்டிருத்தல்.

இப்போது இவர்களை நடுவண் அரசு 'குறிப்பிடத்தக்க கீழ்மை நிலையிலுள்ள பழங்குடிச் சமூகத்தார்' (Particular Vulnerable Tribal Groups - PVTGs) என வரையறுத்துள்ளது. இந்த வரையறையின்படி தமிழகத்தில் தொதவர், கோத்தர், குறும்பர், பணியர், இருளர்,

காட்டுநாயக்கர் ஆகிய ஆறு சமூகத்தாரும் குறிப்பிடத்தக்க கீழ்மை நிலையிலுள்ள பழங்குடிச் சமூகத்தார் என வரையறுக்கப் பட்டுள்ளனர்.

உலகிலேயே பழங்குடி மக்கள் மிக அதிகமாக வாழும் இரண்டாவது பெரிய நாடு இந்தியாதான். முதலாம் இடத்தில் இருப்பது ஆப்பிரிக்கா. கடைசியாக 2011ஆம் ஆண்டு எடுக்கப்பட்ட குடித்தொகை மதிப்பீட்டின்படி இந்தியாவில் 705 அட்டவணைப் பழங்குடியினர் உள்ளனர். இவர்களில் 75 சமூகத்தார் 'குறிப்பிடத்தக்க கீழ்மை நிலையில் உள்ள பழங்குடிச் சமூகத்தார்' எனும் நிலையில் உள்ளனர். இவர்கள் இந்தியாவின் 29 மாநிலங்களிலும் 7 ஒன்றியப் பிரதேசங்களிலும் காணப்படுகின்றனர். இவர்களைப் பற்றி இந்திய மானிடவியல் மதிப்பாய்வகம் சார்பில் (AnSI) கமல் கே. மிஸ்ரா (2016) தனிஒரு நூலைப் பதிப்பித்திருக்கிறார்.

இறுதியாக 2011இல் எடுக்கப்பட்ட குடிமதிப்பின்படி இந்தியாவில் 10.43 கோடி மக்கள் பழங்குடிகளாக உள்ளனர். இவர்கள் இந்தியாவின் மொத்த மக்கள் தொகையில் 8.6% ஆவார்கள். இவர்களில் 85% எட்டு மாநிலங்களில் வாழ்கின்றனர். இம்மாநிலங்கள் யாவும் வடகிழக்கு மாநிலங்கள். மீதமுள்ளவர்களில் 11% எட்டு மாநிலங்களிலும், 4% ஒன்பது மாநிலங்களிலும் வாழ்கின்றனர்.

இந்தியாவில் இன்று சில சமூகங்கள் தங்களைப் பழங்குடிகளாக அங்கீகரிக்க வேண்டுமென மனு கொடுத்தும் போராடியும் வருகின்றன.

நீலகிரி மாவட்டத்தில் தொல்குடிகளின் எண்ணிக்கை

	பழங்குடி	ஆண்	பெண்	மொத்தம்
1.	தொதவர்	798	810	1,608
2.	கோத்தர்	991	1,033	2,024
3.	காட்டுநாயக்கர்	1,261	1,219	2,480
4.	இருளர்	2,974	3,046	6,020
5.	குறும்பர்	3,179	3,373	6,552
6.	பணியர்	3,881	4,001	7, 882
	கூடுதல்	13,084	13,482	26,566

தரவு: உதகைப் பழங்குடி ஆய்வு மையம் 2010-11இல் மேற்கொண்ட மதிப்பாய்வு (சத்தியநாராயணா 2016: 377).

வாக்கு வங்கிகளை மையமிட்ட தேர்தல் முறையால் இத்தகு கோரிக்கைகளை அரசும் அவ்வப்போது ஏற்றுக்கொண்டு அங்கீகரிக் கின்றது. இவ்வாறு இன்று பழங்குடி அங்கீகாரத்தை நாடும் குடிகள் அங்கீகாரத்திற்குப்பின் அட்டவணைப் பழங்குடிகளாகிவிடும்.

பழங்குடி எனத் தங்களை அடையாளப்படுத்துவதில் இன்று பல்வேறு குடிகள் போட்டி போடுகின்றன. என்னுடைய களப்பணியில் கண்ட அனுபவங்கள் இவை: தமிழகத்தில் நாடோடிகளைப் பற்றி ஆய்வு செய்தபோது பூம்பூம் மாட்டுக்காரர்களும் பன்றி வளர்க்கும் ஜோகிகளும் நடுஇரவில் குடுகுடுப்பை அடித்துக் குறிசொல்லும் குடுகுடுப்பை நாயக்கர்களும் தங்களை 'காட்டுநாயக்கன்' என்று அடையாளப்படுத்திக் கொள்கிறார்கள். தங்கள் வசிப்பிடங்களில் வைத்துள்ள சங்கப் பலகைகளில் இவ்வாறே எழுதியும் வைத்து உள்ளார்கள். அரசு அதிகாரிகளிடம் கொடுக்கும் மனுக்களில்கூட இவ்வாறே எழுதுகிறார்கள். காட்டுநாயக்கன் என்பது ஒரு வசதியான பொது அடையாளமாக விளங்கும் ஆர்வம் பல குடிகளிடம் ஏற்பட்டுள்ளதையே இது காட்டுகிறது.

இந்திய நடுவண் அரசின் அமைச்சரவை 2016இல் இடைப்பகுதியில் நரிக்குறவர்களையும் பழங்குடியினராக அங்கீகரித்தது. நாடாளு மன்றத்தில் இதற்கான மசோதா நிறைவேற்றப்பட்டுக் குடியரசுத் தலைவரின் ஒப்புதல் பெறப்பட்டவுடன் நரிக்குறவர்கள் பழங்குடி எனும் அங்கீகாரம் பெறுவார்கள். அவர்களையும் சேர்த்தால் தமிழகத்தில் 37 வகையான பழங்குடிச் சமூகத்தார் இருப்பார்கள்.

கசபர், எருகுலர், ஏனாதி, குறவர், கோடைமலைப் புலையர், குன்னுவர் உள்ளிட்ட இன்னும் சில சமூகத்தார் தமிழகத்தில் உண்மை யிலேயே பழங்குடியினர் நிலையில் இருப்பினுங்கூட சட்டபூர்வமாக இவர்கள் அட்டவணைப் பழங்குடிகள் என அறிவிக்கப்படவில்லை (அங்கீகரிக்கப்பட்ட பழங்குடியினருங்கூட பல இடங்களில் அத்தகு சான்றிதழ் பெறுபவர்களாகவும் சில இடங்களில் பெற முடியாதவர் களாகவும்இருக்கிறார்கள்).

புலையர்கள் 1970களுக்கு முன் பழங்குடியாக அங்கீகரிக்கப் பட்டிருந்தனர். அதன்பின்னர் அட்டவணைச் சாதியாக மாற்றப் பட்டனர். புலையர்களை மீண்டும் பழங்குடியாக அறிவிக்கலாம். அந்த நிலையில்தான் அவர்களின் வாழ்க்கைமுறை உள்ளது. 1956இல் பழங்குடியினர் பட்டியலைத் திருத்தியமைத்த ஆணையின்படி

தமிழகத்தில் 42 சமூகங்கள் அட்டவணைப் பழங்குடிகளாக அங்கீகாரம் பெற்றிருந்தன. கடந்த காலத்தில் 6 சமூகங்களின் அங்கீகாரம் விலக்கிக் கொள்ளப்பட்டது.

பல சமூகங்கள் அட்டவணைப் பழங்குடிகளாக அங்கீகாரம் பெறுவதற்குப் போராடி வருகின்றன. மைய நீரோட்டத்திற்குரிய ஆட்சி முறையில் இக்குடியினரைப் பழங்குடிகளாக அங்கீகரிப்பதில் ஏற்படும் தயக்கமும், சிக்கல்களும் விளிம்புநிலை அரசியல் சார்ந்த தாகும். இது நேற்று, இன்று ஏற்பட்ட ஒன்றல்ல. நீண்ட நெடும் போக்குடையதாகும். காலனிய காலத்திற்குப் பிந்தைய காலத்திலிருந்து நோக்குவது இதன்பாற்பட்ட அரசியலை நன்கு தெளிவுபடுத்தும்.

5

தமிழகப் பழங்குடிகள்
சமகாலப் பரவலும் பரிமாணங்களும்

தமிழகப் பழங்குடிகள் குறித்துத் தமிழில் எழுதப் பெற்றுள்ளவற்றைத் தொகுத்துக் காணும்போது அவை பழங்குடி ஆய்வுகளில் நிபுணத்துவம் பெறாதவர்களால் எழுதப் பெற்றிருப்பது நம் கவனத்தில் முதலில் படுகிறது. வல்லுநர்களால் குறைவாகவே எழுதப்பட்டுள்ளன. இவ்வகை எழுத்துக்களிலும்கூட பழங்குடியினரின் அகப்பார்வை இடம் பெறாதது ஆய்வாளர்கள் எழுத்துகளில் உள்ள ஒரு குறையாகும். இன்றைய நவீன இனவரைவியல் முறைப்படி ஒரு சமூகத்தைப் பற்றிய வரைவியலில் சமூகத்தின் இயல்பான குரல் ஒலிக்க வேண்டியது அவசியமாகும்.

தமிழகத்தில் இன்று வாழும் பூர்வகுடிகளில் பலர் பழங்குடிகளாக உள்ளார்கள். இவர்கள் பலகாலமாக மலைகளிலும் சமவெளிகளிலும் தனித்தொதுங்கி வாழ்ந்து வருகின்றனர். இப்பழங்குடிகள் தமிழ்ச் சமூகத்தின் பழமையையும் பண்பாட்டின் தொன்மையையும் கொண்டவர்கள். இந்திய அளவிலும்கூட பண்பாடு-நாகரிக வளர்ச்சிக்குப் பழங்குடிகளின் பங்களிப்பு மிகக் கணிசமானது எனப் பலரும் விதந்து பேசியுள்ளார்கள் (ராய் 1912; கோசாம்பி 1956; இன்டென் 1990; இன்னும் பலர்).

தமிழகப் பழங்குடிகள் குறித்து நிறைய எழுதலாம். எனினும் ஒரு சிறிய நூல் என்ற எல்லைக்குள் முக்கியமான சில குறிப்புகள் மட்டுமே இங்குக் கவனத்தில் எடுத்துக்கொள்ளப்பட்டுள்ளன. அதிலும் குறிப்பாக, மரபையும் மாற்றத்தையும் கருத்தூன்றி நோக்குதற்குரிய சில இனவரைவியல் குறிப்புகளே இந்நூலில் கவனம் பெறுகின்றன.

காலனிய ஆட்சிக் காலத்தில்தான் இந்தியா முழுவதிலும் வாழ்ந்த பழங்குடிகளைப் பற்றி அறிய முடிந்தது. 16ஆம் நூற்றாண்டிலிருந்து

இசைக்கலைஞர் - நீலகிரி இருளர்

இத்தகு விவரங்கள் எழுதப்பெற்றன. ஆனால் சர் ஹண்டர் எழுதிய இந்திய மக்களைப் பற்றிய சுருக்கமான வரலாறு மூலம் இந்தியாவிற்கு வந்த முதல் நவீன ஆங்கிலேயர் தாமஸ் ஸ்டீபன்ஸ்தான் என அறிய முடிகிறது. இவர் 1579இல் சால்செட்டில் உள்ள சேசு சபைக் கல்லூரி யிலிருந்து வந்த ரெக்டர் ஆவார் (தர்ஸ்டன் 1898: 69).

இவரைத் தொடர்ந்து வந்த காலனி வணிகர்கள், கிறித்தவ மதப் போதகர்கள், அதன் பின்னர் காலனி அதிகாரிகள் ஆகியோர் எழுதிய விவரங்கள் பல வகையான பதிவுகளை உருவாக்கின. எனினும் 1880 களுக்குப் பின் விரிவான பதிவுகளை எழுத ஆங்கில நிர்வாகம் முனைந்தது. வட இந்தியா, கிழக்கிந்தியா, வடகிழக்கிந்தியா, மேற்கிந்தியா, தென்னிந்தியா ஆகிய பகுதிகளைப் பற்றி இப்பதிவுகள் அமைந்தன.

இந்திய ஆட்சிப் பணியில் ஈடுபட்டிருந்த ஆங்கில அதிகாரிகள் அவரவர் நிர்வாகம் செய்த பகுதிகளில் இருந்த சாதிகளும் பழங்குடி களும் பற்றி ஏராளமான விவரங்களைத் தொகுத்துப் பல தொகுதி களாக வெளியிட்டனர். கிழக்கிந்தியாவில் தால்டன் (1872), ரிஸ்லே (1891) ஆகிய இருவரும், வடமேற்கு மாகாணத்தில் நெஸ்ஃபீல்டு

தமிழகப் பழங்குடிகள்: வாழ்விடமும் எண்ணிக்கையும்*

1. அடியான்	தமிழகம், கேரளத்தின் வயநாடு, கண்ணூர் மாவட்டங்கள், கர்நாடகத்தில் குடகு மாவட்டம்.	4426
2. அரநாடன்	கேரள எல்லையை ஒட்டிய தமிழகம், கேரளம்.	138
3. இரவாளன்	கோவை மாவட்டத்தில் பொள்ளாச்சி, உடுமலைப்பேட்டை வட்டங்களிலும் குமரி, நெல்லை மாவட்டங்களிலும் சிதறலாகக் காணப்படுகின்றனர். கேரளத்திலும் வாழ் கின்றனர்.	2871
4. இருளர்	நீலகிரி இருளர்: நீலகிரி, ஆனைமலை, மருதமலை, சிறுவாணி, மேட்டுப்பாளையம். சமவெளி இருளர்: காஞ்சிபுரம், வேலூர், செங்கல்பட்டு, சேலம், தர்மபுரி, திருவண்ணாமலை, விழுப்புரம் மாவட்டங்கள்.	1,89,661
5. ஊராளி	ஏலக்காய் மலை, கேரளம், கர்நாடகம், தமிழகம் சந்திக்கும் முக்கூடல் பகுதி. குறிப்பாக, சத்தியமங்கலம், திருவிதாங்கூர், கொச்சி பகுதிகள்.	12,986
6. கணியான்	குமரி மாவட்டத்தில் பெரும்பான்மையாக உள்ளனர். நெல்லை, கோவை முதல் சென்னை வரை சிதறலாகப் பரவியுள்ளனர்.	2137
7. கம்மாரா	தமிழகம், கேரளம், கர்நாடகம், ஆந்திரப் பிரதேசம் ஆகிய பகுதியில் சிதறிக் காணப் படுகின்றனர்.	1049
8. காட்டு நாயக்கன்	நீலகிரி, கூடலூர், முதுமலை, தமிழகத்தின் பிற மாவட்டங்கள், கேரளம்.	46,672
9. காடர்	ஆனைமலை, நீலகிரி, கேரளம்.	650
10. காணிக்காரன்	குமரி, நெல்லை மாவட்ட மலைகள், கேரளம்	3837
11. குறும்பர்	நீலகிரி, மலபார், வயநாடு, மைசூர்.	6932

12. குறிச்சன்	தமிழகத்தில்கிருஷ்ணகிரிமாவட்டத்திலும் கேரளத்திலும்.	6100
13. குடியர், மலைக்குடி	தமிழக கர்நாடக எல்லையிலுள்ள மலைப் பகுதிகள், குடகு.	66
14. குறுமன்	தர்மபுரி, வேலூர், கிருஷ்ணகிரி மாவட்டங் களில் அதிகமாக உள்ளனர். மேட்டூர் வட்டத்திலும் காணப்படுகின்றனர்.	30,859
15. கொச்சு வேலன்	திருவிதாங்கூரை ஒட்டிய தமிழகப் பகுதிகள்.	177
16. கொண்ட காபு	தமிழகம், ஆந்திரம் இரு மாநிலங்களில்.	521
17. கொண்ட ரெட்டி	தமிழகத்தில் மேட்டூர், பவானி, இடைப்பாடி, பென்னாகரம் வட்டங்களில் அதிகமாகவும், மதுரை, திருநெல்வேலி, விழுப்புரம், கடலூர், புதுச்சேரி உள்ளிட்ட பிற மாவட்டங்களில் சிதறலாகவும் காணப்படுகின்றனர்.	9847
18. கொரகர்	திருவிதாங்கூரை ஒட்டிய தமிழகப் பகுதிகள், கேரளத்தில் காசர்கோடு மாவட்டம், கர்நாடகத்தில் தென் கன்னட மாவட்டம், இவற்றையொட்டிய தமிழகப் பகுதிகள்.	106
19. கோத்தர்	நீலகிரி.	1303
20. சோளகர்	சத்தியமங்கலம், திம்பம், பர்கூர்மலை, பிலிகிரி ரங்கன் மலை, மாதேஸ்வரன் மலை (கர்நாடகம்). இவர்களின் வாழிடம் தமிழகம், கர்நாடகம் இரண்டிலும் உள்ளது.	5988
21. தொதவர்	நீலகிரி.	1975
22. பளியர்	கீழ்ப்பழனிமலை, மேல் பழனிமலை, ஏலக்காய்மலை, சிறுமலை, சதுரகிரி, வருசநாட்டு மலை, பெரியாறுமலை, தேனி, செண்பகத்தோப்பு, கேரளாவில் இடுக்கி மாவட்டம்.	5272
23. பள்ளியன்	பழனி மலைகள்.	2239

24. பள்ளேயன்	பழனி மலை, மதுரை மாவட்டம்.	256
25. பணியன்	நீலகிரியில் கூடலூர் வட்டம், கேரளத்தில் கோழிக்கோடு, மலப்புரம் மாவட்டங்கள், கர்நாடகத்தில் குடகுப் பகுதி.	10139
26. மகாமலசர்	கோவை, உடுமலைப்பேட்டை, திண்டுக்கல் ஆகிய பகுதிகளிலுள்ள மலைகள்.	277
27. மலசர்	பொள்ளாச்சி, ஆனைமலை, கேரளம்.	6463
28. மலை அரையன்	கோவை, கேரளம் (கோட்டயம் மாவட்டம்).	172
29. மலைக் குறவன்	மதுரை, கன்னியாகுமரி, செங்கோட்டை, கேரள மலைப் பகுதிகள்.	19,613
30. மலைப் பண்டாரம்	கன்னியாகுமரி, கேரளம் (கொல்லம் மாவட்டத்தை ஒட்டிய பகுதிகள்).	1439
31. மலையக் கண்டி	தமிழகம், கேரளம்.	210
32. மலையாளி	கொல்லிமலை, பச்சைமலை, ஏலகிரிமலை, ஜவ்வாதுமலை, சித்தேரிமலை, கல்வராயன் மலை, பாலமலை, சேர்வராயன்மலை.	3,57,980
33. மலை வேடன்	குமரி மாவட்டம் மோதிரமலை, விளவங் கோடு வட்டம், மதுரை, இப்போது பல பகுதிகளிலும் பரவியுள்ளனர்.	7215
34. மன்னான்	மதுரை, கொடைக்கானல், ஏலமலை.	211
35. முதுவன்	தமிழகத்தில் ஆனைமலை, ஏலமலை, கேரளத்தில் திருவிதாங்கூர், கொச்சிப் பகுதி களில் உள்ள மலைகள்.	385
36. முடுவன், முடுகர்	ஆனைமலை (கோவை), கண்ணன்-தேவன் மலைகள், ஏலமலை, கேரளம்.	1257

* மேற்கூறிய வாழிடங்கள் யாவும் அவர்கள் காலங்காலமாக வாழ்ந்துவரும் இடங்களாகும். விடுதலைக்குப் பிறகு நவீன கல்வி, நவீன வேலைவாய்ப்பு, அரசின் மேம்பாட்டுத் திட்டங்கள், பிற சலுகைகள், இடப்பெயர்வு போன்றவற்றால் இன்று பழங்குடிகள் பலரும் தமிழகத்தின் பல்வேறு பகுதிகளுக்கும் பரவியிருக்கின்றனர். நகரப் பகுதிகளிலும் வாழத் தலைப்பட்டுள்ளனர். அட்டவணையில் கொடுக்கப் பட்டுள்ள மக்கள்தொகை 2011 கணக்கெடுப்பை ஒட்டியதாகும்.

(1885), குருக் (1891) ஆகிய இருவரும், பஞ்சாபில் இபட்சன் (1883) என்பவரும், நடு இந்தியாவில் ரஸ்ஸல் (1916) என்பவரும், மும்பையில் எந்தோவன் (1920-22) என்பவரும் சாதிகள் பழங்குடிகள் பற்றிய விவரணத் தொகுப்புகளைப் பல தொகுதிகளாக எழுதினார்கள்.

பட்டியலில் உள்ள குளறுபடிகள்

தமிழக அரசின் பழங்குடிப் பட்டியலில் சில வரையறைகள் இன்னும் துல்லியமாக்கப்பட வேண்டும். ஒரே சமூகத்தினர் ஒன்றுக்கும் மேற்பட்ட பெயர்களில் தனித்தனியான பழங்குடியினராக வகைப் படுத்தப்பட்டுள்ளனர். அடுத்ததாக, பழங்குடிகளின் வாழிடப் பகுதிகள் சரியாக வரையறுக்கப்படவில்லை. சான்றாக, காட்டு நாயக்கர், குறும்பர் ஆகிய பழங்குடியினர் நீலகிரி மாவட்டத்தில் மட்டுமே வாழ்கின்றனர். ஆனால் இவர்களின் வாழ்விடம் பற்றிய வரையறை அரசின் பட்டியலில் துல்லியமாக்கப்படவில்லை. இதனால் பழங்குடியில்லாத இந்துச் சாதியினரும் பழங்குடி சான்றிதழ் பெறக்கூடிய வாய்ப்பு உள்ளது.

தொதவர், கோத்தர் ஆகியோர் நீலகிரி மலையில் மட்டுமே காலங்காலமாக வாழ்ந்து வரக்கூடியவர்கள். ஆனால் அரசின் பட்டியலில் 'கன்னியாகுமரி மாவட்டம், திருநெல்வேலி மாவட்டச் செங்கோட்டை வட்டம் நீங்கலாக' என்ற வாழிட வரையறை இடம்பெற்றுள்ளதால் தேவையற்ற ஒரு குழப்பம் தொடர்ந்து நிலவுகிறது. 'நீலகிரி மாவட்டம் மட்டும்' என இடம்பெறுவது குழப்பத்திற்கு இடந்தராது.

அவ்வாறே மலையாளிகள் ஏலகிரி மலை, ஜவ்வாது மலை, கல்வராயன் மலை, கொல்லிமலை, சேர்வராயன் மலை, பச்சை மலை, சித்தேரி மலை ஆகிய மலைப்பகுதிகளில் வாழ்ந்துவருகின்றனர். இந்த நிலையில் அரசின் பட்டியலில் புதுக்கோட்டை, கரூர் மாவட்டங் களிலும் வாழ்வதாகக் குறிப்பிடுவது மற்றவர்களையும் பழங்குடிச் சான்றிதழ் பெறத் தூண்டுகிறது.

அடுத்த சிக்கல் ஒரே பழங்குடிச் சமூகம் பல்வேறு பெயர்களில் வெவ்வேறு பழங்குடியாக அறிவிக்கப்பட்டிருப்பதாகும். பழங் குடியினர் பட்டியலில் வரிசை எண் 28இல் 'முதுவர், முதுவன்' எனவும், வரிசை எண் 29இல் 'முத்துவன்' எனவும் அங்கீகரிக்கப் பட்டுள்ளது. இம்மூவரும் ஒரே பழங்குடிச் சமூகத்தாரே. முதுவர், முதுவன், முத்துவன் ஆகிய மூன்று பெயர்களையும் ஒரே வரிசை எண்ணில் சேர்த்துவிடலாம்.

காட்டுநாயக்கர்கள்

இவ்வாறே வரிசை எண் 19இல் 'மகா மலசர்' என்றும், வரிசை எண் 24இல் 'மலசர்' என்றும் இடம்பெற்றுள்ளன. இவர்கள் யாவரும் மலசர் மக்களே. ஒரே பழங்குடியை இருவேறு பெயர்களில் இரட்டிப்பாக்க வேண்டிய தேவை எழவில்லை. ஒரே வரிசை எண்ணில் இரண்டு பெயர்களையும் கொண்டுவரலாம். ஒவ்வொரு பழங்குடிச் சமூகத்திலும் வெவ்வேறு தேவைகளுக்காக உட்குழுப் பிரிவுகள் இருக்கத்தான் செய்யும். அவற்றையெல்லாம் பழங்குடியின் பெயரை அங்கீகாரம் செய்வதில் தொடர்புபடுத்த வேண்டியதில்லை.

அடுத்ததாக, 'பள்ளேயன்' (வரிசை எண் 30), 'பள்ளியர்' (வரிசை எண் 31), 'பள்ளியன்' (வரிசை எண் 32) என மூன்று தனித்தனி வகையான பழங்குடிகளாகப் பழங்குடிகளின் பட்டியலில் வருகின்றன. இந்த மூன்று பெயர்களையும் ஒரே வரிசை எண்ணில் கொண்டுவரலாம். இம்மூவரும் ஒருவரே. பெயர்களைப் பல வகைகளில் திரிபுபடுத்துவதால் இந்துச் சாதியினரும் பழங்குடிச் சான்றிதழ் கேட்பதற்கு இடமளிக்கிறது.

இவ்வாறே 'எரவல்லான்' என்போர் பழங்குடிப் பட்டியலிலும், 'எரவல்லர்' பிற்பட்ட வகுப்பினர் பட்டியலிலும் இடம்பெறுகின்றனர். இதுவுங்கூட ஒரு குழப்பமான சூழலையே உருவாக்குகிறது.

பணியர்

பணியர் என்றால் பணி செய்பவன், கூலியாள் எனும் பொருளுக் கேற்ப தென்னிந்தியப் பழங்குடிகளிலேயே அடிமை முறைக்கு ஆளான பழங்குடி ஒன்று உண்டென்றால் அது பணியர் சமூக மாகத்தான் இருக்க முடியும்.

19ஆம் நூற்றாண்டின் இடைப்பகுதியில் வயநாட்டுத் தோட்ட முதலாளிகள் (ஜன்மிகள்) தோட்டங்களை விற்கும்போது அவற்றில் வேலை செய்த பணியன்களையும் சேர்த்தே விற்றுவிடுவர். ஜன்மிகள் தங்கள் நிலங்களைக் காப்பித் தோட்டங்கள் ஏற்படுத்த விற்றபோது தங்கள் நிலத்தில் வேலை செய்த பணியன்களைக் காப்பித்தோட்டக் கூலிகளாக விற்றுவிட்டனர்.

தென்னிந்திய அடிமை முறையில் பணியன்களின் வரலாறும் வாழ்வு முறையும் கவனிக்கத்தக்கவை.

இவ்வாறாக, 'ன்', 'ர்' விகுதி எழுத்துக்களைக் கொண்டு சமூகங்களை வகைப்படுத்துவது என்பது சமூகவியல் தர மதிப்பைப் பெற முடியாது. 'சமூகவினம்' என்பது அடிப்படையிலேயே தனித்துவமான வேறுபாட்டைக் கொண்டிருக்க வேண்டும்.

தென்னிந்தியப் பகுதியில் ஆங்கிலேய அதிகாரி எட்கர் தர்ஸ்டன் இனவரைவியல் பணியைச் செய்தார். இவர் சென்னை அரசு அருங்காட்சியகக் கண்காணிப்பாளராகப் பொறுப்பேற்று 1885 முதல் தொகுத்த செய்திகள் *தென்னிந்திய இனவரைவியல் குறிப்புகள்* (1907) எனும் இரண்டு தொகுதிகளாகவும், அதன் பின்னர் *தென்னிந்தியச் சாதிகளும் பழங்குடிகளும்* (1909) எனும் 7 தொகுதிகள் அடங்கிய நூல் வரிசையாகவும் எழுதி வெளியிட்டார். இதன் மூலம் இப்பகுதியில் 2000க்கும் மேற்பட்ட பழங்குடிகள்/சாதிகள்/குலப் பிரிவுகள் இருந்ததை அறிய முடிந்தது.

ஏறக்குறைய ஒரு நூற்றாண்டுக்குப்பின் 'இந்திய மானிடவியல் மதிப்பாய்வகம்' 1985இல் இந்தியா முழுமைக்கும் ஒரே நேரத்தில் இனவரைவியல் மதிப்பாய்வை 'இந்தியாவின் மக்கள்' என்னும் திட்டத்தின் வழியாகத் தொடங்கியது. இவ்வாய்வின்படி இந்தியாவில் இன்று 4635 சமூகங்கள் உள்ளன என்றும், இதில் பழங்குடிச் சமூகங் களின் எண்ணிக்கை 461 என்றும் மதிப்பிடப்பட்டுள்ளது (சிங் 1992).

குறும்பர் இசைக்கலைஞர்

தமிழகத்தில் இன்று 364 சமூகங்கள் உள்ளன. அவற்றைத் தமிழக அரசு பின்வருமாறு வகைப்படுத்தியுள்ளது:

தமிழக அரசின் அட்டவணைச் சாதிகள், அட்டவணைப் பழங் குடிகள் அமுலாக்கச் சட்டப்படி (1976) தமிழகத்தில் 36 பழங்குடிச் சமூகங்கள் உள்ளன.

வகையினம்	எண்ணிக்கை
1. அட்டவணைப் பழங்குடி (Scheduled tribe)	36
2. அட்டவணைச் சாதி (Scheduled caste)	76
3. சீர் மரபினர் (Denotified community)	68
4. மிகவும் பின்தங்கிய வகுப்பார் (MBC)	41
5. பின்தங்கிய வகுப்பார் (Backward class)	143
மொத்தம்	364

1991ஆம் ஆண்டு குடிமதிப்பின்படி இந்தியாவின் மொத்த மக்கள் தொகை 840.6 மில்லியன். இதில் பழங்குடி மக்களின் எண்ணிக்கை 67.8 மில்லியன். இது இந்தியாவின் மொத்த மக்கள் தொகையில் 8.08% ஆகும். தமிழகத்தில் 2001 குடிமதிப்பின்படி மொத்த மக்கள்தொகை 62,405,679. இதில் 36 பழங்குடிகளின் மொத்த எண்ணிக்கை 651,321 ஆகும். இது தமிழகத்தின் மொத்த மக்கள் தொகையில் 1.0% மட்டுமே.

தமிழகத்தில் அதிகமான மக்கள் தொகையுடைய பழங்குடி மலையாளிகள் (மலையில் வாழ்வதால் மலையாளி, கேரள மக்களுக்கும் இவர்களுக்கும் எவ்வகைத் தொடர்புமில்லை) ஆவர். 2001 குடிமதிப்பின்படி இவர்களின் எண்ணிக்கை 3,10,042 ஆகும். தமிழகப் பழங்குடிகளின் மொத்த மக்கள்தொகையில் மலையாளிகள் மட்டுமே 47.6% ஆக உள்ளனர்.

2001 குடிமதிப்பின்படி பதினான்கு பழங்குடிச் சமூகத்தாரின் எண்ணிக்கை ஆயிரத்தைத் தாண்டவில்லை. மிகக் குறைவான எண்ணிக்கை கொண்டவர்களில் குறிப்பிடத்தக்கவர்கள் வருமாறு: அரநாடன் (44), மன்னான் (82), மலைக்குடி (128), கொச்சு வேலன் (133), கொரகர் (159), மகாமலசர் (183), பள்ளேயன் (339), முதுவன் (339), மலையக்கண்டி (464), கொண்டகாபு (516), காடர் (568), கோத்தர் (925).

மேற்கூறிய பழங்குடியினரின் எண்ணிக்கை மேலும் கூடுதலாக இருக்குமென்பது தமிழக மானிடவியலர்களின் கருத்தாகும். குடிமதிப்பு விவரம் சில சூழல்களில், சில குறிப்பிட்ட காரணங்களுக்காகக் குறைந்து விடுகிறது.

2001 குடிமதிப்பின்படி தமிழகப் பழங்குடி மக்களில் 84.6% ஊரகப் பகுதிகளிலும் 15.4% நகரப் பகுதிகளிலும் வாழ்கின்றனர். இவர்களில்

குறைவான மக்களே கல்வியறிவு பெற்றவர்களாக உள்ளனர். கடந்த காலத்தில் கல்வியறிவு பெற்றவர்களின் அளவைப் பார்க்கும்போது 1981இல் 20.45% ஆகவும், 1991இல் 27.9% ஆகவும் இருந்துள்ளார்கள். 2001 குடிமதிப்பின் படி தமிழகப் பழங்குடிகளில் அதிகம் கல்வியறிவு பெற்ற பழங்குடியாக கொண்டரெட்டிகள் காணப் படுகின்றனர் (78.2%). இவர்களுக்கடுத்து குறுமன்கள் (61.4%) உள்ளனர்.

அடுத்து, பழங்குடிகளிடம் ஆண்-பெண் விகிதாச்சாரத்தைப் பார்க்கும்போது 2001இல் 1000 ஆண்களுக்கு 980 பெண்களே உள்ளார்கள். 1991இல் 1000க்கு 960பெண்களே இருந்துள்ளார்கள் கடந்த 10 ஆண்டுகளில் சற்று வளர்ச்சி ஏற்பட்டுள்ளதை அறியமுடிகிறது.

2011 ஆம் ஆண்டு குடிமதிப்பின்படி தமிழகத்தின் மொத்த மக்கள் தொகை 7,21,47,030 (ஏறக்குறைய 7.2 கோடி). இதில் பழங்குடிகளின் எண்ணிக்கை 7,94,697 ஆகும். இதில் ஆண்களின் எண்ணிக்கை 4,01,068, பெண்களின் எண்ணிக்கை 3,93,629 ஆகும். 2011ஆம் ஆண்டுக் கணக்குப்படி தமிழகப் பழங்குடிகளின் மொத்த மக்கள்தொகை தமிழக மக்கள்தொகையில் ஏறக்குறைய 1.1% மட்டுமே. 2001ஆம் ஆண்டு எடுத்த குடித்தொகை மதிப்பீட்டிற்குப் பிறகு கடந்த 10 ஆண்டுகளில் 36 பழங்குடி மக்களின் எண்ணிக்கை 1,43,376 உயர்ந்துள்ளது.

2011ஆம் ஆண்டு குடிமதிப்பில் கிடைத்த முக்கியமான சில புள்ளி விவரங்கள் பின்வரும் அட்டவணைகளில் கொடுக்கப்பட்டுள்ளன:

2011ஆம் ஆண்டு குடித்தொகை மதிப்பீட்டில் தமிழகத்தில் 500க்கும் குறைவான மக்கள் தொகை கொண்ட பழங்குடிகள்

பழங்குடி	மக்கள்தொகை
1. குடியா, மலைக்குடி	66
2. கொரகா	106
3. அரநாடன்	138
4. மலை அரையன்	172
5. கொச்சுவேலன்	177
6. மகாமலசர்	277
7. மலையக்கண்டி	210
8. மன்னான்	211
9. பள்ளேயன்	256
10. முதுவன்	385

2011ஆம் ஆண்டு குடித்தொகை மதிப்பீட்டில் தமிழகத்தில் மிகுந்த மக்கள்தொகை கொண்ட பழங்குடிகள்

பழங்குடி	மக்கள்தொகை
1. மலையாளி	3,57,980
2. இருளர்	1,89,661
3. காட்டுநாயக்கன்	46,672
4. குறுமன்	30,859
5. மலைக்குறவன்	19,613
6. ஊராளி	12,986

மலைவாழ் பழங்குடிகள்

தமிழகத்தில் பழங்குடிகள் வாழும் பகுதிகளை இரண்டு பெரும் பிரிவுகளாகப் பிரிக்கலாம். அவை: 1. மலைப் பகுதிகள் 2. சமவெளிப் பகுதிகள். குறிஞ்சியும் முல்லையும் மனித குலத்தின் ஆதிநிலைகளை உருவாக்கிய பகுதிகளாகும். தமிழகப் பழங்குடிகளில் பெரும்பாலோர் மலைகளில்தான் வாழ்கின்றனர். மலையும் காடும் அவர்களின் பூர்வீக இடங்களாகும். தமிழகப் பழங்குடிகளின் வாழ்விடமானது கிழக்குத் தொடர்ச்சி மலை, மேற்குத் தொடர்ச்சி மலை எனும் இரண்டு வெவ்வேறு பூகோள அமைப்புடைய மலைப் பிரதேசங்களில் அமைந்துள்ளது. அவ்விரு மலைத்தொடர்ச்சிகளைப் பற்றி இனிக் காண்போம்.

கிழக்குத் தொடர்ச்சிமலை

தமிழகத்தின் தென்பகுதியில் தொடங்கி ஒடிசா வரை கிழக்குக் கடற்கரைக்கு அருகில் இணையாக நீண்டு செல்லும் மலைகள் 'கிழக்குத் தொடர்ச்சி மலை' (Eastern ghat) என அழைக்கப்படுகின்றன. ஆங்கிலேயரின் வருகைக்குப் பின்னரே இந்த வழக்கு அறிமுகமானது. ஆங்கிலேயர்கள் வந்தபோது கிழக்குத் தொடர்ச்சி மலைகளின் பரப்பளவு 152,000 சதுர கிலோ மீட்டராகும். இம்மலைத் தொடர்ச்சியானது மகாநதிப் பள்ளத்தாக்கிலிருந்து தொடங்குகிறது. இது ஆந்திரப் பிரதேசத்தில் 92,000 சதுர கிலோ மீட்டர், தமிழகத்தில் 15,000 சதுர கிலோ மீட்டர் பரப்பளவில் காணப் படுகின்றது. வடபுலத்தில் இதன் அகலம் 200 கிலோ மீட்டராக இருக்க, தமிழகத்தில் 100 கிலோ மீட்டராக உள்ளது. அவ்வாறே வடபுலத்தில் இந்த மலைகளின் உயரமானது 1000 மீட்டர் முதல் 1600 மீட்டர் உயரமாகவும்

சித்தேரி மலையாளிகள்

சித்தேரி மலையில் வாழும் மலையாளிகள் பற்றி இரா. தெய்வம் (2010) என்பவர் விரிவாக ஆராய்ந்திருக்கிறார். இம்மலையானது கிருஷ்ணகிரி மாவட்டத்தில் பாப்பிரெட்டிப்பட்டி ஒன்றியத்தில் உள்ளது. அரூரிலிருந்து 37 கி.மீட்டர் தூரம்தான். சித்தேரி மலை 3600 சதுரகிலோமீட்டர் பரப்பளவு கொண்டது. இதில் 63 மலையாளிக் கிராமங்கள் உள்ளன. மலையடிவாரத்திலிருந்து 10 கி.மீட்டர் ஏறினால் மலையாளிகளின் கிராமங்களுக்குச் சென்று விடலாம். சித்தேரி எனும் மையமான ஊருக்கு மட்டும் சாலை வசதி, மின்சார வசதி, பேருந்து வசதி உண்டு. மற்ற கிராமங்களுக்கு இல்லை. 63 கிராமங்களில் சராசரியாக 40-60 வீடுகள் உள்ளன. ஏறக்குறைய 20,000 மலையாளிகள் வாழ்கிறார்கள். காடுகள் அதிகம். முன்பெல்லாம் தரமான சந்தன மரங்கள் இருந்தன. இப்போது கன்று நட்டு வளர்க்கிறார்கள். புளியமரம் அதிகமாக உள்ளது.

சித்தேரி மலை மலையாளிகள் ஆண்டு முழுவதும் பயிரிடு கிறார்கள். தண்ணீர் வசதி உள்ளது. தினை, மரவள்ளி, சாமை, கேழ்வரகு, கொள்ளு, சோளம், கம்பு, அவரை, துவரை, மிளகாய், கத்தரிக்காய், வெண்டைக்காய், பூ வாழை, கற்பூர வாழை, நெல் எனப் பலவகையான பயிர்களையும் பயிரிடுகிறார்கள்.

சித்தேரி மலையாளிகள் கரிராமனைக் (விஷ்ணு) கும்பிடு கிறார்கள். கல்வராயன் மலையாளிகளின் பண்பாடு இவர் களிடம் அதிகமாகக் காணப்படுகிறது (தெய்வம் 2010). அதாவது பெரியண்ணன் பிரிவினர்; வேளாளப் பெண்ணை மணந்தவர்கள் வழிவருபவர்கள்.

தென்புலத்தில் (அதாவது தமிழகத்தில்) இதன் சராசரி உயரம் 600 மீட்டரிலிருந்து 900 மீட்டராக உள்ளது.

கிழக்குத் தொடர்ச்சி மலைகள் தென்னிந்தியாவின் கற்கால வாழ்க்கை முறைகளை விளக்கும் சான்றுகளைக் கொண்டுள்ளன. பெரும்பாலும் பல இடங்களில் இடைக்கற்காலத்தைச் சேர்ந்த (mesolithic) படிமங்கள் அகழாய்வில் கிடைத்துள்ளன (Murty 1981; Reddy, Prakash & Rao 1998; and others).

2011ஆம் ஆண்டு குடித்தொகை மதிப்பீட்டில் தமிழகத்தில் மிகுந்த பழங்குடி மக்கள் வாழும் மாவட்டங்கள்

எண்	மாவட்டம்	மக்கள்தொகை
1.	சேலம்	1,19,369
2.	திருவண்ணாமலை	90,954
3.	விழுப்புரம்	74,859
4.	வேலூர்	72,955
5.	தர்மபுரி	63,044
6.	நாமக்கல்	57,059
7.	காஞ்சிபுரம்	41,210
8.	நீலகிரி[1]	32,813
9.	கோயம்புத்தூர்	28,342
10.	கிருஷ்ணகிரி	22,388
11.	ஈரோடு	21,880
12.	திருச்சிராப்பள்ளி	18,198
13.	கடலூர்	15,702
14.	மதுரை	11,096

[1] தமிழகத்தின் 'பழங்குடி மாவட்டம்' என அறியப்படுகிற நீலகிரி மாவட்டத்தில் மிகவும் தொன்மையான தொதவர், கோத்தர், குறும்பர், இருளர், பணியர், காட்டுநாயக்கர் ஆகிய ஆறு பழங்குடிகள் வாழ்ந்து வந்தாலும் பழங்குடி மக்கள் தொகையில் இம்மாவட்டம் எட்டாம் இடத்தில் இருப்பது நம் கவனத்திற்குரியது.

கிழக்குத் தொடர்ச்சி மலையானது வங்கக்கடல் நோக்கி ஓடிவரும் மகாநதி, கோதாவரி, கிருஷ்ணா, காவேரி போன்ற பெரும் ஆறுகளால் ஆங்காங்கே அதன் தொடர்ச்சி அறுபடுகிறது. அதிக மழையையும், டெல்டா பகுதிகளையும், நீர்பாயும் பரப்புகளையும் கடந்து வருகின்ற மலைத் தொடராகவும் கிழக்குத் தொடர்ச்சி மலை உள்ளது. இதனால் மேற்குத் தொடர்ச்சி மலைகள் போன்றே கிழக்குத் தொடர்ச்சி மலையும் சுற்றுச்சூழலியல் முக்கியத்துவம் கொண்டதாக உள்ளது.

தமிழகத்தில் கிழக்குத் தொடர்ச்சி மலைகளில் பெரும்பாலும் மலையாளிப் பழங்குடியினரே அதிகம் வாழ்கிறார்கள். வேலூர் மாவட்டம் தொடங்கி தேனி மாவட்டம் வரை நீண்டு செல்லும் இதன் தொடர்ச்சியில் பல்வேறு மலைகள் உள்ளன. ஜவ்வாது மலை, ஏலகிரி மலை, கல்வராயன் மலை, சேர்வராயன் மலை (ஏற்காடு), சித்தேரி

மலை, சிட்லிங் மலை, வாச்சாத்தி மலை, ஜல்லூத்து மலை, கோது மலை, கஞ்சமலை, நகரமலை, கூசமலை, பச்சைமலை, பாலமலை, கொல்லிமலை, பழனிமலை, சிறுமலை, கரந்தமலை எனக் கிழக்குத் தொடர்ச்சி மலைகள் விரிந்து செல்கின்றன. இவற்றிற்கிடையில் சிறிய மலைகளும் பல உள்ளன. அவற்றிற்கும் பெயர்கள் உள்ளன. கிழக்குத் தொடர்ச்சி மலைகளில் மலையாளிகளே அதிகம் வாழ்கிறார்கள். இன்னொரு வகையில் சொல்ல வேண்டுமானால் மலையாளிகள் அனைவரும் கிழக்குத் தொடர்ச்சி மலைகளில்தான் வாழ்கிறார்கள். மலையாளிகளே தமிழகத்தில் வாழும் பழங்குடிகளில் ஏறக்குறைய பாதியளவு ஆவார்கள். முக்கியமான மலைகளின் உயரம் கடல் மட்டத்திலிருந்து பல்வேறு அளவுகளில் காணப்படுகிறது. அவை வருமாறு:

மலை	கடல் மட்டத்திலிருந்து உயரம் (மீட்டரில்)
1. ஜவ்வாதுமலை	610
2. ஏலகிரிமலை	1048
3. சேர்வராயன்மலை	1,594
4. சித்தேரிமலை	1,183
5. கல்வராயன்மலை	1,298
6. பாலமலை	800
7. ஜல்லூத்துமலை	1,056
8. கோதுமலை	580
9. கஞ்சமலை	986
10. நகரமலை	619
11. கூசமலை	545
12. பச்சைமலை	1,022
13. கொல்லிமலை	1000-1300
14. பழனிமலை	600
15. சிறுமலை	1600
16. கரந்தமலை	900

ஜவ்வாது மலை தொடங்கி கொல்லிமலை வரை எல்லா மலை களிலும் மலையாளிகள் வாழ்கிறார்கள்.

மலையாளிகள் வாழும் மலைகளில் சேர்வராயன் மலைப்பகுதி அதிகம் உயரமானது. இம்மலைப் பகுதிகளில் அலுமினிய தாதான

உயிர்ப்பன்மியம் அந்நியமாதல்

இன்றைய கேரளம் அன்றைய தமிழகமாகும்; சேரர் தேசமாக விளங்கியது. பழங்குடிகளைப் பொறுத்தவரை கேரளம் தொடங்கி தமிழகம் வரை ஓரியல் பண்பே மிகுந்து காணப்படுகின்றது. இங்கு வாழும் பழங்குடிகள் அங்கும் வாழ்கிறார்கள். பண்பியல் தொடர்ச்சி மிகவும் வலுவுடன் காணப்படுகிறது.

மேற்குத் தொடர்ச்சி மலைகளில் உயிர்ப்பன்மியத்தின் தன்மைகள் குறித்து அண்மையில் ஓர் ஆய்வைக் கேரள மாநில உயிர்ப் பன்மிய வாரியமானது (Kerala State Biodiversity Board) மேற் கொண்டது. இந்த ஆய்வின் மூலம் தாவரங்களின் அந்நியமாதல் போக்கை அறிய முடிகிறது. அயல்நாட்டுத் தாவரங்களின் ஊடுருவலையும் அதனால் ஏற்பட்டுள்ள உலகத் தாக்கத்தையும் காண முடிகிறது.

அண்மையில் மேற்கொள்ளப்பட்ட இந்த ஆய்வின்படி இன்று அங்கு 89 வகையான அயலினத் தாவரங்கள் இருப்பது தெரிய வருகிறது. பல்வேறு காலகட்டங்களில் இங்கு ஊடுருவிப் பரவியுள்ள இவ்வகைத் தாவரங்களால் இம்மண்ணுக்குரிய தாவரங்கள் அழிந்து வருவதையும் இவ்வாய்வு விளக்குகிறது. இந்த ஆய்வானது கேரள வன ஆய்வு நிறுவனத்தின் இயக்குநரான கே.வி. சங்கரன் தலைமையில் நடைபெற்றது (விரிவுக்குக் காண்க: தி இந்து 30.5.2012, பக்கம் 22).

மேற்குத் தொடர்ச்சி மலைகளுக்கு வந்துசேர்ந்துள்ள இந்த அயலினத் தாவரங்களில் மரங்கள் 11, செடி வகைகள் 39, குறுமரங்கள் 24, கொடி வகைகள் 15 அடங்கும். இவற்றில் 40% தாவரங்கள் பிரேசில், ட்ரினிடாட், கோஸ்டாரிக்கா, சிலி, மெக்சிகோ நாடு களிலிருந்து மரங்கள், உணவு தானியங்கள் இறக்குமதி வழி ஊடுருவியவையாகும்.

வயநாட்டில் ஆரளம் (Aralam) வனவிலங்குக் காப்பகத்தில் பார்த்தோமானால் மிக்கானியா மைக்ராந்தா (Mikania Micrantha) எனும் ஒரு வகையான கொடியானது அடர்த்தியாகப் பரந்து வளரும்போது அது மிக உயர்ந்த மரங்களிலும் ஏறிவிடுகிறது. உயரம் குறைந்த செடி வகைகளை அழுத்தி வளரவிடாமல் செய்கிறது. இதனால் இம்மலைகளில் பாரம்பரியமாக வளரும் மூலிகைச் செடிகள், மற்றும் பயன்தரும் பலவகையான

செடிகளும் அற்று வருகின்றன. இவை பழங்குடிகளின் வாழ்வியல், பொருளாதார நடவடிக்கைகளில் பெரும் பாதிப்பை ஏற்படுத்தியுள்ளன.

மேற்கூறிய ஆய்வுத் திட்டத்தின் களப்பணிக் குழுவுக்குத் தலைமையேற்றவர் டாக்டர் சஜீவ் (Sajeev) ஆவார். இவர் சில முக்கியமான விடயங்களை இந்த ஆய்வின் மூலம் கண்டறிந்துள்ளார். அயலினத் தாவரங்களின் பூக்கள் கவர்ச்சிகரமானவை. இதனால் பூச்சியினங்கள் கூடுதலாக இவ்வகைப் பூக்களைத் தேடி தேன் உண்ணுகின்றன. அதனால் அயல்தாவரங்களில் மகரந்தச் சேர்க்கை மிகுதியாகின்றது; கூடவே இனப்பெருக்கமும் அதிகரிக்கின்றது. தமிழகத்தில் பார்த்தினியம், அகேசியா போன்ற தாவரங்களின் மகரந்தம் பெருமளவு ஒவ்வாமையை ஏற்படுத்தி வருவதை அனைவரும் அறிவார்கள்.

ஆதலின், மரங்களையும் உணவுத் தானியங்களையும் இறக்குமதி செய்யும்போது பல நாடுகள் அவற்றைத் தூய்மைப்படுத்திப் பயன்படுத்துகின்றன. இத்தகைய தடுப்பு முறைகளைக் கையாளுவதால் மட்டுமே அயலினத் தாவரங்களின் ஊடுருவலைத் தடுக்க முடியும்; நம் நாட்டுத் தாவரங்களை அழிவிலிருந்து மீட்க முடியும். நம் மண்ணுக்குரிய தாவரங்களைப் பாதுகாப்பது உயிர்ப்பன்மியப் பாதுகாப்பிற்கு மிகவும் அவசியமானதாகும்.

'பாக்சைட்' கிடைக்கிறது. கஞ்சமலை, போத மலை, கோது மலை ஆகிய இடங்களில் 'மேக்னசைட்' என்ற இரும்புத்தாது கிடைக்கிறது. நகரமலை, கூசமலை ஆகியவற்றில் 'கார்னட்' எனும் தாதுப் பொருள் கிடைக்கிறது. ஏற்காடு தொடங்கி, மேட்டூர் (எலிக்கரடு) வெள்ளாளக் குண்டம், மஞ்சினி, மல்லியக்கரை முதலிய பகுதிகளில் கறுப்பு நிற கிரானைட் கற்கள் கிடைக்கின்றன. சங்ககிரி முதல் இடைப்பாடி வரையிலான சேலம் பகுதியில் கதிரியக்கத் தனிமமான தோரியம் கிடைக்கிறது. தாரமங்கலத்தில் உள்ள பச்சைக்காடு, மூலக்காடு முதலிய மலைக்குன்றுகளில் 'கருகமணி' எனும் கனிமம் கிடைக்கிறது. பீகாரின் சோட்டா நாக்பூர் பகுதிகளில் கனிமவளம் அதிகம் இருப்பதால் அங்குப் பாரம்பரியமாக வாழ்ந்து வந்த பழங்குடிகள் கட்டாயமாக இடப்பெயர்வு செய்யப்பட்டனர். தமிழகத்தில் இத்தகைய கனிமவளம்

அதிக அளவு எடுக்கப்படும் சூழல் ஏற்படுமாயின் பூர்வீகப் பழங்குடிகளின் வாழ்விடங்கள் பாதிப்புக்குள்ளாகும்.

மேற்குத் தொடர்ச்சி மலை

மேற்குத் தொடர்ச்சி மலையானது 'சஃயாத்ரி மலை' என்றும் அழைக்கப்படுவதுண்டு. இந்தியாவின் மேற்குக் கரையாகிய அரபிக் கடலோரத்தில் தொடர்ச்சியுடன் இம்மலைப்பகுதி காணப்படுவதால் இப்பெயர் பெற்றுள்ளது. யுனெஸ்கோ நிறுவனம் இம்மலைத் தொடரை உலகப் பாரம்பரிய மையங்களில் ஒன்றாகப் போற்றுகிறது. உலகத்தின் உயிர்ப்பன்மியம் முக்கியத்துவம் வாய்ந்த எட்டு முக்கியமான இடங்களில் இம்மலைத் தொடரும் ஒன்றாகும். இந்த மலைத் தொடரில் தேசியப் பூங்காக்கள், வனவிலங்கு சரணாலயங்கள், பாதுகாக்கப்பட்ட காடுகள் முதலான 39 வகையினங்கள் உள்ளன. இவற்றில் மகாராட்டிரத்தில் நான்கும், கர்நாடகத்தில் பத்தும், கேரளத்தில் இருபதும் தமிழகத்தில் ஐந்தும் உள்ளன.

மேற்குத் தொடர்ச்சி மலையானது குஜராத், மகாராட்டிரம் எல்லையில் தொடங்கி இந்தியாவின் தென் முனையாக விளங்கும் குமரி வரை நீண்டுவருகிறது. ஏறக்குறைய 1,600 கி.மீட்டர் தூரம் (990 மைல்) கொண்டது. 160,000 சதுர கி.மீட்டர் பரப்பு (62,000 சதுர மைல்) உடையது. மலையின் சராசரி உயரம் 1,200 மீட்டராகும் (3,900 அடிகள்). உலகின் மிக முக்கியமான உயிர்ப்பன்மியப் பகுதியாக இது விளங்குகிறது. இங்கு 500 வகையான பூக்கும் தாவரங்களும், 139 வகையான பாலூட்டிகளும், 508 வகையான பறவையினங்களும், 179 வகையான ஈருலக வாசிகளும் (Amphibian - தவளை போன்று நீரிலும் நிலத்திலும் வாழ்பவை) வாழ்கின்றன. உலகத்தில் அழிந்துவரும் உயிரினங்களில் 325 வகையினங்கள் இம்மலைத் தொடரில் உள்ளன. இவ்வாறே மனித குலத்தின் தொல் மூதாதையர்களாக விளங்கும் பல்வேறு வகையான ஆதிக்குடிகள் மேற்குத் தொடர்ச்சி மலைகளில் வாழ்ந்துவருகிறார்கள். இந்த வகையிலும் இம்மலைத்தொடர்ச்சி மிகுந்த முக்கியத்துவம் பெற்றுள்ளது.

6

பழங்குடி: அடையாளச் சிக்கல்கள்

திணை வகைமைகளும் புறவகைமைகளும்

பழங்குடிகளுக்குப் பல்வேறு அடையாளச் சிக்கல்கள் (identity crisis) உள்ளன. அவற்றில் முக்கியமானது அவர்களின் பெயர்களாகும். பழங்குடி களை இனங்காண்பதிலும் அடையாளப்படுத்துவதிலும் பழங்குடிகள் அல்லாத (நம்முடைய) 'மற்றவர்' பார்வையே முன்னிலை பெற்று நிற்கிறது. இதில் ஆங்கிலேயர்கள் தவறாக உச்சரித்த பெயர்களையே இன்றுவரை நாம் கூறி வருகிறோம். சில எடுத்துக்காட்டுகளை இங்கே பார்க்கலாம்.

காடர்கள் தமிழகத்தின் மிகத் தொன்மையான தொல்குடி எனலாம். என்றாலும் இவர்கள் மகாபாரதத்தில் இடம்பெறும் இடபாசூரன் வழிவருபவர்கள் என்கின்றனர். ஆனைமலையில் வாழும் இவர்களின் பூர்வீக இடங்களிலிருந்து இடம்பெயர்ந்து இன்று நெடுங்குன்றம், உடுமன்பாறை, கல்லார், எதகுழி, கம்பாரா, பூனாச்சி, மாவடம்பு, பன்னிக்குழி ஆகிய இடங்களில் வாழ்கின்றனர். இவர்களின் பூர்வீக இடங்களான சவமலை, கருங்குன்று, வாகை மலை, அய்யன் குளம், பரமக்கடவு முதலான இடங்களில் தொடர்ந்து வாழமுடியவில்லை. அரசின் வனக் கொள்கையாலும் வளர்ச்சித் திட்டங்களாலும் இடம் பெயரும் கட்டாயத்திற்கு உள்ளானார்கள்.

தொதவர்களை (Todas) ஆங்கிலேயர்கள் 'தோடா' என்றனர். எந்தத் தொதவரும் தம்மைத் 'தோடா' எனக் கூறுவதில்லை. 'ஒஹல்' (மக்கள்) என்றே தம்மைக் கூறிக்கொள்கிறார்கள். ஒரு கட்டத்தில் 'கொடா' என்னும் வழக்கு ஏற்பட்டது. இச்சொல்லின் திரிபே 'தோடா'வாக மாறியது எனலாம். கொடவர் என்றால் மேற்கத்தியர் என்று பொருள். எனினும் தூத மரம் *(மெபிசோமா சிம்ப்ளிசிஃபோலியா)* இவர் களுடைய புனித மரம் என்பதால் 'தூதா' என்றும் இவர்கள் தம்மைத் தாமே அழைத்துக்கொள்கின்றனர்.

தொதவர்களின் அண்டைச் சமூகத்தவர்களாக வாழும் படகர்கள் அவர்களைத் 'தொடவா' என்றும், கோத்தர் 'தொன்' என்றும் அழைக்கிறார்கள். மற்ற தமிழர்கள் அவர்களைத் துதவர் என்றழைக்கிறார்கள். இன்று பரவலாக வழங்கப்படும் 'தோடா' என்பது படகர்கள் வழங்கும் தொடவா என்பதன் ஆங்கிலமயப்படுத்தப்பட்ட வழக்காகும். உண்மையில் தொதவர் எனும் சொல் 'துதி' எனும் கன்னடச் சொல்லிலிருந்து உருவானது என்ற ஒரு கருத்தும் உண்டு. துதி என்றால் 'நுனி' என்று பொருள். துதி இலெ என்றால் நுனி இலை என்று பொருள். மலை உச்சியில் வாழும் மக்களாதலால் துதுவா என்றழைக்கப்பட்டனர். காலப்போக்கில் துதுவா என்பது தொதவா எனத் திரிபு பெற்றுவிட்டது.

நீலகிரி மலையில் தொதவர்கள் தொதவ நாடு, குந்தா நாடு, பெரங்கா நாடு, மேற்கு நாடு ஆகிய பகுதிகளில் வாழ்கிறார்கள். இவர்களின் குடியிருப்பு 'மந்து' எனப்படும். இவர்கள் 2000-2200 மீட்டர் உயரமுள்ள மலைச் சரிவுகளில் நீண்ட காலமாக 67 மந்துகளில் வாழ்கின்றனர்.

உலகிலேயே ஆயர் வாழ்க்கையை மேற்கொண்டும், சைவ உணவை உட்கொண்டும் வாழ்ந்து வரும் ஒரே பழங்குடியாகத் தொதவர்கள் திகழ்கிறார்கள். இதனால் உலக அளவில் ஒரு தனித்துவமான ஆயர் குடியாக இவர்கள் பெயர் பெற்றுள்ளனர்.

மைசூரை ஆண்ட விஷ்ணுவர்தனன் நீலகிரியைக் கைப்பற்றியதாக மைசூரில் ஒரு கல்வெட்டு உள்ளது. தொதவர்களைப் பற்றி முதன் முதலில் இக்கல்வெட்டில்தான் பதிவு செய்யப்பட்டது. அதன் பிறகு 1602ஆம் ஆண்டு கொச்சி சிரியன் கிறித்தவப் பாதிரியார் ஃபெர்ரி என்பவர்தான் தொதவர்களைப் பற்றி வெளி உலகத்தாருக்கு அறிவித்தார்.

தொதவர்களின் பூர்வீகம் பற்றியும், இனவரலாறு பற்றியும் பல்வேறு வகையான விவாதங்கள் முழுமை பெறாமல் உள்ளன. உடலளவுகளைப் பார்க்கும் போது அவர்கள் 'வடக்கு இண்டிட்' இனத்தைச் சார்ந்தவர்கள் என்பார் எய்க்ஸ்டெட் (Eickstedt). இவர்கள் மத்திய ஆசியாவைச் சேர்ந்த இனத்துக்குரியவராக உள்ளனர் என்பாரும் உண்டு. மானிடவியல் பேராசிரியர் அய்யப்பன் போன்றவர்கள் இவர்கள் தொல்மத்திய தரைக்கடல் இனத்தைச் சேர்ந்தவர்கள் என்பார்கள்.

மலசர்

கோவை மாவட்டத்தில் பொள்ளாச்சி வட்டத்திலும் ஆனை மலையில் உள்ள ஸ்டூவர்ட் சிகரப் பகுதிகளிலும் தாராபுரம், பாலக்காடு மலைகளிலும் இவர்கள் அதிகம் காணப்படுகின்றனர். இந்திரா காந்தி வனவிலங்கு சரணாலயம் பகுதியில் அதிகம் உள்ளனர். ஆனைமலையில் காடர்கள் வாழும் பகுதிக்குக் கீழே இவர்களின் குடியிருப்புகள் இருக்கின்றன. இவர்கள் வாழும் காட்டுப் பகுதிகள் பொதிகளாகப் பிரிக்கப்பட்டு எல்லை வகுக்கப்படுகின்றன. ஒவ்வொரு பொதியிலும் உள்ள மலசர்கள் அப்பகுதிக்குரிய நிலக்கிழார்களுக்காக உழைக்க வேண்டும்.

காடுபடு பொருள்களைச் சேகரித்துச் செட்டிக்கோ மண்ணாடிக்கோ கொடுத்துவிட வேண்டும். மேலும் வணிகர்களுக்காக மருந்துச் சரக்குகளைக் காடுகளில் சேகரிக்கின்றனர். கொத்துக் காடு முறையில் (காட்டெரிப்பு வேளாண்மை) செய்து வந்த வேளாண்மை காலனி ஆட்சியின் கட்டுப்பாட்டால் மிகவும் சுருங்கிப் போய்விட்டது.

மலையடிவார மலசர்கள் அத்திமரத்தைப் புனிதமாகக் கருதுகிறார்கள்; ஆண்டுக்கொரு முறை அதனை வழிபடுகின்றார்கள். திருமணப் பந்தலிலும் சடங்கிற்காக இதன் கிளையொன்றை நடுகின்றார்கள். பூப்படையும் சிறுமியர் தங்கும் குடிசையையும் அத்திக் கிளைகளாலேயே அமைக்கின்றார்கள். பால் ஊறும் மரங்கள் மழை மேகத்தைக் கிரகித்து மழை வருவிக்கும் ஆற்றல் படைத்தவை.

பொன்னாலம்மா (மாரியம்மன்) நோய் தீர்த்து வளம் சேர்க்கும் தெய்வம் என்பதால் இவர்கள் வழிபடுகிறார்கள். திருமணம் உள்ளிட்ட குடும்பத்தில் ஒவ்வொரு முக்கிய நிகழ்ச்சியின் போதும் முன்பும் ஏழு இலைகளில் சோறு படைத்து மூதாதையர்களுக்கு வழிபாடு நடத்துகிறார்கள்.

தமிழ்ச் சமூகத்தின் இன்றைய பண்பாட்டுப் பொருண்மைகள் பலவும் பழங்குடிகளின் பண்பாட்டிலிருந்தே பெறப்பட்டுள்ளன என்பதை மலசர்களின் இனவரைவியலின் வாயிலாக அறிய முடிகிறது.

தொதவர்களின் தெய்வங்களும் சுமேரியர்களின் தெய்வங்களும் பெயர் ஒப்புமை கொண்டிருப்பதால் இவ்விரண்டு இனத்தாரும் தொடர்புடையவர்கள் என்பார் கிரேக்க அரசர் பீட்டர் (Prince Peter of Greece). ஈராக்கில் உள்ள சில பழங்குடிகள் நீர் எருமை வளர்த்து வாழ்வதால் அவர்களின் கிளையாகத் தொதவர்கள் காணப்படுகின்றனர் என்று சிலர் கருதுகின்றனர். உருவ அமைப்பைப் பொறுத்துத் தொதவர்கள் மெசபடோமியாவைச் சேர்ந்தவர்கள் என்று கூறும் அறிஞர்களும் உண்டு. தொதவர்கள் சித்திய இனத்தைச் சேர்ந்தவர்கள் என்று காங்கிரேவ் (Congrave), பிளவட்ஸ்கி (Blavatsky) போன்றவர்கள் கருதுகின்றனர். தொதவர்கள் உரோமானியர்களைப் போல் மூக்கு கொண்டிருப்பதால் அவர்கள் உரோமானிய இனத்துக்குரியவர் என்பாரும் உண்டு.

தென்னிந்திய மக்களிடம் நுண் இனங்களின் அமைப்பியல்புகளில் பல்வேறு இனச் சாயல்கள் உள்ளன என்பது உண்மைதான். குடகு மலை மக்கள் (Coorgs) தைனாரிக் இனப் பேராளர்களாகக் காணப் படுவது எவ்வளவு உண்மையோ, அவ்வாறே தொதவர்களிடம் தென்னிந்திய மக்களிடமிருந்து மாறுபட்ட இனச் சாயல் உள்ளது.

தொதவர்கள் பண்பாட்டளவில் தென்னிந்தியர்கள். தொதவம் தமிழோடு நெருங்கிய மொழியாக உள்ளது. ஆனாலும் திராவிட மொழிகளில் தொதவத்திலும் பிராகூய் மொழியிலும் மட்டுமே பால் வேறுபாடு (gender distinction) இல்லை. தொதவர்களுக்கும் மலபார் மக்களுக்கும் நெருக்கமான உறவு காணப்படுகிறது. பலகணவர் மணம் (polyandry), மாப்பிள்ளை மணப்பெண்ணுக்குத் துணி கொடுத்தல், உறவினர்கள் பிணத்துக்குத் துணி போர்த்துதல், 'தொட்ரி', 'மித்குவாடர்' போன்றவற்றைப் பயன்படுத்துதல் முதலான பண்பாட்டுக் கூறுகளைத் தொதவர்களும் மலபார் மக்களும் கடைப்பிடிப்பதால் மலபாரிலிருந்து வந்திருக்கலாம் என ரிவர்ஸ் (W.H.R. Rivers) கருதுகிறார். தொதவர்கள் வழிபாடுகளில் சாமியாடும் போது தூய மலையாள மொழியில் பேசுவதும், இறந்தவரின் ஆவி மேற்கு நாடு செல்கிறது என்ற தொதவர்களின் கூற்றும் மேற்கூறிய கருத்திற்கு வலுசேர்க்கின்றன. பண்பாட்டுக் கூறுகளை மட்டும் முன்வைத்து இன வரலாற்றை (ethnohistory) முழுமையாக மீட்டுருவாக்கம் செய்ய இயலாது.

மலைமலசர் பழங்குடியினர் நாட்டு மலையர், கொங்கு ம்மலையர் என இருவகைப்படுவதால் இப்பெயர்கள் கொண்டே இவர்கள்

மலைவேடர்

வேடன், மலைவேடன், வேடநாயக்கன்(ர்) என்றெல்லாம் அழைக்கப்படும் மலைவேடர் பூர்வ தொல்குடிகளில் ஒருவராவார். இவர்கள் இன்றைய மதுரையிலிருந்து கேரளம்வரை பல்வேறு பகுதிகளில் வரலாற்றுக் காலந்தொட்டு வாழ்ந்து வருகின்றனர்.

இன்று மதுரை என்று அழைக்கப்படும் நகரத்தின் பெயர் கி.மு. 75 வரை 'கூடல்' என்பதே. பண்டைய கூடல் பகுதியை வேடர் குடித் தலைவன் அகுதை ஆட்சி செய்ததாக வாய்மொழி வரலாறு. இன்றும் மலைவேடர்களிடம் இவ்வழக்கு உள்ளது. இந்த மக்களிடம் வழங்கும் இனவரலாற்றின்படி குறுநில மன்னனாகத் திகழ்ந்த அகுதை என்பவன் கூடலுக்குக் கிழக்கே கொற்கையைத் தலைநகராகக் கொண்டு கடற்கரைப் பகுதியை ஆட்சி செய்து வந்த பூதப்பாண்டியனை வென்றுள்ளான். மேலும், கூடலுக்கு வடக்கே ஆட்சி செய்துவந்த ஆயர்குல தலைவன் 'முதலாம் எவ்வி' எனும் குறுநில மன்னனையும் வென்றுள்ளான்.

கூடலுக்குத் தெற்கே அதிகன் என்ற வேடர் குல அரசன் இன்றைய திருவிதாங்கூர், சதுரகிரி மலை, சபரிமலை, காந்த மலை முதலான பகுதிகளைப் பெரும் படையுடன் ஆண்டு வந்தான். அவனுடன் அகுதை போரிடவில்லையாம். இருவரும் வேடர் இனத் தலைவர்கள் என்பதால் ஒருவர் மீது ஒருவர் போர் தொடுக்காமல் வேடர் குடியின் ஆட்சியைப் போற்றி வந்தார்களாம்.

மதுரை என்றாலே மீனாட்சியம்மன் ஆலயம்தான் நினைவுக்கு வரும். மதுரை வரலாற்றில் இக்கோயிலின் வரலாறும் இணைத்தே கூறப்படுகிறது. மதுரை மீனாட்சியம்மன் ஆலயத்தில் வேடர் களுக்கென்று தனித்துவமான பங்குண்டு. அக்கோயிலின் அட்டசக்தி மண்டபத்திற்கடுத்துள்ளது 'வேட மண்டபம்.' இம்மண்டபத்தின் இருபுறமும் ஆறு அடி உயரம்கொண்ட வேட்டுவச்சி, வேடுவர் சிலைகள் உள்ளன. வேடுவர்களின் உரிமையைக் காட்டுவதாகவே இம்மண்டபம் அமைந்துள்ளது. பழனி முருகன் கோவிலில் வேடகுல ஆய் மன்னனுக்குரிய மரியாதையை இன்றும் திருவிழாக்களின் போது வேட நாயக்கர்கள் பெறுகிறார்கள்.

இன்று மலைவேடர்களில் ஒரு பிரிவினர் கேரளத்திலும் இன்னொரு பிரிவினர் தமிழகத்திலும் உள்ளனர். அதிகன் வழி வந்தோர் கேரளத்திலும் அகுதை வழிவந்தோர் தமிழகத்தில் மதுரை, பழனி உள்ளிட்ட பல பகுதிகளிலும் வாழ்கின்றனர். எனினும், அனைவரும் வேடர், மலைவேடர் எனும் பொது அடையாளத்தைக் கொண்டுள்ளனர்.

மதுரை மாவட்ட மலைவேடர்கள் அழகர் கோவில் பழமுதிர்ச் சோலை முருகன் கோவிலில்தான் முதல் மொட்டை அடிப்பார்கள். மலைவேடர்களின் குடும்ப தெய்வங்கள் எல்லாம் கையில் வில், அம்பு ஏந்தியவர்களாய் இருக்கின்றனர். வேடர் குலத்தார் கண்ணப்ப நாயனாரின் வழி வந்தவர்கள் என்பதால் ஒவ்வொரு வருடமும் தை மாதம் வளர்பிறையில் வரும் மிருகசீரிடம் நட்சத்திரத்தில் சிவாலயங்களில் குருபூசை செய்வார்கள். திருப்பரங்குன்றத்தில் மலைவேடர்களுக்குச் சொந்தமான வேடர் மடத்திற்குப் பங்குனி மாதம் முருகன் எழுந்தருளுவார். இது மரபாகும். பல ஊர்களி லிருந்தும் மலைவேடர்கள் கலந்துகொள்வார்கள். கண்ணப்பகுல வேடர்களே மலைவேடர்கள் என்பதால் இந்த உரிமை இவர் களுக்குக் கிடைக்கிறது.

அமராவதியைத் தலைநகரமாகக் கொண்டு ஆட்சி செய்த கடைசி வேடர்குல அரசன் 'குன்ன வேடன்' என்கின்றனர். அவ்வாறே பறம்பு மலையைப் (இன்று பிரான்மலை) பாரி எனும் கடையெழு வள்ளல் ஆட்சி செய்து வந்தான் என்பார்கள். இவர்கள் யாவரும் வேடர்குல அரசர்கள் எனப் பெருமையுடன் மலை வேடர்கள் தொடர்புபடுத்திக் கொள்வார்கள்.

திருவிதாங்கோடை ஆண்ட மார்த்தாண்டவர்மா காலத்தில் கேரளத்தின் இடுக்கி மாவட்டத்திலிருந்து மலைவேடர்கள் தமிழகத் திற்கு வந்தார்கள் எனும் இடப்பெயர்ச்சிக் கதையும் உண்டு.

(தகவலாளி: சு.தவமணி, மன்னாடிமங்கலம், வாடிப்பட்டி வட்டம், மதுரை மாவட்டம்).

தங்களை இனங்காட்டிக் கொள்கின்றனர். இவர்களைச் சுற்றியுள்ள மற்றவர்களே இவர்களை மலசர், மலைமலசர் என அழைக்கின்றனர். மகா மலசர்களை உள்ளூர் மக்கள் 'கும்மட்டி மக்கள்' என்பார்கள். இச்சமூகப் பெரியவர்கள் காலில் தண்டை அணிவார்கள்.

இரவாளர்கள் தம்மை 'வில்லு வேடர்கள்' என்றே கூறிக் கொள்கிறார்கள். மலையாளிகள் தம்மை 'மலைக்கவுண்டன்' என்றும், காணிக்காரர் தம்மை 'காணி' என்றும் சொல்லிக்கொள்கிறார்கள். அடுத்து, எரிலைக்கிழங்கு எனக்கூடிய சர்க்கரை வள்ளிக்கிழங்கைத் தோண்டி உண்பவர்கள் என்பதால் மலையடிவார மக்கள் இருளர்களை 'எரிளிகாரு' (எரிளி= கிழங்கு, காரு= மக்கள்) என்றே அழைத்தனர். எரிளிகாரு என்பது 'எருளர்' என்றாகி அதுவே பின்னர் இருளர் என்றானது.

கோத்தர் சொல்வழக்கு பற்றி இரு கருத்துகள் உண்டு. 'கோட்டா' என்னும் சொல் 'கொஹட்ட' என்பதன் திரிபாகும். இதன் பொருள் பசுவைப் பலிகொடுத்த மக்கள் என்பதாகும். இன்னொரு கருத்தின்படி கோத்தர் (கோ=மலை, அர்=மக்கள்) என்றால் மலை மக்கள் என்பது பொருளாகும். கோத்தர் எனும் இன்றைய பெயர் வெளியாரால் அழைக்கப்படும் பெயராகும். தோடர்கள் கினாப் என்றும், மற்றவர்கள் கோவ்தர், கோத்தர் என்றும் அழைப்பார்கள். ஆனால் கோத்தர்கள் தங்களைக் 'கோவ்' என்றே கூறிக்கொள்கின்றனர்.

நீலகிரியில் மிக உயரமான இடத்தில் (2000-2200 மீட்டர்) வாழ்பவர்கள் தொதவர்கள். இவர்கள் வாழும் பகுதிகளுக்குச் சற்றுக் கீழே கோத்தர்கள் 1800-2000 மீட்டர் உயரத்தில் வாழ்கிறார்கள். இவர்கள் இந்தியாவிலேயே ஒரு தனித்துவமான கைவினைப் பழங்குடியினர். இவர்கள் தமக்கும், நீலகிரியில் வாழும் மற்ற நான்கு குடியினருக்கும் (தொதவர், படகர், இருளர், குறும்பர்) இசை ஊழியம் செய்யும் நல்ல இசைவாணர்கள். மேலும், இவர்கள் இரும்பு வேலை செய்யும் கம்மாளராக, மரவேலை செய்யும் தச்சராக, பித்தளை, வெள்ளி, பொன் நகைகள் செய்யும் தட்டாராக, மண் பானைகள் செய்யும் குயவராக, பாரம்பரிய வீடுகள் கட்டும் விற்பன்னராக, மாட்டுத் தோலில் கயிறு திரிப்போராக, இன்னும் சில தொழில்கள் செய்வோராக வாழ்ந்துவருகின்றனர். இன்று கல்வியறிவில் மேம்பட்டுள்ளனர்.

நீலகிரி மலையில் கோத்தர்கள் பாரம்பரியமாகப் பின்வரும் ஏழு குடியிருப்புகளில் வாழ்கிறார்கள். தங்கள் குடியிருப்பை இவர்கள் 'கோகால்' என்றழைப்பார்கள். ஊரின் பெயருக்குப் பின்னால் 'கோகால்' என்று குறிப்பிட்டுச் சொல்வது அவர்கள் பழக்கம்.

1. கினார்ட் கோகால் - கீழ்க்கோத்தகிரி
2. போர்காட் கோகால் - கோத்தகிரி

3. கொல்மேல் கோகால் - கொல்லிமலை (குன்னூர்)
4. திச்காட் கோகால் - திருச்சிகடி (ஊட்டி)
5. மேக்னாட் கோகால் - குந்தா
6. குர்கோஜ் கோகால் - சேலூர்
7. கல்காச் கோகால் - கூடலூர்

பொதுவாகக் கோத்தர்களின் ஊர்களில் மூன்று தெருக்கள் (கேர்) இருக்கும். மிகச் சில ஊர்களில் இரண்டு கேர்-கள் இருக்கும். மூன்று தெருக்கள் இருக்குமானால் அவை 'மேகேர்' (மேட்டுத் தெரு), 'நட்கேர்' (நடுத் தெரு), 'கிகேர்' (கீழத் தெரு) என்றழைக்கப்படும். இரண்டு தெருக்கள் இருக்குமானால் அவை ஆகேர், ஈகேர் என அழைக்கப்படும். ஒரு கேர்க்கும் இன்னொரு கேர்க்கும் இடையே அகன்ற திறந்த வெளியுண்டு. அது 'கவால்' எனப்படும். குடியிருப்பு களில் ஒவ்வொரு கேரிலும் ஏறக்குறைய இருபது வீடுகள் இருக்கும்.

கோத்தர்கள் தங்கள் மொழியை 'கோவ்மான்த்' என்பார்கள். இது பழந்தமிழோடு நெருங்கிய தொடர்புகொண்டது. சில சொற்களைக் காண்போம். கோத்தர்கள் அப்பாவை 'அய்ன்' என்றும் அம்மாவை 'அவ்' என்றும் அழைக்கின்றனர். உடன்பிறந்த அண்ணனை 'அண்' என்றும், தம்பியைக் 'கராள்' என்றும், அக்காவை 'அக்ன்' என்றும், தங்கையைக் 'கடாச்' என்றும் அழைக்கின்றனர். தன் கணவனை 'ஆள்' என அழைக்கும் மனைவி, தன் கணவனால் அவள் 'பெட்' என அழைக்கப் பெறுவாள். இவர்கள் நண்பர்களை 'மாள்' என்பார்கள் (கோ. சுப்பையா 1972: 27).

அடுத்ததாக ஊராளி பற்றிக் காண்போம். ஊராளி என்றால் 'ஊரை ஆள்பவன்' என்பது பொருளாகும். பாண்டிய மன்னன் நாட்டை விட்டு மலையிலுள்ள நேரியமங்கலம் வந்தபோது இவர்களும் அவரைத் தொடர்ந்து வந்துள்ளனர். பின்பு இம்மக்களிடம் ஊரை ஆளும்படி யாக நியமனம் செய்துவிட்டுச் சென்றதால் தங்களுக்கு 'ஊராளி' பட்டம் கிட்டியதாகக் கூறுகின்றார்கள். ஊராளிகளின் இந்தப் பொருண்மையை நாம் ஏற்று, அவர்களை அழைக்கிறோமா?

பளியர்கள் 'பழையோர்' (ஆதிமக்கள்) என்றே பெயர் பெற்றிருந் தனர். கால ஓட்டத்தில் பழையோர் > பழியர் > பளியர் என்றாகி விட்டது. பழையர் பற்றிய குறிப்புகள் அகநானூறிலும் (201.6, 7; 331.5) காணப்படுகின்றன. பழனிமலைக்குரிய பழனியன் 'பளியர்' என்று மருவி வந்துவிட்டது என்பது இன்னொரு கருத்தாகும். இன்று பளியர்கள்

இரவாளர் தொன்மம்

ஒவ்வொரு பழங்குடிச் சமூகத்தவரும் ஒரு தோற்ற வரலாற்றைத் தன் இனவரலாறாகக் (ethnohistory) கூறிக்கொள்கின்றனர். ஆதியில் இரவாளர்கள் 'வில்வேடர்' என்றே அறியப்பட்டார்களாம். ஆனால் பின்னொரு காலத்தில் இருவேறு வில்வேடர் கூட்டங்களிடையே கடுமையான சண்டை ஏற்பட்டபோது சண்டைக்குப் போக ஒரு குழுவிடம் ஆயுதம் ஏதுமில்லையாம். அதனால் அருகிலிருந்த கவுண்டர் வீட்டிற்குச் சென்று அரிவாள் இரவலுக்கு வாங்கி சண்டையிட்டார்களாம். இரவலுக்கு அரிவாள் வாங்கியதால் இரவாளன் என்ற பெயர் ஏற்பட்டது என்கிறார்கள் (விஜயலட்சுமி 2008:17).

இரவாளர்களிடம் மேலுமொரு தோற்றத்தொன்மம் உள்ளது. வில்வேடன் ஒருவனுக்கு இரண்டு மனைவிகள். மூத்த மனைவிக்கு ஐந்து குழந்தைகள். இளைய மனைவிக்கு இரண்டு குழந்தைகள். எனினும் அனைவரும் ஒரே குடும்பமாக ஒற்றுமையுடன் வாழ்ந்து வந்தனர். ஒரு நாள் அனைவரும் வேட்டையாட காட்டிற்குச் சென்றார்கள். இளையவர் இருவரும் சிறு பிள்ளைகள் என்பதால் அவர்களை மலையடிவாரத்தில் தாங்கள் திரும்பும் வரை அங்கேயே இருக்கும்படி சொல்லி விட்டுச் சென்றார்கள்.

அண்ணன்மார்கள் சென்ற பின்பு தம்பிகள் இருவரும் கல்லால் மயில் ஒன்றை அடித்து வீழ்த்திவிட்டார்கள். வீழ்ந்த மயிலை வெட்டி இறைச்சியாக்க முயன்றார்கள். ஆயுதம் ஏதுமில்லாமல் திகைத்தனர். அப்போது அவ்வழியாகப் பஞ்ச பாண்டவர்கள் ஐந்து பேரும் இவர்களைக் கடந்து சென்றார்கள். அவர்களில் பீமனிடம் வாளிருப்பதைக் கண்ட இப்பையன்கள் அதனை இரவல் வாங்கி அடித்த மயிலை வெட்டிக் கறியாக்கி வைத்தார்கள்.

வேட்டைக்குச் சென்ற அண்ணன்மார்கள் திரும்பி வந்தபோது தம்பிகள் மயிலை வெட்டிக் கறி வைத்திருப்பது கண்டு நடந்த விவரங்களைக் கேட்டனர். வில்வேடர்களாகிய நாம் மற்றவர்களிடம் இரவல் பெறக்கூடாது. அது நம் குடிக்கு அவப்பெயராகும் எனக் கூறி இரவல் வாங்கிய நீங்கள் இன்றுமுதல் இரவாளர்களாக அறியப்படுவீர்கள் என்று கூறிச் சென்றுவிட்டார்களாம் (மேலது: 17-18).

இரவாளர்கள் பற்றி அறிவதற்கு ஓர் இலக்கியச் சான்றும் உள்ளது. இறையனார் அகப்பொருள் உரையில் குறிஞ்சித் திணையில் வாழும் மக்களைப் பற்றிக் கூறுமிடத்து 'இறவுளர்' என்ற ஒரு குடி பற்றிக் கூறப்பட்டுள்ளது. குறிஞ்சி நில மக்களாகிய இறவுளர்களின் தொழில் வேட்டையாடுதலும் கிழங்கு, தேன் முதலானவற்றைச் சேகரித்து உண்பதுமாகும். இரவாளர்கள் இன்றைக்குத் தமிழகம், கேரளம் ஆகிய பகுதிகளில் பரவி வாழ்ந்தாலும் அவர்கள் தமிழ்ச் சமூகத்தின் ஓர் ஆதிக்குடி என்பதற்கு அவர்கள் பேசும் 'கரிவிநாளு' எனும் மொழியும் ஒரு சான்றாக அமைகிறது. அம்மொழி தமிழின் ஒரு கிளைமொழியாகவே காணப்படுகிறது (மேலது:19). வில்வேடர் என்றும் இரவாளன் என்றும் அறியப்படும் இந்தச் சமூகத்தின் இனப்பெயர் (ethnonym) மேலும் ஆராய்வதற்கு உரியதாக உள்ளது. இரவாளர்கள் காடர் பழங்குடியினர் போன்றே தங்களுடைய வாழுமிடத்தைப் 'பதி' என்று அழைக்கின்றனர். பதி எனும் சொல் ஊரைக் குறிக்கும் சொல்லாகச் சங்க இலக்கியங் களில் பதிவாகியுள்ளது (பதிற். 31.10, 71.18).

என்றழைக்கப்படும் மக்கள் இரண்டு பிரிவினராகக் காணப்படுகின்றனர். 1. கீழ்மலைப்பளியர் 2. மேல்மலைப் பளியர். பழனிமலையின் மேல் பகுதிகளில் வாழும் பளியர்கள் தங்களை உயர்ந்தவர்கள் என்று கூறிக்கொள்கிறார்கள். இவர்கள் கீழ்மலைப் பளியர்கள் வீட்டில் சாப்பிட மாட்டார்கள். கீழ்மலைப் பளியர் இவர்களிடம் வந்தால் 'பச்சைப் படி'யைதான் (சமைக்காத பொருள்கள்) கொடுப்பார்கள்.

பளியர்கள் பழனிமலை, ஏலக்காய் மலை, வருசநாடு மலை முதலான மலைகளில் வாழ்ந்தாலும் கீழ்ப்பழனி மலையில்தான் எண்ணிக்கையில் அதிகம் உள்ளனர். மேல் பழனிமலையில் வாழ்பவர்கள் 'மலைப் பளியர்' என்றும், கீழ்ப் பழனிமலையில் வாழ்பவர்கள் 'கல்லுப் பளியர்' அல்லது 'கல் நாட்டுப் பளியர்' என்றும் 'புடைப் பளியர்' என்றும் அழைக்கப்படுகின்றனர். இவர்கள் பல உட்பிரிவுகளைக் (கூட்டம்) கொண்டிருக்கின்றனர். அவை: அமணப் பளியர், ஊசியிலைப் பளியர், காட்டுப் பளியர், கிழங்குப் பளியர், நீர் பளியர், சருகுப் பளியர், கருப்பளியர், தாளப் பளியர், தெய்வப் பளியர், தேக்கிலைப் பளியர், தேன் பளியர், வெள்ளைப் பளியர் (*பழனிமலைப் பழங்குடிகள்*, பாகம் 1, பக். 7).

தமிழகத்தில் வாழும் காட்டுநாயக்கர் (காடு=வனம், நாயக்கன்= தலைவன்) பழங்குடியினர் தம்மை 'நாயக்கன்' என்றே கூறிக் கொள்வார்கள். இவர்கள் நீலகிரி, வயநாடு பகுதிகளில் மிகுதியாகக் காணப்பட்டாலும் தமிழகம் முழுவதும் பரவிக் காணப்படுகின்றார்கள். சமவெளிகளில் வாழும் காட்டு நாயக்கர்களை வேட்டைக்காரன் நாயக்கன், வேட நாயக்கன், சிகாரி நாயக்கன், நாயக்கன் ஆகிய பல பெயர் இட்டு மற்ற சமூகத்தினரால் அழைக்கப்படுகின்றார்கள்.

இன்று தமிழகத்தில் நாயக்கன், நாயக்கர் என்னும் பெயர்களில் தெலுங்கு, வன்னியர் சாதியாரும் வசிக்கிறார்கள். எனினும் காட்டு நாயக்கன் பழங்குடியினர் பேச்சுவழக்கில் தம் பெயருக்குப் பின் நாயக்கன் என்று விகுதி சேர்த்துக் கூறுவார்கள். தங்கள் இனப் பெயரை (ethnonym) முழுமையாகக் கூறவேண்டிய சூழலில் மட்டுமே காட்டுநாயக்கன் என்று சொல்வார்கள்.

இந்நிலையில் 'நாயக்கன்' என்பது ஒரு பொதுப் பெயராகப் பல சமூகத்தாருக்கு இருப்பது தெரியவருகிறது. இச்சூழலில் மற்ற சமூகத் தாரிடமிருந்து காட்டுநாயக்கன் பழங்குடியைத் தனிமைப்படுத்திக் காட்டுவது அவர்களின் பூர்வ தொழிலாகிய வேட்டையாடி உணவு சேகரிப்பதாகும். அதனால்தான் இவர்களை மற்ற சமூகத்தார் சில இடங்களில் வேடன் என்றும், வேட்டைக்காரன் என்றுங்கூட அழைப்பது வழக்கம். திருவண்ணாமலைப் பகுதியில் வேட்டைக்கார நாயக்கன் என்றும், திருச்சி, கரூர் மாவட்டங்களில் வேட நாயக்கன் என்றும் கூறிவருகிறார்கள்.

இஸ்ரேல் நாட்டு மானிடவியலர் நியூரிட் பேர்ட் டேவிட் நீலகிரி மாவட்டத்தில் மேற்கொண்ட நாயக்கன் (காட்டுநாயக்கன்) ஆய்வானது இப்பழங்குடியைப் பற்றி அறிய உதவும் ஒரு சிறந்த ஆய்வாகத் திகழ்கிறது. இவருங்கூட காட்டுநாயக்கன் எனப் பயன்படுத்தாமல் அம்மக்கள் பேச்சுவழக்கில் வழங்கும் நாயக்கன் என்னும் பெயரையே தம் ஆய்வு முழுவதும் பயன்படுத்துகிறார்.

ஆகவே ஒரு பழங்குடியின் இனப்பெயர் பலவாறு வழக்கத்தில் இருந்து வருவதை அறிய முடிகிறது. ஒரு சமூகத்தைச் சுற்றியுள்ள பிற சமூகத்தார் அவரவர் 'அயல் (வெளியார்) பார்வை'யில் (outsider view) அழைக்கும் பெயர் காலப்போக்கில் பலவாக அமைந்து விடுகின்றன. ஆனால் அச்சமூகத்தார் 'இனப் பார்வை'யோடு (ethnic view) தங்களை அழைக்கும் முறையை நாம் நிச்சயம் கவனித்தாக வேண்டும்.

பழங்குடிகள் பலரும் ஒரு சொல்லால் வழங்கப்படும் போக்கும் காணப்படுகிறது. இருளர், காட்டுநாயக்கன், மலை வேடன், மலைக் குறவன் ஆகிய பழங்குடியினர் அனைவரும் வெளியாரால் 'வேடன்' என்றும்கூட அழைக்கப்படுவதுண்டு. இப்பழங்குடிகள் அனைவரும் வேட்டையாடும் தொழிலைக் கொண்டிருப்பதால் அயல் சமூகத்தார் சுருக்கமாக 'வேடன்' என்கின்றனர். இத்தகு பொதுமைப்படுத்தும் வெளியாரின் பார்வை கவனத்தோடு அணுகப்பட வேண்டும். மலை வேடர்களும் 'வேடன்', 'வேட்டுவ நாயக்கன்' என்று அழைக்கப் படுகின்றனர். இவர்கள் 63 நாயன்மார்களில் ஒருவரான கண்ணப்ப நாயனாரின் வழிவருபவர்கள் ஆவார்கள்.

காட்டுநாயக்கர்களைப் போன்றே இருளர்களும் பல பெயர்களில் அழைக்கப்படுகின்றனர். இவர்களில் இரண்டு பிரிவினர் உண்டு. ஒரு பிரிவினர் நீலகிரி இருளர்கள். தமிழகத்தின் வட மாவட்டங்களிலும் மேற்கே தர்மபுரி மாவட்டம் வரையிலும் சமவெளிகளில் வாழும் இருளர்கள் மற்றொரு பிரிவினர். இவ்விரு பிரிவினருக்குமான வரலாற்று ரீதியான தொடர்புகள் குறித்த புரிதல் குறைவாகவே உள்ளது.

இருளர்கள் சில உட்பிரிவுகளைக் கொண்டுள்ளனர். 'மேல்நாடு இருளர்' எனப்படுபவர்கள் ஒரு தனி வகையினர். நீலகிரி மாவட்டத்தில் கோத்தகிரி வட்டத்திலும் அதனைச் சுற்றிய பகுதியிலும் இவர்கள் வாழ்கின்றனர். 'கசப இருளர்' எனப்படுவோர் இன்னொரு பிரிவினர். இவர்கள் நீலகிரி மாவட்டத்தில் கூடலூர் வட்டத்தில் மசினகுடிப் பகுதியில் வாழ்கின்றனர். இவர்கள் பேசும் மொழி 'கசப இருளம்' எனும் தனிக் கிளைமொழியாகும்.

இருளர்கள் பூர்வ மொழி பேசும் பிரிவினர் குன்னூர், மேட்டுப் பாளையம், கோயம்புத்தூர் மலைத்தொடரில் குறிப்பாக வெள்ளியங்கிரி, சிறுவாணி, அதனை ஒட்டிய அட்டப்பாடி பகுதி (பாலக்காடு மாவட்டம், கேரளம்) ஆகிய இடங்களில் வாழ்பவர்கள் தனி வகையினர் ஆவர். ஊராளி இருளர் அல்லது ஊராளி சோளகர் எனப்படும் இன்னுமொரு பிரிவினர் தமிழகத்தின் சத்தியமங்கலம், கர்நாடகத்தின் சாம்ராஜ் நகர் மாவட்டம் முதலான மலைப் பகுதிகளில் வாழ்கின்றனர்.

இவர்களைத் தவிர தமிழகத்தின் சமவெளிகளில் வாழும் இருளர்கள் தனி வகையினராக உள்ளனர். செங்கல்பட்டு, காஞ்சிபுரம், திருவண்ணாமலை, விழுப்புரம், தர்மபுரி முதலான மாவட்டங்களில்

பெட்டக் குறும்பப் பெண்களின் நடனம்

இவர்கள் பரவி வாழ்கின்றனர். வேட்டைக்காரன், வில்லி, சிகாரி, இருளர் என்றெல்லாம் இவர்கள் அழைக்கப்படுகின்றனர்.

நீலகிரி இருளர்களுக்குள் 8 குலங்களும் கோவை இருளர்களிடம் 12 குலங்களும் உள்ளன. நீலகிரிப் பிரிவினர் எலி சாப்பிடுவதில்லை. கோவை இருளர்கள் எலியைப் பிடித்துச் சாப்பிடுவார்கள். இவ்வாறாக இன்னும் பல வேறுபாடுகளைச் செங்கோ தமது 'வனாந்தரப் பூக்கள்' நூலில் ஆராய்ந்துள்ளார்.

நீலகிரி இருளர்களை மேல்நாடு இருளர், கசபர், வேட்டக்காடு இருளர், ஊராளி, காடு பூஜாரி என ஐந்து வகைப்படுத்தலாம் (பெரியாழ்வார் 1976). சமவெளி இருளர்கள் வில்லி, வேடர், வேடுவர், வேட்டைக் காரன் போன்ற பெயர்களில் மற்ற சாதியால் குறிப்பிடப்படுவார்கள். வேட்டைத் தொழில் பல பழங்குடிகளிடம் காணப்படும் ஒரு பொதுவான தொழில். மலைவேடன், மலைக்குறவன் போன்ற இன்னும் பல பழங்குடிகளும் வேட்டையாடுவார்கள். ஆகவே பழங்குடிகளின் தொழிலையும் பெயரையும் இணைத்துக் காணும் அயலாரின் பார்வையில் மக்கள் செய்யும் தொழிலே முதன்மைபெறுவதை அறியலாம். இதனடிப்படையில் பெயரும் அமைந்துவிடுகிறது. இவ்வாறான சூழலில் பழங்குடிச் சமூகத்தார் சுட்டும் பெயரை அறிய முயலுவதே பழங்குடிகளை இனம்பிரித்துக் காண உதவும்.

அடுத்ததாக தமிழகத்தில் 'குடியா' எனப்படும் பழங்குடி கர்நாடகத்தில் 'கௌடா' என அழைக்கப்படுகிறார்கள். மேலும் இவ்விரு மாநிலங்களிலும் இவர்கள் மலைக் குடியா, மலைக் குடி, மலையக்குடி என்றும் குறிப்பிடப்படுகிறார்கள். மேலக்குடி என்ற வழக்கும் உண்டு. குடி என்றால் 'மலை உச்சி' என்பது பொருள். மலை உச்சியில் வாழும் மக்களே 'குடியா' எனப்படுவர் என்பது இம்மக்களின் கருத்தாகும்.

இன்னும் சில பழங்குடிகளும் ஒன்றுக்கும் மேற்பட்ட பெயர்களில் அழைக்கப்படுகின்றனர். எரவல்லன் என்று அழைக்கப்படும் இரவாளன் பழங்குடியினர் 'வில்வேடன்', 'அம்புவில் வேடன்' என்றும் அழைக்கப்படுகின்றனர். மலை மலசர் பழங்குடியில் 'பதிமலசர்' என்னும் ஓர் அகமணப் பிரிவினர் உள்ளார்கள். இருவருக்குள்ளும் கொண்டு கொடுத்தல் இல்லை. இருவரும் தனித்தனிப் பிரிவினர். ஆகவே குறும்பர்களைப் போலவே இவர்களையும் தனிக்குடிகளாக இனங்காண வேண்டிய தேவை எழுகிறது.

குறிச்சன் ஒரு தொன்மையான பழங்குடி.'குறிச்சி' என்றால் வேட்டைக்காரன் என்பது பொருள். ஆலம்பாடிக் குறிச்சன் என்று தம்மைக் கூறிக்கொள்வார்கள். ஆனால் அண்டைய மக்கள் இவர்களைக் கன்னடக் கவுண்டர், குறிச்சிக் கவுண்டர், குஞ்சிடிகர் என்று அழைப்பார்கள். கௌடா கவுண்டர் எனும் பட்டப் பெயர்களைத் தம் பெயர்களுடன் சேர்த்துக்கொள்வதை இவர்கள் விரும்புகிறார்கள்.

மைசூர், மலபார் எல்லையில் உள்ள பூனாச்சி மலையிலிருந்து மராட்டிய - மைசூர் போரின்போது *(1688-1689* வாக்கில் இப்போர் நடந்தது*)* குறிச்சன்கள் இங்கு வந்தார்கள். இப்போது தர்மபுரி மாவட்டத்தில் உள்ளவர்கள் கர்நாடகாவில் கொல்லேகால் வட்டத்திலிருந்து (இப்போதைய மைசூர் மாவட்டம்) வந்தார்கள். அதனால் தான் இவர்கள் கன்னடம் கலந்த தமிழின் கிளைமொழியைப் பேசுகின்றனர்.

மகா மலசர்களை உள்ளூர் மக்கள் 'கும்மட்டி மக்கள்' என்பார்கள். அண்மைக்காலம்வரை இவர்கள் காலில் 'தண்டை' (anklet) அணிந்திருந்தார்கள். பாண்டியர் ஆட்சிக்காலத்தில் வட திருவிதாங்கூர் பகுதியிலிருந்து தமிழகத்திற்கு வந்தார்கள் எனும் பழங்கதை இவர்களிடம் உண்டு.

இருளர்களின் கொம்புதூக்கியம்மன் கோயில் - சீங்குபதி குடியிருப்பு

மலைவேடன் இன்று தனித்த அடையாளத்துடன் காணப்படும் ஒரு பழங்குடி. திருவிதாங்கூரை ஆண்ட மார்த்தாண்ட வர்மா காலத்தில் கேரளத்தின் இடுக்கி மாவட்டத்திலிருந்து தமிழகம் வந்தார்கள் எனும் இடப்பெயர்ச்சிக் கதை இவர்களிடம் உள்ளது.

அடுத்ததாக, முள்ளுக் குறும்பர் (குறுமர் என்பதே சரியான வழக்காகும்) என்னும் பெயர் இந்த மக்களுக்கு எஜமானர்களாக விளங்கிய நாயர்கள் கொடுத்ததாகும். முள்ளுக் குறும்பர்கள் தங்களை 'உள்ளக் குறும்பர்' என்றே கூறிக்கொள்கிறார்கள். முள்ளுக் குறும்பர் வாழ்வில் மூங்கில் பின்னிப்பிணைந்த ஒன்றாகும். இவர்கள் எப்போதும் கையில் கொண்டு செல்லும் அம்பு 'முள்ளு' என்றே கூறப்படும். ஆதியில் முள்ளு இல்லாமல் எந்த ஒரு குறும்பனையும் பார்க்க முடியாது.

முள்ளாகிய அம்பு கொண்டு வேட்டையாடுதல் இவர்களின் முக்கிய தொழிலாகும். ஆகவே முள்ளு என்னும் அம்பைக் கொண்டிருந்தவர்கள் முள்ளுக் குறும்பர் என்று பெயர் பெற்றார்கள். இவ்வாறாகப் பழங்குடி மக்கள் அவர்களின் இனப் பெயரை அவர்கள் கூறும் வகையிலேயே நாம் அடையாளப்படுத்தியிருக்கிறோமா என எண்ணிப் பார்க்க வேண்டும்.

குறும்பர்களின் உட்பிரிவுகளில் பெட்டக் குறும்பர்கள் ஓரளவிற்குப் பெரிய உட்பிரிவாகக் காணப்படுகின்றனர். நீலகிரியில்

கூடலூர் வட்டத்தில் 23 குடியிருப்புகளிலும், பந்தலூர் வட்டத்தில் 12 குடியிருப்புகளிலும் வாழ்கின்றனர். முதுமலை வனவிலங்கு சரணாலயத்தைச் சுற்றி இவர்களின் வசிப்பிடங்களைக் காணலாம். இவர்களிடம் ஆதியில் 'சாவடி' எனும் இளைஞர்கள் தங்கும் கூடங்கள் இருந்தன; ஆனால் இன்றில்லை.

கடந்த நூற்றாண்டில் குறும்பர்கள் ஒரே பழங்குடியாகக் கருதப் பட்ட நிலை இருந்து வந்தது. 1950களில் ஜேனுக் குறும்பர்கள் உணவு சேகரிப்பவர்களாகவும் பெட்ட குறும்பர்கள் காட்டெரிப்பு வேளாண்மை செய்பவர்களாகவும் முள்ளுக் குறும்பர்கள் உழுது பயிரிடும் விவசாயி களாகவும் இருந்துள்ளதை ஹெய்மண்டார்ஃப் (1952) கூறியுள்ளார்.

தேன் குறும்பர்கள் மைசூர் - நீலகிரி - வயநாடு தொடர்ச்சிக்குரிய மலைக்காடுகளில் வசிக்கின்றனர். தமிழகப் பகுதியில் தேன் குரும்பர்கள் (ஜேனுக் குறும்பர்) நீலகிரியில் கூடலூர், பந்தலூர் வட்டங்களில் வாழ்கின்றனர்.

முள்ளுக் குறும்பர்கள் நீலகிரியில் பந்தலூர் வட்டம் சேரன்கோடு ஊராட்சிப் பகுதியில் பெரிதும் காணப்படுகின்றனர். பெட்டக் குறும்பர்கள் (ஊராளிக் குறும்பர்) நீலகிரி மாவட்டத்தில் கூடலூர், பந்தலூர் வட்டங்களில் அதிகமாகக் காணப்படுகின்றனர். முதுமலை வனவிலங்குச் சரணாலயம் பகுதியிலும் உள்ளனர்.

ஆலுக்குறும்பர்கள் (பாலுக் குறும்பர்கள்) மேட்டுப்பாளையம் - குன்னூர் - கோத்தகிரி - குந்தா மலைத் தொடர்ச்சிகளில் வாழ்கின்றனர். மிகக் குறைவானவர்கள் ஈரோடு, சத்தியமங்கலம் மலைப் பகுதிகளில் வாழ்கின்றனர்.

தமிழகத்தின் சமநிலைப்பகுதிகளில் வாழும் குறும்பர் அல்லது குருபா எனும் சாதியினருக்கும் நீலகிரி மலைத் தொடர்களில் ஒரு சிறிய பழங்குடிச் சமூகமாக வாழும் குறும்பர்களுக்கும் எந்த விதமான தொடர்பும் கிடையாது. நீலகிரியில் குறும்பர் பழங்குடியினர் பின்வரும் 4 முக்கிய பிரிவினர்களாகக் காணப்படுகின்றனர்:

1. ஆலுக் குறும்பர் (பாலுக் குறும்பர் என்றும் அழைக்கப்படுகின்றனர்)
2. பெட்டக் குறும்பர் (ஊராளிக் குறும்பர் என்றும் அழைக்கப் படுகின்றனர்)
3. முள்ளுக் குறும்பர்
4. தேன் குறும்பர் (ஜேனுக் குறும்பர் என்றும் அழைக்கப்படுகின்றனர்)

மலையாளிகள் கிளைமொழி

தமிழகத்தில் பழங்குடிகள் வாழும் மலைகளில் கொல்லிமலை பல சிறப்புகளைக் கொண்டது. சங்க இலக்கியத்தில் இம்மலை பற்றி பல குறிப்புகள் உள்ளன. இம்மலையில் மலையாளிகள் எனும் பழங்குடியினர் வாழ்கின்றார்கள். இவர்களின் பேச்சு மொழி தமிழின் ஒரு கிளைமொழியாகும். இக்கிளை மொழிக்குரிய வழக்குகளில் சில வருமாறு (அ. கிருட்டிணமூர்த்தி 1992: 130):

ஆயப்பா	-	தாயின் தந்தை
ஆயம்மா	-	தாயின் தாய்
பாசப்பா	-	தந்தையின் தந்தை
பாசம்மா	-	தந்தையின் தாய்
நங்கை	-	மனைவியின் தங்கை
இசுக்குட்டி	-	பன்றி
அணத்தான்	-	அணில்
ஓரிசந்தி	-	விருந்து
பிசாத்து	-	பேய்
சேடி	-	தோழி
சாமக்கினமெ	-	வியாழக்கிமை
கேந்து	-	காமம்
முச்சு	-	முத்தம்
மேசம்	-	பருவமடைதல்

1978க்குப் பிறகு சுவலபில், காப், ஹாக்கிங்ஸ் ஆகியோர் மேற்கொண்ட இனவரைவியல் ஆய்வுகள் வழி புவியியல் ரீதியாகவும் மொழி ரீதியாகவும் வழிபாடு உள்ளிட்ட பண்பாட்டு ரீதியாகவும் அவர்கள் ஆலுக் குறும்பர், பாலுக் குறும்பர், பெட்ட குறும்பர், ஜேனுக் குறும்பர், முள்ளுக் குறும்பர், ஊராளிக் குறும்பர், முடுகர் எனும் ஏழு வகையான குறும்பர்கள் இருப்பதை அறிய முடிந்தது (காப் & ஹாக்கிங்ஸ் 1989; சுவலபில் 1998).

ஜேனுக் குறும்பர்கள் தேன் குறும்பர்கள் எனவும் இவர்களே காட்டு நாயக்கர் எனவும் சில நேரங்களில் கூறப்படுகின்றார்கள். குறும்பர்கள் மேற்கூறிய ஏழு பிரிவுகளாகக் காணப்பட்டாலும் இவர்கள் தங்களை 'வேடுவர்' என்றே கூறிக்கொள்கின்றனர். இன்று இந்த ஏழு

குறும்பர்களில் ஆலுக் குறும்பர்கள், பாலுக் குறும்பர்கள், முடுகர் ஆகிய மூவரும் கொள்வினை கொடுப்பினை செய்துகொள் கின்றனர். மற்ற நான்கு குறும்பர்களும் அகமணமுறை (endogamy) கொண்டவர்கள் என்பதால் ஒவ்வொருவரும் தனித்தனிப் பழங் குடியினராக அங்கீகரிக்கப்படவேண்டியதை அண்மைக்கால இனவரைவியல் வளர்ச்சி சுட்டிக் காட்டுகிறது (காப் & ஹாக்கிங்ஸ் 1989: 233). உண்மையில் குறும்பர்கள் தங்களுக்குள் ஓர் அகவயமான வகைப் பாட்டைக் கொண்டுள்ளனர். அவை: 1. காட்டுக் குறும்பர் 2. ஊர்க் குறும்பர். காட்டில் வாழ்பவர்கள், ஊர்ப்புறத்தில் வாழ்பவர்கள் என வாழுமிடத்தால் இரண்டு வகையானவர்களாகப் பாகுபடுத்திக் கொள்கின்றனர்.

தமிழகத்தில் வாழும் சில பழங்குடிகள் தென்னிந்தியாவின் நான்கு மாநிலங்களில் பரவிக் காணப்படுகிறார்கள். சில குடியினர் மூன்று மாநிலங்களில் காணப்படுகிறார்கள். குறும்பர்கள் கர்நாடகத்திலும் ஆந்திரத்திலும் 'குறுபா' எனவும், கர்நாடகத்தில் சில இடங்களில் காடு குறுபா, ஜேனுக் குறுபா எனவும், கேரளத்திலும் தமிழகத்திலும் குறுமன், குறும்பன் எனவும் அழைக்கப்படுவதைக் காணலாம். இவர்கள் யாவரும் ஒரு குடியைச் சேர்ந்தவர்களே. ஆங்கில அதிகாரிகள் 'குறுமன்ஸ்' என்று பன்மை விகுதியுடன் எழுதினர். கால ஓட்டத்தில் இவர்கள் பல கிளைக் குழுக்களாகப் பிரிந்துவிட்டார்கள்.

இந்தக் குழுவினர் அகமணத்தன்மையை வெளிப்படுத்தினால் அவர்களைத் தனிப் பழங்குடியாக அங்கீகரிப்பதில் தவறில்லை. அவ்வாறு அங்கீகரிக்கும் போது அம்மக்கள் தங்களை எவ்வாறு அடையாளப் படுத்த விரும்புகிறார்களோ அவ்வாறே நாமும் அழைக்க முற்பட வேண்டும்.

கேரளாவில் எர்நாடு வட்டத்தில் 'ஆறு நாடன்' என்ற பழங் குடியினர் இருந்தார்கள். இவர்கள் பேச்சுவழக்கில் 'அறநாடன்' என்றாகிவிட்டனர். ஆறு நாடன் பழங்குடியினர் பண்டைத் தமிழக மாக விளங்கிய இன்றைய கேரளத்தின் பாலக்காட்டுக் கணவாய்க்கு வடக்கிலுள்ள மலைவாழ் பழங்குடிகளில் மிகவும் பழமையானவர்கள் (செங்கோ 1979: 193). இப்பழங்குடியினர் தகப்பனானவன் தன் முதல் மகளைத் திருமணம் செய்துகொள்ள வேண்டும் என்ற வழக்கம் நெடுங்காலம்வரை இருந்து, கடந்த நூற்றாண்டுகளில் கைவிடப் பட்டிருப்பது சென்னை மாவட்ட அரசிதழில் (மலபார் மாவட்டம் தொகுதி ஒன்று, 1951) பதிவாகியுள்ளது.

ஆறு நாடன் மக்களுக்கும் கோவை இருளர் குலங்களில் ஒன்றான ஆறுமூப்புக்கும் உள்ள தொடர்புபற்றி இன வரலாற்று ஆய்வுகள் செய்ய வேண்டும். ஆறுமூப்பு குலத்தினர் 'ஆறுமலை மூப்பன்' என்பதாகச் சிறுவாணி, வெள்ளியங்கிரி பகுதிகளில் அழைக்கப் படுகிறார்கள் (மேலது: 193).

அடையாள இழப்பும் உயர்வுபடுத்தலும்

பழங்குடிகளின் பெயர்கள் பல 'அன்' விகுதியில் முடிகின்றன. மலைவேடன், பளியன், காட்டுநாயக்கன் என இன்னும் பல பெயர்கள் 'அன்' விகுதியில் உள்ளன. 'அர்' விகுதி கொடுத்து மாற்றம் செய்தால் அரசு அலுவலகங்களில் சான்றிதழ் கிடைப்பதில் சிக்கல் ஏற்படுமாம்! மரியாதை விகுதியாக 'அர்' விகுதி கொடுப்பதில் என்ன இழப்பு ஏற்படும்? கொடுக்கலாமே! உயர்சாதியினரை 'அன்' விகுதி கொண்டு அழைக்கிறோமா?

நம்முடைய ஆதித் தமிழர்களாகிய இவர்களை, பழந்தமிழ்ப் பண்பாட்டின் தொல் கூறுகளையும் மிச்ச சொச்சங்களையும் பாதுகாத்து வரும் பண்பாட்டுப் பேணுநர்களாகிய இவர்களை 'அர்' விகுதியுடன் மரியாதையுடன் அழைப்பதுதானே நல்லது.

மேற்கூறிய தரவுகளைக் கொண்டு பார்க்கும்போது பழங்குடிகளின் இனப்பெயர்கள் அந்த 'இனத்தார் சுட்டும் வகை' (ethnic category) எத்தன்மையது, 'பிற இனத்தார் சுட்டும் வகை' (outsider category) எத்தன்மையது என்பதை இனங்காண வேண்டும். முதன் முதலில் காலனி அதிகாரிகளின் மாற்று உச்சரிப்புடன் பதியப் பெற்ற பழங்குடி களின் பெயர்கள் இன்றும் அப்படியே பயன்பாட்டில் இருந்து வருகின்றன. இவற்றையெல்லாம் திருத்தியாக வேண்டும்.

நமக்குத் தவறாகத் தெரிந்தவற்றைப் பூர்வகுடிகள் தன்னிலை இழந்து அப்படியே ஏற்றுக்கொள்ள வேண்டும் என்ற நிலையே தொடர்கிறது. இது ஒரு வகையான நவகாலனியச் சிந்தனை. இத்தகு அடையாள இழப்பைப் பழங்குடிகளின் மேல் எவ்வளவு காலம் நாம் செலுத்த விரும்புகிறோம் என்பது நம் கையில்தான் உள்ளது. நமது அறியாமையும் அலட்சியமும் பழங்குடிகளை அடையாள இழப்புக்கு இட்டுச் செல்லக்கூடாது. முதுமலையில் தெப்பக்காடு பகுதியிலுள்ள தேக்கு தோட்டப்பாடியில் 2010இல் களப்பணி செய்த போது கேத்தி, பொம்மி, மாண்பி எனும் மூன்று முதிய பெண்களும் ஒரு தகவலைச் சொன்னார்கள். அது ஆச்சரியமாக இருந்தது. பெட்ட குறும்பர்கள்

பழைய பெயர்களையே இன்றும் விரும்பி வைக்கிறார்கள். புதுப்பெயர் வைத்தால் பழங்குடிச் சான்றிதழ் கிடைப்பதில்லையாம்.

மொழியும் அடையாளமும்

இந்தியாவில் நாடுகள் உருவாகுவதற்கு முன்பு எண்ணற்ற பழங் குடிகள் தத்தம் மலை/காட்டுப் பகுதிகளைத் தம் வாழ்வுக்குரியதாகக் கொண்டிருந்தார்கள். மன்னர்கள் காலத்திலுங்கூட பெரும் இழப்பு ஏற்பட்டதில்லை. ஆங்கிலேயரின் வருகைக்குப் பின் பழங்குடிகள் சந்திக்கத் தொடங்கிய நிலம்/காடு தொடர்பான சிக்கல்கள் ஒருபுற மிருக்க, இந்தியாவில் மொழிவாரி மாநிலங்கள் பிரிக்கப்பட்டபோது பழங்குடிகளின் அடையாளமும் ஒருங்கிணைப்பும் பண்பாடும் சிதையத் தொடங்கின.

மொழிவாரி மாநிலங்கள் பிரிக்கப்பட்டபோது பழங்குடிகளின் மொழிகளோ பண்பாடோ கவனத்தில் எடுத்துக்கொள்ளப்படவே யில்லை. அதனால் ஒரே பழங்குடி இரண்டு அல்லது மூன்று, நான்கு மாநிலங்களில் வாழ்வோராகப் பிரிக்கப்பட்டு வெவ்வேறு ஆட்சி யமைப்பின்கீழ் வாழவேண்டிய நிர்பந்தத்திற்கு ஆளாயினர். இந்தியாவின் வடமேற்குப் பகுதியில் வாழும் மிகப்பெரும் பூர்வ திராவிடப் பழங்குடியான பில்லர் (வில் ஆயுதம் கொண்டிருந்ததால் வில்லர்கள் என அழைக்கப்பட்டுப் பின்னர் பில்லர்கள் என மருவினர்) மொழிவாரி பிரிவுக்குப் பின் ராஜஸ்தான், குஜராத், மத்தியப் பிரதேசம், மகாராட்டிரம் ஆகிய நான்கு மாநிலங்களிடையே பிரிந்துபோய் விட்டார்கள்.

இவ்வாறே நடு இந்தியப் பகுதியில் பூர்வ காலம் தொட்டு திராவிட மொழி பேசி வாழ்ந்து வரும் கோண்டுப் பழங்குடியினர், பல மாநிலத் திற்குரியவர்களாகப் பிரிக்கப்பட்டனர். இவ்வாறே நடு திராவிட மொழி பேசும் பழங்குடிகளான கூய், கோலாமி, கோண்டி, பர்ஜி, கோயா, கோந்த் ஆகிய பழங்குடியினர் மத்திய இந்திய மாநிலங்களில் பிரிந்து காணப்படுகின்றார்கள்.

மேலும் வடக்கு ஒரிசா, பீகார், மேற்கு வங்கம் ஆகிய மாநிலங் களில் வட திராவிடமொழி பேசும் குரூக், ஒராவ்ன், மால்டோ ஆகிய பழங்குடியினர் காணப்படுகிறார்கள். ஏன், மேற்குத் தொடர்ச்சி மலையிலும் காடர், இருளர், குறும்பர், முதுவர், பணியர், காட்டு நாயக்கர் போன்ற பழங்குடிகள் தமிழகப் பழங்குடிகளாகவும், கேரளப்

பழங்குடிகளாகவும் பாகுபட்டு நிற்கின்றார்கள். கொண்ட ரெட்டி, இருளர், கம்மாரா பழங்குடியினர் தமிழகம், கேரளம், கர்நாடகம், ஆந்திரம் ஆகிய நான்கு மாநிலங்களில் பரவிக் காணப் படுகின்றார்கள்.

இந்நிலையில் ஒத்த சமூக, பண்பாட்டு ஒருங்கிணைப்புடன் இருந்தவர்கள் மெல்ல, மெல்ல ஒன்றுக்கும் மேற்பட்ட மாநில நிர்வாக அமைப்பின் கீழ் வாழவேண்டியவர்களாய் மாற்றம் பெற்றார்கள். ஆனால் மைய நீரோட்டத்திற்குரிய தமிழ், தெலுங்கு, கன்னடம், மலையாளம் பேசும் மக்கள் பெரும்பாலும் சிந்தாமல் சிதறாமல் மொழிவாரி மாநிலத்தவராகப் பாகுபட்டார்கள்.

இத்தகு நிலையில் பழங்குடிகளிடம் மொழிநிலை கவனத்திற் குரியது. பல பழங்குடிகள் இருமொழி வழக்கையும், பன்மொழி வழக்கையும் கொண்டுள்ளார்கள். நீலகிரியில் வாழும் பழங்குடி களிலேயே அதிக அளவில் பன்மொழியாளர்களாக இருப்பவர்கள் கோத்தர்களே. இவர்கள் தொதுவம், படுகம், தமிழ், கன்னடம், ஆங்கிலம் (படித்தவர்கள் மட்டும்) ஆகிய மொழிகளைப் பேசு கின்றார்கள்.

இந்தியப் பகுதியை ஒட்டுமொத்தமாக நோக்கும்போது தென்னிந்தியப் பழங்குடிகளிடமும் வடகிழக்குப் பழங்குடிகளிடமும் மிக அதிகமாக இருமொழி வழக்கு காணப்படுகிறது. இடத்தாலும் காலத்தாலும் இப்பகுதிகளுக்குள் பழங்குடிகளின் பரவலும் அவர்களிடையே நெருக்கமும் இருப்பது இதற்கொரு காரணமாகும் (இஷ்டியா 2000: 77).

மொழி பற்றிய புரிதலில் மேலும் ஒரு கருத்தை இங்கு நோக்க வேண்டியுள்ளது. பளியர்களைப் பற்றி விரிவாக ஆய்வு செய்துள்ள கார்ட்னர் (1966) கூறும்போது இவர்கள் மொழியில் பச்சை நிறத்தைக் குறிக்கும் சொல் இல்லை என்பது வியப்பாக உள்ளது என்கிறார். திராவிட மொழிக் குடும்பத்தின் அனைத்து மொழிகளிலும் காணக் கூடிய 'பச்சை' என்னும் சொல் பளியர்களிடம் இல்லாமலிருப்பது இவர்களின் தொன்மையை நுட்பமாக ஆராய வேண்டியிருக்கிறது என்பார் காப் (2001: 27).

பளியர்கள் ஆதியில் தமிழோடு தொடர்புடைய மொழியைப் பேசாமல் இருந்திருக்க வாய்ப்புள்ளதையே மேற்கூறிய விவரம் மூலம் ஊகிக்க வேண்டியுள்ளது என்கிறார் காப் (மேலது: 27). 'பழையோர்'

என்னும் வழக்கே பளியர் என மருவியுள்ளதால் மேற்கூறிய கூற்று பொருத்தமானதாக இல்லை. மொழியியல் அறிஞர்கள் இதுபற்றி ஆராயவேண்டும். இன வரலாற்று ஆய்வுகளுக்கு இத்தகு தரவுகள் மிகச் சவாலாகவே அமைகின்றன.

இன்று பழங்குடி மக்களின் மொழிகள் அழிந்து கொண்டும் மாற்றம் பெற்றும் வருகின்றன. இவர்கள் வெளி உலகத்தோடு வேகமாகத் தொடர்புகொண்டு வருகின்றனர். அவரவர் கிளைமொழிகளை விடுத்துத் தமிழின் தரமொழியில் கல்வி கற்கத் தொடங்கிவிட்டனர். இன்று பழங்குடி மக்களின் வாழ்வில் தொலைக்காட்சி புகுந்து விட்டது. அதன் மூலம் தமிழின் தரமொழியும், நிகழ்ச்சித் தொகுப்பாளர்களின் பொறுப்பற்ற கலப்புத் தமிழும் பரிச்சயமாகின்றன. இந்நிலையில் இவர்களின் மரபார்ந்த கிளைமொழி வழக்குகள் அழிந்துவருகின்றன. பண்பாட்டு மீட்டுருவாக்கத்திற்குப் பழந்தமிழ்க் கூறுகள் முக்கிய சான்றுகளாக அமைகின்றன. அதனால் அழிந்து மறைவதற்குள் பழங்குடி மொழிகளைப் பதிவுசெய்ய வேண்டும்.

7

சமூகமுறை
பழங்குடித்தன்மையின் அமைப்பியல்புகள்

மனிதகுலத்தின் மிக நீண்ட படிமலர்ச்சியில் சமூகமானது பல்வேறு வகைகளில் மாற்றமடைந்து வெவ்வேறு நிலைகளாக உருவெடுத்து வந்திருக்கிறது. சமூகங்களை இரண்டு முறைகளில் வகைப்படுத்திக் காணலாம். ஒன்று: எளிய சமூகம், உழவுச் சமூகம், கூட்டுச் சமூகம். இரண்டு: சமூகங்களைச் சமமானவை என்றும் சமமில்லாதவை என்றும் வகைப்படுத்தலாம். தொல்குடி/பழங்குடிச் சமூகங்கள் யாவும் சமத்துவச் சமூக வகையைச் சேர்ந்தவையாகும். சமனற்ற சமூகத்தின் தொடக்க நிலை தரநிலைச் சமூகமாகும். அது அடுத்த கட்டத்தில் மேலும் படிநிலைப்பட்டு, உயர்வு தாழ்வுகளை வளர்த்துக்கொண்ட நிலையில் இந்தியாவில் சாதியச் சமூகமாகவும், ஐரோப்பிய நாடுகளில் வர்க்கச் சமூகமாகவும் உருவெடுத்துள்ளது. பின்வரும் படத்தின் மூலம் இதனை விளங்கிக்கொள்ளலாம்:

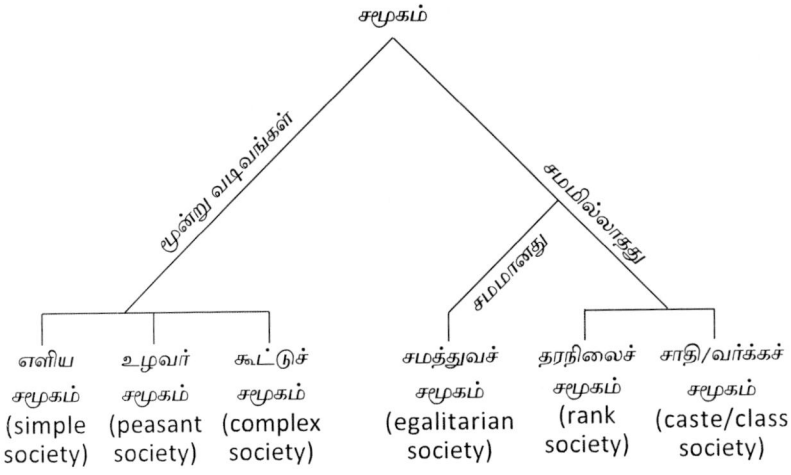

சமூகமுறை ❖ 101

கொண்டரெட்டிகளின் தானியக் கலம் (புட்ட)

இனி சமூகங்களின் கட்டமைப்பை நிர்ணயிக்கும் காரணிகளை ஆராய்வோம். ஒவ்வொரு சமூகத்தின் வாழ்வு முறையும் அதற்கான பெறுமதியும் எவ்வாறு அமைகின்றன என்பதை விளக்குவதில் 'நிறுவனக் கோட்பாடு' (institutional theory) முக்கியமானதாகும். முறைசார்ந்த நிலையிலும் (formal), முறைசாராத நிலையிலும் (informal) அமையப் பெற்றுள்ள சமூக, அரசியல், பொருளாதார நிறுவனங்கள் மக்களின் நடத்தைமுறைகளை உருவாக்குவதிலும் வாழ்க்கைக்கான வசதி வாய்ப்புகளை ஏற்படுத்துவதிலும் மக்களின் உரிமைகளையும் அதிகாரத்தையும் வழங்குகின்றன. இதனைத் தமிழகப் பழங்குடிகளின் வாழ்க்கை முறையிலிருந்து நன்றாக அறியலாம். ஆங்கிலேயர்களின் வருகைக்கு முன்னர் இருந்த நிலையானது வாய்ப்புகள் அதிகம் இருந்த காலகட்டமாகும். ஆங்கிலேயர்கள் ஆட்சியில் வனங்கள் மீதான உரிமைகள் மெல்ல மெல்ல பறிபோன காலகட்டமாகும். விடுதலைக்குப் பின் ஓரளவு உரிமைகள் கிடைக்கும் காலகட்டமாக இருக்கிறது.

கல்வராயன்மலை மலையாளிகள் சாமை சேமித்து வைக்கும் கலம்

உலகளாவிய நிலையில் எண்ணற்ற பழங்குடிகளை ஆராயும் இன வரைவியல் ஆய்வுகள் பெருகியுள்ளன. கூடவே கோட்பாடு சார்ந்த புரிதலும் பெருகியுள்ளன. இந்நிலையில் உணவு சேகரிக்கும் சமூகங் களில் காணப்படும் இரண்டு முறைகளைப் புரிந்துகொள்ளவேண்டு மென்பார் உட்பர்ன் (1982). அவர் பொருளியல் முறையையும் (social organization) சமூக அமைப்பையும் முன்வைத்து இவ்விரு வகைகளை இனங்காண்கிறார். அவை:

1. உடனடிப் பலனைப் பெறும்முறை (immediate return system).
2. தாமதமாகப் பலனைப் பெறும்முறை (delayed return system).

இவ்விரண்டு சமூகத்திலும் பொருளாதார முறையும் சமூக அமைப்பும் ஒன்றையொன்று சார்ந்தே அசைவியக்கம் பெறுகின்றன. அதாவது, உடனடிப் பலன் பெறுவதற்கான பொருளாதார முறையைக் கொண்ட சமூகத்தில் உடனடிப் பலன் பெறுவதற்கேற்ற சமூக அமைப்பு இருக்கும். அவ்வாறே, தாமதமாகப் பலன் பெறும் பொருளாதார முறையைக் கொண்ட சமூகங்களில் தாமதமாகப் பலன் பெறும் சமூக அமைப்பு இருக்கும்.

உலகளாவிய நிலையில் பார்க்கும்போது எண்ணற்ற உணவு சேகரிக்கும் அலைகுடிகளிடம் (foraging societies) இந்த இருவேறு வகையான சமூக/பொருளாதார முறைகள் காணப்படுகின்றன.

உடனடிப் பலனைப் பெறும் முறையைக் கொண்ட உணவு தேடி அலையும் சமூகத்தார் பொதுவாக நிலையான வாழிடத்தைக் கொண்டிருப்பதில்லை. பருவ காலத்திற்கேற்பவோ உணவுப் பொருள்கள் கிடைக்கும் சூழலுக்கேற்பவோ தங்கள் தங்குமிடத்தை அமைத்துக் கொள்கிறார்கள். இத்தகு தற்காலிக இடங்களை ஏற்படுத்திக் கொண்டு உணவுப் பொருள்கள் சேகரித்த பின் மீண்டும் தங்கள் பழைய இடத்திற்கே திரும்பும் சமூகங்கள் மிகக் குறைவு எனலாம்.

அடுத்ததாக, உடனடிப் பலனைப் பெறும் சமூக அமைப்பில் உணவு ஆதாரத்தைச் சேமிக்கும் பழக்கம் கொண்டிருப்பதில்லை. கிடைப்பவற்றை அவ்வப்போது செலவு செய்துவிடுவதும் வேட்டையில் கிடைப்பவற்றைக் குடியிருப்பில் இருப்போருடன் பகிர்ந்துகொள்வதுமே வழக்கமாக இருக்கும். உணவுப்பொருள் களைப் பாதீடு செய்தல் என்பது சேமிப்பை ஊக்கப்படுத்தாத ஒரு பொருளியல் கூறு. இது உணவு சேகரிக்கும் தொல்குடிகளிடம் காணப்பட்ட (காணப்படுகின்ற) ஒன்றாகும்.

தாமதமாகப் பலன் பெறும் சமூகத்தில் வாழிடம் நிலையானதாக இருக்கும். அதனால்தான் இன்றைய இனவரைவியலர்கள் இத்தன்மை கொண்டவர்களை ‘ஓரிடம் வாழும் உணவு சேகரிப்பாளர்கள்’ (settled foragers) என்பார்கள். இத்தகு சமூகத்தில் உணவு ஆதாரம் விரிவு பெறுவதோடு அந்த ஆதாரம் ஓரளவு நிலையானதாக இருக்குமாறு அமைக்கப்படுகிறது. வேட்டையாடுதலோடு, உணவுப் பொருள்கள் சேகரிப்பும், தொடக்கநிலைக்குரிய எளிய விவசாயமும் செய்வார்கள். இது காட்டெரிப்பு வேளாண்மையாகவோ மலைச் சரிவு விவசாய மாகவோ இருக்கும். ஆக, வேட்டையாடுதல், காடுபடு பொருள் களைச் சேகரித்தல், மலை விவசாயம்செய்தல் ஆகிய மூன்றும் உணவு ஆதாரத்திற்கு அடிப்படையாக அமைகின்றன.

இவ்வகை உணவு ஆதாரம் கொண்ட முறையில் (தாமதமாகப் பலன் பெறும் சமூகம்) ஓரிடம் வாழ்தலும் சேமித்தலும் காணப் படும். உணவு தேடி தொடர்ந்து அலையும் நிலையிலிருந்து மாறி ஓரிடம் தங்கி உணவுத் தேடுதல் என்ற ஒரு புதிய கூறு இங்கு தோன்றுகிறது. அடுத்து, காடுபடு பொருள்களையும் (குறிப்பாக

பளியர்

பழனிமலையின் மேற்பள்ளத்தாக்கிலும் வருசநாட்டுப் பள்ளத்தாக்கிலும் ஏலக்காய் மலையிலும் காடுகளிடையே வாழ்கின்றார்கள். ஈத்தைப் புல்லால் வேயப்பட்ட குடிசைகளைத் தவிர மரங்களின் மேல் மேடைகள் அமைத்தும், குகைகள், பாறைகளின் அடிப் பகுதி ஆகிய இடங்களில் தற்காலிகமாகத் தங்கியும் வாழ்வார்கள்.

பழங்குடிச் சமூகங்களில் தலைவனுக்குச் சில சலுகைகளும் தகுதியும் அதிகமாக இருக்கும். பளியர் தலைவன் இரவில் தூங்கும் போது இருபுறமும் கணப்புப் போட்டுக்கொண்டு அவற்றிற் கிடையே படுத்துறங்கும் உரிமை கொண்டவன். மற்றவர்கள் ஒரு பக்கம் மட்டுமே கணப்பு போட்டுக்கொள்ளலாம்.

மேற்கூறிய சலுகையின் தொடர்ச்சியாகப் பளியர் தலைவன் மட்டும் இரண்டு மனைவியருடன் வாழும் உரிமை கொண்டவனாகிறான். கணப்பு அணையாமல் தலைவன் நிம்மதியாகத் தூங்குவதற்கு இரண்டு மனைவியரும் முறைவைத்து மாறி மாறி கணப்பைக் காத்து வருவார்கள்.

பளியர் பழங்குடித் தலைவன் மேற்கூறிய இரு வகைகளில் கூடுதல் சலுகைகள் பெற்றிருந்தாலும் தென்னிந்தியப் பழங்குடித் தலைவர்கள் ஆப்பிரிக்கப் பழங்குடித் தலைவர்கள் போன்று பலவகையான சலுகைகள் பெற்றிராதவர்களாக இருப்பதை ஒப்பீட்டு இனவரைவியல் மூலம் அறிந்துகொள்ள முடியும்.

பளியர்களின் வேட்டை முறை பலவகையானது. அதில் ஒன்று தண்ணீர் வைத்துப் பிடிப்பது. இது ஓர் எளிய உத்தி முறையாகும். வேட்டைக்குச் செல்லும் பளியர்கள் தலையில் சட்டி நிறையத் தண்ணீரைச் சுமந்து செல்வார்கள்.

கோடைக் காலத்தில் தண்ணீரைப் பாறையில் உள்ள பள்ளத்தில் ஊற்றிவிட்டு அருகில் உள்ள புதரில் மறைந்துகொள்வார்கள். தண்ணீரைக் குடிக்க வரும் மான், காட்டுப் பன்றி, மயில் எதுவாயினும் பிடித்துவிடுவார்கள். இப்போது பிடிப்பதில்லை.

குழிவெட்டி தழைகளை அதன் மீது மூடி பெரிய காட்டு விலங்குகளைப் பிடிக்கின்றனர். முருகனின் மனைவியாகிய வள்ளி தங்கள் சமூகத்தவர் என்று பெருமிதத்துடன் கூறுகின்றார்கள்.

கொட்டைகள், கிழங்குகள், தேன்), மலை விவசாயத்தில் கிடைத்த விளைபொருள்களையும் அடுத்த பருவத்திற்காகச் சேமிக்கும் நுட்பத்தைக் கொண்டிருப்பார்கள்.

தாமதமாகப் பலன் பெறும் சமூக ஏற்பாட்டைக் கொண்ட இச்சமூகங்களில் இதனை வெளிப்படுத்துபவையாக இன்னும் பல பண்பாட்டுப் பொருண்மைகள் உள்ளன. வலுவான உறவுமுறை அமைப்பு, நீண்டகாலகட்டத்திற்குச் சொந்தம் வேண்டுமென்ற மணவழி உறவுமுறை, பெண் கொடுத்தால் உடனடியாக இல்லா விட்டாலும் பிறிதொரு தலைமுறையில் மீண்டும் பெண் எடுக்க முடியும் என்ற கொண்டு- கொடுத்தல் எதிர்பார்ப்பு, விரிவான இறப்புச் சடங்குகள், இறந்தோரின் ஆவிகளை வழிபடுதல், இவர்களின் துணையால் வேட்டை, விவசாயம், குடும்பநலன் ஆகியவற்றில் பலன் கிடைக்கும் என்ற எதிர்பார்ப்பு. இவை யாவும் 'தாமதமாகப் பலன் பெறும் முறை'யைக் கொண்ட சமூகத்தின் வெளிப்பாடுகளாகின்றன. எதிர்பார்ப்புகளை வளர்த்துக் கொண்டுள்ள சமூகத்தில் தாமதமாகப் பலன் பெறும் முறைகள் இன்னும் சில நிலைகளிலும் காணப்படும்.

தமிழகப் பழங்குடிச் சமூகத்தவர்கள் பலரும் தாமதமாகப் பலன் பெறும் சமூக-பொருளாதார முறையைக் கொண்டவர்கள் எனலாம். வேட்டையாடுதலையும் காடுபடு பொருள்கள் சேகரித்தலையும் சிறிய அளவு கால்நடைகளை வளர்த்தலையும் எளிய மலை வேளாண்மையையும் கொண்ட பல பழங்குடியினர் இவ்வகையில் அடங்குவார்கள். இருளர், குறும்பர், முதுவர், பளியர், காணிக்காரன், மலைவேடன், ஊராளி, உள்ளாடன், மலைக்குறவன் போன்ற பல பழங்குடியினர் இத்தகு முறை கொண்டவர்கள்.

எனினும் இப்பழங்குடியினர் பலரும் உடனடிப் பலன் பெறும் கூறுகளையும் கொண்டிருக்கின்றார்கள். காலம் நிகழ்த்தும் மாற்றத்திற்கு ஏற்ப இச்சமூகங்கள் ஒரு நிலைமாற்றத்தை நோக்கி நகர்ந்து கொண்டி ருப்பதால் இத்தகு இரு முறை சார்ந்த வடிவங்களைக் கொண்டிருக் கின்றார்கள். இப்பழங்குடிகளின் உற்பத்திமுறையை நுணுகி ஆராயும் போது இதனை நன்கு அறியலாம்.

தாமதமாகப் பலன் பெறும்முறையில் உயர்நிலையில் இருப்பவர்கள் மலையாளிகளும், கொண்ட ரெட்டிகளும் இவர்களை யொத்த பிற வேளாண் பழங்குடிகளும் ஆவர். பல்வேறு

இருளர் பெண் பாம்பைக் கண்டு அஞ்சுவதில்லை

மலைப்பகுதிகளில் பரவி வாழும் மலையாளிகள் காடுகளில் உணவுப் பொருள்கள் சேகரித்தாலும், விவசாயத்தைப் பெரிதும் சார்ந்துள்ளார்கள். ஆதலினால் வேட்டையாடுதல் இவர்களுக்கு ஓர் இரண்டாம் நிலை உணவு ஆதாரமாகும்.

கொண்ட ரெட்டிகள் மலைகளிலிருந்து அண்மை நூற்றாண்டுகளில் சமவெளிப் பகுதிகளுக்கு வந்து ஒரு விவசாயப் பழங்குடியாக மாறி உள்ளார்கள். சேகரித்தல் இவர்களிடம் இல்லை. மற்ற பழங்குடிகளைப் போன்றே இவர்களும் சமூக மாற்றத்திற்கு ஆட்பட்டுள்ளார்கள். கோத்தர், தொதவர் இருவரும் தங்களுடைய பாரம்பரியத் தொழில் களுடன் நவீன விவசாயத்தையும் ஏற்றுக்கொண்டுள்ளார்கள். இவ்வாறு

இன்னும் பல பழங்குடியினர் பல்வேறு பொருளாதார மாற்றங்களை ஏற்று வருகின்றார்கள்.

பெரும்பாலான தமிழகப் பழங்குடிகள் உபரியை நாடாமல், பிழைப்பிற்கு மட்டும் உணவு ஆதாரங்களைத் தேடும் பாரம்பரியப் பொருளாதார முறையை (subsistence economy) இன்றும் கொண்டுள்ளார்கள். பாரம்பரியத் தொழிலான வேட்டையாடுதல், காட்டுப் பொருள்களைச் சேகரித்தல் ஆகிய இரண்டையும் இன்றும் விட்டுவிடவில்லை. எனினும் சில பழங்குடிகளிடம் இதன் அளவு குறைந்துள்ளது. உபரியைப் பெரிதும் நாடுவதில்லை. ஆனால் இப்போது தோட்டப் பயிரிடுதல், சிறிய அளவில் கால்நடைகளை வளர்த்தல், காட்டுப் பொருள்களை மற்றவர்களிடம் பண்டமாற்றம் செய்தல் அல்லது பணத்திற்கு விற்பது, கூலி வேலையில் ஈடுபடுதல் ஆகியவற்றைச் செய்துவருகின்றார்கள்.

இதனால் இன்று இவர்களின் பொருளாதாரம் ஒரு விரிவான கூட்டு (கலப்பு) பொருளாதாரமாக (mixed economy) உள்ளது. கூட்டுப் பொருளாதாரம் வாழ்வாதாரத்திற்குப் பன்முகத் தன்மையுடைய ஒரு தகவமைப்பாகும். தமிழகப் பழங்குடிகளிடம் கலப்புப் பொருளாதார மானது மிகவும் சிறப்பாகவே காணப்படுகிறது. திப்பு சுல்தான் காலம் முதல் இன்று வரை கூடலூரில் உள்ள தெப்பக்காடு பகுதியில் பெட்டக் குறும்பர்கள் வனத்துறை நடத்தும் யானைகள் முகாமில் வேலை செய்கின்றனர். யானைகளைப் பிடிப்பதிலும், பழக்குவதிலும், பராமரிப்பதிலும் வல்லவர்கள். காட்டு யானைகளைக் குழிவெட்டி அதில் விழச் செய்து, பின்னர் அவற்றைப் பழக்குவார்கள். இத்தகைய கும்கி வளர்ப்பு யானைகளைக் கொண்டு பயிர்களை அழிக்கும் காட்டு யானைகளைக் காட்டுக்குள் விரட்டுவார்கள். இவ்வாறு பலவகையான வேலைகளைச் செய்வதால் பழங்குடிகளின் பொருளாதாரம் ஒரு கலப்புப் பொருளாதாரமாகக் காணப்படுகிறது.

இன்றைய நவீன உணவு சேகரிப்புச் சமூகங்களின் சமூக அமைப்பு சில இன்றியமையாத தன்மைகளைக் கொண்டிருக்கிறது. உற்பத்தி உறவு இன்றுங்கூட கூட்டாகவே நடைபெற்று வருகிறது. நிலமும் உடைமையும்கூடப் பொதுவாகவே உள்ளன. ஒருவருக்கொருவர் உதவுவது மிக முக்கிய விழுமியமாக உள்ளது. மேலும் பாதீடு (பகிர்ந்து) செய்துகொள்ளுதல் மிக முக்கிய அம்சமாகும். இது பழங்குடிச் சமூகத்தைத் தொடர்ந்து சமத்துவச் சமூகமாக (egalitarian society) வைத்திருக்கிறது.

முதுவர்களின் பாரம்பரிய வீடு - ஈத்தை ஓலையால் வேயப்பட்டுள்ளது

இதனால் பழங்குடிச் சமூக அமைப்பானது ஒருபடித்தானதாக (homogenous) உள்ளது. சமூகத்தில் அங்கீகாரமும் தனித்தன்மையும் வலுவற்றதாக உள்ளது. குறிப்பிட்ட சில சூழல்களில் சிலர் மட்டும் தனித்துவமான பங்கு பணிகளை ஆற்றுகின்றனர். இதனால் ஏற்படும் தற்காலிகத் தகுதி வேறுபாடு அச்சூழலுக்குப்பின் மறைந்துவிடும். காணிக்காரன் பழங்குடியில் பிளாத்தி (பூசாரி) சடங்குச் சூழலில் மட்டுமே தனித் தகுதி அடைகிறார். மற்ற நேரங்களில் அவரும் ஒரு சாதாரண மனிதரே. பிற பழங்குடிகளிடமும் இதே நிலைதான்.

பணமும் பொருளாதார அதிகாரமும் ஒருவருக்குக் கூடுதல் தகுதியைக் கொடுக்கின்றன. இவை இரண்டும் தமிழகப் பழங் குடிகளிடம் புறக்கூறுகளாகவே செயல்படுகின்றன. தற்சார்புடைய, ஒருபடித்தான அமைப்புடைய பழங்குடிச் சமூகங்கள் இப்புறக்கூறு களை வெகு லாவகமாக உட்செறித்துக்கொண்டு தங்களின் சமூக சமத்துவத்தைப் பேணிக்கொள்கின்றன.

ஒருவர் உடைமைகளைப் பெருக்க முயன்றாலோ, சமூகத்தின் பாரம்பரிய விழுமியத்திலிருந்து மாற முயன்றாலோ மந்திரம் (magic) கொண்டு அவனை மட்டம் தட்டிவிடும் போக்கு இன்றும் பழங்குடிகளிடம் உள்ளது. இது சமூகச் சமத்துவத்தைப் பேணும் ஓர் ஆற்றல் வாய்ந்த கருவியாக உள்ளது. குறும்பர் பண்பாட்டில் செயல்படும் இக்கூறு பற்றி ஜார்ஜ் தாரகன் (2003: 331) நன்றாக விளக்குகிறார்.

உணவு தேடும் பழங்குடிச் சமூகங்களை ஆராய்வதில் ஒன்றுக்கும் மேற்பட்ட அணுகுமுறைகள் உள்ளன. சமூக அமைப்பைப் பொருளாதார அமைப்பு வடிவமைக்கிறது என்ற கருத்துடையோர் ஒருசாரார். சமூக அமைப்பை வடிவமைப்பதில் உற்பத்தி முறையே மிக முக்கிய பங்கு வகிக்கிறது என்னும் இக்கருத்துக் குழுவில் லீ, தி வோர் (1968) ஆகியோர் முக்கியமானவர்கள்.

தமிழ்ச் சூழலில் ஆய்வு செய்த கார்ட்னர் (1966, 1991) போன்றோர் மேற்கூறிய ஒரு காரணக் கோட்பாட்டிற்கு (mono-causal theory) மாறாகப் பல காரணக் கோட்பாட்டை (multi-factoral theory) சேர்ந்தவர். இக்குழுவினர் தொழில்நுட்பமும் சுற்றுச்சூழலும் சமூக உறவை அறுதியிடுகின்றன என்பார்கள். இதில் மூன்று கூறுகள் முக்கியமாகப் பங்காற்றுவதை வலியுறுத்துகின்றனர். அவை:

1. **பொருளாதார வாய்ப்புகள்.** வாழிடத்தில் மக்கள் தேர்ந்து கொண்டுள்ள பல்வேறு பொருளாதார வாய்ப்புகள். தமிழ்ச் சூழலில் இது பெரும்பாலும் கலப்புப் பொருளாதாரம் என்னும் நிலையில் உள்ளது.

2. **உறவுமுறை.** வம்சாவளி முறை, உறைவிட முறை, உறவுக் குழுக்களிடையே காணப்படும் மணவழி முறைகள்.

3. **பண்பாடுகளுக்கிடையே அழுத்தம்.** ஒரு சமூகத்திற்கும் அதனைச் சுற்றியுள்ள சமூகங்களுக்கிடையிலும் நிலவும் அழுத்தம் (inter-cultural pressure). குறிப்பாகப் பண்டமாற்றம், பொருள்களைப் பணத்திற்கு விற்கும்முறை, பண்ணை அடிமையாக வேலை செய்தமை, இன்று கூலிகளாக இருப்பது, பிற சமூக பொருளாதாரக் காரணிகள்.

மேற்கூறிய பலகாரண அணுகுமுறையினர் வாதம் இன்று மிகுந்த கவனம் பெறுகிறது. சமயம் பற்றிய நம்பிக்கைகளும் இதில் முக்கிய இடம்பெறுகிறது. தமிழ்ச் சூழலில் ஆவி வழிபாடும், முன்னோர் வழிபாடும் இதில் முக்கியத்துவம் பெறுகின்றன. கல்வைத்து வழிபடும் கல்மாடம் முக்கியமானது.

இந்தக் கல் வழிபாடு குறித்து அருள்திரு ஜெபதாஸ், பிலிப் மல்லி, வில்லியம் நோபுல் (2000) ஆகிய மூவரும் இணைந்து ஒரு விரிவான ஆய்வைச் செய்துள்ளனர். இருளர் சமூகத்தில் சம்பரு குலத்தவர் தவிர ஏனைய எல்லா குலத்தாரும் இறந்தவர்களுக்கு முதல் சீரு, இரண்டாம் சீரு, மூன்றாம் சீரு என மூன்று

கொண்டரெட்டிகள் வணங்கும் வீரக்காரன் - உக்கம் பருத்திக்காடு

வகையான சடங்குகளைச் செய்கிறார்கள் (விரிவறிய காண்க: மேலது: 413-432).

நீலகிரி குறும்பர்கள் இரண்டு வகையான ஆவிகளை இனங் காண்கின்றனர்: 'பெரிய ஆவி', 'சிறிய ஆவி'. இரண்டும் ஒருவரின் இறப்பினால் உணரப்படுகின்றன. பெரிய ஆவியானது கண்ணுக்குத் தெரியும் நிழலைக் கொண்டது. இது ஒருவர் இறந்தவுடன் அவரது உடலிலிருந்து வெளியேறிவிடும். அவரது நினைவாக நீர்க் கற்களை (கூழாங்கற்கள்) நடும் வரை அந்தப் பெரிய ஆவியானது அவரது ஊரைச் சுற்றி அலைந்துகொண்டிருக்கும்.

இரண்டாவதாக அறியப்படும் சிறிய ஆவியானது கண்ணுக்குப் புலனாகாத நிழலைக் கொண்டதாகும். அவரை அடக்கம் செய்யும் வரை இந்தச் சிறிய ஆவியானது உலவிக் கொண்டிருக்கும். இறந்து சில ஆண்டுகளுக்குப் பின்னர் செய்யப்படும் கல் நடும் சடங்கின் போதே சிறிய ஆவியும் பெரிய ஆவியும் ஒன்றாக இணைகின்றன என நம்புகின்றனர் (மேலது: 421).

இருளர்களும் குறும்பர்களும் இறந்தவர்களுக்குக் கல்மாடங்களை அமைக்கின்றனர். இவர்களிடையே ஒரு சாவு நிகழுமாயின் 'தெவ்வ கொட்ட கல்லு' எனப்படும் மழமழப்பான கூழாங்கல் ஒன்றைக் கொண்டு வந்து அந்தப் பகுதியில் ஏற்கனவே அமைக்கப்பட்டுள்ள

பழைய வட்டக் கல்லறை மாடத்தில் வைப்பார்கள். குறும்பர்களில் சிலர் கடந்த காலங்களில் பலகைக் கற்களைச் செங்குத்தாக நிறுத்தி நினைவு மாடங்களை எழுப்பினார்கள்.

ஊராளிகளில் ஒவ்வொரு குலத்தாரும் தங்களுக்குரிய தனியான இடங்களில் (கொப்பமானங்கள்) புதைக்கின்றனர். அங்கு மூன்று பக்கங்களில் மண்சுவர் போன்று எழுப்புவார்கள். இந்தப் புதைகாட்டில் இறந்தவர் நினைவாகக் கல் நடுவார்கள். புதைத்த சில ஆண்டுகளுக்குப் பின் அவ்விடத்தில் தோண்டி எலும்புகளை வெளியில் எடுப்பார்கள். எலும்புகளை அவன் வாழ்ந்த வீட்டெதிரில் வைப்பார்கள். உறவினர்கள் அனைவரும் கூடி அழுத பின்னர் இறந்தவரின் மகன் எலும்புகளை நீர்குண்டிக்குக் கொண்டு சென்று புதைப்பான். எட்டாம் நாள் மீண்டும் அவ்விடத்திற்குச் சென்று சடங்குகள் செய்து நினைவுக்கல் நடுவான். கல்லுக்கு நெய் பூசி, சோறு படைத்து வழிபடுவான் (மேலது: 440). இத்தகு கல்நடுமிடங்கள் பீரகல்லு கொப்பெ எனப்படுகிறது. இதன் பொருள் வீரர்களுக்கான நடுகல் அமைவிடம் என்பதாகும் (மேலது: 440).

பழங்குடிகளின் குடியிருப்பு

குடியிருப்புமுறையும் வீடுகளின் அமைப்பும் ஒரு சமூகத்தின் அகவயமான பண்பாட்டின் குறியீடுகள் என்பதில் ஐயமில்லை. கூடவே அவை அச்சமூகத்தின் சுற்றுச் சூழல் தகவமைப்பையும் பொருளாதார நிலையையும் சார்ந்துள்ளன. மனித குலத்தைப் போலவே அவனது குடியிருப்புமுறைகளும் பழமையானவை; காலந்தோறும் மாறி வருபவை.

இந்தியாவில் ஏராளமான பழங்குடி மக்கள் மலைகளில் வாழ்கிறார்கள். மலைப் பிரதேசம் எண்ணற்ற வடிவங்களில் உள்ளது. மலைகளும் காடுகளும் சிற்றாறுகளும் வனவிலங்குகளும் சேர்ந்தியங்கும் சூழல் அது. இச்சூழலில் பழங்குடி மக்கள் பல்வேறு வகைகளில் குடியிருப்புகளை ஏற்படுத்திக்கொண்டுள்ளனர். அவற்றைப் பொதுமைப்படுத்திப் பின்வரும் ஐந்து வகையினங் களாகப் பிரித்தறியலாம்:

1. சிதறிய குடியிருப்பு

மலைப் பிரதேசங்களில் ஆங்காங்கு இங்கொன்றும் அங்கொன்றுமான முறையில் வீடுகள் சிதறிக் கிடக்கும் முறையிது. நான்கைந்து வீடுகள்

காணிக்காரர்களின் மரபான வீடு

தூக்கிப் போட்டாற் போல் மலைச் சரிவில் காணப்படும். இன்னும் சில சூழல்களில் 2-5 வீடுகள் காணப்படும். இப்படியாக மலைப் பிரதேசம் முழுவதும் சிதறிய வகையில் குடியிருப்புகள் (sprinkled or dispersed settlement) அமைந்திருக்கும். காட்டு வளங்களுக்கேற்ப வாழ்வாதாரத்தை ஈட்டும் முகமாகவே இத்தகைய சிதறிய குடியிருப்பு முறை காணப்படுகிறது.

2. ஓரளவு சிதறிய குடியிருப்பு

மேற்கூறிய குடியிருப்பு முறையைக் காட்டிலும் சற்று அதிகமான வீடுகளைக் கொண்ட குடியிருப்பு முறையிது. ஓரிடத்தில் 10-15 வீடுகளைக் கொண்டு ஒன்றிரண்டு தெருக்களைக் கொண்டது போன்ற அமைப்புகூட இத்தகைய குடியிருப்பு முறையில் இருக்கலாம். தெருக்கள் இல்லாத சூழலில் ஒரு குறிப்பிட்ட இடத்தில் 10-15 வீடுகள் ஓரளவு நெருங்கிய சூழலில் இருக்கக்கூடிய வாழிட நெருக்கம் இம்முறையில் காணப்படும். கலைந்து கிடக்கும் குடியிருப்பு என்று கூட இதனை வரையறுக்கலாம். காட்டு வளம் சற்று அதிகமாக உள்ள பகுதிகளில் இத்தகைய ஓரளவு சிதறிய குடியிருப்புமுறை (semi-sprinkled or fragmented hamlet type) காணப்படுகிறது.

3. தனிவீடுகள் குடியிருப்புமுறை

தனிவீடுகள் குடியிருப்புமுறையில் (isolated or homestead type)

சமூகமுறை ✤ 113

காடர்களின் கல் சுவர் கொண்ட தகர வீடு

மலைச்சரிவு நெடுக தனித்தனியான வீடுகள் இங்கொன்றும் அங்கொன்றுமாக அமைந்திருக்கும். மக்கள் நெருக்கமில்லாத பகுதியாக இக்குடியிருப்பு முறை காணப்படும். ஒவ்வொரு குடும்பத்திற்குமான உணவு ஆதாரங்களை ஈட்டும் மலை/ காடுகளைக்கொண்ட குடியிருப்பு முறையிது. இத்தகைய குடியிருப்பு முறை இன்று அரிதாகவே உள்ளது.

ஆனாலும் பழங்குடிகள் இப்படியான முறையையும் இன்று கொண்டிருக்கிறார்கள். வாழும் குடியிருப்பில் பல வீடுகள் மேற்கூறிய ஏதோ ஒரு வகையில் இருக்கும். ஆனால் அவரவர் காட்டுக்குள் ஒரு தனிக்குடிசை அமைத்து அங்குக் காவல் காக்கவும், காடுபடு பொருள்களைக் கொண்டுவந்து சேமிக்கவும் இத்தகைய தனிக் குடிசைகளைப் பயன்படுத்துகின்றனர்.

4. நேர்வரிசை குடியிருப்பு

மனித வாழ்வுக்கு நீர் அவசியம். பழங்குடி மக்களுக்கு நீர் ஆதாரங்கள் மலைகளில் ஓடும் சிற்றாறுகள், ஆறுகள், குட்டை, குளம் போன்றவையாகும். இத்தகைய நீர் ஆதாரம் கிடைக்கின்ற இடங்களில் வாழிடங்கள் குறிப்பிட்ட இடைவெளியுடன் ஒரு நேர் வரிசையில் அமைந்திருக்கும். சில சூழல்களில் மலைச்சரிவு அல்லது மலையின் புவியியல் அமைப்புகூட இத்தகைய நேர்வரிசைக் குடியிருப்பு (linear settlement) ஏற்படுவதற்குக் காரணமாக அமையக்கூடும்.

5. நெருக்கம் மிகுந்த குடியிருப்பு

ஒரு சிறிய இடத்தில் 30-50 வீடுகள் இடைவெளி குறைந்து நெருக்கமாக அமையுமானால் அத்தகைய குடியிருப்பு நெருக்கம் மிகுந்த குடியிருப்பாக (nucleated settlement) வகைப்படுத்தலாம். இந்தியாவில் உழுகுடிச் சமூகத்தார் வாழும் ஊர்களே (கிராமங்கள்) இத்தகைய குடியிருப்பு முறைக்கு மிகச் சிறந்த எடுத்துக்காட்டாகும். பழங்குடிச் சமூகத்தில் 200-300 வீடுகள் இருக்கக்கூடிய வாய்ப்புகள் மிகவும் குறைவு. ஆனால் 20-50 வீடுகள் நெருக்கமுடன் அமைக்கப் பட்டால் அதனை இவ்வகையில் வகைப்படுத்தலாம்.

குடியிருப்பு முறைகள் மனித வாழ்வியலின் குறியீடுகள். அவை மக்களின் சூழிட தகவமைப்பையும், பொருளாதாரப் பின்புலத்தையும், வாழ்வியல் அறிதிறன்களையும் (cognition), உலகப் பார்வையையும் (world view), இன்ன பிற பண்புகளையும் காட்டக்கூடியவை. மேலும் மனித குலத்தின் படிமலர்ச்சிப் போக்குகளையும் அவை காட்டுகின்றன. தமிழகப் பழங்குடிகளின் வாழ்வு முறை மேற்கூறிய ஐந்து வகையான குடியிருப்புகளையும் கொண்டுள்ளது. மேலும் புதிய வகையினங் களையும் இனங்காணக்கூடிய வகையில் புதிய கூறுகள் சிலவற்றை ஏற்றுக்கொண்டு வருகிறது.

8

வேட்டுவப் பொருளாதாரம்
ஆதி வாழ்வும் இன்றைய அசைவியக்கங்களும்

மனிதகுலத்தின் முதல் வாழ்க்கை முறை வேட்டையாடி உணவு சேகரித்தலாகும். தமிழ்ச் சமூகத்தில் அத்தகு வாழ்வு முறை குறிஞ்சித் திணையில் தோன்றியது. சங்க இலக்கியமானது தமிழ்ச் சமூகத்தில் காணப்பெற்ற குறிஞ்சி நில வாழ்க்கை முறைகளை மிக விரிவாகவே பதிவு செய்திருக்கிறது.

வேட்டுவர்கள் வேட்டையில் சிறந்து விளங்கியுள்ளனர். வில்லாற்றல் மிக்கவர்களாக இருந்துள்ளனர். கொல்லிமலைத் தலைவனாகிய ஓரி என்பவன் தன் வில்லாற்றல் காரணமாகப் புலவர்களால் வல்வில் ஓரி எனப் புகழப்பட்டான் (புறம்.152). வேட்டுவர் சமூகத்தில் சிறுவர்கள் இளம்பருவத்திலிருந்தே வில் தொடுத்து விளையாடுவார்கள் (புறம். 322). எயினர்கள் வில் தொடுத்து விற்பயிற்சியும் வில்லாற்றலும் கொண்டிருந்ததைப் பல சங்கப் பாக்கள் கூறுகின்றன. பெண்கள் சிறு விலங்குகளைப் பிடித்துச் சமைத்துள்ளனர் (புறம். 320).

எயினர்கள் உணவுக்காக உடும்பை வேட்டையாடினர் (புறம். 326). முயல் வேட்டைக்கு நாயையும் உடன்கொண்டு சென்றனர் (புறம். 319). வேட்டுவச் சமூகத்தார் பன்றியை வேட்டையாடியுள்ளனர். மேலும் யானை வேட்டை (மலைபடு. 277-99), மான் வேட்டை (புறம்.166), முள்ளம்பன்றி வேட்டை (புறம். 325) எனப் பலவகையான வேட்டைகளில் ஈடுபட்டுள்ளனர்.

வேடர்கள் தீக்கடைக் கோல், வில், மத்து இவற்றுடன் காணப் படுவார்கள் என்பதை அகநானூறு (101:7-11) கூறுகிறது. இவர்கள் கூட்டாகச் சேர்ந்து வேட்டையாடினார்கள். கெண்டி எறிந்தும்,

அம்பு எய்தும், கண்ணி வைத்தும், வலை விரித்தும் விலங்குகளைப் பிடித்தார்கள். சிறுவர்களும் வேட்டைக்குச் சென்றதைப் புறநானூறு (326:8-9) கூறுகிறது. வேடர்கள் கூட்டாகச் சேர்ந்தும் தனியொருவராகச் சென்றும் வேட்டையாடினார்கள் (நற். 59:1-3).

வேடுவர்கள் மண்ணுக்கடியில் உள்ள கிழங்குகளை அகழ்ந்து உண்டார்கள் (குறு. 233:1, 379: 2-3). உணவு சேகரித்தலில் தேனெடுத்தல் இன்றியமையாத பணியாகும். சங்ககாலக் கானவர்கள் இத்தொழிலில் மிக விரிவாக ஈடுபட்டுள்ளதை அறிய முடிகிறது (மலைபடு. 315-317; புறம். 105, 114, 115.)

வேட்டைச் சமூகத்தில் பாதீடும், கூட்டாக உண்ணுதலும் இயல்பாகக் காணக்கூடிய ஒன்றாகும். ஒருபடித்தான சமூக அமைப்பில் இத்தகு பண்புகள் இயல்பாகக் காணப்படும். அத்தகைய பண்புகளான பாதீடு பற்றியும் (அகம். 97: 4-6), கூட்டாக உண்ணுதல் பற்றியும் (புறம். 325:6-9, 333: 9-12; நற். 33.3) பல பதிவுகள் காணப்படுகின்றன.

சங்க காலத்தில் வாழ்ந்த வேட்டுவர், எயினர், கானவர் போன்ற சமூகத்தின் எச்சங்களாகப் பல பழங்குடியினர் தமிழகத்தில் உள்ளனர். அவர்களின் வாழ்வு முறையை ஆராயும் போது சங்ககால முறைகளை மீட்டுருவாக்கம் செய்து பார்க்க இயலும்.

வேட்டையாடுபவர்கள் எல்லாம் வேடுவர்கள் அல்ல. நீலகிரியில் ஆங்கிலேயர்கள் இருந்தபோது 'வேட்டை விளையாட்டு' குற்றமற்ற தாகக் கருதப்பட்டது. வன விலங்குகளைத் துப்பாக்கியால் சுடுவதை வனச்சட்டத்தில் சட்ட வடிவமாக முறைப்படுத்தியிருந்தார்கள். அன்று படித்த, வசதிபடைத்த, செல்வாக்குள்ளவர்கள் வேட்டையாடுதலை விளையாட்டாகக் கொண்டிருந்தார்கள்.

உணவாதாரத்திற்காக வேட்டையாடுபவர்களே வேடுவர்கள். மனித சமூகத்தின் முதல் உணவாதாரம் வேட்டையாக இருந்தாலும் இது நீண்டகாலம் நீடிக்கவில்லை. வேட்டையுடன் காடுகளில் கிடைக்கும் உணவுப் பொருள்களைச் சேகரிப்பதிலும் ஈடுபட்டார்கள்.

இன்றுங்கூட உலகின் மிகத் தொன்மையான பழங்குடிகள் வேட்டையை மட்டுமே வாழ்வாதாரமாகக் கொண்டிருக்கவில்லை. கூடவே சேகரித்தலையும் சார்ந்துள்ளார்கள். இன்னும் சொல்லப் போனால் சேகரித்தலையே முதன்மையாகக் கொண்டுள்ளார்கள். இதுவே அவர்களுக்கு நிலையான உணவாதாரத்தைத் தருகிறது.

பெண்கள் சேகரிப்பிலும் ஆண்கள் வேட்டையிலும் ஈடுபட்டனர். இதற்கடுத்த கட்டத்தில் சேகரித்தல் விவசாயத்திற்கும், வேட்டை யாடுதல் விலங்கு வளர்ப்புக்கும் வழிகோலின. இந்நிலையில் காட்டில் தாவர உணவுப் பொருள்களைச் சேகரித்த பெண்களே விவசாயத்தைக் கண்டுபிடித்தனர் எனலாம். ஆதலின் ஆதி விவசாயி பெண்களே என்பதும் இதன் மூலம் விளங்குகிறது. ஆதிகாலச் சேகரிப்புத் தொடங்கி நீர்ப்பாசன வேளாண்மை ஏற்படுவதற்கு முன்பு வரை பெண்களே பொருளாதாரத்திற்கு அடித்தளமாய் விளங்கினார்கள். சமூகத்தில் தகுதி உயர்வுடன் காணப்பட்டார்கள். பெண்கள் கூடுதலான வேலைப் பகிர்வையும் கொண்டிருந்தனர்.

பொருளாதார முறைகள்

பழங்குடிகளின் பொருளாதாரம் பின்வரும் இருபெரும் நிலைகளில் காணப்படுகிறது:

1. பிழைப்புக்கான பொருளாதாரம்
2. உணவு உற்பத்திக்கான பொருளாதாரம்

வேட்டையாடி உணவு சேகரித்தல் என்பது பிழைப்புக்கான பொருளாதார முறைக்குச் (subsistence economy) சிறந்த ஓர் எடுத்துக்காட்டாகும். ஆண்கள் வேட்டையாடுவார்கள். பெண்கள் வனச் சிறு பொருள்களைச் சேகரிப்பர். இவ்வகைப் பொருளாதார முறையில் ஆண்கள் விலங்கின உணவாதாரத்தையும், பெண்கள் தாவரவின உணவாதாரத்தையும் ஈட்டுகின்றனர். பெண்கள் காடுகளிலுள்ள கிழங்கு வகைகள், காய்கள், கனிகள், கொட்டைகள், மரப்பட்டைகள், தேன், இன்னும் பிற பொருள்களையும் சேகரிப்பர். உயரமான இடங்களிலுள்ள தேனைச் சேகரிப்பதில் ஆண்கள் ஈடுபடுகிறார்கள்.

மேற்குத் தொடர்ச்சி மலையில் கூடலூருக்கு அருகில் உள்ள ஆணைக்கட்டியில் வாழும் இருளர்கள் பூச்சக்காய் (சோப்புக்காய்) சேகரிக்கின்றனர். இது பங்குனி மாதத்தில் அதிகம் கிடைக்கிறது. ஒருகூடை காய் சேகரித்தால் ரூ.20க்கு விற்கலாம். சராசரியாக ஒரு பெண்மணி 20 மூட்டை வரை சேகரிக்கிறார். இலந்தம் பழத்தையும் சேகரித்து விற்கின்றனர். மேலும் பலவகையான வேலைகளிலும் ஈடுபடுகின்றனர். குறும்பர்கள் மாணிப்புல், தர்ப்பைப்புல் போன்ற புல்வகைகளைக் கூரை வேய சேகரிக்கின்றனர். தேயிலைக் கன்று களைக் காப்பதற்கு தைலப்புல் சேகரிக்கின்றனர். காட்டுநாயக்கர்

புலிக்கு வாய் கட்டுதல்

அறிவியலுக்கு முந்தைய கலை சமயம். சமயத்திற்கு முந்தைய கலை மந்திரம் (magic). மந்திரத்தின் செயல்பாடு பழங்குடி வாழ்வில் பரவலான பயன்பாட்டைக் கொண்டிருக்கிறது. தமிழ்ச் சூழலில் அன்னகாமு *(1961)* தொகுத்த விவரம் வருமாறு:

'பளியரும் முதுவரும் மந்திரவாதத்தில் கை தேர்ந்தவர்களென நம்பப்படுகிறது. 'புலிக்கு வாய் கட்டுத'லென்பது ஒரு வகை மந்திரம். ரெவரெண்டு டேமேன் என்பவர் இது பற்றி விரிவாக எழுதியுள்ளார். ஆடு, மாடு மேய்ப்பவர்கள் புலிக்கு வாய் கட்டும் மந்திரவாதியிடம் வந்து, தாங்களும் தங்கள் கால்நடைகளும் நடமாடவேண்டிய எல்லையைக் குறிப்பிட்டுவிட்டால், அந்த எல்லைக்குள் புலி, சிறுத்தைகள் நடமாடாதவாறு அவர் மந்திரித்து விடுவாராம். அதன்பின் அந்த எல்லையின் நான்கு பக்கத்திலும் திசைக்கொன்றாக நரி வால்களைக் கட்டிவிடுவார்களாம். அந்த எல்லைக்குள் கொடிய மிருகங்கள் வரமாட்டா; வந்தாலும் கால்நடைகளுக்கோ மனிதர்களுக்கோ தீங்கு செய்யமாட்டா வெனப் பளியர்களும் மலையிலுள்ள பிறரும் நம்புகின்றனர்.

புலியாக மாறுவது

இன்னொரு வியக்கத்தக்க செய்தி: கிழக்கு இந்தியாவில் வாழும் ஆதிவாசிகளில் காசாரி, காஸி, லக்கர், மிஜோ, ரபா போன்ற அஸ்ஸாமிய பழங்குடிகளிடையேயும் நாகர்களிடையேயும் ஒரு நம்பிக்கை இருந்து வருகிறதாம். அவர்களினத்தில் சில பேருக்குத் தங்களைப் புலிகளாகவும் சிறுத்தைகளாகவும் மாற்றிக்கொள்ளும் சக்தியுண்டெனக் கருதுகின்றனர்.

புலியாக மாறியவர் ஆடு மாடுகளை அடித்துத் தின்றுவிட்டுப் பின்பு மனிதனாக மாறிவிடுவதுண்டாம். மனிதனாக மாறிய பிறகு, தான் இன்ன இடத்தில் இன்ன மிருகத்தைக் கொன்றேன் எனப் பிறரிடம் சொல்லி, அதைப் போய் மற்றவர்கள் பார்த்து உண்மையென அறிந்து வந்துள்ளதாக அமித் குமார் நாக் எழுதி யிருக்கிறார். காட்டில் வாழும் புலியுடன் நெருங்கிய தொடர்பு கொண்ட பலரைக் குறித்தும் அவர் எழுதியுள்ளார். காட்டில் வாழும் குறிப்பிட்ட அந்தப் புலிக்கு ஏதேனும் தீங்கு நேரிட்டால்

இவர்களுக்கும் தீங்கு நேரிட்டுவிடுமாம். சண்டை ஏற்பட்டுக் காயம் ஏற்பட்டால் இந்தப் புலி மனிதருக்கும் காயமேற்படுமாம். அந்தப் புலி இறந்தால் இவரும் இறந்துவிடுவாராம். அந்தப் புலிகள் நடமாடும் இடங்களை இவர்கள் நன்கு அறிவார்களாம்.

நமது மலைப்பகுதியிலுள்ள பளியர்கள், மன்னான், புலையர்கள், முதுவர்கள் ஆகியோரிடமும் இதேபோன்ற நம்பிக்கை இருந்து வருகிறது. மங்களங்கொம்பு கிராமத்தில் பிறந்து இப்பொழுது பெரும்பாறையில் இருந்துவரும் முருகன் என்ற பெயர்கொண்ட ஆதிவாசிக்குப் புலிகளின் நடமாட்ட மெல்லாம் தெரியுமெனச் சொல்லப்படுகிறது. அவருக்குப் புலி கட்டுப்படுமென நம்புகின்றனர்' *(அன்னகாமு 1961: 38-39).*

தமிழகத்தில் கொண்ட ரெட்டி பழங்குடிகள் நீண்ட நெடுங் காலமாக மலையடிவாரத்தில் காடுகளைத் திருத்திப் புன்செய் விவசாயம் செய்துகொண்டும் கால்நடைகள் வளர்த்துக் கொண்டும் வருபவர்கள். இத்தகைய தொழில்களில் இன்றும் பெரும்பான்மை யான மக்கள் ஈடுபடுகிறார்கள். கடந்த காலத்தில் அலங்காடுகளில் தொடர்ந்து சில மாதங்கள் இருந்து மாடு மேய்க்கும்முறை இப்போது இல்லை. அவ்வாறு மேய்த்த காலத்தில் மந்திர சக்தியால் காட்டில் மாடுகள் வெகுதூரம் செல்லாமல் இருக்க கட்டு கட்டினார்கள் (பக்தவத்சல பாரதி 2007). ஆனால் இவ்வாறான முறை குறுமன் போன்ற இன்னும் சில பழங்குடிகளிடம் மிச்சசொச்சமாகக் காணப்படுகிறது.

காரைக்காயை அரைத்து நீரில் கலந்து மீன்களைப் பிடிக்கின்றனர். இக்காய் நீரில் கலக்கும்போது மீன்கள் மயக்கமடைகின்றன. இவ்வாறான காடுபடுபொருள்களில் சிலவற்றை அண்டைய சமநில மக்களுக்குக் கொடுத்து உப்பு, உடை, எண்ணெய் போன்ற பொருள் களைப் பண்டமாற்றாகப் பழங்குடிகள் பெற்றுக் கொள்வார்கள்.

பிழைப்பாதாரப் பொருளாதாரத்தின் மையத்தன்மை என்னவெனில் மக்கள் உணவாதாரத்தைத் தேவைக்கும் அதிகமாக ஈட்டுவது கிடையாது. இன்னொரு வகையில் சொல்வதானால் உபரியில்லாத பொருளாதாரமே பிழைப்பாதாரப் பொருளாதாரமாகும். அன்றாட வாழ்க்கைக்குத் தேவையானவற்றை மட்டும் சேகரித்தல் இதன் முக்கியப் பண்பு எனலாம்.

காடர்கள் உணவுக்குப் பயன்படுத்தும் பெண் சளம்பனை

தமிழகத்தில் அனாதி காலம் முதல் இன்றுவரை வேட்டையாடி உணவு சேகரிக்கும் பொருளாதார முறையைப் பல பழங்குடியினர் கொண்டுள்ளனர். காடர், பளியர், இருளர், காணிக்காரர், மலைக் குறவர், முதுவர், ஊராளி, குறும்பர் போன்ற பழங்குடியினர் இவ்வகைப் பொருளாதாரத்தையே நம்பியுள்ளனர்.

இன்று உலக மக்கள் தொகையில் 1/4 மில்லியனுக்கும் சற்று குறைவானவர்கள், அதாவது 0.003% மக்கள் வேட்டையாடி உணவு சேகரித்து வாழும் நிலையில் உள்ளனர். 10,000 ஆண்டுகளுக்கு முன்னரே பயிரிடுதலும் கால்நடை வளர்த்தலும் முக்கியத் தொழில் களாக மாறியுங்கூட இன்றும் இவ்வளவு எண்ணிக்கையினர் இந்தப் பொருளாதார முறையைக் கொண்டுள்ளனர்.

வேட்டையாடி உணவு சேகரிக்கும் தொழிலைக் கொண்ட தமிழகப் பழங்குடியினர் காட்டுவள ஆதாரத்தை நாடும் அளவிற்கு நீர் வள ஆதாரத்தை முதன்மைப்படுத்துவதில்லை. எனினும் நீர் ஆதாரம் கொண்ட குறிப்பிட்ட நிலப்பரப்பிற்குள் ஒரு சுழற்சித் தளத்தில் அப்பரப்பை வாழ்வாதாரமாகக் கொண்டிருப்பதை காடர், இருளர், குறும்பர், பளியர், ஊராளி போன்ற பல பழங்குடிகளிடம் காணலாம்.

உணவு தேடுவதற்குச் செலவிடும் ஆற்றலைவிட நீரைக்கொண்டு வரச் செலவிடும் ஆதாரம் குறைவானதாகும். இப்போக்கே உலக

அளவில் வேட்டையாடி உணவு சேகரிக்கும் பழங்குடிகளிடம் காணப்
படுகிறது. தமிழகப் பழங்குடிகளிடமும் இத்தன்மையைக் காண
முடிகிறது.

இத்தகு பொருளாதார முறையைக் கொண்டுள்ள பெரும்பாலான
தமிழக மலைவாழ் பழங்குடிகள், குறிப்பாகக் காட்டைச் சார்ந்து
வாழும் குடிகள், சிறு குழுக்களாகப் பிரிந்து உணவாதாரத்தை ஈட்டுவர்.
ஒரு வட்டாரத்தின் சூழியலும் காட்டு வளமும் இக்குழுக்களின்
தன்மையை, அளவை நிர்ணயிக்கின்றன என்றாலும், மக்கள் பயன்
படுத்தும் தொழில்நுட்பத்திற்கேற்ப அக்குழுவினரின் உணவாதாரம்
அல்லது குழுவின் அளவு அமையும். இது 'தாங்கு திறன்' (carrying
capacity) எனப்படும்.

இந்தத் தாங்குதிறனை மையமிட்டே அப்பகுதியில் 'சமூக
உறவுகளின் அடர்த்தி' அமையும். சமூக அடர்த்தி மிகுதியாகும் போது
அங்குப் போட்டியும் முரண்பாடுகளும் அதிகமாகும். எனினும் 'தாங்கு
திறன்', 'சமூக உறவின் அடர்த்தி' இரண்டும் மிகவும் சிக்கலான
மாறிகளாகும் (complex variables).

வேட்டையாடி உணவு சேகரிக்கும் பொருளாதாரத்தில் மக்கள்
தொடர்ந்து காட்டுப்பகுதிகளில் இடம் மாறிக்கொண்டே இருப்பதால்
இந்த மாறிகளின் தன்மை ஏற்ற இறக்கத்தோடு இருக்கும். தமிழகப்
பழங்குடிகள் பலரும் கூட்டுப் பொருளாதார முறையைக் கொண்டி
ருப்பதால் இந்த மாறிகளின் ஏற்ற இறக்கம் பெரிதும் காணக்கூடிய
தாகவே உள்ளது.

உலகம் தழுவிய நிலையில் வேட்டையாடி உணவு சேகரிக்கும்
பொருளாதாரத்தில் வேட்டையாடுதல் ஆண்களுக்கான வேலைப்
பகிர்வாகவும், காடுபடு பொருள்களைச் சேகரித்தல் (உணவு சேகரித்தல்)
பெண்களுக்கான வேலைப் பகிர்வாகவும் உள்ளன. செலவழிக்கும்
நேரத்தையும், ஈட்டும் பொருள்களால் கிடைக்கும் ஆற்றலையும்
பார்க்கும்போது வேட்டுவச் சமூகத்தில் பெண்களின் பங்கே முதன்மை
யானதாக இருக்கிறது.

பெண்கள் கொண்டு வரும் பொருள்களின் உணவு ஆற்றலே (calorie)
மிகுதியாகும் (லீ 1968: 3048). மேலும் நிரந்தர உணவாதாரத்தையும்
கொடுக்கிறது. ஆண்கள் ஈடுபடும் வேட்டையானது பட்டா பட்டா
பாக்கியமே. எப்போது கிடைக்கும் என்று சொல்லமுடியாது. ஒன்றை
நினைத்துக் கொண்டு கிளம்பினால் வேறொன்று கிடைக்கும். ஆனால்

அதீத நம்பிக்கை

பழங்குடிகளின் பண்பாட்டில் சில நம்பிக்கைகள் அதீதத் தன்மையுடன் காணப்படுகின்றன. அவற்றை நமது பண்பாட்டுப் பின்புலத்துடன் காண முற்படுவோமேயானால் பொருளற்றதாக, ஏன் 'மூட நம்பிக்கை' சார்ந்ததாகத் தோன்றும் (மூட நம்பிக்கை எனக் கூறுவது சொல்பவரின் பண்பாட்டுக் குருட்டுத் தன்மையைக் காட்டுவதாகும்). எந்த ஒரு நம்பிக்கையையும் அப்பண்பாட்டுப் பின்புலத்தில் பொருத்திப் பொருள் காண வேண்டியது அவசியமாகும். பழனிமலைகளில் பளியர் பழங்குடியினரிடம் 1960களில் களப்பணி செய்தபோது அன்னகாமு பதிவு செய்துள்ள விவரம் பண்பாட்டுச் சார்புடன் பொருள் காண வேண்டியதை வலியுறுத்தும் ஒரு நம்பிக்கையாகும்.

'அநேகமாக மலைவாழ் மக்களின் தாய்மார்கள், குழந்தைகளை மார்பிலோ முதுகிலோ வைத்து, சேலை முகப்பினால் அல்லது ஏதேனும் ஒரு துணியால் உடம்போடு சேர்த்துக் கட்டிக்கொள்வர். அத்துடன் வேலையையும் செய்வர். புளிய மலை சன்னாசி ஓடையில் நான் சந்தித்த செங்கண்ணி என்ற பெண் தன் குழந்தையை மேலே சொன்னபடி முதுகிலே கட்டிக்கொண்டு, கல் திருகையில் கேழ்வரகை மாவாக்கிக் கொண்டிருந்தார். 'ஏனம்மா குழந்தையைத் தொட்டிலில் போடக்கூடாதா?' என்றேன். இதே கேள்வியைக் கொடைக்கானல் மலைப் பகுதியில் வாழ்பவர்களிடமும் கேட்டிருக்கிறேன்; கிடைத்த பதில் எங்கும் ஒன்றுதான்:

> 'கருப்பணசாமி, அக்காமார், தங்கைமார், சீலைக்காரி, வன தேவதைகள்-அவங்க தான்-தொட்டியிலே ஆடுகிறவக. நம்ம புள்ளைகளை அதிலே போட்டா தொட்டி வெந்து போகும்; புள்ளைகளை ஆகாசமாகத் தூக்கிக்கொண்டே போயிருவாங்க...' என்று கூறுகின்றனர். கேழைத் தோல் குன்றநாதனுக்கு உகந்தது. அதிலே கூட குழந்தைகளைப் படுக்க வைக்கமாட்டார்கள். இந்த நம்பிக்கை மலைவாழ் பழங்குடிகள் அனைவரிடமும் இருப்பதால் அங்கு தாலாட்டுப் பாடல்களைக் கேட்கவே இயலாது' (அன்னகாமு 1961: 44-45).

பளியர்களின் நம்பிக்கைகளை அறிய அவர்களின் பண்பாட்டுப் பின்புலத்தில் நின்று நோக்குவதால் மட்டுமே அவற்றின் பொருளை அறியலாம். இது பளியர்களுக்கு மட்டுமல்ல; ஒட்டுமொத்த பழங்குடி ஆய்வுகளுக்கும் பொருந்தும். அவற்றை நம்முடைய பண்பாட்டுப் பின்புலத்தில் வைத்து நோக்கினால் 'பண்பாட்டுக் குருட்டுப் பார்வை'க்கே அது வழிவகுக்கும் என்கிறது மானிடவியல் தத்துவம்.

கிழங்கு, கனி, கொட்டைகள், பட்டைகள், இலை-தழை-கீரைகள் போன்றவற்றைப் பெண்கள் தினமும் சேகரித்துவிடுவர். பொதுவாகக் கூறவேண்டுமானால் பெண்கள் மூன்று முக்கியமான வேலைகளைக் கவனிக்கின்றனர். அவை: 1. வெள்ளாமை செய்தல் 2. கூலி வேலை செய்தல் 3. இரவில் காவல் காத்தல்.

இந்தியக் கிராமச் சமூகங்களில் பெண்களின் நிலை இரண்டாம் தரமானதாகவே காணப்படுகிறது. ஆண் மையச் சமூகத்தில் பெண்கள் விவசாயக் கூலிகளாகவும் எளிமையான வேலைகளைச் செய்பவர் களாகவும் காணப்படுகின்றனர். வேளாண் சமூகங்களில் விளைநிலம் பெண்களின் பெயரில் இருப்பதில்லை. இன்னும் சொல்லப்போனால் விவசாயத்தில் மிக முக்கியமான வேலையாகக் கருதப்படும் 'உழுதல்' தொழிலில் பெண்கள் அனுமதிக்கப்படுவதில்லை. ஹோ (Ho), முண்டா போன்ற வேளாண் தொழில் செய்யும் பழங்குடிகளில்கூட பெண்கள் உழும் தொழிலில் அனுமதிக்கப்படுவதில்லை. கலப்பையைத் தொடுவதுகூட பாவமாகக் கருதும் நிலை உள்ளது. பூர்வ பழங்குடிக் கூறுகளைக்கொண்ட சமூகங்களாக விளங்கும் சந்தால், ஒராவ்ன், காரியா போன்ற பழங்குடிகளில்தான் பெண்கள் கலப்பையைத் தொடுவதும் உழுவதும் அனுமதிக்கப்படுகிறது. இப்பழங்குடிகளைச் சேர்ந்த பெண்கள் வீட்டுக் கூரையைப் புதுப்பிக்கும் பணியிலும் ஈடுபடுகின்றனர். மற்ற பழங்குடிகளில் இச்செயலைப் பெண்கள் செய்ய முடியாது.

பழங்குடிச் சமூகங்களில் வேட்டையாடுதல் மிக முக்கியமானதாகும். உணவு ஆதாரத்தில் விலங்குகளும் தாவர உணவும் ஏறக்குறைய சமபங்கு வகிக்கும். பிற்காலத்தில்தான் விலங்குணவு குறைந்து தாவர உணவு அதிகமாகியுள்ளது. வேட்டையின்போது அம்பு, வில், கத்தி, ஈட்டி முதலான கருவிகளே பெரிதும் பயன்படுகின்றன.

தமிழகப் பழங்குடிகளில் பலரும் வேட்டையில் ஈடுபடுகின்றனர். முள்ளுக் குறும்பர்கள் வேட்டையில் சிறந்தவர்கள். இவர்கள் மூன்று வகையான அம்புகளை வேட்டையில் பயன்படுத்துகின்றனர்.

கோலி அம்பு: இது மூங்கிலால் செய்யப்படுவது. லேசான அம்பு. இந்த அம்பை வைத்துத்தான் இளைஞர்கள் தொடக்கத்தில் பயிற்சி பெறுவார்கள். சிறு விலங்குகளை வேட்டையாடுவார்கள்.

மொட்டம்பு: இதுவும் மூங்கிலால் செய்யப்படுகிறது. ஒரு முனை கூர்மையாக இருக்கும். இதனைக்கொண்டு முயல், பறவைகள்,

இருளர்கள் உணவாதாரம் தேடிச் செல்லுதல்

சிறு விலங்குகள் ஆகியவற்றை வேட்டையாடுகின்றனர்.

கட்டியம்பு: இத கெட்டியான, வலுவான அம்பாகும். அம்பு விடுவதில் தேர்ச்சி பெற்றவர்கள் பயன்படுத்துவது. இதன் முனைப் பகுதி

இரும்பால் செய்யப்பட்டிருக்கும். பெரிய விலங்குகளை வேட்டையாட இந்த அம்பைப் பயன்படுத்துவார்கள்.

வேட்டையில் 'குந்தான்' எனப்படும் ஈட்டியும் ஒரு முக்கியமான கருவியாகப் பயன்படுகிறது. கெட்டியான நீண்ட மரக்கழியின் முனையில் இரும்புக் கூர்முனை பொருத்தப்பட்டிருக்கும். பண்டைய காலத்தில் இரும்புப் பயன்பாட்டிற்கு முன்னர் எருமைக் கொம்பின் முனையைப் பொருத்திக் குந்தான் செய்தார்கள்.

அம்பு, ஈட்டி போன்ற கருவிகளுடன் மர நாரினால் செய்யப்பட்ட 'நெரிவலா' (நெரிவலை) கொண்டு புலி வேட்டையில் ஈடுபட்டனர். வன உயிர்கள் பாதுகாப்புச் சட்டம் வலுப்பெற்ற பின்னர் புலி வேட்டையில் பழங்குடி மக்கள் ஈடுபடுவது கிடையாது.

முள்ளுக் குறும்பர்களுக்கு வேட்டையாடுதல் மிகவும் தொன்மை யான முதன்மையான ஒன்றாகும். வேட்டைக்கு ஆண்கள் அனைவரும் ஒரு குழுவாகச் சேர்ந்தே செல்கின்றனர். வேட்டையில் கிடைத்த விலங்குகளைத் தெய்வப் பெராவில் (சாமி வீடு) வைத்து வணங்கிவிட்டு அனைவரும் பகிர்ந்துகொள்கின்றனர்.

முள்ளுக் குறும்பர்கள் வேட்டையை ஒரு தொழிலாகக் காண்ப தில்லை. அதனை வாழ்வின் எல்லா கூறுகளிலும் இணைத்தே காண் கின்றனர். வாழ்வு, சாவு, சடங்குகள், விழாக்கள் என அனைத்திலும் வேட்டை இரண்டறக் கலந்துள்ளது. திருமணத்திற்கு முன் வேட்டைக்குச் சென்று தன் திறமையை மணமகன் நிரூபிக்க வேண்டும். இதற்காகத் திருமணத்திற்கு இரண்டு நாள்களுக்கு முன்பே மாப்பிள்ளை வீட்டாரும் பெண் வீட்டாரும் இணைந்து வேட்டைக்குச் செல்வார்கள். இந்நிகழ்வை 'வெண்டுவ நாயாட்டு' என்பார்கள். வேட்டைத் தொழிலை இவர்கள் 'நாயாட்டு' என்பார்கள். நாயின் துணையுடன் சென்று பார்க்கும் தொழிலாக இது உள்ளது. நாயின்றி வேட்டை யில்லை. பழங்குடி மக்களின் வாழ்வில் வேட்டை எவ்வளவு முக்கியமோ அவ்வளவு முக்கியமானது நாய். இறப்புச் சடங்கின் போது வேட்டைக்குப் பயன்படுத்திய கருவிகளையும் உடன்வைத்துப் படைக்கின்றனர். திருவிழாக்களின் போதும் வேட்டையாடுகின்றனர். ஆதலின் வேட்டை என்பது உணவு ஆதாயத்திற்கான ஒரு செயல்பாடு என்றில்லாமல் அது முள்ளுக் குறும்பர்களின் வாழ்வியலோடு ஒன்றிணைந்ததாக உள்ளது (துரைமுருகன் 2011: 50).

தேனெடுத்தல்

பழங்குடிகளின் பொருளாதாரத்தில் வனச் சரகங்களில் காடுபடு பொருள்களைச் சேகரிப்பதே முதன்மையான தொழிலாகும். ஆண், பெண் இருபாலாரும் சேர்ந்து செய்யும் மிக முக்கியமான தொழில் இது. இவற்றில் தேனெடுத்தல் மிக முக்கியமான வேலையாகும். நீலகிரிமலைத் தொடரில் தேனெடுப்பதில் காட்டுநாயக்கரும் தேனுக் குறும்பர்களும் (ஜேனுக்குறும்பர்) முக்கியமான தொழிலாகச் செய்து வருகின்றனர். காட்டுநாயக்கர்கள் தேனை 'ஜேனு', 'துடை', 'கெஃகட்டி' எனப் பிரிப்பார்கள். ஜேனு என்பது உயர்ந்த காட்டுமரங்களிலிருந்து எடுப்பதாகும். இது சிறந்த தேனாகும்; மருத்துவ குணம் நிறைந்தது. துடை என்பது பொந்து, புற்று ஆகியவற்றில் உள்ள தேன்கூடுகளில் கிடைப்பது. கெஃகட்டி ஜேனு என்பது குச்சித் தேனாகும். இவர்கள் தேய்பிறை நாள்களில் மட்டுமே தேனெடுப்பார்கள். பருவ மழை தொடங்கிய பின்னர் கிடைக்கும் தேன் சிறந்தது என்பார்கள். தேன் பற்றிய இவர்களுடைய மரபார்ந்த அறிவு மிக முக்கியமானதாகும். இது பற்றிய தகவல்களை முழுமையாக ஆய்வாளர்கள் திரட்ட வேண்டும். சங்க இலக்கியத்தில் சொல்லப்பட்டுள்ள முறையில் (மால்பு-மலைபடு. 316) மூங்கிலைப் பிணைத்து இன்றும் தேனெடுக்கின்றார்கள். தேன் தவிர அதன் மெழுகையும் சேகரித்து விற்கிறார்கள்.

தேன் எடுக்கும் தொழிலையே பெயராகக் கொண்டிருப்பவர்கள் ஜேனுக் குறும்பர்கள் (ஜேன்=தேன்). குறிஞ்சி மலர்கள் பூக்கும் நேரத்தில் கிடைக்கும் தேன் மிக உயர்ந்த தேன் என்பார்கள். மூங்கில் குழாய்களில் தேனைச் சேகரிக்கிறார்கள். இவர்கள் தேனைப் பண்ட மாற்றம் செய்தும், விற்றும் தங்களுக்குத் தேவையான பொருள்களைப் பெறுகிறார்கள்.

பணியர்கள் தேனெடுப்பதை முக்கியத் தொழிலாகக் கொண்டிருக்க வில்லை. தங்கள் தேவைக்கு மட்டுமே தேனைச் சேகரிக்கிறார்கள். இவர்கள் 'புற்றுத் தேனு', 'கொதுகுத் தேனு', 'மரத்தேனு', 'கொம்புத் தேனு' என நான்கு வகையான தேன்களைச் சேகரிக்கின்றனர்.

உணவு சேகரித்தல்

பழங்குடிகளின் உணவு ஈட்டும் முறை மிகவும் விரிவானது. நிலப் பகுதிகள், சுற்றுச் சூழல், இயற்கை வளம், உணவு ஆதாரம், காலநிலை, பருவ மாறுபாடுகள், அவற்றிற்கேற்ற உணவு தேடும் முயற்சிகள்,

அவற்றிற்குரிய புழங்கு பொருள்கள் என உணவு ஆதாரத்தை ஈட்டும் வலைப்பின்னல் நம் கவனத்தைப் பெரிதும் ஈர்க்கின்றன.

கேரளத்தின் சோலைநாயக்கர் உணவு ஈட்டும் முறைகளை மானிடவியல் ஆய்வாளர் ஆனந்த பானு (1984, 1991) விவரிக்கிறார். சோலை நாயக்கர்கள் காடுகளில் உள்ள சிறு விலங்குகளைப் பிடித்தும் வனச் சிறு பொருள்களைச் சேகரித்தும் வாழ்ந்து வருகின்றனர். இத்தகைய வாழ்வுமுறையை 'வேட்டையாடி உணவு சேகரித்தல்' முறை என்று மானிடவியலர்கள் வகைப்படுத்துவார்கள். சோலை நாயக்கர்கள் இதற்கு முழு இலக்கணமானவர்கள் எனலாம்.

வேட்டையைவிட சேகரித்தலுக்கே இவர்கள் அடிக்கடி செல் கிறார்கள். வேட்டையானது கொரங்கு இடிப்பது, கோடனு இடிப்பது எனும் வகைகளில் மேற்கொள்கிறார்கள். வனச்சிறு பொருள்களைச் சேகரித்தல் என்பதை 'காசு நோடது' என்றும், மீன் பிடித்தல் என்பதை 'மீனு இடிப்பது' என்றும் கூறுகிறார்கள். சேகரித்தல் தொழிலை மழைக்காலங்களைக் காட்டிலும் கோடைக்காலங்களில் (அதாவது ஜனவரி முதல் ஏப்ரல் வரை) அதிகமாகச் செய்கிறார்கள் (ஆனந்த பானு 1991: 38).

சோலைநாயக்கர்கள் உணவு ஆதாரத்தைப் பெறுவதற்காக 77 வகையான தாவரங்களைச் சேகரிக்கிறார்கள். அவற்றில் 16 வகையான இலைகள் (சொப்பு), 11 வகையான கிழங்குகள் வேர்கள், 15 வகையான பழங்கள் (அன்னுக்காயி), 22 வகையான கொட்டைகள் விதைகள் (காயி), 13 வகையான காளான்கள் (அளம்பே) அடங்கும்.

சோலைநாயக்கர்கள் 40 வகையான வனச் சிறு விலங்குகளையும் பறவைகளையும் பிற இனங்களையும் பிடித்து உண்கிறார்கள். இவற்றில் 19 வகையான மீன்கள் (மீனு), 7 வகையான பறவைகள் (அக்கி), 3 வகையான குரங்குகள் அடங்கும். மேலும் நண்டு (நள்ளி), ஆமை (அய்ம்), முயல் (கூரன்), மான் (மானு, புள்ளினு), காட்டுப்பன்றி, காட்டெருமை (காட்டி) ஆகிய ஒவ்வொன்றிலும் இரண்டு வகையானவற்றைப் பிடித்து உண்கிறார்கள் (மேலது: 38-39). வேட்டையில் கிடைக்கும் விலங்குகள் பற்றியும், அவற்றை வேட்டையாடும் முறைகள் பற்றியும், மீன்பிடி முறைகள் பற்றியும் ஆனந்தபானு விரிவாக விளக்குகிறார் (மேலது: 39-43). ஆண்டு முழுவதும் மே வரையில் ஐந்து மாதங்களுக்குத் (தேன் பருவம்) தேன் கொடுக்கும் வகைகளையும் ஆனந்தபானு விவரிக்கிறார் (மேலது: 44).

வேட்டையாடி உணவு சேகரிக்கும் பொருளாதார முறையில் உண்பது என்பது ஓர் உடலியல் நிகழ்வாக மட்டுமல்லாமல் ஒரு சமூக நிகழ்வாகவும் 'பகிர்ந்துகொள்ளுதல்' உள்ளது. ஏனெனில் இத்தகு சமூக அமைப்பில் உணவைப் சமத்துவச் சமூக அமைப்பை நிலைநிறுத்தும் ஒரு முதன்மையான கூறாகச் செயல்படுகிறது. உணவுப்பொருள்கள் உடைமையாக மாறுவதில்லை. அனைவரும் பகிர்ந்துகொள்ளப் படுவதாக உள்ளது. அதனால் சமத்துவநிலை பேணப்படுகிறது.

ஒரு தனிமனிதனோ ஒரு சிறு வேட்டைக் குழுவோ வேட்டைக்குச் சென்று வேட்டையாடினாலும் வேட்டையில் கிடைத்த இறைச்சி வாழிடத்திலுள்ள அனைவருக்கும் பகிர்ந்தளிக்கப்படும். வேட்டுவப் பொருளாதாரத்தில் 'பகிர்ந்தளித்தல்' என்பது ஒருவகையில் பார்த்தால் 'சமூக உணர்வு' என்று பொருளாகும்.

ஒரு மனிதர் அல்லது குழுவினர் வேட்டையாடி கிடைக்கும் இறைச்சியை அனைவருக்கும் பகிர்ந்துகொடுப்பார்கள். பெற்றுக் கொண்டவர்கள் தாங்கள் வேட்டையாடும்போது கிடைக்கும் இறைச்சியை முதலில் கொடுத்தவருக்குப் பாதீடு செய்வார். ஆதலின் முதலில் கொடுத்தவருக்கு இறைச்சி மீள திரும்பக் கிடைக்கிறது. இது 'சேமித்ததை மீண்டும் பயன்படுத்துவது' போன்றதாகும். ஆதலின் வேட்டுவச் சமூகங்களில் பகிர்ந்துகொள்ளுதல் (பாதீடு) பிழைப்பாதார மதிப்பைப் (survival value) பெற்றதாகும். மேலும், வேட்டுவச் சமூகம் சமத்துவச் சமூகமாக (egalitarian) இருப்பதற்கு ஒருவருக் கொருவர் செய்யும் பாதீடும் ஒரு முக்கிய காரணியாக உள்ளது.

பழங்குடியினர் என்றாலே அவர்கள் எல்லோரும் வேட்டையாடி உணவு சேகரிப்பவர்கள் என்று கருதக்கூடாது. வேட்டையாடி உணவு சேகரித்தலை ஒரு பகுதியாகக் கொண்டிருப்பவர்களும் உண்டு. இன்று தமிழகத்தில் மிகச் சில பழங்குடியினர் உணவு உற்பத்தி செய்யும் பழங்குடியினராகக் காணப்படுகின்றனர். ஆக, 'உணவு உற்பத்தி' என்பது பழங்குடியினரிடமிருந்தே தொடங்கிவிட்ட ஒன்றாகும். காட்டுநாயக்கர்கள் முதுமலைப் பகுதிகளில் மிளகு பறித்தல், இஞ்சி பயிரிடல், வாழைத் தோட்டங்கள் பராமரித்தல், வரகு, கம்பு, கேழ்வரகு பயிரிடுதல், காப்பி, தேயிலைத் தோட்டங்களில் கூலி வேலை செய்தல் முதலான வேலைகளைச் செய்கின்றனர்.

மேற்குமலைத் தொடர்ச்சியில் வாழும் பல்வேறு பழங்குடிகளின் வாழ்வுமுறை ஏறக்குறைய இவ்வாறாகவே காணப்படுகிறது. வேட்டையாடுதல், உணவு சேகரித்தல், புன்செய் பயிர்களைப்

பயிரிடுதல், காப்பி தேயிலைத் தோட்டங்களில் வேலை செய்தல் முதலான பணிகளைச் செய்கின்றனர்.

கொல்லிமலை, ஏலகிரி, ஜவ்வாது, கல்வராயன், பச்சைமலை போன்ற மலைகளில் வாழும் மலையாளிகள் மலை விவசாயம் செய்பவர்கள். நெல், சோளம், கம்பு, தினை, வரகு, காய்கறிகள், கிழங்குகள், வாழை உள்ளிட்ட பல்வேறு பழவகைகள் பயிரிடு கின்றனர். எனினும் வேட்டை, காடுபடு பொருள்களைச் சேகரித்தல், மீன்பிடித்தல், கால்நடை வளர்ப்பு போன்றவற்றைக் கூடுதல் தொழில் களாகச் செய்கின்றனர். இந்நிலையில் இவர்களின் பொருளாதாரம் ஒரு 'கலப்பு அல்லது கூட்டுப் பொருளாதார'மாகப் (mixed economy) பரிணமித்துள்ளது.

ஒரு சமூகத்தின் வாழ்வாதாரத்தைக் கலப்புப் பொருளாதாரம் கணிசமான அளவு தாங்கி நிற்கும் ஒரு தகவமைப்பாகும். இன்று தமிழகத்தின் பல்வேறு பழங்குடிகளும் கலப்பு அல்லது கூட்டுப் பொருளாதார முறையைக் கொண்டுள்ளார்கள்.

மேற்கூறிய பல்வேறு தரவுகளை ஒருங்கிணைத்துப் பார்க்கும்போது வேட்டையாடி உணவு சேகரிக்கும் பழங்குடிகளின் சில முக்கியமான தன்மைகளை இனங்காண முடிகிறது. அவை வருமாறு:

1. வேட்டையாடி உணவு சேகரிக்கும் பழங்குடியினர் வாழும் மலைப்பிரதேசத்தாலும் சமவெளி இடத்தாலும் கால ஓட்டத்தில் பல பெயர்களில் இனங்காணப்பட்டுள்ளார்கள்.

2. இத்தகு பழங்குடிகளின் வாழ்க்கைமுறையைப் பார்க்கும் போது உலகளாவிய இத்தகு சமூகங்களைப் போலவே இவர்களும் அன்றாட வாழ்வுக்குரிய 'பிழைப்பாதாரப் பொருளாதார'த்தையே கொண்டுள்ளார்கள். பிழைப்பாதாரப் பொருளாதாரம் என்பது அன்றாட வாழ்வுக்குரிய உணவாதாரங்களை மட்டும் ஈட்டும் முறையாகும். உபரியோ சேமிப்போ பெரிதும் வைத்திருக்க விரும்புவதில்லை. இதனையே அன்றாட வாழ்வுக்குரிய பிழைப்புப் பொருளாதாரம் (subsistence economy) எனப் பொருளியல் மானிடவியலர் வகைப்படுத்துகிறார்கள்.

3. வேட்டையும் உணவு சேகரிப்பும் அடிப்படை என்பதால் இவ்விரண்டும் காடுகளில் மேற்கொள்ளப்படுகின்றன. காடு அனைவருக்கும் பொதுவானதே. இந்த உடைமை அனைவருக்கும் பொதுவானது. அவ்வாறே அவர்கள் பயன்படுத்தும்

தொழில்நுட்பமானது யாருடைய கட்டுப்பாட்டிலும் இல்லாமல் சமூக உடைமையாக இருக்கிறது. ஆக, 'சமத்துவ உடைமை', 'சமத்துவத் தொழில்நுட்பம்' என்பது இப்பொருளாதார முறையின் சிறப்பம்சமாகிறது.

இந்நிலையில் இது ஒரு தொன்மைப் பொதுவுடைமையாகவே (primitive communism) உள்ளது எனலாம். இத்தகு தன்மை இன்றைய கடல்சார் மீன்பிடிச் சமூகத்திலும், ஆதரவுச் சமூகத்தாரை அண்டி வாழும் ஆயர்சாரா நாடோடிகளிடமும் காணக்கூடியதாக உள்ளது (மீனவர்களிடம் கடலும் தொழில்நுட்பமும் அனைவருக்கும் பொதுவானது).

4. வாழ்வாதாரத்திற்கான காடு சமூக உடைமை என்பதால் வேட்டையும் உணவு சேகரிப்பும் கூட்டு முயற்சியாகவே இருந்து வந்தன. இதனால் இனக்குழுப் பொருளாதாரம் பெரிதும் 'உறவுமுறை சார்ந்த உற்பத்தி'யாகவே (kin based production) காணப்படுகிறது.

5. உறவுமுறை சார்ந்த உற்பத்தியென்பதால் இனக்குழுச் சமூகத்தில் உற்பத்தி போலவே பகிர்வு, நுகர்வு இரண்டும் உறவுமுறை சார்ந்தே இருக்கின்றன. பகிர்ந்துண்ணுதல் இதன் சிறப்பம்சமாகும்.

6. இதனால் வேட்டையாடி உணவு சேகரிக்கும் சமூகமுறை 'சமத்துவச் சமூகமுறை'யாக இருக்கிறது. இத்தகு சமத்துவச் சமூகத்தில் உறவுமுறை சார்ந்த கூட்டு வேட்டை, கூட்டாக உணவு தேடுதல், பாதீடு, பகிர்ந்துண்ணுதல் ஆகியன முக்கிய அம்சங்களாகும். இதனால் இத்தகு சமூகக் கட்டமைப்பில் அனைவரும் வாழ்வாதாரத்தைச் சமமாகப் பெறமுடியும். அடுத்து, அனைவரும் சம அங்கீகாரம் கொண்டவர்களாகவும் இருக்க முடியும். இப்பண்புகள் தமிழகத்தின் பெரும்பாலான வேட்டையாடி உணவு சேகரிக்கும் பழங்குடிச் சமூகங்களில் காணக்கூடியவையாக உள்ளன.

7. வேட்டையாடி உணவு சேகரித்தல் வாழ்வு முறையில் பொதுவாக வேட்டையை ஆண்களும் சேகரித்தலைப் பெண்களும் மேற்கொள்கிறார்கள். வேட்டையில் கிடைக்கும் உணவு ஆதாரத்தைவிட சேகரித்தல் மூலமே நிலையான உணவு ஆதாரம் கிடைக்கிறது. ஆகவே இவ்வகைச் சமூகமுறையில் பெண்களுக்கான சமூக மதிப்பு அதிகமாகும்.

8. வேட்டையாடி உணவு சேகரிப்பு வாழ்வுமுறையில் வனச் சிறு பொருள்கள் முக்கிய பங்கு வகிக்கின்றன. வனச் சிறு பொருள்களில் பல பழங்குடிகளில் நுகர்வுக்குப் பயன்பட்டாலும் அவற்றை வெளியாருக்கு விற்பதற்காகவே சேகரிக்கின்றனர். பழங்குடி மக்கள் சேகரித்து விற்கும் வனச்சிறு பொருள்களுக்குப் போதிய வருமானம் கிடைப்பதில்லை. இதற்காகச் செயல்படும் கூட்டுறவு அமைப்புகளும்கூட நல்லமுறையில் செயல்பட வில்லை எனலாம். லாபநோக்கம் கொண்ட தனிப்பட்ட வியாபாரி களின் சுரண்டலால் பழங்குடி மக்களின் வாழ்வுமுறை மேம்படாமல் உள்ளது.

இந்தியாவில் உள்ள 18,000 வகையான பூக்கும் தாவரங்களில் ஏறக்குறைய 3000 தாவரங்கள் பழங்குடிகளின் வாழ்வாதாரத்திற்குப் பயன்படுகின்றன. விவசாயத்தின் வழி ஆதாரம் இல்லாதபோது பழங்குடி மக்கள் வனச் சிறுபொருள்களை நம்பியும் கூலித் தொழிலை நம்பியும் பிழைக்கின்றனர்.

ஆங்கிலேயர்கள் இந்தியாவில் வலுவான ஆட்சியை அமைத்த பின்னர் வனங்களைப் பயன்படுத்தத் தொடங்கினார்கள். அப்போது தான் முதன்முதலாக 'இந்திய வனக் கொள்கை'யை 1894ஆம் ஆண்டு உருவாக்கினார்கள். அதன்படி காடுகளை நான்காகப் பிரித்தார்கள். 1. பாதுகாப்புக் காடுகள் 2. வணிகக் காடுகள் 3. சிறு காடுகள் 4. மேய்ப்பு நிலங்கள். காட்டின் இயல்பான சூழல் மாறாமல் இருக்கும் வகையில் சூழல் மேம்பாட்டுக்காக பாதுகாப்புக் காடுகள் விடப்பட்டன. வணிகக் காடுகளில் இருந்து மரங்கள் வெட்டிப் பல்வேறு வகையான பயன்பாட்டுக்காகக் கொண்டு சென்றார்கள். சிறுகாடுகளும் மேய்ச்சல் நிலங்களும் மட்டுமே பழங்குடி மக்கள் பயன்படுத்த அனுமதிக்கப் பட்டார்கள். இந்நிலையில் பழங்குடிகள் பாரம்பரியமாக அடர்காடு களைப் பயன்படுத்தும் உரிமையை இழந்தார்கள்.

இருப்பினும் பழங்குடியினர் தங்களுக்கு அனுமதிக்கப்பட்ட காடு களிலிருந்து வனச் சிறு பொருள்களைச் சேகரித்து வந்தார்கள். வனப் பொருள்கள் பொருளாதார அடிப்படையில் இரண்டு வகைப்படும்: 1. வனச் சிறுபொருள்கள் 2. வனப் பெரும்பொருள்கள். மரங்கள் வனப் பெரும் பொருள்களாகும். அரசின் அனுமதியின்றி அதனை யாரும் வெட்ட இயலாது. இன்று வரை அந்தச் சட்டம் நடைமுறையில் இருந்து வருகிறது. 'வனச் சிறு பொருள்கள்' (minor forest produce - MFP) என்பவை மரமும் அடுப்பெரிக்க உதவும் குச்சிகள், கழிகள்

மக்கள் சேகரித்துப் பயன்படுத்தும் எல்லாவகையான பொருள்களும் அடங்கும். அவை வருமாறு:

வனச் சிறு பொருள்களின் வகைகள்:
1. மூலிகைத் தாவரங்கள்
2. உணவுத் தாவரங்கள்
3. வாசனைத் திரவியம் தரும் தாவரங்கள்
4. பிரம்பு, மூங்கில், கைவினைக்கான கழிகள்
5. தீவனத் தாவரங்கள்
6. பீடி இலைகள்
7. பிசின் தரும் தாவரங்கள்
8. சாயத் தாவரங்கள்
9. நார் செய்ய உதவும் தாவரங்கள்
10. நுரைப் பொருள் தாவரங்கள்
11. தேன், மெழுகு
12. காட்டு விலங்குகளிடமிருந்து பெறும் பொருள்கள்

வனச் சிறு பொருள்களில் பெரும்பகுதி தாவரங்களைச் சார்ந்தே பெறப்படுகின்றன. தாவரங்களின் பெரும்பாலான பாகங்கள் வனச் சிறு பொருள்களாகச் சேகரிக்கப்படுகின்றன. அவை:

வனச் சிறு பொருள்களாகச் சேகரிக்கப்படும் தாவரத்தின் பாகங்கள்:
1. காய்
2. கனி
3. பூ
4. இலை
5. வேர்
6. வேர்ப்பட்டை
7. கிழங்கு
8. விதை/கொட்டை
9. பட்டை
10. தண்டு
11. பிசின்
12. முழுத் தாவரம்

பழங்குடி மக்களின் பொருளாதாரத்தில் வனச்சிறு பொருள்களே முக்கிய பங்கு வகிக்கின்றன. தே. வின்பிரெட் தாமஸ், ஜேம்ஸ் (1998) இருவரும் மேற்கொண்ட ஆய்வின்படி சதுரகிரி மலையில் வாழும் பளியர்களின் ஆண்டு வருமானம் ரூ.11,000 முதல் ரூ.13,000 வரை உள்ளது. இந்த வருவாயில் 65% - 80% வரையிலான வருமானம் வனச்சிறு பொருள்களைச் சேகரிப்பதன் மூலமே கிடைக்கிறது. மேலும் சதுரகிரி மலைப் பளியர்களின் ஆண்டு முழுவதுமான வேலை நாள்களில் 70% நாள்கள் வனச்சிறு பொருள்கள் சேகரிப்பதில் செலவாகின்றன.

தமிழக வனங்களும் அவற்றிலிருந்து கிடைக்கும் தாவரங்களும்

வனங்களின் வகை	தாவரங்களின் எண்ணிக்கை
1. வெப்பமண்டல இலையுதிர் காடுகள்	56
2. தென்னிந்தியப் புதர்க்காடுகள்	26
3. வெப்பமண்டல பசுமைமாறாக் காடுகள்	22
4. வெப்பமண்டல உயர்புல் தரைகள்	9
5. கடலோரக் காடுகள்	7
மொத்தம்	120

தமிழகக் காடுகளில் கிடைக்கும் வனச்சிறு பொருள்கள் குறித்து விரிவான ஆய்வுகளைத் தாம்பரம் கிறித்தவக் கல்லூரியின் தாவரவியல் பேராசிரியர் து.நரசிம்மன் அவர்களும் அதே துறையைச் சேர்ந்த பேராசிரியர் சௌந்திரபாண்டியும் (2003) செய்துள்ளனர். தமிழக வனத்துறையானது 10 வகையான வனச் சிறு பொருள்களை அங்கீகரித்திருந்தாலும் தமிழக வனங்களிலிருந்து ஏறக்குறைய 120 வகையான வனச்சிறு பொருள்களைப் பழங்குடி மக்கள் சேகரித்து அவற்றை அமைப்பு சார்ந்தும் அமைப்பு சாராமலும் விற்பனை செய்கின்றனர். தமிழக, இந்திய மக்களின் அன்றாட வாழ்வில் வனச் சிறு பொருள்கள் பெரும் பங்கு வகிக்கின்றன.

தமிழகத்தில் ஐந்து வகையான காடுகள் இருப்பதால் அவற்றிலிருந்து 120 வகையான தாவரப் பொருள்கள் கிடைக்கின்றன. எந்தெந்த வகையான காடுகளிலிருந்து எத்தனை வகையான தாவரப் பொருள்கள் கிடைக்கின்றன எனும் விவரங்கள் முக்கியமானவை.

ஆங்கிலேயரின் வருகைக்குப் பின்னர் இயற்கையான வனங்களின் தன்மை பெருமளவு மாற்றப்பட்டது. மலைகளில் ஏறுவதற்கு மலை வழிச் சாலைகள் உருவாக்கப்பட்டன. இதனால் சமவெளி மக்களின் குடியேற்றமும் சுற்றுலாப் பயணிகளின் வருகையும் அதிகரித்தன. புதிய புதிய தாவரங்களும் பழச் செடிகளும் பயிர் வகைகளும் காய்கறிகளும் அறிமுகமாயின. இவற்றால் பாரம்பரியமாக வாழ்ந்து வந்த மலைவாழ் பழங்குடிகளின் வாழ்வுமுறை நெருக்கடிக்குள் தள்ளப் பட்டது. இவர்கள் காடுகளை முழுவதுமாக அனுபவிக்கும் உரிமையை இழந்தனர். வனங்களிலிருந்து விளிம்புக்குத் தள்ளப்பட்டனர்.

காடிழந்து, நிலமிழந்து, வாழ்வாதாரம் இழந்து அவலநிலைக்கு ஆளாயினர்.

பளியர் உணவு

பளியர் பழங்குடியின் உணவு ஆதாரம் நம் கவனத்திற்குரியது. காலங்காலமாக அவர்கள் மலையையும் காடுகளையும் சார்ந்து தங்கள் உணவு ஆதாரத்தை ஈட்டிக்கொண்டு வந்துள்ளனர். இவர்களின் உணவு ஆதாரம் பன்மியத்தன்மை கொண்டது என்பதை மதுரையில் உள்ள 'ஒருங்கிணைந்த ஆதிவாசிகள் மேம்பாட்டுச் சங்கம்' 2002இல் தயாரித்த பழனிமலைப் பழங்குடிகள் ஆய்வில் காணமுடிகிறது. மிகுந்த கவனத்துடன் களப்பணி செய்து தரப்பட்டுள்ள அவ்விவரங்கள் வருமாறு:

1. பளியர்கள் உணவாகக் கொள்ளும் பழவகைகள் அத்திப்பழம், அச்சாம்பழம், ஈச்சம்பழம், கம்பிப்பழம், கத்தாழம்பழம், கலாப் பழம், கல்வாழைப்பழம், கொட்டாம்பழம், கொழுச்சம் பழம், கோவைப்பழம், கோனாப்பழம், சீத்தாப்பழம், சூறைமுள் பழம், சொரக்கொரட்டைப்பழம், தளநாற்றுப்பழம், நாவற்பழம், பலாப்பழம், பொட்டிப்பழம், மிகுளம்பழம், விரியம் பழம், கருஞ்சீந்திப்பழம் முதலானவை.

2. கிழங்கு வகைகளாக ஈச்சங்கிழங்கு, நூலம்கிழங்கு, பனங் கிழங்கு, முள்வள்ளிக்கிழங்கு, வெற்றிலை வள்ளிக் கிழங்கு ஆகியவற்றை உண்கின்றனர்.

3. மலையெங்கும் காணக்கிடைக்கும் அகத்திக்கீரை, ஆராக்கீரை, இண்டங்கீரை, கரந்தைக்கீரை, கீழ்வாய்நெல்லிக்கீரை, குப்பைக் கீரை, குமுட்டிக்கீரை, கோவங்கீரை, சிறுகீரை, செங்கீரை, சேம்புக் கீரை, தண்டாங்கீரை, திம்பிலிக்கீரை, நாயுறிஞ்சிக்கீரை, பழியக் கீரை, பலிவுக்கீரை, புதினாக்கீரை, பொன்னாங்கண்ணிக்கீரை, மகிலிக்கீரை, மிளகுதக்காளிக்கீரை, வழுக்கைக்கீரை, பாலாக் கீரை, முள்ளிக்கீரை முதலிய கீரை வகைகளையும் பளியர்கள் உணவாகக்கொள்கின்றனர்.

4. மலைகளில் மழைக்காலங்களில் தோன்றும் காளான்களையும் உண்பதற்குப் பயன்படுத்துகின்றனர். அவை அம்புக் காளான், யானைமிதிகாளான், குடல்காளான், குப்பைக்காளான், சிவப்புக்காளான், சிறுகிட்டிக்காளான், நாய்க்காளான்,

நாய்க்காதுக்காளான், தரைக்காளான், பால்காளான், மணல் காளான், மிதியாட்டுக்காளான், மதியான் காளான், மின்னல் காளான், வாழைக்காளான், விசுலு முறுகுக்காளான், வெள்ளைக் காளான், பித்துக்காளான், ஒழுங்குமணிகாளான், சாம்பொறிக் காளான், குய்யன்காளான், கும்பக்காளான் ஆகியவை உண்பதற்கு ஏற்ற காளான் வகைகளாகும்.

5. இறைச்சி உணவாக மலையாடுகளான கேழையாடு, வரையாடு, வெள்ளையாடு (வெள்ளாடு) முதலானவற்றையும், அழுங்கு, ஆமை, உடும்பு, எலி, காட்டுப்பூனை, கீரி, குரங்கு, சருகுமான், நண்டு, நீர்நாய், பாறையடை, பெரும்பன்றி, மந்தி, முயல், முள்ளம்பன்றி முதலான விலங்குகளையும், ஆந்தை, கரும்புறா, காட்டுக் கோழி, கிளி, குருவி, குயில், கோழி, செம்போத்து, தீக்குருவி, நீர்க்கோழி, நெல்லுசிட்டு, பக்குலு, மணிக்குட்டான், மீன்கொத்தி, மைனா முதலான பறவை இனங்களையும், காடைக் குருவி, குருவி, கொழுஞ்சான் குருவி, குட்டுராக், சிட்டுக்குருவி என்னும் குருவிகளையும், கரும்புறா, தவிட்டுப் புறா, பச்சைப் புறா, முத்துப்புறா வகைகளையும் மீன்களையும், வக்கணத்தி எனப்படும் மலைப்பாம்புகளையும் உணவாகக்கொள்வார்கள் பளியர்கள். (வனச் சட்டம் கடுமையாக்கப்பட்டவுடன் இன்று பெரும்பாலான விலங்குகளைப் பிடித்து உண்பதில்லை.)

பளிப்பாட்டம் (பளியர்களுக்கே சொந்தமான உழைப்பு)

தேன் சேகரிப்பது, பழங்கள் சேகரிப்பது முதலான வேலைகளைப் பல காலமாகச் செய்து வருகிறார்கள். கடுக்காய், பூந்திக்காய் (நெக்கட்டான் காய்), குங்கிலியம் முதலானவற்றையும் சேகரித்துக் கொடுப்பர். பெருந்தேன், சிறுதேன், கொசுவந் தேன், பொந்துத் தேன் ஆகிய நான்கு வகையான தேன்களைச் சேகரிக்கின்றனர். தை மாதம் முதல் சித்திரை வரை கிழங்குகள் சேகரிப்பார்கள். ஒத்தைக்கண் ஏணி (மால்பு) கொண்டு மிளகு பறிக்கிறார்கள்.

இந்த வேலையைப் 'பளிப்பாட்டம்' என்பார்கள். காலை ஏழு முதல் மாலை ஐந்து மணிவரை காட்டில் இந்த வேலைகளைச் செய்வார்கள். பளிப்பாட்டம் இல்லாத காலங்களில் கிழங்கு தேடித் தோண்டுவதே தொழிலாகும். மலைபடு பொருள்கள் சேகரிப்பது இப்போது அரசால் தனியாருக்கு ஏலம் விடப்படுகிறது. ஏலம் எடுக்கும் ஒப்பந்தக்காரர் களிடம் பளியர்கள் கூலிகளாகச் சேர்ந்து வேலை செய்கிறார்கள்.

கடப்பாரை, அரிவாள், மண்வெட்டி, சிறுகோடரி, காம்பு (தோண்டுகழி) தவிரப் பளியர்களிடம் வேறு உற்பத்திக் கருவிகள் என்பவை இல்லை. கத்தி முக்கியமான கருவி. தேன் அறுப்பதற்கும் காப்பிச் செடிகள், ஆரஞ்சு மரங்கள் ஆகியவற்றைக் கவாத்து செய் வதற்குக் கத்தி அவசியம். காட்டில் கத்தி இல்லாத பளியரைப் பார்க்க முடியாது.

வேட்டையாடுதல், திணை, சாமை ஆகியவற்றைப் பயிர் செய்வது, மலைகளில் கிடைக்கும் பழங்களைச் சேகரிப்பது ஆகியவையே இன்று பளியர்களின் தொழிலாகும். கானகப் பொருள்கள் சேகரிப்பு, முதலாளிகளின் காப்பி, தேயிலைத் தோட்டங்களில் ஆரஞ்சு, பழ மரங்கள் தோட்டங்களில் வேலை செய்வது, மரம் வெட்டுவது, கொத்துவது ஆகிய வேலைகள் செய்கின்றனர். குத்தகை பிடித்து வேலையும் செய்கிறார்கள். நூற்றில் ஒரு பங்குதான் இன்று தினை, கேழ்வரகு ஆகிய பயிர்கள் வேளாண்மை செய்யப்படுகின்றன. இப்பொழுது சிறிது காலமாக ஆடுமாடுகளும் வளர்த்துவருகிறார்கள் *(மேலது: 28-30)*.

இவ்வாறாகத் தமிழகப் பழங்குடி மக்கள் பலரும் உணவு சேகரித்தலில் ஈடுபடுகின்றனர். கூடலூர் வட்டத்தில் உள்ள இருளர்கள் காட்டில் கிடைக்கும் கீரைகளை (சொப்பு) உண்கின்றனர். முன்ன சொப்பு, சீகை சொப்பு, வெசலை சொப்பு, முஷ்ட சொப்பு, பால சொப்பு, குப்ப சொப்பு, காக்க சொப்பு, முள்ளு சொப்பு, சில்க்கிர சொப்பு, முருங்க சொப்பு முதலான கீரை வகைகளை உண்கின்றனர்.

இருளர்கள் காட்டுப் பழங்களைப் ‘பாமு’ என்கின்றனர். பூலி பாமு, சொல்ல பாமு, பட்டா சொடலி பாமு, இலிப்பி பாமு, அத்தி பாமு முதலானவை இவர்களுக்குப் பிடித்தவை. நூரைக்கிழங்கு (கோடையில் கிடைப்பது), இரியக் கிழங்கு (மற்ற காலத்தில் கிடைப்பது) இரண்டையும் பெரிதும் விரும்பி உண்கின்றனர். சமவெளி மக்களின் உணவுகளைவிட மலைவாழ் பழங்குடிகளின் உணவு ஆதாரம் விரிவானது, சத்துக்கள் நிறைந்தது என்பதை இருளர்களின் உணவு முறை மூலம் அறியலாம்.

9

மலை விவசாயம்
காட்டெரிப்பு வேளாண்மையும் மாற்றங்களும்

வேட்டையாடி உணவு சேகரிக்கும் வாழ்க்கை முறைக்கடுத்து, சங்க இலக்கியத்தில் காட்டெரிப்பு வேளாண்மை பற்றி அறிவதற்குக் குறிப்பிடத்தகுந்த தரவுகள் உள்ளன. மலைகளில் காட்டையெரித்து அந்த இடத்தில் புனம் உருவாக்கியதைப் பல பாடல்கள் கூறுகின்றன (குறுந். 198, 214, புறம்.120, 159, 168, 231, ஐங்.252, 259, 266, 270, 295, அகம்.140, 194, நற்.122, 209). அகப்பாடல்களில் குறிஞ்சித் திணைப்பாடல்கள் காட்டெரிப்பு வேளாண்மை பற்றியும், இந்த வேளாண்மையைச் செய்த கானக் குறவர் பற்றியும், காட்டெரிப்பு நிலம் பற்றியும் விளக்குகின்றன.

சங்க இலக்கியங்கள் வழி வேட்டையாடி உணவு சேகரிக்கும் தொடக்க நிலைக்கடுத்து ஏற்பட்ட இந்த இரண்டாம் கட்ட நிலையைத் 'தொடக்கநிலை வேளாண்மை' எனப் பண்பாட்டுப் படிமலர்ச்சி யாளர்கள் (cultural evolutionists) குறிப்பிடுவார்கள். இதனை மிக எளிமையாகக் கூறவேண்டுமானால் எரியூட்டு வேளாண்மை ஏற்பட்ட காலகட்டம் எனக் கூறலாம் (சர்வீஸ் 1971; ஹேரிஸ் 1968).

காட்டெரிப்பு வேளாண்மை

மனித குலமானது தனது உணவாதாரத்தை ஈட்டுகின்ற முயற்சியில் ஐந்து முக்கிய தகவமைப்புகளை உருவாக்கிக் கொண்டது. அவற்றில் ஒன்றுதான் காட்டெரிப்பு வேளாண்மை (எக்வால் 1955; புஷ்னல் 1956). உலகில் நடுத்தர வெப்பமண்டலப் பகுதிகளிலும், அதிகமான வெப்பமண்டலத்திலும் உள்ள காட்டுப்பகுதிகளில் இந்த விவசாய முறை தோன்றியது (ஸ்பென்சர் 1977). உலகளாவிய நிலையில் பார்க்கும் போது பெரும்பாலும் வெப்பமண்டலப் பகுதிகளில் காட்டெரிப்பு

வேளாண்மை ஒரு முக்கிய தகவமைப்பாக, ஒரு தொடக்ககால வேளாண் முறையாக உருவெடுத்தது (எரன்பெல்ஸ் 1957). இத்தகைய வெப்ப மண்டலப் பகுதிகளில் சிறிய அளவிலான காட்டுப்பகுதியை வெட்டிச் சுத்தப்படுத்தி, வெட்டிய மரங்கள், புதர்களை எரித்துச் சாம்பலாக்கி அதன்பின்னர் விதைகளை நடுவது வழக்கம். இத்தகைய முறை தென் அமெரிக்கா, மெலனீஷியா, பசிபிக் பகுதி, இந்தோனேஷியா, தெற்காசியா, ஆப்பிரிக்கா, ஆசியா பகுதிகளில் காணப்படுகிறது (ஸ்பென்சர் 1966).

காட்டெரிப்பு வேளாண்மையில் 4-5 ஆண்டுகள் இடைவெளி விட்டு காட்டிலுள்ள மரம், செடி, கொடிகளை வெட்டி எரியூட்டி சாம்பலை உரமாக்குகின்ற இம்முறையில் உழைப்பு அதிகமிராது. முதல்முறை காட்டையழிக்கும் போது மட்டுமே வேலையிருக்கும். மேலும், காட்டின் சிறுபகுதியே நிலமாக்கப்படுகிறது. தொடர்ந்து அந்த இடம் பயன்படுத்தப்படுவதில்லை. நான்கைந்து ஆண்டுகள் கழித்து வேறு இடம் தயார் செய்யப்படும். மிகவும் அபூர்வமாகச் சில நேரங்களில் 25 ஆண்டுகள் கழித்தே மீண்டும் அந்த இடத்தில் பயிரிட வருவார்கள். இவ்வகை விவசாயத்தில் உடல் உழைப்பு அதிகமில்லை. தொழில்நுட்பமும் மிகமிக எளிமையானது. இவையே காட்டெரிப்பு வேளாண்மையில் சிறப்பம்சங்களாகும்.

பொதுவாகக் களிமண் கலந்த கெட்டியான மண் உள்ள மலைகளில் இந்த விவசாயமுறை பரவவில்லை. இலகுவான, மணற்பாங்குடைய மலைகளில் இவ்விவசாயம் ஏற்பட்டது. இந்த விவசாயமுறையில் மலைப்பகுதிகளில் உள்ள காடுகளும் புதர்களும் வெட்டப்பட்டு அவை காய்ந்த பின்னர் தீயிட்டு எரிக்கப்பட்டன. அந்த இடத்தில் குத்துக்கம்பு, தோண்டுகழி, களைக்கொட்டு போன்ற கருவிகள் மூலம் குழியிட்டு விதைகள் நடப்பட்டன. தொடர்ந்து நான்கைந்து ஆண்டுகள் இப்பகுதியில் பயிரிடப்பட்டது. அதன் பின்னர் அங்கு விளைச்சல் குன்றிவிடும். அதனால் வேறு ஒரு பகுதியிலுள்ள காட்டை வெட்டி, எரித்து அங்குப் பயிரிடப்பட்டது.

காட்டெரிப்பு வேளாண்மையில் மேற்கொள்ளப்படும் காட்டழிப்பும் எரியூட்டலும் மண்ணின் மேற்பரப்பில் கூடுதலான சூட்டை ஏற்படுத்துகின்றன. இவை மண்ணின் அடிப்பகுதியில் உள்ள கனிமங்களைச் சூடாக்கி மேற்பரப்புக்குக் கொண்டுவர உதவுகின்றன. கூடவே, எரியூட்டப்பட்ட மரங்களின் சாம்பல் தரும் நைட்ரஜன் மண்வளத்தைக் கூட்டுகிறது. ஒவ்வொரு ஆண்டும் கொட்டும்

மழையால் ஏற்படும் மண்ணரிப்பு முக்கிய தாதுக்களை அடித்துச் சென்றுவிடும். ஆகவே மண்ணரிப்பால் இழந்துபோன நைட்ரஜன், பிற கனிமங்கள் ஆகியவற்றை மீண்டும் பெற காட்டெரிப்பு வகை செய்கிறது. 4-5 ஆண்டுகளுக்குப் பின்னர் பழைய தோட்டம் இருந்த இடத்தில் காடுகள் வளர்ந்திருக்கும். அப்போது மீண்டும் பழைய இடத்திற்கே வந்து அக்காட்டை எரித்துப் பயிரிடுவார்கள்.

சங்க இலக்கியத்தில் பதிவாகியுள்ள தினைப்புனங்களை எரியூட்டி செய்த வேளாண் முறையை உலகளாவிய நிலையில் இனவரை வியலர்கள் பலவாறு குறிப்பிடுவார்கள். 'காட்டெரிப்பு வேளாண்மை' (slash-and-burn cultivation), 'இடம்பெயரும் வேளாண்மை' (fallow or shifting cultivation), 'சுவிடன் வேளாண்மை' (swidden cultivation), 'மில்பா வேளாண்மை' (milpa agriculture), 'ரோசா வேளாண்மை' (roza farming) எனப் பலவாறு கூறப்படும். 'Swidden' எனும் பழைய ஆங்கிலக் கிளைமொழிச் சொல்லுக்குத் 'தீயிட்டு எரித்து உருவாக்கும் இடம்' என்பது பொருளாகும். 1955இல் ஏக்வால் (E.Ekwall) எனும் அறிஞர் இச்சொல்லைக் கொண்டு காட்டெரிப்பு வேளாண் முறையை விவரிக்கத் தொடங்கினார் (காண்க: Yogesh Atal 1983).

இந்தியாவில் எண்ணற்ற பழங்குடிகள் பன்னெடுங் காலமாகவே காட்டெரிப்பு வேளாண்மையைச் செய்து வந்துள்ளனர். ஆங்கிலேயர்கள் காட்டு மரங்களைத் தம் நாட்டிற்குக் கொண்டு செல்வதற்காகக் காட்டெரிப்பு வேளாண்மையைத் தடைசெய்ய முனைந்தனர். அவர்கள் கொண்டு வந்த வனப் பாதுகாப்புச் சட்டங்களால் இது படிப்படியாகக் கட்டுப்படுத்தப்பட்டது.

காட்டெரிப்பு வேளாண்மையை வடகிழக்கு மாநிலங்களில் வாழும் நாகர்கள் 'ஜூம்' என்றும், ஒரிசாவில் வாழும் கோந்த் பழங்குடியினர் 'பொடு' என்றும், பெய்கர்கள் 'பீவார்' என்றும் கூறுகின்றனர். வட ஒரிசாவில் வாழும் யூயியா பழங்குடியினர் காட்டிலுள்ள அனைத்து மரங்களையும் வெட்டி எரித்துப் பயிர் செய்யும்போது அதனைத் 'தகி' என்றும், புதர்கள் சிறு செடிகள் ஆகியவற்றை மட்டும் எரித்துப் பயிர் செய்யும்போது அதனைக் 'கொமன்' எனவும் கூறுகின்றனர் (சங்ககாலத் தொல்குடிகளின் முறையைப் பின்வரும் பகுதிகளில் காணலாம்).

சங்க இலக்கியத்தில் காட்டெரிப்பு வேளாண்மை

சங்க இலக்கியத்தில் காட்டெரிப்பு வேளாண்மை பற்றி அறிவதற்குக் குறிப்பிடத்தகுந்த தரவுகள் உள்ளன. காட்டையெரித்து அந்த இடத்தில்

புனம் உருவாக்கியதைப் பல பாடல்கள் கூறுகின்றன.

யாஅம் (யாமரம்) கொன்ற மரம் சுட்ட இயவில்
பைந்தாள் செந்தினை விளைந்து கதிர்விட்டது (குறு.198).

மரம்கொல் கானவன் புனம்துளர்ந்து வித்திய
பிறங்கு குரல் இறடி (கருந்தினைக்கதிர்) ஆகிவிட்டது.

இத்தகு விவசாயத்தில் முதலில் காடு வெட்டி (குறுந். 214:1-2). பின்னர் முள்பொறுக்கி, அதன்பின்னர் மேடு பள்ளங்கள் சரிசெய்யப்படும் (நற். 386: 2-3) முறைகளைப் பல சங்கப் பாடல்கள் வழி நன்கறிய முடிகிறது.

சங்க காலத்தில் காட்டெரிப்பு வேளாண்மை செய்த குடியினர் பல்வேறு பெயர்களில் சுட்டப்படுகின்றனர். கானக்குறவர், குன்றக் குறுவர், புனக்குறவன், ஏனல் காவலர், கானவன், நாடன் (குறுந். 371), பல்கிளைக் குறவர், மலைஉறை குறவர், குடிக்குறவர், புனவன், சிறுகுடிக் கானவன் என இவர்கள் பலவாறாகப் பதிவாகியுள்ளனர்.

எரிபுனக் குறவன் குறைய லன்ன
கரிபுற விறகி னீம வொள்ளழல் (புறம். 231:1,2),

கரிபுன மயக்கிய வகன்கட் கொல்லை (புறம். 159:16)

ஐவனம் வித்தி மையுறக் கவினி
ஈனல் செல்லா வேனற் கிழுமெனக்
கருவி வானந் தலைஇ யாங்கு
ஈத்த நின்புகழ் (புறம். 159:16-20)

சுடுபுனம் மறுங்கில் கலித்த வேனல் (குறுந். 291:1)

மரங்கொல் கானவன் (குறுந். 214:1)

யாஅம் கொன்ற மரம் கட்ட இரவில் (குறுந். 198:1)

எரிபுனத்தான் (நற். 285:11)

தொடுதோற் கானவன் சூடுறு வியன்புனம் (அகம். 368:1)

இந்த மலை விவசாயத்தை மேற்கொண்ட முறைகள் பலவகையில் பதிவாகியுள்ளன. தந்தை விதைத்த தினைப்புனம் என்று ஒரு இடத்திலும் (நற். 306), தமையன் விதைத்த தினைப்புனம் என்று இன்னொரு இடத்திலும் (நற். 122) குறிப்பிடப்பட்டுள்ளன.

சங்ககாலத்தில் இத்தகு தினைப்புன விவசாயம் இருவேறு நிலை களில் நடைபெற்றுள்ளது. மலைச்சாரலில் காந்தள் கிழங்கைப்

பன்றிகள் கிளறி உண்டதால் உழுத நிலம் போல் அமைய அந்த இடத்தில் குறவர்கள், சிறுதினை, ஐவனம் ஆகியவற்றை விதைத்தனர். உழாது தினை விதைத்த இம்முறையைப் புறநானூறு வழி (புறம். 168:2-6) அறிய முடிகிறது. இதற்கு மாறாகப் பாரியின் பறம்பு நாட்டில் திட்டமிட்டுச் செய்யப்பட்ட புன்செய் வேளாண் முறையை இன்னொரு பாடல்வழி (புறம். 120:1-11,16) அறிய முடிகிறது. தினைப்புன விவசாயத்தின் பல்வேறு தன்மைகள் குறித்து விளக்கும் பாடல்கள் பல உள்ளன (ஐங். 252, 259, 266, 270, 295, அகம். 140, 194, நற். 122, 209, குறு. 198, 514, புறம். 120, 159, 168, 231).

சங்ககாலத்தில் தினைப்புன விவசாயத்தில் வரகு, தினை, எள், அவரை ஆகிய பயிர்கள் விளைவிக்கப்பட்டன. இதற்கான சான்றுகள் ஏராளமாக உள்ளன. தினை பயிரிடப்பட்டமை குறித்துப் பல பாடல்கள் உள்ளன (குறுந்.214: 1-2, 72-4, அகம்.28:3-5, நற்.386:2-3, 44; 6-7, குறிஞ். 153). வரகு பயிரிடப்பட்டது குறித்தும் பல பாடல்கள் உள்ளன (புறம். 197:12, 120-2, 215:1, குறுந். 282:1-2, அகம். 194: 9-12, 393: 4-6, 393: 11-12). அவரைப் பயிரிடப்பட்டதற்கான சான்றுகளும் பரவலாக உள்ளன (குறுந். 82: 3-4, அகம். 294: 9-11, மலை. 108:10, 435:6). குறிஞ்சித் திணைப் பாடல்களில், தினையின் மறுபெயரான ஏனல் 43 இடங்களிலும் வரகு 31 இடங்களிலும் வந்துள்ளன (மாதையன் 2004).

சங்ககாலக் குறவர்கள் காட்டை எரித்து நிலத்தை உருவாக்கினார்கள் (குறுந். 214; நற். 386). அதற்கு வேலியும் அமைத்தார்கள் (நற். 209). நிலத்தைக் கிளறிப் புழுதி செய்தார்கள் (ஐங். 260). அதில் தினை, ஐவனம் விதைத்தார்கள். தினை அறுவடைக்குப் பின்னர் மறுமுறை அதில் அவரை பயிரிட்டனர் (குறுந். 82). வேறு சில விதைகளையும் கலந்து விதைத்தனர் (நற். 209).

மகசூல் விளைந்து வரும் சமயத்தில் அதனைக் காவல் காக்க உயர்ந்த பரண்களை அமைத்தார்கள் (மலை. 203). உயர்ந்த பாறைகளின் உச்சியில் இருந்தும் காவல் காத்தார்கள் (நற். 104). பரண் மீது நின்று கவணில் கல் வைத்து விலங்குகளை விரட்டினார்கள். இசைக் கருவிகள் கொண்டும் விரட்டினார்கள்.

அறுவடைக் காலத்தைக் கணிப்பதற்காக இரவில் மின்மினி ஒளி கொண்டு வானத்தின் மேக ஓட்டங்களைக் கவனித்தார்கள் (நற். 44). அறுவடை செய்து மனையில் சேர்த்தார்கள் (ஐங். 260). குறிஞ்சியில்

கானக்குறவர்/குன்றக் குறவர்கள் மேற்கொண்ட மலை விவசாயத்தின் தொடர்ச்சியை இன்றும் பழங்குடி மக்களிடம் காண முடிகிறது.

இத்தகு நெருப்பூட்டி எரித்துப் பயிரிட்ட நிலத்தைப் புனம், ஏனல், துடவை, படப்பை என்றெல்லாம் புலவர்கள் குறிப்பிட்டனர். மேலும் இந்நிலம் இதை *(அகம் 140:11)*, முதை *(குறுந். 150:1, 165: 1)*, புறவு *(நற். 21:9)*, கொல்லை *(அகம். 89:17)*, கானம் *(முல்லை.97)* என்றுகூட அழைக்கப் பெற்றுள்ளது. இப்பெயர்களுக்கான வேறுபாடுகள் பயிரிடப் பட்ட தானியத்தாலோ, குடியிருப்பிலிருந்து செல்லும் தூரத்தாலோ, நில அமைப்பாலோ, கால மாறுபாட்டாலோ ஏற்பட்டிருக்க முடியும்.

தினைப் புனங்களுக்கு அருகில் வேங்கை மரங்கள் நிறைய இருந்தன. காட்டெரிப்பு வேளாண்மை செய்யும் கானக்குறவர்கள் வாழ்வில் வேங்கை மரங்கள் நெருக்கமாக உறவுகொண்டிருந்தன. வேங்கை மரத்தருகில் தினைப் புனத்தைக் காக்கப் பரண் கட்டினார்கள் *(மலை. 203:4, அகம்.388: 7,292: 10, கலி. 41:9-10, நற். 206:5-6, குறுந். 357: 6-8, 291:2-3, குறிஞ். 43-44, இன்னும் பிற பாடல்கள்)*. இன்னும் சில சூழல்களில் வேங்கை மரத்துக் கவட்டின் இடையே பரண்கட்டி பரண்மேல் புலித்தோலை வேய்ந்தார்கள். பரணுக்குக் கழுது, இதணம், பணவை எனப் பல சொற்கள் வழக்கில் இருந்தன. இதன்மேல் விழும் வேங்கைப் பூக்களைப் பார்த்துப் புலியென யானைகள் மிரளும்.

தினைப்புலத்தில் விளையும் பயிர்களை அழிக்க வரும் காட்டுப் பன்றி, முள்ளம் பன்றி (முளவுமா), மான், மந்தி, யானை முதலிய விலங்குகளை வேட்டையாடினார்கள். பயிர்களைக் காக்கும் ஒரு உத்தியாகவும் வேட்டை இவர்களிடம் காணப்பட்டது. மேலும் தீப்பந்தம் ஏந்தியும் *(குறு.150)*, கொம்புகளை ஊதி ஒலி எழுப்பியும் *(அக. 94)* தினைப்புனத்தைக் காத்தார்கள். பகற்பொழுதில் கிளிகள், மயில்கள், மந்திகள், குருவிகள் ஆகியவற்றின் அழிவுகளைக் காக்க விரட்டினார்கள் *(ஐங். 29.5, குறு.72)*.

மேலும் தட்டை, கிணை, அரிப்பறை, தண்ணுமை போன்ற பல வகையான ஒலியெழுப்பும் கருவிகளைத் தினைப்புனக் காவலில் பயன்படுத்தினார்கள். கானவர் மகள் தினைப்புனத்தில் கிளிகடிதற்குச் சென்றாள் எனும் குறிப்பு பல இடங்களில் காண முடிகிறது *(அகம், 28, 128. குறு. 217)*.

வேங்கைமரம் பூக்கும் காலமே தினை அறுவடைக் காலமாகும். தினை விளைந்துவிட்டதை வேங்கை மரம், கணித்துக் கூறுவதாகக்

கானக்குறவர்கள் நம்பினார்கள். இவ்வாறு நண்பனாக இருக்கும் வேங்கை மரத்தடியிலேயே திருமணமும் பேசி முடித்தார்கள்.

தினைப் புனத்தில் விளைந்தவற்றைக் காட்டு விலங்குகள் இரவு நேரங்களில் மேய்ந்தன. இவற்றைக் குறவர்கள் தீப்பந்தம் ஏந்திக் காவல் காத்தார்கள். மேய வந்த யானையைக் கணை எய்தும் கிணைப்பறை கொட்டியும் கவண் கற்களை வீசியும் விரட்டினார்கள் (நற். 108). கொம்புகளை ஊதி ஒலி எழுப்பியும் விரட்டினார்கள் (அக.94). விலங்குகளின் நடமாட்டத்தை அறிவதற்கு வேங்கைமரக் கவட்டிலோ, ஆசினிப் பலா மரத்திலோ (கலி.41) மலைக் குகை மீதோ (கல்முகை) பரணை அமைத்தனர் (கல் உயர் கழுது-அகம். 392). இத்தகு பரணுக்குக் கழுது, இதணம், பணவை போன்ற சொற்கள் அன்று வழக்கில் இருந்தன. இரவில் குறவர்கள் தினைப்புனம் காக்க, பகற் பொழுதில் குறமகளிர் பரணிலிருந்து புனங்காத்தனர்.

அன்னையும் அமர்ந்து நோக்கினளே
....
சிறுகிளி முரணிய பெருங்குரல் ஏனல்
காவல்நீ என்றோளே (நற். 389: 3,6,7)

என்னும் வகையில் குறமகளிர் காவல் காத்ததைப் பல பாடல்கள் விவரிக்கின்றன. சங்க இலக்கியத்தில் தினைவரும் 80 இடங்களில் ஆண்கள் தினைக்காவல் புரிந்தமை 6 இடங்களில் மட்டுமே இடம் பெற்றுள்ளது. பெண்கள் தினைப்புனம் காத்தமை 29 இடங்களில் பேசப்பட்டுள்ளது. ஏனல் வரும் 43 இடங்களில் ஆண் காவல் 8 இடங்களிலும் பெண் காவல் 26 இடங்களிலும் பேசப்பட்டுள்ளன. ஆக 55 இடங்களில் பெண்கள் தினைப்புனக் காவலில் ஈடுபட்டிருந்ததை அறிய முடிகிறது (மாதையன் 2004: 98). இத்தகு தினைப்புனங்களில் தலைவி தலைவனைச் சந்தித்தாள் எனப் பல பாடல்கள் கூறுகின்றன (அகம். 32, 38, 48, 52, 92, 346, நற்.57, 104, 122, 147, 288, 304, 306, 373, 376, குறு. 217, 346).

காட்டெரிப்பு வேளாண்மையானது ஒரு தொடக்கநிலை விவசாய மாகும். இத்தகு விவசாயத்தைச் செய்த கானக்குறவர்கள் தினை விவசாயத்தோடு வேட்டையாடுதலையும் கிழங்கு, தேன், மா, பலாக் கொட்டை போன்ற உணவுப் பொருள்களைச் சேகரித்தும் வாழ்ந்தனர். இதனைப் பின்வரும் பாடல்கள் விளக்குகின்றன:

ஆய்சுளைப் பலவின் மேய்கலை உதிர்த்த
துய்த்தலை வெண்காழ் (கொட்டை) பெறூஉம்

கல்கெழு சிறுகுடிக் கானவன் மகளே (அகம்.7)
கிழங்கு கீழ்வீழ்ந்து தேன்மேல் தூங்கி
சிற்சில வித்திப் பற்பல விளைந்து
தினைகிளி கடியும் பெருங்கல் நாடு (நற். 328)

சிறுகுடியீரே சிறுகுடியீரே வள்ளி கீழ் வீழா,
வரைமிசைத் தேன்தொடா, கொல்லை குரல் வாய்கி ஈனா
மலை வாழ்நர் அல்லபுரிந்து ஒழுகலான் (கலி. 39)

பழங்குழி அகழ்ந்த கானவன் கிழங்கினொடு...
தூமணி பெறூஉம் (குறுந். 379)

கானக்குறவர்களின் பொருளாதாரத்தில் பெண்களின் பங்கே மிக அதிகம். காட்டெரிப்பு வேளாண்மையில் பெண்கள் விதைத்தல் தொடங்கி களையெடுத்தல், தினைக்காத்தல், உணக்கல், கிழங்ககழ்தல், அறுவடை வரை எல்லாவற்றிலும் முக்கிய பங்கு பெற்றிருந்தனர். ஆண்களின் வேலைப் பகிர்வைக் காட்டிலும் பெண்களின் பங்கே மிகவும் அதிகமாகும். ஆண்கள் காட்டழிப்பிலும் வேட்டையிலும் அதிகம் ஈடுபட்டனர். மற்ற வேலைகள் அனைத்தும் பெண்களே செய்தனர்.

காட்டெரிப்பு வேளாண்மையில் பெண்கள் பெற்றிருந்த முக்கியத் துவமானது உழுது பயிரிடும் நீர்ப்பாசன வேளாண்மை ஏற்பட்ட பின்னரே குறைந்து போனது. கானக்குறவர் வாழ்க்கைமுறை பற்றிய பதிவுகள் பத்துப்பாட்டுப் பாடல்களில் மிகவும் குறைவாகும். எட்டுத் தொகையின் அக, புறப் பாடல்களில் கிடைக்கும் பதிவுகள் பத்துப் பாட்டுப் பாடல்களில் இல்லாதது சிந்தனைக்குரியது (ராஜ் கௌதமன் 2006: 140).

மலைநாட்டுக் குறவர்கள் மழை பெறுவதற்காகச் சடங்குகள் செய்திருப்பதைச் சங்கப் பாக்கள் வழி அறிய முடிகிறது. வளமான நல்மழை பெய்ய மிகுதியான பலியைத் தூவியுள்ளனர். மலையில் 'மழை பெய்க' என்று கட்டளையிட்டு மழை பெய்யச் செய்தனர் என்றும், கட்டளையிடும் மந்திரம் சார்ந்த செயல்களைச் செய்ததைப் புறநானூற்றுப் பாடலொன்றின் வழி அறியலாம்:

மலைவான் கொள்க எனஉயிர் பலிதூஉய்
பெயல்கண் மாறிய உவகையர்   (புறம். 143)

குறிஞ்சியில் வாழ்ந்த குறவர்கள் ஆரவார ஒலி எழுப்பினால்

வான்மழை பெய்யும் என்று நம்பிச் செயல்பட்டதை ஐங்குறுநூறு வழி அறியலாம்.

குன்றக் குறவன் ஆர்ப்பின் எழிலி
நுண்பல் அழிதுளி பொழியும் (ஐங். 251)

மனிதனின் செயல் இயற்கையின் செயலைத் தூண்டுமென்ற தூய மந்திர (white magic) நம்பிக்கையின் அடிப்படையில் இவ்வாறு குறவர்கள் செய்துள்ளனர்.

இன்றும் தமிழகத்தில் சில இடங்களில் மரபாகப் பயிரிட்டு வரும் தினை, சாமை போன்ற பயிர்கள் 7000-10000 ஆண்டுகளுக்கு முன்பிருந்தே பயிரிடப்படுகின்றன. நெல், கரும்பு, பருத்தி, வாழை இவையெல்லாம் தென்னிந்தியா தொடங்கி மைய இந்தியா வரை புதிய கற்காலத்திலேயே இருந்துள்ளன (ரத்னாகர் 2010: 32-42). இந்தியாவில் பழங்குடிச் சமூகங்களில் வேளாண்மை எவ்வாறு தோற்றம் பெற்று வளர்ந்து வந்திருக்கிறது என்பதைத் தொல்லியல் சான்றுகளுடனும் இன்றைய இனவரைவியல் சான்றுகளுடனும் மிகவும் நுட்பமாக ஷெரீன் ரத்னாகர் விரிவாக ஆராய்ந்திருக்கிறார் (மேலது: 32-42).

தமிழகத்தில் பல பழங்குடிகள் காட்டெரிப்பு வேளாண்மை செய்து வந்தார்கள். இது இன்று நேற்று தோன்றியதல்ல. சங்ககாலத்திற்கு முன்பிருந்தே இத்தகு வேளாண்மை நடைபெற்றுள்ளது. சங்க இலக்கியத்தில் காட்டெரிப்பு வேளாண்மை பற்றி அறிவதற்குக் குறிப்பிடத் தகுந்த தரவுகள் உள்ளன. காட்டை எரித்து அவ்விடத்தில் புனம் உருவாக்கியதைப் பல பாடல்கள் கூறுகின்றன.

மழைச் சடங்கு

தமிழகப் பழங்குடிகளில் ஆனைமலைக் காடர்கள் மிகவும் தொன்மையானவர்கள். இவர்கள் வாழும் ஆனைமலை மேற்குத் தொடர்ச்சி மலையில் முக்கியமான இடம். நல்ல மழைபெய்யும்; காற்று, இடி, மின்னல் தாக்கும். இவற்றிலிருந்து தங்களைக் காத்துக் கொள்ள 'திவசியம்மன்' சாமியை வழிபடுகின்றனர். அடைமழை அடிக்கும் காலத்தில் 15 நாள்கள் திவசியம்மன் வழிபாடு செய்தால் மழை நின்று விடும் என நம்புகிறார்கள். காற்று அதிகமாக அடித்தால் தேங்காய் கட்டும் பூசை செய்து வாசுதேவனை வணங்குகின்றனர் (ஜே. ஆர். இலட்சுமி 2016: 60).

சங்ககாலத்தில் குறிஞ்சித் திணையிலேயே விவசாயம் தொடங்கி விட்டது. குன்றக் குறவர்கள் ஆரவார ஒலி எழுப்பி மழையை வேண்டினர் எனும் நிகழ்வை ஐங்குறுநூறு (251) வழி அறிகிறோம்.

குன்றக் குறவன் ஆர்ப்பின் எழிலி
நுண்பல் அழிதுளி பொழியும்

இடிமுழக்கத்தை ஒத்த ஆரவாரத்தைச் செய்தால் மழை பெய்யும் எனும் 'ஒத்தது ஒத்ததைச் செய்யும்' மந்திர வினையைக் குறவர்கள் செய்துள்ளனர். மனிதனின் செயல்கள் இயற்கையின் செயல்களைத் தூண்டும் என்ற ஒத்த மந்திர வினையைக் குறவர்கள் செய்துள்ளனர்.

மலைநாட்டுக் குறவர்கள் மழைச் சடங்கு செய்யும்போது வளமான நல்மழை வேண்டிப் பலியைத் தூவினார்கள். மலையில் நல்ல மழை பெய்யட்டும் எனக் கட்டளையிட்டனராம். மழை மிகுதியாகப் பெய்யும்போது 'மேகம் மேலே செல்க' என்றும் கட்டளையிட்டனராம். புறநானூற்றுப் பாடல் ஒன்று இதனைத் தெரிவிக்கின்றது.

மலைவான் கொள்க எனஉயிர் பலிதூஉய்
பெயல்கண் மாறிய உவகையர் (புறம். 143).

பழங்குடிகளின் மலை விவசாயம்

கேரளம், கர்நாடகம் உள்ளிட்ட தென்னிந்தியப் பகுதியில் காட்டெரிப்பு வேளாண்மை பரவலாகக் 'கும்ரி' எனப்பட்டது (புஷ்பதாஸ் 1998). தமிழகத்தில் பல பழங்குடிகள் இத்தகு விவசாயத் தைப் பரவலாகக்கொண்டிருந்தனர். இன்றும் சில குடிகளிடம் இது மிச்சசொச்சமாக இருந்துவருகிறது. பழனி மலையில் வாழும் பளியர்கள் இத்தகு விவசாயத்தைப் 'போடுகாடு' என்றும் 'செப்புக் காடு' என்றும் கூறுவார்கள். காணிக்காரர்களின் இத்தகு வேளாண்மை 'புனம்' விவசாயம் எனப்படும். புனத்திற்கான காடுகளைப் பழங்குடித் தலைவன் முத்துக்காணி ஒதுக்குவார்.

காணிக்காரர்கள் காடுகளை விருச்சிகத்தில் (நவம்பர்- டிசம்பர்) வெட்டத் தொடங்குகிறார்கள். இது 'தனு'வில் (டிசம்பர்-ஜனவரி) முடியும். கும்பத்தில் (பிப்ரவரி-மார்ச்) வெட்டிய புதர்களை எரிப்பார்கள். இது'புதுக்காடு' எனப்படும். மீனத்தில் (மார்ச்- ஏப்ரல்) 'தொட்டகாம்பு' மூலம் கொத்திவிட்டுப் பின் விதைப்பார்கள்.

இருமுறை களையெடுத்த பின் சிங்கத்தில் (ஆகஸ்டு-செப்டம்பர்) அறுவடை செய்வார்கள். முதுவர்களும், பளியர்களும் ஏறக்குறைய

மேற்கூறிய கால அட்டவணைப்படி காட்டெரிப்பு வேளாண்மை செய்கின்றனர். பளியர்களின் தோண்டுகழி ‘காம்பு’ எனப்படும். காம்பு, புல்லரிவாள் இரண்டும் இவர்களுக்கு மிக முக்கிய கருவிகளாகும்.

இத்தகு விவசாயம் மூலம் மலைநெல், மரவள்ளிக் கிழங்கு, தினை, சாமை, சோளம், பருப்பு வகைகள், வாழை, காய்கறிகள் போன்றவற்றைப் பயிரிடுவார்கள். நெல்லும் மரவள்ளியும் இவர்களுக்கு முக்கிய உணவாகும். குமரி மாவட்டத்தில் காணிக்காரன், மலைவேடன், மலைக்குறவன், மன்னான், கணியான் ஆகிய ஐந்து பழங்குடியினர் உள்ளனர். இவர்களும் இத்தகு மலைச்சரிவு வேளாண்மையில் ஈடுபட்டிருந்தனர். முதுவரின் காட்டெரிப்பு வேளாண்மை கும்ரி எனப்படும்.

பல்வேறு மலைகளில் வாழும் மலையாளிப் பழங்குடிகள் மூன்று வகையான நிலத்தில் பயிரிடுகின்றனர். கொல்லிமலை மலையாளிகள் பின்வருமாறு வகைப்படுத்துகின்றனர்: கொல்லக்காடு என்பது கரடுமுரடான சரிவுகள் கொண்ட நிலப்பகுதி. இந்நிலத்தில் பயிரிட கோடரி, கொத்து போன்ற கருவிகள் பயன்படுத்தப்படுவதால் இது ‘கொத்துக்காடு’ எனப்படுகிறது. அன்னாசிப் பழங்கள், எலுமிச்சை, சாத்துக்குடி, நார்த்தை ஆகியவை இங்குப் பயிராகின்றன.

அடுத்து, ஓரளவிற்குச் சரிவான நிலப்பகுதி காணப்படுகிறது. இதனை மாடுகள் கொண்டு உழவு செய்வதால் இது ‘மோட்டாங் காடு’ எனப்படும். மூன்றாவது வகையானது மலைப்பள்ளத்தாக்குகள். இங்கு நீருற்றுக்கள் கொண்டு பாசனம் செய்வதால் இது‘வயல்’ எனப்படுகிறது. சம்பா, மட்டக்கார், வெள்ளக்கார் போன்ற பாரம்பரிய நெல் வகைகள் பயிரிடப்பட்டன.இப்போது நவீன குட்டை ரக நெல்களும் அறிமுகமாகி உள்ளன. இன்று மரவள்ளியும் நெல்லும் மட்டுமே பெருமளவு பயிரிடப்படுகின்றன. காப்பி, மிளகு மெதுவாகப் பரவி வருகின்றன (பாலுசாமி 2002: 47-48).

மலையாளிகளிடம் ஆதியில் கொல்லக் காடும், கொத்துக்காடும் காட்டெரிப்பு வேளாண்மை நிலமாக இருந்தன. இன்றும் இத்தகு விவசாயம் அற்றுப்போய் விடவில்லை.

நீலகிரி மலைப்பகுதிகளில் வாழும் குறும்பர்களும் இருளர்களும் கூட காட்டெரிப்பு வேளாண்மையைச் செய்துவந்தார்கள். நீலகிரி மலைப்பகுதி வெப்பமண்டலக் காடுகளைக் கொண்டதாகும். இங்கு வாழும் இருளர்கள் இவ்வகைக் காடுகளில் மூன்று வகையான

கொண்டரெட்டிகளின் மலைச்சரிவு விவசாயம்

தினைகளைப் பயிரிட்டு இதனூடாக ஆமணக்கையும் பயிரிட்டார்கள். 1860 வரை காட்டெரிப்பு வேளாண்மை செய்தார்கள். குடியிருப்பை ஒட்டி அடுக்கடுக்கான மலைச்சரிவுகளில் தோட்டங்கள் அமைத்து வாழை, கிழங்கு வகைகள், மிளகாய், பலா போன்றவற்றைப் பயிரிட்டுக் கொண்டே வீட்டையொட்டிய ஒற்றைச் சரிவு தோட்டங்களில் சில செடிகொடிகளைப் பயிரிட்டு வந்தார்கள்.

அடுத்து, காடுகளில் சேகரித்தல் தொழிலையும் மேற்கொண்டனர். இதன்வாயிலாக தேனீக்களின் மெழுகு, பிசின்கள், தேன், பலவகையான மூலிகைகள், மருத்துவ குணமுள்ள பிற பொருள்கள், சாயக் கொட்டைகள், துடைப்புக்குச்சி, மூங்கில் கழிகள், கனிகள், கொட்டைகள், பட்டைகள், கிழங்குகள், மா, புளி போன்ற இன்னும் பல வகையான பொருள்களைக் காட்டிலிருந்து சேகரித்தார்கள்.

இவற்றோடு வேட்டையாடுதலையும் தங்களின் உணவு ஆதாரத்திற்கு ஒரு முக்கிய தொழிலாகக் கொண்டிருந்த இப்பழங்குடிகளின் வாழ்க்கை காட்டைச் சுற்றியே இருந்தது எனலாம். புனம் காடுகளை அழித்து விவசாயம் செய்யவும், காட்டுப் பொருள்களைச் சேகரிக்கவும், விலங்குகளை வேட்டையாடி உண்பதற்கும், பிற தேவைகளுக்கும் காடே ஆதாரமாக இருந்தது. மேலும் கோழி, செம்மறி ஆடு, வெள்ளாடு முதலியவற்றையும் வளர்த்துவந்தார்கள்.

மலை விவசாயம் 149

இத்தகு பல்வேறு உணவாதாரத் தொழில் முறைகளைக்கொண்டு இருந்ததால் இவர்களின் பொருளாதாரமுறை ஒரு 'கலப்புப் பொருளாதார முறை'யாக இருந்தது. ஓர் ஆதாரத்தை மட்டுமே கொண்டு வாழவில்லை. பண்ட மாற்றமும் உணவாதாரத்திற்கு உதவியது. தங்கள் பயன்பாட்டிற்குப் போக மீதம் இருந்தவற்றைக் கீழ்நில மக்களுடன் பண்டமாற்றமாகவும் விலைக்கு விற்றும் வந்தார்கள்.

இருளர்கள் மலைச் சரிவுகளில் 'புனம் விவசாயம்' (காட்டெரிப்பு வேளாண்மை) செய்துவந்தார்கள். முழுவீச்சில் இல்லாவிட்டாலும் இன்றும் இம்முறை இங்குமங்கும் தொடர்கிறது.

இவர்களின் புனம் விவசாயத்தில் கார்போகம் (மார்ச்-அக்டோபர்), அயின் போகம் (அக்டோபர்-மார்ச்) என்ற இரண்டு பருவங்கள் உண்டு (தமிழ் ஒளி 1996). மொச்சை, அவரை, கீரை, எள், கடுகு போன்றவற்றை ஊடுபயிராகப் பயிரிடும் இவர்களுக்கு தினை, சாமை போன்றவை முக்கிய பயிர்களாகும்.

தேன்கனிக்கோட்டைப் பகுதி இருளர்கள் தங்களின் காட்டுப் பொருள்களை அய்யன்மார் எனக்கூடிய லிங்காயத்து வேளாண் சாதியினரிடம் கொடுத்துத் தங்களுக்கு வேண்டியதைப் பெற்றுக் கொள்கின்றார்கள். குறிப்பாக, கிழங்கையும் தேனையும் கொடுத்து கேழ்வரகு பெற்றுக்கொள்வார்கள்.

கோவை இருளர்களின் காட்டெரிப்பு வேளாண்மை 'கொத்துக்காடு' எனப்படும். கி.பி.1800 வாக்கில் 'கொத்துக்காடு' எனும் சொல்லை புக்கானன் பதிவு செய்துள்ளார். கொத்து கொண்டு கிளறிய இடத்தில் ராகி, அவரை, துவரை போன்ற பயிர்களைப் பயிரிட்டார்கள்.

முள்ளுக்குறும்பர் பயிரிடும் நிலத்தை நான்கு வகையாகப் பிரிக் கின்றனர். அவை: 1. வயல் 2. தோட்டம் 3. உழவுப் பரம்பு 4. வெட்டுப் பரம்பு. கால்நடைகளைக் கொண்டு உழுது பயிரிடும் புன்செய் நிலம் உழவுப் பரம்பு எனப்படும். காடுகளில் மரம், புதர், செடி கொடிகளை வெட்டி எரித்து நிலமாக்கிப் பயிரிடும் நிலம் வெட்டுப் பரம்பு எனப்படும். காட்டெரிப்பு வேளாண்மைக்குரிய நிலமாக வெட்டுப் பரம்பு உருவாக்கப்படுகிறது. வீட்டைச்சுற்றிய பகுதி தோட்டம் எனவும், நீர் வசதி கொண்ட சமமான இடம் வயல் எனவும் பாகுபடுத்திக் காண்கின்றனர் (துரைமுருகன் 2011: 263).

ஆங்கிலேயர்களின் காலனிய ஆட்சி வலுவடைந்தவுடன் பழங்குடி களின் காட்டுப்பகுதிகள் வரையறை செய்யப்பட்டு அவற்றின்

காணிக்காரர் வாழிடத்தில் ரப்பர் தோட்டம்

பயன்பாடு குறைக்கப்பட்டது. 1860கள் வாக்கில் இருளர்களின் காட்டெரிப்பு வேளாண்மையை ஆங்கில அதிகாரிகள் முடிவுக்குக் கொண்டுவர முயன்றார்கள். அதனை ஆதரித்த காலனியவாதி ஒருவரின் எழுத்திலிருந்து (கிளிகார்ன் 1861: 140) இதனை அறியலாம்.

சென்னை மாகாணத்தில் காட்டெரிப்பு வேளாண்மை அரசு ஆணை மூலம் (ஆணை எண் 830, நாள் 23.5.1860) தடை செய்யப்பட்டது (புஷ்பதாஸ் 1998: 135). இத்தடையை 'மெட்ராஸ் காட்டுச் சட்டம்' (1882), 'இறுதி நில ஒழுங்குமுறைச் சட்டம்' (1881-84) ஆகியவை மூலம் காலனிய அரசு மேலும் வலுப்படுத்தியது. இதனால் இருளர்கள் உள்ளிட்ட பல்வேறு பழங்குடிகள் காட்டெரிப்பு வேளாண்மை செய்வதற்கு அதிகாரபூர்வமாகத் தடைசெய்யப் பட்டார்கள்.

இதன் பின்னர் அப்பகுதியில் உயர்மட்டத்தில் தேயிலை பயிரிடவும், அடிமட்டத்தில் காப்பி பயிரிடவும் உகந்ததாக இருந்தமையால் ஆங்கிலேயர்கள் இந்த இடங்களில் இப்பணப் பயிர்களைப் பயிரிடத் தொடங்கினர்.

தம் சொந்த காட்டுப் பகுதிகளை மெல்ல மெல்ல இழந்த இருளர்கள் பின்னர் தேயிலை, காப்பித் தோட்டங்களில் கூலிகளாக வேலை செய்யத் தொடங்கியதன் மூலம் தம் சொந்த இடத்திலேயே இவர்கள்

மலை விவசாயம் ❖ 151

அந்நியமாகிப் போயினர். காட்டெரிப்பு வேளாண்மைக்கு அதிகார பூர்வமான தடைஒரு நூற்றாண்டுக்கு முன் ஏற்பட்டாலும் சிறிய அளவில் மலைச்சரிவில் காடுகளை எரித்துப் பயிரிடும் முறை 1970கள்வரை இருந்துவந்தது. இன்றும்கூட இது சிதறலாகத் தொடர்கிறது.

பழங்குடிகள் மலைச்சரிவுகளில் பயிரிடும் திறமையைக் கண்டுணர்ந்த வெளியார், அவர்கள் மூலம் கஞ்சா பயிரிடுவதை ஊக்குவித்தனர். வெளியாரும் இதில் இறங்கினர். இதனால் பழங்குடியினர் குற்ற மிழைக்கும் செயலுக்கு அவ்வப்போது தள்ளப்பட்டார்கள்.

எப்போது தங்களின் பூர்வீகக் காட்டு வாழ்க்கையை இழந்து தேயிலை, காப்பித் தோட்டங்களில் வேலை செய்யத் தொடங்கினரோ அதிலிருந்தே இவர்களுடைய கலப்புப் பொருளாதார நடவடிக்கை களும், அதனால் கிடைத்த கலப்பு வகை உணவாதாரங்களும் குறையத் தொடங்கின. பெருந்தோட்ட வேலை மூலம் கிடைத்த கூலி அரிசி வாங்கி உண்ணும் பழக்கத்தை ஏற்படுத்தியது. இதனால் அரிசியே அடிப்படை உணவாதாரமாக மாறிப்போனது.

இருளர்கள் மிக உயர்ந்த மலை உச்சிகளிலும் மலை இடுக்கு களிலும் பல வகையான தேன்களை (மலைத்தேன், கொம்புத் தேன், பொறத்தேன்) எடுப்பதில் வல்லவர்கள். மார்கன் (1876: 100-1) குறிப்பிட்டுள்ளது போல இருளர்கள் சிறு விலங்குகளை வேட்டை யாடுவதிலுங்கூட பல உத்திமுறைகளைக் கொண்டிருந்தார்கள். இத்தகு திறன்களை எல்லாம் மெல்லமெல்ல இழக்கத் தொடங்கி, காட்டை இழந்த இருளர்களின் திணை சார்ந்த அறிவுமுறைகளும்கூட மெல்ல மெல்ல மறைந்து வருகின்றன.

தமிழகத்தில் வேட்டையாடி உணவு சேகரிக்கும் பழங்குடிகள், ஆயர் பழங்குடி, கைவினைப் பழங்குடி ஆகியோர் பற்றி மிகச்சிறந்த மானிடவியல் ஆய்வுகள் சில மேற்கொள்ளப்பட்டுள்ளன. மலைப் பண்டாரங்கள் குறித்து மோரிஸ் (1982) என்பவரும், பளியர் குறித்து கார்ட்னர் (1966) என்பவரும், காட்டுநாயக்கன் குறித்து பேர்டு-டேவிட் (1989) என்பவரும், தொதவர் குறித்து அந்தோணி வாக்கர் (1986) என்பவரும், கோத்தர் குறித்து மேண்டல்பாம் (1941) என்பவரும், நீலகிரிப் பழங்குடிகள் குறித்துப் பால் ஹாக்கிங்ஸ் (1978, 1989) என்பவரும், பிற பழங்குடிகள் குறித்து இன்னும் சிலரும் செய்துள்ள ஆய்வுகள் விரிவும் நுட்பமும் வாய்ந்தவை.

இருளர்கள் அறிதிறன்

எல்லாப் பழங்குடியினரும் தம்மைச் சுற்றியுள்ள நிலம், தாவரங்கள், விலங்குகள், இயற்கைக் கூறுகள், பருவங்கள், பிரபஞ்ச அமைப்பு, அதன் நிகழ்வுகள் என அனைத்தையும் அவர்தம் பார்வையில் இனங்காண்பர்; விளக்குவர்; வகைப்படுத்துவர். இத்தகு பார்வை அம்மக்களின் அறிவாலும் அனுபவத்தாலும் உண்டாகும். இதனையே 'உலகப் பார்வை' என மானிடவியலர்கள் கூறுகிறார்கள்.

இருளர்களின் உலகப் பார்வையின்படி அவர்கள் தம் நிலங்களை ஐந்து வகைகளாகவும் மலை விவசாயத்தின் பருவங்களை இரண்டாகவும் பாகுபடுத்திக் காண்கின்றார்கள் (தமிழ்ஒளி 1996: 130-32).

1. **பெட்ட**: உயர்ந்த மலைப்பகுதி, அடர்ந்த காடுகளும் கொடிய காட்டு விலங்குகளும் உள்ள பகுதி. இருளர்கள் 'பெட்ட'க் களை அதிகம் பயன்படுத்துவதில்லை.

2. **குட்டபெட்ட**: பெட்டாவுக்குக் கீழ் உள்ள மலைப்பகுதி. இது குடியிருப்புக்கு அருகில் உள்ளது. இங்குக் குறுங்காடுகளும் மரங்களற்ற குன்றுகளும் இருக்கும். இங்குக் கால்நடைகளை மேய்க்கவும் தேன் எடுக்கவும் விறகு சேகரிக்கவும் செல்வார்கள்.

3. **காடு**: குடியிருப்புக்கருகில் உள்ள ஓரளவு சம நிலங்களில் உள்ள வளமான காட்டுப்பகுதி. ஆண்கள் வேட்டைக்கும் பெண்கள் காடுபடு பொருள்களைச் சேகரிக்கவும் செல்லும் பகுதி இதுதான்.

4. **மல (மலை)**: புல்வெளியுடன்கூடிய மலைப்பகுதி. காட்டெரிப்பு விவசாயம் செய்தபின் தரிசாக விடப்பட்டுள்ள இடம். இங்கும் கால்நடைகளை மேய்க்க விரும்புவார்கள்.

5. **ஓல**: விவசாயம் செய்யும் பகுதி.

தமிழகத்தில் ஒவ்வொரு பழங்குடியினரும் தாங்கள் சார்ந்து வாழும் சுற்றுச்சூழலையும் நிலத்தையும் வெவ்வேறு வகையில் வகைப்படுத்திக் காண்பதை அறிய முடிகிறது. வேட்டுவப் பழங்குடி யினரின் வகைப்பாடும் வேளாண்மை செய்யும் பழங்குடியினரின் வகைப்பாடும் வெவ்வேறு வகையில் இருப்பதையும் அறிய முடிகிறது.

இந்த ஆய்வுகளின் வழி வேட்டையாடி உணவு சேகரிப்பதில் குழுவாகச் சேர்ந்து செயல்படும் மாதிரி ஒரு புறமும், தனி மனிதர்களாகச் செயல்படும் மாதிரி இன்னொரு புறமும் அறிய முடிகிறது. மேலும் இந்த ஆய்வுகள் வழி பழங்குடிகளின் சமூக, பொருளாதார, பண்பாட்டு முறைகளை நுட்பமாக அறியமுடிகிறது.

சங்ககாலத்தில் வழக்கிலிருந்த காட்டெரிப்பு வேளாண்மை அண்மைக்காலம்வரை தமிழகப் பழங்குடிகளிடம் இருந்து வந்துள்ளது. இருளர்களின் காட்டெரிப்பு வேளாண்மை 'கொத்துக்காடு' எனப்படும். 1860களில் ஆங்கிலேய அரசு காட்டு வளத்தைத் தனதாக்கிக் கொள்வதற்காக மெட்ராஸ் வனச் சட்டம் கொண்டு வந்தது. இதன் வழி இந்த விவசாய முறை அதிகாரப்பூர்வமாகத் தடை செய்யப் பட்டது. இதனால் குறும்பர், மலையாளிகள் போன்ற இன்னும் சில பழங்குடியினரும் இந்த விவசாயத்தைப் பெருமளவு கைவிட்டனர்.

ஆங்கிலேயர் கால நிகழ்வுகளை ஒருகணம் மறந்துவிட்டு நாம் மீண்டும் சங்ககாலக் கானக்குறவர்களின் தொடக்கால வேளாண்மையை முன்னிறுத்தி அப்பொருளாதார முறைக்குரிய இனக்குழுச் சமூகக் கட்டமைப்பை ஆராய்வோம். தமிழகத்தில் தொடக்கநிலை வேளாண்மைக் காலத்தில் இருந்த இனக்குழுச் சமூகக் கட்டமைப்பை மானிடவியல் பார்வைகொண்டு நோக்கும்போது பின்வரும் சில முதன்மையான கருத்துகளை முன்னிலைப்படுத்தலாம்.

1. வேட்டைச் சமூகம் 'உணவு தேடிய சமூகம்' ஆகும். காட்டெரிப்பு வேளாண் சமூகம் 'உணவு உற்பத்தி செய்த சமூகம்' ஆகும். கானக் குறவர்களே முதல் தமிழ் விவசாயிகள். ஆக, உணவு உற்பத்தி என்பது முதன்முதல் மனித சமூகத்தில் 'பயிரிடுதல்' எனும் புதிய தொழில்நுட்பத்தோடு ஏற்பட்டது. இது மனித சமூகத்தில் ஏற்பட்ட இரண்டாம் கட்ட புரட்சியாகும். சங்ககாலத்தில் காட்டெரிப்பு வேளாண்மை இருந்ததால் தமிழ்ச் சமூகம் மனிதகுலப் படிமலர்ச்சியின் இக்கட்டத்தையும் கொண்டதாக உள்ளது.

2. சங்ககாலத்தில் இக்காட்டெரிப்பு வேளாண்மை இரண்டு நிலை களில் மேற்கொள்ளப்பட்டன. மலைச் சரிவுகளில் நீர்ப்பாசனம் இன்றி புன்செய் வேளாண்மையாக இது முதலில் தோன்றியது. பின்னர் மலை அருவிகள் ஓரம் நீர்ப்பாசனம் கொண்டு செய்யப் பட்ட அடுத்தகட்ட வளர்ச்சிக்கும் கொண்டு செல்லப் பட்டுள்ளது. தொழில்நுட்ப ரீதியில் பார்க்கும்போது உணவாதாரத்தை மேலும் ஒரு புதியமுறையில் ஈட்டத் தொடங்கியதை இது குறிக்கிறது.

> **மலைக்குடி**
>
> ஏலக்காய் தோட்ட முதலாளிகளின் பண்ணைகளில் பல காலம் அடிமைகளாகவே இருந்தவர்கள் இன்று கூலியாட்களாய் மாறி யுள்ளனர்.
>
> பழந்தமிழர்கள் வெகுவாக வழிபட்ட பூத வழிபாடு இவர் களிடம் உள்ளது. மலைக் கல்லுருட்டி, அம்பட தெய்வ போன்ற பூதங்களை நம்பி வழிபடுகின்றனர். மலைக்குடியர் பஞ்ச பாண்டவர்களையும் வழிபடுகின்றனர். கூடவே பைரவர், காமன் தேவரு ஆகிய தெய்வங்களையும் வழிபடுகின்றனர்.
>
> கைம்பெண் ஒருத்தி தன் மூத்த மகனை மணந்துகொள்வதை மலைக்குடியர்கள் எதிர்ப்பதில்லை. சமவெளிகளில் பரவி வாழும் மலைக்குடியர் இன்று சமண சமயத்தையும் மருமக்கள்தாய முறையையும் (அளிய சந்தான முறை) பண்டர்களின் சடங்கு முறைகளையும் பின்பற்றுகின்றனர். கருங்குரங்கு, சிவப்பு அணில் இவர்களுக்குப் பிடித்த இறைச்சியாகும்.

3. காட்டெரிப்பு வேளாண்மையின் உருவாக்கத்தால் புதிய தொழிற்கருவிகள் ஏற்பட்டன. குறிப்பாக விதைகள் நடுவதற்குப் பெண்கள் பயன்படுத்திய 'தோண்டுகழி' மிக முக்கிய கருவியாகும். இதனைத் தினைப்புனக் காவலிலும் பெண்கள் பயன்படுத்தினர். இவர்கள் பயன்படுத்திய இக்கருவி பின்னாளில் தாய்த்தெய்வங் களின் சூலாயுதமாகப் படிமலர்ச்சி பெற்றது.

4. பெண்கள் 'துளர்' எனும் கருவிகொண்டு களையெடுத்தனர் (அகம். 184: 13); 'குயம்வாள்' எனும் கருவிகொண்டு அறுவடை செய்தனர் (பொரு. 242).

5. தானியங்களைப் பாதுகாக்கும் அறிவும், பாதுகாப்பதற்குரிய எளிய முறைகளும் ஏற்படலாயின. இப்பொருள்களைச் செய்யும் முகமாக சமூகத்தில் தனிமனிதர் அளவில் வேறுபாடுகள் ஏற்பட்டன.

6. கூடவே நிலையான கிராம வாழ்வும் ஏற்பட்டது.

7. நிலையான கிராம வாழ்வை ஏற்றுக்கொண்டாலும், நீர்ப்பாசனம் கொண்ட புன்செய் விவசாயம் ஏற்பட்டாலும் பழைய உணவு ஆதாரங்களாகிய வேட்டையாடுதல், மீன் பிடித்தல், உணவு

சேகரித்தல் ஆகிய பழைய முறைகளையும் விட்டுவிடாமல் தக்கவைத்துக் கொண்டனர். இதனால் 'கலப்புப் பொருளாதார முறை' விரிவுபெற்றது.

8. பழைய உணவு ஆதாரங்களை விட்டுவிடாமல் புதிய ஆதாரத்தைக் கண்டுபிடித்ததால் பொருள்சார் கூறுகளும் தொழில்நுட்பக் கூறுகளும் விரிவு பெற்றன. புழங்கு பொருள்கள் விரிவு பெற்றதால் ஓரிடத்தில் குடியிருக்க வேண்டிய தேவை மேலும் வலுப்பெற்றது.

9. இத்தகைய போக்கால் சமூக அமைப்பும் சமூகத்தைக் கட்டிக் காக்கும் நிர்வாக அமைப்பும் மேலும் விரிவாக்கம் பெற்றன.

10. இத்தகைய விரிவாக்கத்தால் சமூக வாழ்வும் சடங்கியல் கூறுகளும் விழாக்களும் ஒரு கூட்டு விரிவாக்கமாக அசைவியக்கம் பெற்றன.

11. இந்நிலையில் தொழில்நுட்பத்தின் விரிவு என்பது ஒரு சங்கிலித் தொடராக சமூக, சடங்கியல், நிர்வாக விரிவாக்கமாக மாறியது.

12. கூடவே காரணகாரியத் தொடர்பு விளைவாக மட்பாண்ட உருவாக்கம், நெசவு, சேமிப்பதற்கான செய்பொருள்கள் போன்ற கைவினைக் கலைகளும் உருவாயின.

முதல் விவசாயக் கருவி

பழங்கற்காலம் முதல் புதிய கற்காலம் தோன்றும் வரை மனித குலம் உணவு தேடும் சமூகமாகவே இருந்துள்ளது. இதன் பொருட்டு அது மிகவும் மெதுவாக இடம்பெயர்ந்து செல்லும் சமூகமாகவே (foraging society) இருந்தது. இக்காலகட்டத்தில் காடுகளிலும் சுற்றுப்புறங் களிலும் கிடைக்கும் உணவு ஆதாரங்களான காய், கனி, கொட்டை, கிழங்கு, தேன், பட்டை, கீரை முதலியவற்றைப் பெண்கள் சேகரித்து வந்தார்கள். இதுவே அந்தக் காலத்தில் முக்கியமான, நிரந்தரமான உணவு ஆதாரங்களாக விளங்கின. காட்டுக்குச் சென்று சேகரித்த இத்தகைய பொருள்கள் அவர்களுக்குத் 'தாவரப் புரதம்' கிடைக்க உதவியது. இந்தக் காடுபடு பொருள்களைச் சேகரிக்கும் பணியைப் பெண்கள் செய்தார்கள்.

ஆண்கள் குழுவாகச் சென்று வேட்டையில் ஈடுபட்டார்கள். வேட்டை என்பது பட்டா பட்டா பாக்கியமாக இருந்தது. அது உடனடியாகவும் கிடைத்தது; காத்திருந்தும் கிடைத்தது. இதன்வழி

கிடைத்த 'விலங்கினப் புரதம்' என்பது உயர்வானது என்றாலும், வேட்டை தினந்தோறும் கிடைக்கவில்லை. அது ஒரு குழு நடவடிக்கையாகவும் இருந்தது.

இந்த வகையில் புதிய கற்காலம் வரை ஆண்கள் வேட்டையையும் பெண்கள் சேகரித்தலையும் செய்து வந்தார்கள். மனித குலத்தின் ஆரம்பகால உணவாதாரம் 'வேட்டையாடி உணவு சேகரித்தல்' (hunting and gathering) என்பதாக இருந்தது. அப்போது மக்கள் உணவு தேடும் முகமாக மெதுவாக நகர்ந்து செல்லும் வகையில் வாழ்க்கை முறையை (foraging) அமைத்துக்கொண்டார்கள். ஓரிடத்தில் நிலையாக இருந்ததில்லை.

அதனையடுத்துப் புதிய கற்காலத்தில் ஒரு 'பண்பாட்டுப் புரட்சி' ஏற்பட்டது. அக்காலகட்டத்தில்தான் மக்கள் நீராதாரம் உள்ள இடங்களில் நிலையாகக் குடியிருப்புகளை ஏற்படுத்திக்கொண்டு வாழத் தொடங்கினார்கள்.

இவ்வாறு வாழத் தொடங்கிய புதிய கற்காலத்தில் இரண்டு முக்கிய புரட்சிகள் உருவாயின. புதிய கற்காலத்தில் என்ன புரட்சி ஏற்பட்டதென்றால் அதுவரை பெண்கள் செய்துவந்த காடுபடு பொருள்கள் சேகரித்தலை விடுத்துத் தங்கள் குடியிருப்பைச் சுற்றி அத்தகைய பொருள்கள் கிடைப்பதற்காகப் பயிரிடத் தொடங்கினார்கள். 'பயிர் விளைவித்தல்' (domestication of plants) தோன்றிய காலகட்டம் அது. அதனால் பெண்களே 'முதல் விவசாயிகள்' எனும் பெயரைப் பெற்றார்கள். இதற்கு இணையாக ஆண்கள் அதுவரை காட்டுக்குச் சென்று வேட்டையாடுவதை விடுத்து அத்தகைய விலங்குகளைக் குடியிருப்பிலேயே வளர்க்கத் தொடங்கினார்கள். முதன் முறையாகக் 'கால்நடை வளர்த்தல்' (domestication of animals) எனும் முறை தோன்றியது.

புதிய கற்காலத்தில் இவ்விரண்டு நிகழ்வுகளும் முதன்முறையாகக் கண்டெடுக்கப்பட்டதால் அவற்றைப் 'பண்பாட்டுப் புரட்சி' ஏற்பட்ட காலம் என்கிறோம். தமிழகத்தில் புதிய கற்காலத்தின் காலம் ஏறக்குறைய கி.மு. 12,000 - கி.மு. 8,000 என மதிப்பிடப்படுகிறது. இக்காலகட்டத்தில் பயிர் விளைவித்தலில் ஈடுபட்ட பெண்கள் பயன்படுத்திய முதல் விவசாயக் கருவி எது தெரியுமா?; அதுவே 'தோண்டுகழி' (digging stick). இது ஒரு நான்கைந்து அடி உயரமுள்ள மெலிந்த குச்சியாகும். அதன் முனை கூர்மையாகச் சீவப்பட்டிருக்கும்.

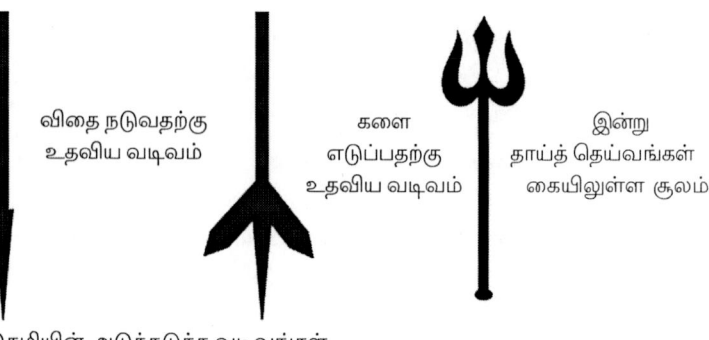

தோண்டுகழியின் அடுத்தடுத்த வடிவங்கள்

மழை பெய்த பின்னர் மலைச்சரிவுகளில் தோண்டுகழிகளால் குழி ஊன்றி விதைகளை இட்டார்கள். விதை முளைத்துச் செடியாகி, பயிராகி வளரும் காலத்தில் செடியைச் சுற்றிக் களைகள் வளர்ந்தன. அவற்றை நீக்குவதற்கு ஏதுவாக கூர்மையான முனைக்கடுத்து வளைவான இரண்டு வடிவங்கள் பக்கவாட்டில் பொருத்தப்பட்டன. அவற்றின் உதவியுடன் களைகளை நீக்கினார்கள்.

களையெடுத்த பின்னர் பயிர்கள் வளர்ந்து மகசூல் தரும் காலத்தில் கிளிகள், குருவிகள் போன்ற பறவையினங்களும், நரி, முயல், காட்டுப் பன்றி, முள்ளம் பன்றி, மயில், மந்தி, யானை முதலான விலங்கினங் களும் சேதப்படுத்தின. ஆண்களும் பெண்களும் பரண் அமைத்துப் பாதுகாத்தார்கள். பெண்கள் பகற்பொழுதில் தோண்டுகழி கொண்டு விரட்டினார்கள். ஒலி எழுப்பும் கருவிகளான தட்டை, கிணை, அரிப்பறை, தண்ணுமை கொண்டும் விரட்டினார்கள். ஆண்கள் இரவில் தீப்பந்தம் காட்டிக் காவல் காத்தார்கள்.

சங்க இலக்கியத்தில் 55 இடங்களில் பெண்கள் தினைப்புனக் காவலில் ஈடுபட்டிருந்ததைக் காணமுடிகிறது.

சிறுகிளி முரணிய பெருங்குரல் ஏனல்
காவல்நீ என்றாளே... (நற். 389: 6-7)

எனும் நற்றிணை அடிகள் இதனை நன்கு விளக்குகின்றன. மனித குலத்தில் தோன்றிய முதல் விவசாயக் கருவியாகிய தோண்டுகழி சங்க இலக்கியத்தில் காணப்படுவது ஒரு வியப்புக்குரிய பதிவாகும்.

இரும்புத் தலையாத்த திருந்துகணை விழுக்கோல்
உளிவாய்ச் சுரையின் மிளிர மிண்டி (பெரும்பாண். 91-92)

எனும் அடிகள் மிக முக்கியமானவையாகும். மனித குலத்தின் ஆதி வரலாற்றைக் கூறும் சான்றுகள் வேறெந்த இலக்கியத்திலும்

இருப்பதாகத் தெரியவில்லை (சங்க இலக்கியம் வேறு பல ஆதி சான்று களையும் கொண்டிருக்கிறது). தொன்மை சார்ந்த இந்த இலக்கியச் சான்று தவிர வேறெந்தச் சான்றும் இப்போது இல்லை. நிலத்தைக் கிண்டுவதற்கும் கிளறுவதற்கும் தோண்டுகழி பயன்படுத்தப்பட்டது. பெரும்பாணாற்றுப்படை கூறும் தகவலின்படி இந்தக் கருவியின் நுனிப்பகுதி பூண் போன்று இரும்பால் செருகப்பட்டிருந்தது. இது அடுத்தடுத்த கால வளர்ச்சியைக் காட்டுவதாகும். இரும்பு முனைக்கு முன்னர் அதன் நுனிப்பகுதி இயல்பான மரமாகவே இருந்திருக்கும்.

மனிதகுலத்தில் தோன்றிய இந்த முதல் விவசாயக் கருவி இன்றும் தமிழகப் பழங்குடிகளிடம் காணப்படுகிறது. இதனால்தான் தமிழ் மரபை நீண்ட, நெடிய, அறுபடாத மரபு என்கிறோம். ஆனைமலையில் வாழும் காடர் பழங்குடியினர் தோண்டுகழியைப் 'பாறைக்கோல்' எனவும், மேற்குத் தொடர்ச்சி மலைகளில் வாழும் தேன்குறும்பர்கள் இதனைக் 'குழிக்கோல்' எனவும், பளியர்கள் 'காம்பு' எனவும், காணிக்காரர் 'தொட்டகாம்பு' எனவும் கிழக்கு மலைத் தொடர்ச்சி அடிவாரங்களில் வாழும் கொண்ட ரெட்டிகள் 'கொங்கி பொரிகி' எனவும் குறிப்பிடுகின்றனர்.

ஆனைமலையில் காடர்கள் யானைகள் வரும் வழியில் கிழங்கு அகழும் தோண்டுகழியை (பாறைக்கோல்) நட்டுவைப்பது வழக்கம். அக்கோலைக் கடந்து இவர்களின் குடிசைகள் இருக்கும் இடத்திற்கு யானைகள் வருவதில்லை. மேலும், குடிசையின் வெளிப்புறத்தில் பாறைக்கோலைத் தயாராக வைத்திருப்பார்கள். பொருளியல் தளத்தில் பெண்களின் விவசாயக் கருவியாக இருந்த தோண்டுகழியானது பழையோள், கானமர்செல்வி, காடமற்செல்வி, கொற்றவை எனும் வடிவங்களில் ஆற்றல் மிகுந்த தெய்வங்களாக வடிவெடுத்தபோது, சமயம் எனும் தளத்தில் பின்னாளில் தோண்டுகழி பெண்ணுக்கான மீவியல் ஆயுதமாகப் (சூலாயுதம்) படிமலர்ச்சி பெற்றுவிட்டது. தமிழகத்தில் ஆண்தெய்வங்கள் இல்லாத ஊர்களைக் காணலாம். ஆனால் தாய்த்தெய்வங்கள் இல்லாத ஊர்களைக் காண இயலாது. அந்த வகையில் இன்றைக்குத் தமிழகத்தின் எல்லா ஊர்களிலும் கண்ணுக்குப் புலனாகின்ற சூலாயுதம் பல பத்தாயிரம் ஆண்டுகளைக் கடந்து வந்த பின்னரும் நிலைத்திருக்கிறது. இதனாலும் தமிழ் மரபு நீண்ட, நெடிய, அறுபடாத மரபு என்று கூறலாம்.

10

ஆயர் வாழ்க்கை

தொல் ஆயர்களும் இன்றைய தொதவர்களும்

பண்டைத் தமிழகத்தில் ஆயர்

'ஆ' என்பது பசுவைக் குறிக்கும். 'ஆயம்' என்பது பசுக் கூட்டத்தைக் குறிக்கும். ஆயத்தை ஓம்பி வளர்த்தவர்கள் ஆயர். ஆய்குடியைச் சேர்ந்தவர்கள் 'அர்' எனும் பலர்பால் விகுதி பெற்று ஆயர் என்றாயினர்.

சங்ககாலத்தில் ஆயர்கள் மூன்று வகைப்பட்டிருந்தனர். 'கோட்டினத்து ஆயர்' ஒரு வகையினர். இவர்கள் பசுக்களை வளர்த்தவர்கள் (கலி. 103, 105; அகம். 64, 74). 'புல்லினத்தாயர்' மற்றொரு வகையினர். இவர்கள் ஆடு வளர்த்தவர்கள் (கலி. 103, 111, 113, 115). 'நல்லினத்தாயர்' என்பவர்கள் இன்னொரு வகையினர். இவர்கள் மாடுகளை வளர்த்தவர்கள் (கலி. 104, 113).

சங்ககாலத்தில் ஆயர்கள் தவிர அண்டர் (குறுந். 11), குடவர் (அகம். 393), கோவலர் (ஐங். 439; அகம். 74; நற். 289), பூழியர் (நற். 192; குறுந். 163), பொதுவர் (கலி. 102, 105, 111), கொங்கர் (அகம். 368; புறம். 130), இடையர் (நற். 142; பெரும்பாண். 175) முதலான குடியினரும் மேய்ச்சல் சமூகத்தவராக இருந்துள்ளனர்.

சங்க இலக்கியத்தில் ஆயர்கள் வாழ்ந்த காட்டு நிலப்பகுதிகள் முல்லை, புறவு, வன்புலம் என்றெல்லாம் குறிக்கப்பெற்றன. மேய்ச்சல் நிலம் 'விடுநிலம்' எனப்பட்டது. ஆயர்களின் வாழிடம் 'குரம்பை' எனப்பட்டது. கோடைக் காலத்தில் ஆயர்கள் ஆநிரைகளின் தாகத்தைத் தணிப்பதற்குக் 'கணிச்சி' (கோடரி) எனும் கருவி கொண்டு 'கூவல்' (சிறு கிணறு) தோண்டி அதில் ஊறிய நீரை இறைத்து ஊற்றினார்கள். இதனை நற்றிணை (240) 'ஆநீர்ப் பத்தல்' (நீர்பிடிக்கும் மரக்கலம்) என்கிறது.

சங்க காலத்திலேயே ஆயர் பொருளாதாரத்தைப் பற்றி அறிவதற்குப் போதிய சான்றுகள் நம்மிடம் உள்ளன. அநேகமாக பத்துப்பாட்டுப் பாடல்கள் அனைத்தும் முல்லைத் திணை வாழ்வைப் படம் பிடித்துக் காட்டுகின்றன. பெரும்பாணாற்றுப் படையும் முல்லைத் திணை குறித்து அறிய உதவுகின்றது. மேலும் நற்றிணை, குறுந்தொகை, அகநானூறு ஆகிய தொகை நூல்கள் வழியும் மலைபடுகடாம், சிறுபாணாற்றுப்படை போன்ற பத்துப்பாட்டு நூல்கள் வழியும் ஆயர் இனக்குழு குறித்து அறிய முடிகிறது. பெரும்பாலான பாடல்களில் கிடைக்கும் முழுமையற்ற இனவரைவியல் தன்மை பெருமளவு உரைகள் வழி முழுமை பெறுகிறது எனலாம். நச்சினார்க்கினியர், இளம்பூரணர் ஆகியோர் உரைகள் முல்லைத்திணை பற்றி மேம்பட்ட புரிதலை வழங்குகின்றன.

மனித குலத்தில் ஆயர் வாழ்வின் தொடக்க கட்டம் ஓரிடம் தங்காது தொடர்ந்து அலைந்து திரியும் ஆயர் வாழ்வாகும் (trancehumance). இது ஒரு விரிவான இடப்பெயர்வு சார்ந்த ஆயர் வாழ்வாகும். கோடையில் மலை உச்சிக்கும், மழைக்காலத்தில் தாழ்நிலப் பகுதிகளுக்கும் சென்று பருவகாலச் சுழற்சிக்கேற்ப பெரும்பரப்பில் மேய்ச்சல் வாழ்வை மேற்கொள்வதாகும். இத்தகு 'அலைந்து திரியும்' ஆயர் வாழ்வு பற்றிச் சங்க இலக்கியத்தில் குறிப்புகள் இல்லை (ஆப்பிரிக்க நூயர் சமூகம் உலகிலேயே ஒரு தனித்துவமான ஆயர் குடியாகும்).

சங்ககாலத்தில் மேய்ச்சல் ஒன்றையே தொழிலாகக்கொண்ட ஆயர்கள் பரவலாக இருந்தார்களா என்பது பற்றித் திட்டவட்டமாகக் கூறுவதற்குப் போதிய சான்றுகள் கிடைக்கவில்லை. இருப்பினும்,

ஆடுடை இடைமகன் (நற்.266-3)

ஆடு தலைத்துருவின் தோடுதலைப் பெயர்க்கும்
வன் கை இடையன் (நற். 169: 6-7)

ஆகிய பாடல்கள் மூலம் மேய்த்தலை மட்டும் தொழிலாகக் கொண்ட ஆயர்கள் பற்றி அறிய முடிகிறது.

ஆனால் முல்லைத்திணைப் பாடல்களைப் பார்க்கும்போது சங்க கால ஆயர் இனக்குழுவினர் கால்நடை மேய்ச்சலை முற்றிலுமாகச் சார்ந்திருக்கவில்லை என அறியமுடிகிறது. பிற்காலத்தில் முல்லை நில மக்கள் வானம் பார்த்த பூமியில் மழையை எதிர்நோக்கி விவசாயம் செய்பவராக மாறினர் என்பதைப் பல பாடல்கள் வழி அறியமுடிகிறது *(அகம். 103, 168, 265, 274; நற்.80, 142, 192).*

நற்றிணை 52வது பாடல் மூலம் காடுகளை அழித்து உருவாக்கப் பட்ட குடியேற்றப் பகுதியை அறிய முடிகிறது. இப்பாடல் அப்பகுதியைக் 'காட்டுநாடு' என்றே குறிப்பிடுகிறது. முல்லை, புறவு, வன்புலம் ஆகியவை ஆயர்களின் பகுதிகளாகும். இத்திணைக் குரிய மக்களாக கோவலர், ஆயர், அண்டர், இடையர் ஆகியோர் சுட்டப்படுகின்றனர். உரையாசிரியர்களின் விளக்கத்தைக் கொண்டு அக்கால ஆயர் வாழ்வு கால்நடை பராமரிப்பை மட்டுமே அடிப்படை யாகக் கொண்ட பொருளாதாரம் இல்லையென்பதை உறுதியாகக் கூறமுடிகிறது.

உழவு ஆயர்கள்

நற்றிணை 121வது பாடலில் வரும் விதையர், முதையல் ஆகிய சொற்கள் ஆயர்கள் உழவர்களாக விளங்கினர் என்பதைத் தெளிவு படுத்துகின்றன. இவ்வுழவர்கள் எரியூட்டு வேளாண்மைக்கடுத்த நிலையை ஏற்றுக்கொண்டனர் என்பதையும் ஊகிக்க முடிகிறது. காட்டையெரித்த இடத்தில் மீண்டும் மீண்டும் அவ்விடத்திலேயே பயிரிட்ட முறையை முல்லைப் பாடல்கள் உறுதி செய்கின்றன. புதிய காடுகளை அழித்து விவசாயம் செய்யும்முறை குறைந்துவிட்டதையே இது காட்டுகிறது. குறிஞ்சி நிலத்தைப் போலவே இம்முல்லை நிலமும் 'வன்புலம்' (பெரும்பாண்.206) எனப்பட்டது (மருதமும் நெய்தலும் 'மென்புலம்' எனப்பட்டன). முல்லைப் பொருளாதாரத்தில் வேளாண்மை மெல்ல மெல்லக் காலூன்றியது.

ஆகவே மேய்ச்சலோடு வேளாண்மையும் இணைந்த கலப்புப் பொருளாதாரமே சங்ககால ஆயர் இனக்குழுக்களின் முக்கிய பொருளாதார முறையாக இருந்தது எனலாம். எந்த ஓர் இனக்குழுச் சமூகமும் தனித்த ஒரு வாழ்வாதாரத்தைக் கொண்டு வாழ முற்படாது என்னும் வகையிலேயே சங்ககால ஆயர்களும் இரண்டு முக்கிய வாழ்வாதாரங்களைக் கொண்டிருந்தனர்.

மேய்ச்சலும் உழவும் சேர்ந்த தோட்ட உழவைக் குறிக்கும் நற்றிணைப் பாடல்கள் (266, 289) இதனை உறுதி செய்கின்றன. இப்பாடல்கள் தோட்ட விவசாயத்தைக் காக்கும் ஆயர்கள் 'கொல்லைக் கோவலர்' என்று குறிப்பிட்டுள்ளதை அறிய முடிகிறது. அகநானூறு 394வது பாடலும் நற்றிணை 266வது பாடலும் ஆயர்கள் கால்நடை வளர்ப்பவர்களாகவும் மலைச்சரிவில் தோட்ட வேளாண்மை செய்பவர்களாகவும் இருந்ததைத் தெளிவுபடுத்துகின்றன. ஆயர்கள்

தொதவர்களின் பாரம்பரிய மூவண்ணப் போர்வை (பூத்குளி)

வேளாண்மை செய்வோராக அறியமுடிந்தாலும் அவர்கள் வரகு போன்ற புன்செய் தானியங்களையே பயிரிட்டுள்ளனர். நெற்சாகுபடி குறித்த சான்றுகள் நமக்குக் கிடைக்கவில்லை.

முல்லை நிலத்து மலைகளில் வளர்ந்த மூங்கிலிலிருந்து மூங்கில் அரிசியும் இவர்களுக்குக் கிடைத்தது. இதனைச் சமைத்தும், அவலாக இடித்தும் உண்டனர். இந்த 'உணவு சேகரித்தல்' எனும் ஆதிநிலையின் தொடர்ச்சி ஆயர் வாழ்விலும் காண முடிகிறது.

ஆயர்களைக் குறிக்குமிடங்களில் எல்லாம் 'காடுறை இடையன்' என்ற சொல்லாட்சி காணப்படுவதால் அவர்களின் குடியிருப்பு காட்டையொட்டியே இருந்தது என்பதை அறியமுடிகிறது. இக்குடியிருப்புகள் காட்டுநாடு, சிறுகுடிப்பாக்கம் என வழங்கப் பட்டுள்ளன. இவை முறையே காடு, மலை, கிராமம் எனும் வரிசையில் படிமலர்ச்சி பெற்றுள்ளதை அனுமானிக்க முடிகிறது. ஓர் இடையன் குடியிருப்பிற்குப் பால்கொண்டு வந்து கொடுத்துவிட்டு வீட்டிலிருந்து மேய்ச்சல் பகுதிக்குக் கூழ்கொண்டு சென்றான் என்பதையும் அறிய முடிகிறது.

ஆநிரை பண்டமாற்றம்

சங்ககால ஆயர் இனக்குழுச் சமூகத்தார் நிலைத்த குடியிருப்பையும்

கால்நடை வளர்த்தலையும் மலைசார் தோட்ட விவசாயத்தையும் கொண்ட ஒரு கலப்புப் பொருளாதார முறையைக் கொண்டிருந்தார்கள். ஆயர் பொருளாதாரத்திலும் பண்டமாற்றம் முக்கிய இடம் வகித்துள்ளது. ஆயர்கள் பிற குடிகளுடன் பண்டமாற்றம் செய்து ஒருவருக்கொருவர் கொண்டு கொடுத்து வாழும் கூட்டு வாழ்வையும் கொண்டிருந்தனர் என்பதை நற்றிணை 141வது பாடல் வழி அறிய முடிகிறது.

ஆயர் சமூகத்தில் ஆநிரை பெருஞ் செல்வக் குறியீடாய் விளங்கியது. பண்டைத் தமிழில் 'மாடு' என்பது செல்வத்தையே குறித்தது. இதனால் தான் ஆயர் சமூகத்தில் ஆநிரைகள் பண்டமாற்றுப் பொருளாக இருந்ததை நன்கு அறிய முடிகிறது (பெரும்பாணாற்றுப்படை 162-165). ஆயர் பெண்கள் பால், மோர், முல்லைத் திணையில் பூத்த மலர்கள் ஆகியவற்றைப் பிற மக்களிடம் கூவி விற்றுள்ளார்கள்.

பெண்குழந்தைக் கொலை

ஆயர் பொருளாதாரத்தில் பெண்ணின் தொழிற்பகுப்பு மிகக் குறைவு என்பதை எண்ணற்ற இனவரைவியல்கள் தெரிவிக்கின்றன. ஆண்களே கால்நடைகளைக் கவனித்துவந்தனர். பருவ காலத்திற்கேற்ப கால்நடைகளை இடம்விட்டு இடம்கொண்டு சென்று மேய்த்து வந்தார்கள். பெண்கள் வீட்டிலேயே தங்கியிருந்தனர். வீட்டுவேலைகள் மட்டுமே அவர்களுக்கான முக்கிய வேலைகளாகும். ஆண்களின் வேலைப்பளுவை நோக்க பெண்களுக்கு வேலை இல்லையென்பதே ஆயர்களின் இனச்சார்பு கருத்தாகும். இந்நிலையில் ஆயர் சமூகத்தில் பெண்கள் ஒரு பொருளாதாரச் சுமையாகவே கருதப்பட்டனர். இதனால் பெண் குழந்தைகளைப் பிறந்தவுடன் கொன்றுவிடும் பழக்கத்தைக் கொண்டிருந்தார்கள். தொதவர்களிடம் இப்பழக்கம் இருந்தது.

நீலகிரியில் தொதவர்களிடம் பெண் குழந்தைக் கொலையும் கெது சடங்குகளில் எருமைகளைக் கொல்வதும் புனிதமாக இருந்தது. கெது சடங்குகளில் எருமைகளைக் கட்டாயம் பலியிட வேண்டும். பலியிடும் எருமைகளை அடித்தே கொன்றனர். முன் பழங்காலத்தில் தொதவர்கள் மேற்கொண்ட பெண் சிசுக் கொலையைச் செய்யும்போது சாணக் குவியலுக்கருகே நின்றுகொண்டிருக்கும் எருமைகளின் கால்களுக்கு நடுவில் சாணத்தின் மீது பெண் சிசுக்களை எறிந்து விடுவார்கள் (இதனை இன்றுள்ள தொதவர்கள் ஏற்றுக்கொள்வது இல்லை). தாங்கள் தெய்வமாக மதிக்கும் எருமைகளிடம் பெண்

தொதவர்களின் கோயில் (தேகுர்டி)

சிசுக்களை எறிந்துவிடுவதன் மூலம் சிசுக்கொலை எனும் குற்றஉணர்வி லிருந்து மீண்டுவிடுவதாக எண்ணினார்கள்.

மானிடவியல் நோக்கில் பார்க்கும்போது பெண் குழந்தைகளின் குறைவான தேவையை உணர்த்துவதாகவே பெண் குழந்தைக் கொலை (infanticide) காணப்படுகிறது. இதன் தாக்கமாக இவர்களிடம் பலகணவர் முறை (polyandry) தோன்றியது.

பலகணவர் மணமுறை

ஆங்கிலேயர்கள் வரும்வரை நீலகிரித் தொதவர்களிடம்கூட பெண் குழந்தைக் கொலை இருந்துவந்தது. பெண் குழந்தைகளைக் கொன்று விடும் சமூக அமைப்பில் பெண் பற்றாக்குறை இருப்பது இயல்பு. ஆதலின் ஒரு பெண் பல ஆண்களை மணக்கும்முறை ஆயர் சமூகத்தில் ஒரு பொருளாதார, சமூகத் தகவமைப்பாக ஏற்பட்டது. தொதவர்களிடத்தில் ஒரு பெண்ணை மணக்கும் பல ஆண்களும் சகோதரர்களாக இருந்ததால் இவர்களின் மணம் 'பல சகோதரர் மணமாக' அமைந்தது.

சங்க காலத்திய ஆயர் குடிகளில் பல சகோதரர் மணமோ பெண் குழந்தைக் கொலையோ இருந்ததற்கான சான்றுகள் கிடைக்கவில்லை. அன்றைய ஆயர்குடி இனக்குழுச் சமூக அமைப்பில் பெண்கள்

தோட்ட விவசாயத்தில் உழைப்பைச் செலுத்தியதன் மூலம் கூடுதல் சமூக, பொருளாதார மதிப்பு கொண்டிருந்தனர் என்பதைச் சங்க இலக்கியத் தரவுகள் வழி ஊகிக்க வேண்டியுள்ளது. சங்க காலத்திற்குப் பிந்தைய நிலையில் ஆயர்குடிகளில் பெண்களின் சமூக மதிப்பு குறைந்துவிட்டதா என்பதை உறுதிப்படுத்தும் சான்றுகளை நாம் ஆராய வேண்டியுள்ளது.

பெண்களின் சமூகத் தகுதி

உலகளாவிய ஆயர்குடி இனவரைவியல்களை நோக்கும்போது சங்க கால ஆயர்குடியில் பெண் சமூக மதிப்பு குறைந்த நபராகவே இருந்திருக்க முடியும். சங்ககால ஆயர்வாழ்வில் ஆண், பெண் தொழிற்பகுப்பை முன்வைத்து இருத்தல் பற்றிய இலக்கிய மரபை ஆராய முடியுமா என்பதையும் எண்ணிப் பார்க்கலாம். சங்க இலக்கியத்தில் முல்லைத்திணை இருத்தல் பற்றியதாக அமைகிறது. இதற்கான பொருள் 'அமைதியாகக் காத்திருத்தல்' என்பதாகும்.

அரசக் கடமையின் பொருட்டு புறத்தே சென்ற தலைவனின் வருகைக்காக மனைவி காத்திருத்தல் என்பதே இதற்கு மரபு ரீதியாக விளக்கம் கூறப்படுகின்றது. அமைதியாய்க் காத்திருத்தல் என்பது பிரிவாற்றலால் வாடுதல் என்பதிலிருந்து வேறுபடுவதாகவும் கூறப்படுகின்றது. இவையாவும் உரையாசிரியர்கள் கூறும் விளக்கங் களாகும். இத்தகு இலக்கிய மரபு சார்ந்த விளக்கமானது இன வரைவியல் சார்ந்த அல்லது சமூகம் சார்ந்த பொருத்தப்பாட்டை விளக்குவதாக இல்லை.

இனவரைவியல் ரீதியில் முல்லைத் திணையின் ஓர் உரிப்பொரு ளாகிய இருத்தல் பற்றிக் கவனிப்போம். ஆயர்குடிகளிடம் காணப்படும் தொழிற்பகுப்பைப் பார்க்கும்போது ஆண்கள் கால்நடைகளோடு ஆண்டு முழுவதும் சுற்றி வருகின்றனர். கோடையில் மேய்ச்சல் நிலந் தேடி, நீர்நிலை தேடி நெடுந்தொலைவு செல்வார்கள். பருவகாலத்திற் கேற்ப தங்கல் முறையை மேற்கொள்ளும் இவர்கள் ஒரு சுழற்சிப் பாதையில் நகர்ந்து மீண்டும் தங்கள் குடியிருப்புக்கே வருவார்கள்.

இத்தகு வாழ்வுமுறையில் பெண்கள் குடியிருப்புகளில் காத்திருக்கும் தேவை ஒரு சமூக, பொருளாதாரத் தேவையாகவே உருவெடுத்தது. இத்தகு சமூக, பொருளாதாரப் பின்னணியில் இருத்தல்பற்றிய இலக்கிய மரபை ஆழ்ந்து நோக்க வேண்டியுள்ளது. கவிதையியல்

தொதவர்களின் அரைவட்டக் குடில்கள்

உலகிலேயே 5500 அடிகள் உயர மலைப்பகுதியில் சைவ உணவை உண்டு வாழும் ஆயர்குடியினர் தொதவர்கள் மட்டுமே. 'சைவ ஆயர்கள்' எனச் சிறப்பாகக் கூறப்படும் இவர்களின் பாரம்பரிய அறிவு நுணுக்கமும் இவர்கள் ஏற்படுத்திக்கொண்டுள்ள வாழ்க்கைத் தகவமைப்புகளும் உலக அளவில் எண்ணற்ற மானிடவியலர் களின் கவனத்தை ஈர்த்துள்ளன.

தொதவர்களின் மரபான குடில் தனிச் சிறப்புடையது. ஒவ்வொரு மந்துவிலும் (குடியிருப்பு) வழக்கமாக 5 குடில்கள் இருக்கும். இவற்றில் அரைவட்ட வடிவில் அமைக்கப்படும் குடில்கள் தொதவர்களிடம் மட்டுமே காணக்கூடிய ஒரு தனி வகையாகும். இவை 10 அடி உயரமும் 18 அடி நீளமும் 9 அடி அகலமும் கொண்டவை. இக்குடில்களின் வாயில்கள் மிகச் சிறியவை. உயரம் 32அங்குலம். அகலம் 18 அங்குலம் மட்டுமே. கூனிக் குறுகி தவழ்ந்துதான் உள்ளே செல்ல முடியும். ஜன்னல்கள், புகைபோக்கி போன்ற எவற்றையும் வைப்பதில்லை. குளிர்ப் பகுதிக்கு மிகவும் ஏற்றதொரு தகவமைப்பாக இக்குடில்கள் அமைக்கப்படுகின்றன.

மூங்கிலை நெருக்கமாகப் பிரப்பங்கொடியால் கட்டி கூரை வேய்வார்கள். முன்பக்கமும் பின்பக்கமும் மரக்கட்டைகளைச் சுவராக அமைப்பார்கள்.

தொதவர்களின் மிகப் புனிதமான பால்மாடக் கோயில்கள் கூர்ங்கோபுர அமைப்பில் இருக்கும். தொதவர்களின் குடில்கள் பற்றியும் அவற்றைக் கட்டும் நுட்பமான அறிவு முறை பற்றியும் மேலுமறிய காண்க: நோபுள் 1997.

மரபும் இனவரைவியல் எதார்த்தமும் ஒன்றிணைய முடியுமா என்பது சங்ககால முல்லைத்திணை பற்றிய, இருத்தல் பற்றிய விவாதத்தில் எண்ணிப்பார்க்க வேண்டியதாகிறது.

சமகால இனவரைவியல் ஆய்வுகள் மூலம் கிடைக்கும் தரவு களுக்கும் சங்க இலக்கியத் தரவுகளுக்கும் நிறைய இடைவெளி இருப்பதால் அக்கால ஆயர் இனக்குழுச் சமூகக் கட்டமைப்பை முழுமையாக மீட்டுருவாக்கம் செய்ய முடியாத நிலை ஏற்படுகிறது.

கொடைக்கானல் < கோதைக்கானல்

தமிழகத்தில் மேற்குத் தொடர்ச்சி மலைகளில்தான் பல்வேறு பழங்குடியினர் வாழ்ந்து வருகின்றனர். மேற்குத் தொடர்ச்சி மலைகளில் மிக முக்கியமான மலைகள் பழனிமலைகள். இவை கீழ்ப்பழனி மலை, நடுப்பழனி மலை, மேல் பழனி மலை எனத் தொடர்ந்து செல்கின்றன. இம்மலைகளில் பளியர் எனும் பழங்குடியினர் வாழ்கின்றனர். இம்மலைத் தொடரில் மேல் பழனிமலையில் உள்ள மிக முக்கியமான இடம் கொடைக்கானல்.

இன்று நாம் வழங்கிவரும் கொடைக்கானல் என்பது ஒரு மரூஉ வழக்காகும். இவ்வழக்கை ஆராய்ந்து பார்த்தால் உண்மை புலப்படும். பழனி மலையில் பல்வேறு 'கானல்' கள் உள்ளன. கானல் என்றால் 'சோலை' என்பது பொருள். பண்டைய இலக்கியங்களில் கடற்கரைக் கானல்கள் பற்றி அறிகிறோம். சிலப்பதிகாரத்திலும் கானல் வரியைப் படிக்கிறோம்.

பழனிமலைத் தொடரில் இவ்வாறான வட்டக்கானல், அருங்கானல், செங்கரைக்கானல், கோடைக்கானல் முதலான கானல்கள் உள்ளன. மூணாறு அருகே சின்னக்கானல் இருப்பதையும் இங்கு ஒப்பிட்டுப் பார்க்கலாம்.

சேர மன்னர்களில் ஒரு பிரிவினர் ஆவியர் எனப்படுவார்கள். இந்த ஆவியர் குடியில் பிறந்தவன் பதுமன். இவன் பொதினி எனப்படும் பழனிமலையை ஆண்டு வந்தான். இவனுடைய இரண்டு மகள்களில் ஒருத்தியை நெடுஞ்சேரலாதனும், மற்றொருத்தியைச் செல்வக் கடுங்கோ ஆழி ஆதனும் மணந்து கொண்டனர். இத்திருமணத் தொடர்பால் சேர மன்னர்கள் பழனிமலைப்பகுதிகளுக்கு வந்து போவது அதிகமானது. இதன் தொடர்ச்சியாகக் கோதை மன்னன் தன் சுற்றத்துடன் வந்து தங்கி, மகிழ்ந்து செல்லும் இடமாகக் கானல் பகுதி அமைந்தது. இவ்வாறு கோதை மன்னன் வந்து தங்கி, மகிழ்ந்து சென்ற 'கானல்' பகுதி பின்னாளில் மக்களால் 'கோதைக்கானல்' என்றாகியது. பழனிமலை அருகில் 'கோதை மங்கலம்' எனும் ஊர் உள்ளதும் இதன் தொடர்ச்சியேயாகும்.

சங்ககாலத்தில் சேர மன்னர்களில் மாக்கோதை (சேரமாக் கோதை) பற்றிய தகவல்கள் கிடைத்துள்ளன. உதகையில் கோதை

நாடு, கோடநாடு, கொடநாடு எனும் வழக்குத் திரிபுகளையும் கோதை மன்னர்களின் வரலாற்றோடு தொடர்புபடுத்திக் கொள்ளலாம். இந்நிலையில் கோதை மன்னன் வந்து தங்கிய கானல் 'கோதைக் கானல்' என்றாகிப் பின்னர் 'கொடைக்கானல்' என்று மருவிவிட்டது (பாலசுந்தரன் 2012: 116). தமிழகத்தில் இவ்வாறு மருவிய ஊர்ப் பெயர்கள் ஏராளம். அவற்றை மீட்டு ருவாக்கம் செய்தால் உள்ளூர் வரலாற்றைச் சரியாக எழுத முடியும்.

உதகமண்டலம் < ஒத்த கல் மந்த்

இன்று உதகமண்டலம் எனப் பலராலும் அறியப்படும் இடத்தின் ஆதிப்பெயர் என்ன தெரியுமா? 'ஒத்த கல் மந்த்' என்பதாகும். தொதவர்களின் குடியிருப்பு 'மந்த்' (மந்து) எனப்படும். இது தமிழ்ச் சொல்லான 'மந்தை' என்பதிலிருந்து பிறந்திருக்கலாம். வேர்ச்சொல்லாய்வு நோக்கில் ஆராய வேண்டும்.

உண்மையில் 'மந்த்' என்பது தொதவர்களின் அருகில் வாழும் படகர்களின் சொல்லாகும். தொதவர்கள் அவர்களின் மொழியில் 'முத்ர்' (mudr) என்றே சொல்வார்கள். தொதவர்களின் வாழிடங்களில் மிகவும் தொன்மையானது 'முத்தநாட்டு மந்து', 'ஒத்த கல் மந்த்' ஆகியன. இந்த ஒத்த கல் மந்து என்பது நாளடைவில் மருவி 'உதகமந்த்' என மாறி, இன்று அது உதகமண்டலம் எனும் வழக்காகப் பெயர் பெற்றுவிட்டது.

தொதவர் பகுதியில் சிறு மூங்கில் வகை (ஊதை) அதிகம் இருந்ததால் இப்பகுதியை ஊதை மண்டலம் > உதகமண்டலம் எனப் பெயர்பெற்றது என்ற கருத்தும் உண்டு. உதகையில் இருபெரும் மலைகளுக்கிடையில் பெரிய ஏரி (இன்றைய உதகை ஏரி) இருந்ததால் அப்பெயர் இப்பகுதிக்கு ஏற்பட்டதென்பர். உதகம் என்றால் 'நீர்' என்பது பொருள்.

நீலகிரியில் பொருளியல் மாற்றம்

நீலகிரியில் ஆயர்தொழில் செய்து வந்த தொதவர்கள் மெல்ல மெல்ல விவசாயத்தில் ஈடுபட்டனர். சென்ற நூற்றாண்டின் தொடக்கத்தில் ஒரு குடும்பத்தார் 80 எருமைகள் வரை வளர்த்து அவற்றின் மூலம் ரூ 12,000 - 16,000 வரை சம்பாதித்தனர் (வாக்கர் 1989: 191).

தொதவர் பாடல்

வெயில் ஏறுகின்றது; மூடுபனி படர்கின்றது;
மழை வரலாம். இடிமுழக்கம் கேட்கின்றது;
மேகம் திரள்கின்றது. மழை கொட்டுகின்றது.
காற்றும் மழையும் வீசி அடிக்கின்றன.
எல்லாம் வல்ல தேவனே!
எங்கும் வளம் பெருகட்டும்; அறம் தழைக்கட்டும்!
எருமைகள் சினையாகட்டும்!
அவை கன்று ஈனட்டும்.
குழந்தையற்றவர்களும் குழந்தை பெறட்டும்.
இதனை நம் நாட்டுக் கடவுளரிடம் சென்றுரைப்பாய்.

தொதவர்களின் உலகப் பார்வையையும், உயர்ந்த விழுமியங்களையும், சமூக வாழ்வின் நோக்கங்களையும் இப்பாடல் விளக்குகிறது. தொதவர்களைப் பற்றி மிக விரிவாக ஆராய்ந்த ரிவர்ஸ் (1906) நூலில் மேலும் பல பாடல்களைக் காணலாம். எமனோ நூலிலும் பல பாடல்கள் உள்ளன. தியோசபி அமைப்பின் தலைவராக இருந்த ஹெலினா பிளாவஸ்கி அம்மையார் இப்பாடல்களில் காணப்படும் உயர்ந்த ஆன்மிக விழுமியங்களை வியந்து போற்றியுள்ளார்.

இன்று தம் நிலங்களை விவசாயத்திற்குக் குத்தகை விட்டு வாரம் சம்பாதிக்கும் சில தொதவர்களையும் காணமுடிகிறது. இன்றும் தொதவர்களுக்கு எருமைகள் மிக முக்கியமானவை. பால் இவர்களின் முக்கிய உணவுப் பண்டமாகும். கறக்கும் பாலை நீலகிரி அரசுக் கூட்டுறவுப் பால் சங்கத்தில் அல்லது தனியார் நடத்தும் நீலமலைப் பால் சங்கத்தில் அல்லது டீ, காபி கடைகளுக்குக் கொடுத்து வருவாய் பெறுகிறார்கள். நெய்யைச் செட்டியார் கடைகளுக்கு விற்றுவிடுகிறார்கள்.

இன்று தொதவர்களின் ஆயர் வாழ்வு வெகுவாகக் குறைந்ததற்கு அவர்களின் மேய்ச்சல் நிலம் குறைந்ததே காரணமாகும். இதற்குப் பல காரணங்கள் உண்டு. நீர் மின் திட்டங்கள் கொண்டுவரப்பட்டதும் அதனால் காடுகள் அழிந்ததும் ஒரு முக்கிய காரணம்.

பாரம்பரிய நிலங்களை இழந்த தொதவர்களுக்குப் பிரிட்டிஷ் அரசு 1843இல் தனி இடம் ஒதுக்க முடிவு செய்தது. 1863இல் ஒவ்வொரு

முதியவரிடம் தொதவப் பெண் ஆசி பெறுதல்

மந்துக்கும் 18ஹெக்டேர் நிலத்தை ஒதுக்கியது. இந்நிலம் ஊருக்குப் பொதுவானது. யாரும் தனிப்பட்ட முறையில் சொந்தம் கொண்டாட முடியாது என அரசு கூறியது. மந்தில் உள்ள குடும்பத் தலைவர்கள் பெயர்களைக் குறிப்பிட்டு இவர்கள் அனைவருக்கும் பொதுவானது என்று பட்டாசெய்து கொடுத்தது.

*1871*இல் பட்டா நிலத்தை மற்றவர்களுக்கு மாற்றித் தரக்கூடாது என்றும் *1881*இல் நிலத்தை யாருக்கும் வாரமோ குத்தகைக்கோ விடக்கூடாது என்றும் அரசு கூறியது. ஆனால் மெல்ல மெல்ல மறைமுகமாக குத்தகைவிடத் தொடங்கினர். ஆயர் தொழிலுக்கு ஏற்பட்ட நெருக்கடியில் அடுத்து இவர்கள் தங்கள் நிலங்களை விவசாயத்திற்குக் குத்தகைவிடத் தொடங்கிவிட்டனர்.

தொடக்கத்தில் உணவுக்காக மட்டும் சாமை, தினை வகைகளைப் பயிரிடத் தொடங்கிய படுகர்கள் மெல்லமெல்ல மாறி ஐரோப்பியர் அறிமுகப்படுத்திய காய்கறிகளைப் பயிரிட்டுச் சந்தைக்கு அனுப்பும் பணப்பயிர் விவசாயிகளாக மாறிவிட்டனர். சில படுகர் குடும்பத்தார் உருளைக் கிழங்கு தோட்டங்கள் பூச்சியால் பாதிக்கப்பட்டதால் அந்நிலங்களைத் தேயிலைத் தோட்டங்களாக மாற்றிவிட்டனர். தொடக்கத்தில் தேயிலைப் பயிரிடுவதற்கான பயிற்சியை நீலகிரி மாவட்டம் குன்னூரிலுள்ள 'உபாசி' நிறுவனம் அளித்தது.

1960, 70களில் பழங்குடிகள் விவசாய மேம்பாட்டிற்காகச் செயல்பட்ட இந்திய-ஜெர்மன் கூட்டுத் திட்டத்தில் ஏறக்குறைய 12 ஆண்டுகள் நல்ல பயிற்சி பெற்றனர். தொடக்கத்தில் இந்தியாவில் அமெரிக்கத் திட்டங்களில் நிகழ்ந்த தவறுகள் பலவற்றை ஜெர்மன் விஞ்ஞானிகளும் செய்தனர். ஆனால் அத்தவறுகளைப் பின்னர் திருத்திக்கொண்டனர்.

படகர்கள், தொதவர்கள், கோத்தர்கள் ஆகியோர் இத்திட்டத்தால் பயன்பெற்றனர். 5ஆவது ஐந்தாண்டுத் திட்டத்தின் மூலம் மைய அரசு மலை மேம்பாட்டுத் திட்டத்தின் மூலம் ரூ. 20,25,000 ஒதுக்கியது. இதனோடு இந்திய-ஜெர்மன் கூட்டுத் திட்டத்தின் மூலம் தொதவர்கள் நவீன விவசாயத்தில் பெரிதும் ஈடுபட்டார்கள்.

இதனால் பல மாற்றங்கள் ஏற்பட்டன. பணப் பயிர்களைப் பொறுத்தவரை பிற பழங்குடிகளைவிட கோத்தர்களே அதிக அளவில் பயிரிடுகின்றனர். கோத்தர், குறும்பர், இருளர் ஆகியோர் வீட்டைச் சுற்றியுள்ள காலி இடங்களில் தேயிலையையும் சில காய்கறிகளையும் பயிரிடுகின்றார்கள்.

குறும்பர், இருளர் பழங்குடியினர் காலங்காலமாக மானாவாரியாகப் பயிரிட்டுவந்த சாமை, கேழ்வரகு, கம்பு ஆகியவற்றை இப்போது பெருமளவு பயிரிடுவதில்லை. இன்று கோத்தர், குறும்பர் தங்கள் நிலங்களில் ஒரு ஏக்கருக்கு 10-12 மூட்டை நெல் விளைவிக்கின்றனர். தொதவர்களோ 10-15 மூட்டைகள் விளைவிக்கின்றனர். படகர்கள் ஒரு ஏக்கரில் 700-800 காலிஃபிளவர் மகசூல் பெறுகின்றார்கள்.

இன்று முட்டைகோஸ், நூல்கோல், ராடிஷ், கேரட், பீட்ருட், காலிஃபிளவர், பட்டாணி, பீன்ஸ் போன்ற காய்கறிகளும் பயிரிடப் படுகின்றன. இவற்றோடு ஜான் சுலிவன் 1822இல் இங்கு அறிமுகப் படுத்திய தென் அமெரிக்காவின் உருளைக்கிழங்கும் இன்று மிக முக்கிய பயிராக உள்ளது. இக்காய்கறிகள் இன்று இந்தியாவின் அனைத்து வெப்பமண்டல மலைப் பகுதிகளின் பொருளாதாரத்தில் முக்கிய இடம் வகிக்கின்றன.

கோத்தர்களும் கிறித்தவ மதம் மாறிய தொதவர்களும் இன்று நகரப் பண்பாட்டின் நடுத்தர வர்க்கத்தினராக மாறிவிட்ட நிலையில் பலரும் தொழிற்கல்வி, சட்டம், நிர்வாகம், ஆசிரியர் தொழில் போன்ற பல அரசுப் பணிகளில் பணியாற்றத் தொடங்கிவிட்டனர். நவீன

ஈர மயிர் சடைகளுடன் தொதவப் பெண்களின் பாரம்பரிய நடனம்

கல்வியும் நவீன தொழிலும் சமூகப் பண்பாட்டு மாற்றத்திற்குக் காரணமாக அமைந்துள்ளன. கூடவே கிறித்தவ மதமாற்றமும் இதற்கு ஒரு காரணமாக அமைந்தது.

நீலகிரி அந்நியவயமாதல்

நீலகிரியில் படகர்களின் குடியேற்றம் 15ஆம் நூற்றாண்டில் நிகழ்ந்தது. ஹொய்சாள தளபதி பூணிசா நீலகிரி மலைமேல் படையெடுத்து துதுவாக்களை (தொதவர்களை) அடக்கியதாகச் சாம்ராஜ் நகர் கல்வெட்டு ஒன்று தெரிவிக்கிறது. இதன் பின்னரே ஆங்கிலேயர்களின் குடியேற்றம் நிகழ்ந்தது. நீலகிரியைப் பொறுத்தவரை 1821க்கு முன் அங்கு முழுக்க முழுக்க அம்மலைக்குரிய குடிகளே (படகர்களையும் சேர்த்து) வாழ்ந்து வந்தார்கள். 1821க்குப் பிறகு வெளியாரின் குடியேற்றம் தொடங்கியது. 1961இல் நிலைமை தலைகீழாக மாறி விட்டது. 140 ஆண்டுகளில் மலைக்குரியவர்கள் 25%ஆகவும் மற்றவர்கள் 75%ஆகவும் இருக்கக்கூடிய தலைகீழ்மாற்றம் ஏற்பட்டுவிட்டது. இன்று மரங்களடர்ந்த மலைச்சரிவுகளுக்குப் பதில் இயற்கை அழிந்த, கட்டடங்கள் நிறைந்த சூழலையே காணமுடிகிறது.

நீலகிரி மலைகளில் 1830இல் தொடங்கப்பட்ட காப்பித் தோட்டங்கள் 1840களில் மெல்லமெல்ல அதிகமாயின. மிகவும் குறிப்பிட்டுக் கூற வேண்டுமானால் 1833இல் சோதனை முறையில் காப்பி பயிரிடப்பட்டது.

தேயிலைப் பயிரின் முதல் விதை 1832-1833இல் கேத்தி என்னும் ஊரில் அறிமுகமாகியது.

அடுத்த 20 ஆண்டுகளுக்குப் பின்னர் இது வணிக ரீதியாகப் பயிரிடப்பட்டது. 1863-64களில் 40% தோட்டங்கள் ஏற்படுத்தப்பட்டன (கிரிக் 1880:483). 1869களில் 300 ஏக்கர்களாக இருந்த தேயிலைத் தோட்டம் 1897இல் 3000-4000 ஏக்கர்களாக விரிவடைந்தது (டன்னா 1970: 21). நீலகிரியில் காப்பி, தேயிலைத் தோட்டங்கள் பிரபல மடைந்தது போல் ரப்பர் தோட்டங்கள் பெருகவில்லை.

மேஸ்திரி அல்லது கங்காணிகளே கூலிகளை வெளியிடங்களிலிருந்து கொண்டு வருவதற்குப் பொறுப்பேற்றிருந்தனர். பெருந்தோட்டங்களின் உரிமையாளர்கள் வெளியாராக இருந்ததுடன் இத்தோட்டங்களில் பணிபுரிய மலபார், மைசூர், கோயம்புத்தூர் பகுதிகளிலிருந்து கொண்டுவரப்பட்ட கூலிகளின் குடியேற்றம் காலப்போக்கில் விரிவு பெற்றது.

இன்றும் நீலகிரியின் வடபகுதிச் சரிவுகளில் உள்ள கொடநாடுத் தோட்டங்களில் கன்னடம் பேசும் கூலிகளும், அதனையடுத்த சரிவு களில் மலையாளம் பேசும் மலபார் கூலிகளும் இருப்பதைக் காண முடிகிறது (ஹைட்மன்-மிஸூஷிமா 1985: 166-70). காலப்போக்கில் தேயிலை, காப்பித் தோட்டங்கள் அதிகமாக ஏற்படுத்தப்பட்டதால் பழங்குடிகளின் சுதந்திரமான காட்டுப் பகுதிகள் குறைந்துபோன துடன் வெளியாரின் ஆக்கிரமிப்பும் அதிகமானது.

இந்நிலையில் 1847இல் 7674 பழங்குடிகளும், 3045 இந்துக்களும், 4941 பறையர்களும் இங்கு இருந்துள்ளனர் (மேலது: 162). ஆனால் கடந்த நூற்றாண்டின் தொடக்கத்திலேயே நீலகிரி மலைகளில் 40% மக்கள் வெளியாராக இருந்தனர் (ஹைட்மன் 1997: 150). இந்த மக்களிடம் வழங்கும் கதைகளின்படி 1859, 1869 ஆகிய ஆண்டுகளில் நீலகிரி மலை களில் நடுவட்டத்திலும், தாய்சோலை பகுதிக்குரிய ரிசர்வ் காடுகளிலும் சிறை வைக்கப்பட்ட சீனக் கைதிகள் தேயிலை வளர்ப்பதிலும் டீ தூள் தயாரிப்பதிலும் பயனுள்ள பல செய்திகளைக் கற்றுக்கொடுத்துள்ளனர் (டன்னா 1970: 17-18).

இலங்கையிலிருந்து 1970களில் தமிழகம் வந்த அகதிகளில் சில குழுக் களைத் தேயிலைத் தோட்டங்களில் குடியமர்த்தினர். 19ஆம் நூற்றாண்டில்கூட இலங்கைத் தமிழர்கள் ஆங்கிலேயர்களால் இந்தத் தோட்டங்களில் பணி அமர்த்தப்பட்டார்கள் (ஹைட்மன் 1997: 155).

பாரம்பரிய உடை, மயிர் அலங்காரத்துடன் தொதவப் பெண்கள்

தொதவர், கோத்தர் ஆகிய பூர்வகுடிகளும்
வந்தேறி படகர்களும்: மக்கள்தொகை வளர்ச்சி வீதம்

	குடிமதிப்பு ஆண்டுகள்										
பழங்குடி	*1871*	*1881*	*1891*	*1901*	*1911*	*1921*	*1931*	*1941*	*1951*	*1961*	*1971*
தொதவர்	*28:1*	*35:1*	*40:1*	*42:1*	*51:1*	*63:1*	*71:1*	*89:1*	*98:1*	*112:1*	*129:1*
கோத்தர்	*18:1*	*22:1*	*25:1*	*27:1*	*33:1*	*33:1*	*38:1*	*59:1*	*56:1*	*89:1*	*82:1*

விஜயநகர மன்னர்களின் ஆட்சி கர்நாடகத்தில் 1565 வாக்கில் சிதைந்த பின்னர் முகலாய ஆட்சிக்குப் பயந்து படகர்கள் கர்நாடகத்தி லிருந்து ஓடிவந்து நீலகிரியில் குடியேறினார்கள். 16ஆம் நூற்றாண்டில் அகதிகளாகக் குடியேறிய இவர்கள் 1812இல் 2200ஆக இருந்தனர். ஆனால் 1981இல் 150,000 ஆக பெருகி விட்டதோடு நீலகிரியில் முக்கிய ஆதிக்க சக்தியாகவும் மாறிவிட்டனர்.

இந்நிலையில் நீலகிரி மலையில் பூர்வகுடிகள் ஒரு புறமும், பல்வேறு இன, மொழி, சமய, சமூக மக்கள் மறுபுறமும் சேர்ந்து 1800களுக்கு முன்னர் பூர்வகுடிகள் மட்டுமே வாழ்ந்த இந்தப் பகுதியைப் பன்மைத்தன்மையுடைய பகுதியாக மாற்றிவிட்டனர். இதனைத் தொடர்ந்து நிகழ்ந்து வரும் சமூக, பொருளாதார, சுற்றுச் சூழல் சார்ந்த இடைவினைகளும் எதிர்வினைகளும் பழங்குடிகளின் வாழ்க்கையைப் பெரிதும் பாதித்துள்ளன.

இங்குள்ள அட்டவணை மூலம் நீலகிரியில் படகர்களின் எண்ணிக்கை எவ்வாறு தொதவர், கோத்தர் ஆகியோரைவிட அதிகரித்துக்கொண்டே வந்தது என்பதை அறியலாம்.

1871இல் 28 படகர்களுக்கு ஒரு தொதவர் என்ற நிலையிருந்தது. ஆனால் 100 ஆண்டுகளில் இந்த அளவானது பன்மடங்கு பெருகி 129 படகர்களுக்கு ஒரு தொதவர் என்ற அளவில் குடித்தொகைப் பின்னடைவு ஏற்பட்டது. அவ்வாறே 1871இல் 18 படகர்களுக்கு ஒரு கோத்தர் என்ற நிலை தொடங்கி 1971இல் 82 படகர்களுக்கு ஒரு கோத்தர் என்று மாறிவிட்டது. இப்புள்ளிவிவரம் மூலம் பூர்வகுடிகள் எண்ணிக்கையில் ஆதிக்க சக்தியாக மாறவில்லை என்பதை அறிய முடிகிறது (ஹாக்கிங்ஸ் 1989: 208).

ஆங்கிலேயர்கள் நீலகிரி மலையில் நவீன பொருளாதாரத்தை அறிமுகப்படுத்திய பின் அது ஒன்றுக்கடுத்து ஒன்றாக ஒரு சங்கிலித் தொடர்போல் பல மாற்றங்களை ஏற்படுத்தியது. இத்தகு மாற்றங்கள்

அரைவட்டக் கொம்புடைய தொதவர்களின் பாரம்பரிய எருமை இனம் (நாகூ)

சுற்றுச்சூழல் முதல் பொருளாதார நடவடிக்கைகள் வரை பெரும் தாக்கத்தை ஏற்படுத்தின. எடுத்துக்காட்டாக ஒன்றை மட்டும் கவனத்தில்கொள்வோம். வேட்டையில் நாட்டம் கொண்ட ஆங்கில அதிகாரிகள் ஒன்றரை நூற்றாண்டுகளில் நீலகிரி ஓநாய்களைத் தொடர்ந்து வேட்டையாடியதால் அந்த இனம் ஒன்றுகூட இல்லாத அளவிற்கு அழிந்துவிட்டது. புலிகளும் சிறுத்தைகளுங்கூட இதே கதிக்கு வந்துவிட்டன.

நீலகிரிக்குரிய பல தாவர இனங்கள் நகரமயமாக்கத்தாலும் தொழில் மயமாக்கத்தாலும் அழிந்துவிட்டன. கனடா-இந்திய அரசுகளின் கூட்டுத் திட்டத்தில் உருவான அணைக்கட்டுகளால் பல ஆயிரம் ஹெக்டேர் நிலங்களும் அதிலிருந்த விலங்கினங்களும் தாவர இனங் களும் அழிந்துவிட்டன. ஹிந்துஸ்தான் நிழற்படச் சுருள் தொழிலகம், புரோட்டீன் பொருள்கள் உற்பத்தியகம், வெலிங்டன் இராணுவ முகாம் ஆகியவை தொதவர்களின் பகுதியில் உருவாக்கப்பட்டன. மேலும் பல நூறு ஹெக்டேரில் யூகாலிப்ட்ஸ், வேலமரங்கள் நடப் பட்டன.

யூகாலிப்டஸ் 1842இல் ஆஸ்திரேலியாவிலிருந்து இங்கு அறிமுகப் படுத்தப்பட்டது (லெங்கர்கே & பிளாஸ்கோ 1989: 50). இவற்றால் மரபான தாவரங்களைக்கொண்ட மலைச்சரிவுகள் அழிந்தன.

இந்த அழிவு பழங்குடிகளின் வாழ்வில் நேரடியான பாதிப்புகளை உருவாக்கியது. காட்டுவளத்தை நம்பி வாழ்ந்த இருளர், குறும்பர்களின் வாழ்க்கை கேள்விக்குறியாகியது. தேயிலை, காப்பிப் பெருந் தோட்டங்களின் உருவாக்கத்தால் இவர்களின் நிலைமை மேலும் மோசமடைந்தது.

இவ்வாறு ஏறக்குறைய ஒன்றரை நூற்றாண்டுகளில் நீலகிரி குடிகளிடம் பல மாற்றங்கள் விரைந்து ஏற்பட்டுவிட்டன. இருளர், குறும்பர், காட்டுநாயக்கர் ஆகியோர் காடுகளில் சுதந்திரமாகச் சுற்றித் திரிந்து வேட்டையாடி உணவு சேகரிக்கும் பழந்தொழில் சுருங்கி விட்டது. இவர்கள் தேயிலை, காப்பித் தோட்டங்களில் தினக்கூலி களாக வேலை செய்யத் தொடங்கிவிட்டனர். 1951ஆம் ஆண்டு கொண்டுவரப்பட்ட பெருந்தோட்டத் தொழிலாளர் சட்டத்தின்படி தோட்டங்களில் ஒப்பந்தத் தொழிலாளர் முறையை ஒழிக்க வேண்டி யிருந்தது. இதனால் தோட்ட உரிமையாளர்கள் நிரந்தர வேலை கொடுக்க வேண்டியவர்களாய் மாறினர்.

சமூகப் பணியில் வாசமல்லி

உலகிலேயே மிகவும் அதிகமாகப் படிக்கப்பட்ட பழங்குடிச் சமூகம் இருக்குமென்றால் அது நீலகிரியின் உச்சியில் வாழக்கூடிய தொதவர் சமூகமாகத்தான் இருக்கும். இவர்களைப்பற்றி 200க்கும் மேற்பட்ட ஆய்வுகள் நடந்துள்ளன. அந்த அளவுக்குத் தனிச்சிறப்பு பெற்ற பழங்குடி அது. பால் ஹாக்கிங்ஸ் (1978) தொகுத்துள்ள ஆய்வடங்கல் இதற்குச் சான்றாகும்.

இச்சமூகத்தின் முதல் பட்டதாரி வாசமல்லி. நீலகிரியில் குண்டாறு அருகில் உள்ள காரிகாடு மந்துவைச் (சிற்றூர்) சேர்ந்தவர் இவர். குருகுல கல்வி மூலம் எட்டாம் வகுப்புவரை படித்தார். பள்ளிப் படிப்புக்குப் பின் உயர்கல்வி பெறவேண்டுமென விரும்பினார். பெற்றோர்கள் சம்மதிக்கவில்லை; விடாப் பிடியானவர் வாசமல்லி; படிக்கக் கிளம்பிவிட்டார்.

கோயம்புத்தூரில் உள்ள அவினாசிலிங்கம் பல்கலைக்கழகத்தில் மனையியல் பட்டம் பெற்றார். படிக்குங் காலத்திலேயே அவரிடம் சமூக உணர்வும் பொதுநல உணர்வும் அதிகமாகிவிட்டன. தொதவர்களின் அறியாமைகளைப் போக்கிப் பெண்களை

முன்னேற்றப் பாதையில் கொண்டுசெல்ல வேண்டுமென்ற தீவிர உந்துதல் இவரிடம் இருந்துகொண்டே இருந்தது.

இக்காலகட்டத்தில் தொதவர் சமூகத்தைச் சேர்ந்த போதலிக் குட்டன் என்பவர் இளைஞர் அமைப்பின் மூலம் சமூக சீர்த்திருத்தப் பணிகளில் தீவிரம் காட்டிவந்தார். படித்த இளைஞர் களை ஒன்றிணைத்துச் சமூக மேம்பாட்டுக்கான சிந்தனைகளை வளர்த்துக் கொண்டிருந்தார்.

போதலிக் குட்டனின் முதன்மையான சீர்திருத்தப் பணி என்பது சடங்கு சம்பிரதாயங்கள் என்ற பெயரில் எருமைகளைப் பலியிடும் பழக்கத்தை மாற்றுவதாகும். தொதவர்களின் வாழ்வு எருமைகளை மையமிட்டது. சீதனம் கொடுக்க வேண்டு மென்றாலும்சரி, திருமணமானாலும்சரி, குழந்தை பிறந்தாலும் சரி, இறப்புச்சடங்கானாலும் சரி எல்லாவற்றிலும் முக்கிய இடம்வகிப்பது எருமைதான்.

நீலகிரியில் தொதவர்களின் எருமைகள் ஒரு தனித்துவமான நாட்டினம். இந்த இனத்து எருமைகளின் கொம்புகள் நீண்டு, உருண்டு, வளைந்து ஒரு பெரிய அரைவட்டம் போல காட்சி யளிக்கும். இவ்வாறு இரண்டு அரை வட்டக் கொம்புகள் கொண்ட பல எருமைகள் ஓரிடத்தில் மேயும் போது அதனைக் காணுகின்ற காட்சியென்பது ஓர் அபூர்வமான, அலாதியான அனுபவமாகும்.

தொதவர்கள் பாரம்பரியமாக ஆயர் வாழ்வு சார்ந்தவர்கள். பாலும் பால் பொருள்களும் முக்கியமானவை. அவற்றை மற்றவர்களுக்குக் கொடுத்துத் தங்கள் தேவைகளைப் பூர்த்தி செய்து வந்தார்கள். எருமை நெய் இல்லாமல் கோயில்களில் விளக்கு ஏற்ற மாட்டார்கள். தொதவர்கள் நோய் நொடிகள் இல்லாமல் வாழ்கிறார்கள் என்றால் அதற்கு அவர்கள் பயன்படுத்தும் எருமைகளின் பால், மோர், தயிர், நெய்தான் காரணம். தொதவர் களின் எருமைகள் அப்பழுக்கற்ற மூலிகைச் செடிகளை மேய்கின்றன. மூவாயிரம் அடிகளுக்கு மேல் வளரும் புற்களையும் தழைகளையும் மேய்கின்றன. அவை தரும் பால் மிகவும் இயற்கையானது; சத்துக்கள் நிறைந்தது.

இவ்வளவு சிறப்பு மிக்க எருமைகளைத் தொதவர்கள் சடங்கு சம்பிரதாயங்களில் பலியிட்டு அழித்துக்கொண்டிருந்தார்கள்.

பண்டைய நாள்களில் சமூகத்தில் ஒருவர் இறந்துவிட்டால் அவரது உறவினர் எருமைகளில் ஒன்றை மேற்குத் திசை நோக்கித் துரத்தி விடுவார். அவர்களின் ஆதி தொல் தெய்வம் நஞ்சுண்டீஸ்வரன் மேற்குத் திசையில்தான் உள்ளார். மேலும் இறந்தவர் மேலுலகம் சென்றுவிட்டதால் அவருக்கு அந்த எருமை பால் கொடுக்கும் என்பது தொதவர்களின் நம்பிக்கை. காலப்போக்கில் எருமைகளை மேற்குத் திசை நோக்கித் துரத்திவிடுவதற்குப் பதிலாக இறந்தவரின் சவக்குழிக்கு அருகிலேயே கொன்று புதைக்கும் பழக்கத்தை மேற்கொண்டனர்.

இவ்வாறு எருமைகளைப் பலியிடும் பழக்கத்தை ஒழிக்க போதலிக் குட்டன் தீவிரப் பரப்புரை செய்து வந்தார். வாசமல்லி தொடக்கத்தில் தொதவர்களின் பாரம்பரிய பழக்கத்தை மாற்றுவது இயலாது என எண்ணியிருந்தாலும் போதலிக் குட்டனின் பரப்புரை நியாயமானது என்பதை விரைவிலேயே உணர்ந்தார். இதனால் உதகையில் இந்துஸ்தான் போட்டோ ஃபிலிம் தொழிற்சாலையில் தாம் செய்துவந்த பணியை 2002இல் விட்டுவிட்டார். விருப்ப ஓய்வு எடுத்துக்கொண்டு முழு நேரமும் சமூகப் பணிக்காகத் தம்மை அர்ப்பணித்துக்கொண்டார்.

அப்போது ‘பஞ்சபாண்டவர் தொதவர் எருமை மாடு வளர்ப்போர் சங்க’ த்தின் பொறுப்பாளராக இணைந்து வாசமல்லி பணியாற்றத் தொடங்கினார். ஏறக்குறைய 15 ஆண்டுகால முழுநேர சீர்த்திருத்தப் பணிகள் மூலம் மாற்றம் ஏற்பட்டிருக்கிறது. இப்போது பெரும்பாலும் எருமைகளை யாரும் கொல்வதில்லை. பழைமையிலிருந்து இன்னும் விடுபட முடியாதவர்களே எங்காவது எப்போதாவது தெரியாமல் சடங்குகளில் எருமைகளைப் பலியிடுகிறார்கள். அவர்களையும் மாற்ற வேண்டும் என்பதே வாசமல்லி குட்டன் தம்பதியரின் முயற்சியாகும். இந்தப் பணியின் ஈர்ப்பால் வாசமல்லி போதலிக் குட்டனைக் காதலித்துப் பதிவுத்திருமணம் செய்துகொண்டார்.

வாசமல்லி இப்போது ஒரு தேர்ந்த சமூக இயக்கவாதியாக அறியப்படுபவர். கல்வி, ஆய்வு சார்ந்த உயராய்வு நிறுவனங்களில் நடைபெறும் கருத்தரங்குகள், உரையரங்குகளில் பங்கேற்றுத் தொதவர்களின் வாழ்வுமுறை பற்றியும் மாற்றங்கள் பற்றியும்

விவாதிக்கிறார். இந்தியாவில் பழங்குடிகளுக்கான முன்னேற்றம் எப்படி இருக்கவேண்டுமென்ற விவாதங்களையும் முன்னெடுக் கிறார். அவரது ஆங்கில மொழிப்புலமை அனைவரையும் கவர்ந்துள்ளது; தொதவர் மொழியில் நல்ல பாடகராகவும் விளங்குகிறார்.

வாசமல்லி இப்போது தொதவர்களின் வழக்காறுகளை (குறிப்பாகப் பாடல்கள், கதைகள்) ஆவணப்படுத்தி வருகிறார். ஜவகர்லால் நேரு பல்கலைக்கழக மொழியியல் ஆய்வாளர் கார்த்திக் நாராயணனுடன் இணைந்து சாகித்திய அகாதெமி மூலம் தொதவர் வாய்மொழிப் பாடல்கள், கதைகள் பற்றிய ஒரு தொகுப்பு (2017) வெளியிட்டுகள்ளார். இத்தொகுப்பு தொதவர்கள் பற்றிய ஒரு புது வரவாகும். தொதவர் மொழிக்கான ஓர் அகராதியையும் வாசமல்லி எழுதி வருகிறார். இத்தகைய அகவயத்தார் செய்யும் முயற்சிகள் வரவேற்கத்தக்கவை.

தொதவர்கள் பழங்காலம் தொட்டு எருமைகளை வளர்க்கும் ஆயர்களாக வாழ்ந்து வந்தார்கள். ஆங்கிலேயர்களின் வருகைக்குப் பின்னர் நகரமயம், நவீனமயம், தொடர்புவசதிகள், பணப் பொருளாதாரம், நவீன கல்வி, நவீன வேலைவாய்ப்பு முதலானவற்றை நுகரத் தொடங்கினார்கள். இதனால் அவர்களின் ஒற்றைத் தன்மை கொண்ட ஆயர் வாழ்வு இன்று பன்முகப்பட்ட கலப்புப் பொருளாதார வாழ்க்கையாக மாறியுள்ளது.

11

சாதியின் முன்வடிவம்

தொல் மூலங்கள், படிமலர்ச்சி, மீட்டுருவாக்கம்

தமிழகத்தின் பெரும்பான்மையான மலைவாழ் பழங்குடிகள் மேற்கு மலைத் தொடர்ச்சியிலும் (சஃயாத்ரி மலைகள்) கிழக்கு மலைத் தொடர்ச்சியிலும் வாழ்கிறார்கள். கிழக்கைவிட மேற்குத் தொடர்ச்சி மலைகள் சில இடங்களிலும், மேற்கைவிட கிழக்குத் தொடர்ச்சி மலைகள் சில இடங்களிலும் இயற்கை வளம் மிகுந்து காணப் படுகின்றன.

ஆனைமலை, ஏலமலை, நீலகிரி மலை, பழனிமலை, சேர்வராயன் மலை இவையனைத்தும் ஒத்த தோற்றம் கொண்டவை. ஜுராசிக் காலத்திற்குப் பிந்தைய (Post-Jurasic) காலத்திலும், டெர்ஷியரி காலத்தின் கடைசியிலும் இம்மலைகள் தோன்றின. இம்மலைகளில் உள்ள காடுகள் மித வெப்பமண்டலக் காடுகள் என்னும் வகையைச் சேர்ந்தவை (பாய்ரியர் 1989: 79-80).

பல பழங்குடிகள் ஒரே வகையான மலைத் தொடர்ச்சிகளில் வாழ்ந்தாலும் ஒருபடித்தான வாழ்க்கை முறையைக் கொண்டிருக்க வில்லை. மலைகளில் வாழத் தொடங்கிய கால, இடச் சூழலுக் கேற்பவும், வாழ்க்கைத் தொழில்நுட்பத் திறனுக்கேற்பவும், நிகழ்ந்து வருகின்ற மாற்றங்களை ஏற்றுக்கொண்டு வந்துள்ள அளவிலும் பழங்குடிகளின் வாழ்க்கைத் தகவமைவு வேறுபடுகிறது.

இயற்கைக்கும் மனிதனுக்குமான உறவே தகவமைப்பில் முக்கிய கூறாகும். யுனெஸ்கோ தனது 'மனிதன்-இயற்கை' ஆய்வுத் திட்டம் மூலம் நீலகிரி மலைத்தொடரை இந்தியாவிலேயே முதல் உயிர்வெளிப் பாதுகாப்பு (biosphere reserve) இடமாக 1980இல் தேர்ந்தெடுத்தது.

கோத்தர்களின் அண்மைக்கால வீடுகள்

இயற்கைக்கும் மனிதனுக்குமான உறவு வேறெங்கும் இல்லாத ஒன்றாக இங்கு அமைந்திருப்பதே இதற்குக் காரணம். இவ்வுறவை ஆராய்ந்தறியவும் பேணிக் காக்கவும் இத்திட்டம் உருவாக்கப்பட்டது (பேர்டு-டேவிட் 1997: 5).

ஆங்கிலேயர்கள் 1819இல் உதகமண்டலம் என்னும் ஊரை அமைத்து அங்குத் தங்க முற்பட்டனர். ஆனால் தொதவர்களைப் பற்றிய தகவல்கள் முதன் முதலில் 1602இல் இத்தாலி நாட்டுக் கிறித்தவ மதப்பணியாளர் அருட்பணி ஃபினிசியோ அவர்களால் எழுதப்பட்டது. இவருக்குப் பின் கிழக்கிந்தியக் கம்பெனியாளர்கள் இரண்டு நூற்றாண்டுகளுக்குப் பின் இங்கு வந்து தங்கி பல்வேறு மக்களைப் பற்றி அறிந்துகொள்ள முற்பட்டார்கள். 1819இல் நீலகிரிக்கு வந்த ஜான் சுல்லிவன் என்பவரே நீலகிரியின் பொருளாதார மாற்றத்திற்கு வித்திட்டார். தேயிலை, ஐரோப்பியக் காய்கறிகள், புதிய தானிய வகைகள், பழங்கள் ஆகியவற்றை இங்கு அறிமுகப் படுத்தினார்.

984 சதுர மைல்கொண்ட இந்த மிகச் சிறிய பரப்பில் வாழும் பழங்குடிகளின் வாழ்வு முறை உலக அளவில் மானிடவியலர்களின் பெருங்கவனத்தை ஈர்த்து வந்துள்ளது. நீலகிரியிலுள்ள பழங்குடி களைப் பற்றி (பழங்குடியல்லாத படகர் உட்பட) 1978 வரையிலும் 576 ஆய்வுகள் நடந்திருப்பதே இதற்குச் சான்றாகும் (ஹாக்கிங்ஸ்

1978). கடந்த 30 ஆண்டுகளில் நடந்த மேலும் பல ஆய்வுகளையும் இவற்றோடு சேர்த்துக்கொண்டால் ஏறக்குறைய 700 ஆய்வுகள் மேற்கொள்ளப்பட்டுள்ளதாகக் கருதலாம்.

நீலகிரிப் பழங்குடிகளின் மரபான பொருளியல் தகவமைப்பும் மாறிவரும் சூழலும் கருத்தூன்றி ஆராய்வதற்குரியன. இம்மலைகளில் தொதவர், கோத்தர், குறும்பர், படகர், இருளர் ஆகிய ஐந்து குடியினர் வாழ்கின்றனர். ஒவ்வொருவரும் வெவ்வேறு மொழி பேசும் தனிக் குடியாயினும் இவ்வைந்து குடியினரும் நீண்ட நெடுங்காலமாக ஒருவருக்கொருவர் சார்ந்து வாழும் ஒரு சமூக அமைப்பாக (symbiotic social system) இயங்கி வந்தவர்கள்.

தொதவர்கள் எருமைகளை வளர்க்கும் ஆயர்கள். மேற்கூறிய ஐந்து குடிகளில் இவர்களே மலையின் மிக உயர்ந்த உச்சிப் பகுதியில் (கடல் மட்டத்திலிருந்து ஏறக்குறைய 5500 அடி) 67 மந்துகளில் (குடியிருப்புகள்) வாழ்கின்றார்கள். இவர்கள் மொழியில் எருமை களைப் பற்றி நூற்றுக்கும் அதிகமான சொற்கள் உண்டு.

இவர்களுக்கடுத்து கோத்தர்கள் 4500 அடி உயரத்தில் 7 கோகாலில் (ஊர்கள்) வாழ்கின்றார்கள். இவர்கள் பஞ்ச கம்மாளர்கள் செய்யக்கூடிய இரும்பு, பொன், மரம், மண் வேலைகள் செய்பவ ராகவும், தோல் பொருள்கள் செய்யும் கலைஞராகவும், பிற குடியினர் சடங்குகளில் இசை ஊழியம் செய்யும் கலைஞர்களாகவும், விவசாயி யாகவும் வாழ்கின்றார்கள்.

படகர்கள் (பழங்குடி அங்கீகாரம் பெறாதவர்கள்) 3000 அடி உயரத்தில் அமைந்துள்ள நிலங்களில் விவசாயம் செய்பவர்கள். இவர்கள் 373 ஹட்டிகளில் (ஊர்களில்) வாழ்கின்றார்கள்.

குறும்பர்கள் காடுகளில் உணவுப்பொருள்கள் தேடியும், மந்திர வைத்தியங்கள் செய்தும் பிழைப்பவர்கள். இவர்களின் குடியிருப்புகள் (கொம்பைகள்) இருவேறு உயரங்களில் அமைந்துள்ளன. 9 கொம்பைகள் கோத்தர்கள் வாழும் உயரத்திலும், 16 கொம்பைகள் படகர்கள் வாழும் உயரத்திலும் உள்ள காடுகளில் உள்ளன.

அடுத்து, இருளர்கள் 1500அடி உயரத்திலுள்ள காடுகளில் வாழ்ந்து கொண்டு, காட்டுப்பொருள்கள் சேகரித்தும், எளிமையான மலைச் சரிவு விவசாயம் செய்தும் பிழைக்கிறார்கள். இவர்கள் 23 மொட்ட களில் (குடியிருப்புகள்) வாழ்கிறவர்கள் (ஹாக்கிங்ஸ் 1989: 369).

கோத்தர் பெண்களின் நடனம்

நீலகிரி மலையில் மேற்கூறிய ஐந்து குடிகளும் மலையின் ஒவ்வொரு பகுதியைத் தம் வாழ்வாதாரமாகக் கொண்டுள்ளதால் இவர்களின் பொருளாதாரத் தகவமைப்பும் சமூகப் பண்பாட்டு உறவுகளும் விரிவான 'பண்பாட்டுச் சூழலியல்' (cultural ecology) அணுகுமுறையில் ஆராய்வதற்குரியது. இத்தகு அணுகுமுறைவழி சுற்றுச்சூழல் எவ்வாறு அங்கு வாழும் மக்களின் பண்பாட்டை வடிவமைக்கிறது என்றும், பண்பாடானது மக்கள் தங்களைச் சூழ்ந்திருக்கும் சுற்றுச்சூழலை எவ்வாறு வடிவமைக்கிறது என்றும் நுட்பமாக அறியலாம்.

மேற்கூறிய குடிகளில் மலையின் அடிப்பகுதியில் உள்ள இருளரைத் தவிர்த்து மற்ற நான்கு குடிகளிடம் காலம் காலமாகக் காணப்பட்ட பொருளாதாரப் பரிவர்த்தனையும், ஒருவருக்கொருவர் சடங்கியல் சார்ந்த சார்பும் நீலகிரிக்கேயுரிய ஒரு தனித்துவமாகும்.

தொதவர்கள் தம்மிடமுள்ள பால், பால் பொருள்களையும், சடங்கின்போது பலியிடும் எருமைகளின் இறைச்சியையும் மற்ற குடியினருடன் பகிர்ந்துகொள்வார்கள்.

தொதவர்கள் தங்கள் சடங்குகளை நடத்தும்போது இரண்டு பொருள்களைக் குறும்பர்களிடமிருந்து பெற்றுக்கொள்வது வழக்கம். இரண்டாம் சாவுச் சடங்கின்போது 'தட்ரி' எனப்படும் நீண்ட கழியைத்

சாதிக்கு முன்னர் எது?

சாதிமுறை என்பது வேந்தர்கள் காலத்திலும் பேரரசு உருவாக்கக் காலத்திலும் உருவான ஒரு சமூக வடிவம். சங்ககாலம் வரை சாதியச் சமூக முறை வலுப்பெறவில்லை. சாதியச் சமூகத்துக்கு முன்பு பண்டைய தமிழ்ச் சமூகம் 'குடி' எனும் அமைப்பில் அசைவியக்கம் கொண்டிருந்தது. ஒவ்வொரு குடியும் அதன் திணை சார்ந்து சுதேசியாக இயக்கம் பெற்றிருந்தது.

சங்ககாலம் வரை 'குடி' அமைப்புடைய சமூகமுறையே பண்டைத் தமிழகத்தில் இருந்தது என்பதற்குச் சான்றுகள் பல உள்ளன. குடி அமைப்பின் சிறப்பம்சம் என்னவெனில் ஒவ்வொரு குடியும் தனித்தனியான தொழிலையும் வாழ்வாதாரத்தையும் கொண்டிருந்தது. ஒரு சுதேசித் தன்மையைப் பேணி வந்தது.

வெவ்வேறு தொழில் செய்துவந்த குடிகளுக்கிடையில் மணவுறவு கொள்வதில் தடையேதும் இருந்ததாகத் தெரியவில்லை. இது ஒரு ஆரம்பகால நிலைதான். ஆகவே, குடிப் புறமணம் (kudi exogamy) ஏற்புடைய முறையாக இருந்துள்ளது. அதனால்தான் 'யாயும் ஞாயும் யாரா கியரோ, எந்தையும் நுந்தையும் எம்முறைக் கேளிர்' (குறுந். 40) எனும் கூற்று ஒரு முதுமொழியாகச் சிறப்புப் பெற்றது.

அரசனின் மகன் சிறுகுடிப் பரதவர் சமூகத்தைச் சேர்ந்த தலைவியோடு பழக முனைந்தான்.

இவளே கானல் நண்ணிய காமர் சிறுகுடி
நீல் நிறப் பெருங்கடல் கலங்க உள்புக்கு (நற்.45)

பின்னர் இருவரும் திருமணம் செய்துகொள்கின்றனர். சங்க இலக்கியத்தில் 'சிறுகுடி' எனும் சொல் 49 இடங்களில் வந்துள்ளது. ஊர்ப் புறமணம் (118, 220, 272, 300), நிலம் சார்ந்த புறமணம் (நற். 67), திணைக் கலப்பு மணம் (குறுந். 184,311; அகம். 140,390; நற். 331) முதலான மணமுறைகள் வழக்கில் இருந்தன. இவை யாவும் புறமணமுறையின் வெவ்வேறு வடிவங்கள்.

நெல்லும் உப்பும் நேரே, ஊரிர்
கொள்ளிரோ எனச் சேரிதொறும் நுவலும் (அகம். 390)

எனும் அடிகள் உப்பு விற்கும் நெய்தல் பெண்ணிடம் மருதத்

தலைவன் காதல்கொள்வதைக் கூறுகின்றன.

குட்டுவன் இரும்பொறைக்கு மையூர் கிழாஅன்
வேண்மாள் அந்துவஞ்செள்ளை ஈன்ற மகன் (பதிற். 9)

எனும் பதிற்றுப்பத்து அடிகள் குட்டுவன் இரும்பொறை எனும் சேர மன்னன் வேளிர் குடியில் தோன்றிய வேண்மாள் அந்துவஞ் செள்ளை எனும் வேளிர் குடிப்பெண்ணை மணம் செய்து கொண்டதைக் கூறுகின்றன.

சங்ககாலம் வரை நன்கு அறியப்பட்ட இக்குடிகள் ஒருபடித் தானவை (homogenous), படிநிலையற்றவை, சுதேசியானவை. குறவர்குடி, எயினர்குடி, கானவர்குடி, ஆயர்குடி, இடையர்குடி, பரதவர் குடி, உமணர் குடி, பாண்சமூகத்திற்குரிய 16 வகையான குடிகள் (பாணர், பொருநர், வயிரியர், துடியர், கிணைவர், அகவுநர் போன்றவர்கள்) முதலான இன்னும் பல்வேறு குடியினரும் குடி அமைப்புடைய சமூகமாகக் காணப்பட்டார்கள். இதன் பின்னர் பிராமணர்கள் முன்னெடுத்த அகமண முறையை மற்ற குடிகளும் தழுவத் தொடங்கியதால் குடி என்பது சாதியாக உருமாறியது. சாதிகளின் தோற்றத்திற்கு அகமண உருவாக்கமே முதன்மையான காரணமாக அமைந்தது.

தொதவர்கள் நடனமாடப் பயன்படுத்துகிறார்கள். சடங்கு முடிந்தபின் அக்கழியை எரித்து விடுவர். அடுத்ததாக, சாவுச் சடங்கில் எருமையைப் பலியிடுவதற்கான 'தெய்கீ' எனப்படும் கம்பமும் குறும்பர்களிட மிருந்தே பெறுகின்றார்கள்.

கோத்தர்களோ கருமார், தட்டார், ஆசாரி, குயவர், இசைக் கைவினைஞர் ஆகிய ஐந்து தொழிற் சேவைகளைச் செய்பவர்களாக உள்ளனர். இவர்கள் தம்முடைய ஊழியத்தை மற்றவர்களுடன் பகிர்ந்து கொள்வர்.

கோத்தர்கள் இரும்புப் பட்டறைகள் வைத்திருக்கிறார்கள். அதை'செரவேல்' என்கின்றனர். இதில் இரும்பு, பொன், வெள்ளி ஆகிய உலோகங்களைக் கொண்டு கைவினைப் பொருள்கள் செய்கின்றனர். மேலும் பானை வனைதல், தோல் பதனிடுதல், கயிறு திரித்தல், பயிர்த் தொழில் செய்தல், தச்சு வேலைகள் செய்தல் ஆகியவை கோத்தர்களின் தொழில்களாகும். தொதவர், படகர்

ஆகியோரின் வாழ்வியல் சடங்கு சம்பிரதாயங்களில் இசைக் கருவிகள் வாசிக்கும் இசைவாணர்களாகவும் கோத்தர்கள் விளங்குகின்றனர். எருமைத் தோலைக் கொண்டு கயிறு திரிப்பதிலும் வீடுகளுக்குக் கூரை வேய்வதிலுங்கூட கோத்தர்கள் வல்லவர்கள்.

கோத்தர்கள் தொதவர்களுக்குத் தேவையான வில், அம்பு, கூடை (தெக்), கத்தி (கப்கட்டி), சல்லடை (குட்சுமான்) போன்ற பல்வேறு பொருள்களைச் செய்து தருவர். தொதவர், படகர், குறும்பர், இருளர் ஆகியோரின் குடியிருப்பு ஒவ்வொன்றுக்கும் உரிய முட்டுக் கோத்தர்கள் இருக்கிறார்கள்.

மேலும், தொதவர்களின் முதல் சாவுச் சடங்கின்போது பிணத்தைச் சுற்றுவதற்கான புத்குலி எனப்படும் துணி, சாமை, ஓரிரு ரூபாய் அனைத்தையும் கோத்தர்கள் தருவர். அவ்வாறே 'மர்வைனொல்கெதர்' எனப்படும் இரண்டாம் சாவுச் சடங்கின் போதும் முதல் சடங்கிற்குக் கொடுத்ததைவிட கூடுதலாகக் கொடுப்பார்கள்.

இவற்றிற்கு ஈடாக இறந்துபோன எருமைகளையும், பலியிடப்பட்ட எருமைகளையும், பால், நெய், தானியம், வாழைத்தார் போன்ற பொருள்களையும் தொதவர்களிடமிருந்து பெறுவர்.

குறும்பர்களோ, அவர்கள் சேகரிக்கும் காட்டுப் பொருள்களையும் காலம் காலமாகச் செய்துவரும் மந்திர மருத்துவத்தையும் பிறருடன் பகிர்ந்துகொள்வர்.

படகர்கள் தம் வேளாண் பொருள்களை மற்றவரிடம் பெறும் பொருள் அல்லது ஊழியத்திற்காகக் கொடுப்பார்கள். படகர்கள் தங்கள் நிலங்களில் விதைக்கும் பணியைத் தொடங்கும் போது ஒரு கைப்பிடி தானியத்தை முதலில் விதைக்கும்படி குறும்பர்களைக் கேட்டுக் கொள்கின்றனர். அவ்வாறே அறுவடையின் போதும் முதல் அறுப்பைக் குறும்பனே செய்வான். முதலில் அறுத்த கைப்பிடித் தாளையும் அரிவாளையும் படகரிடம் கொடுக்க அவர்கள் தொடர்ந்து அறுவடை செய்வார்கள். அறுவடைக்குப் பின் விளைச்சலுக்குத் தக்கவாறு குறும்பர்கள் படகர்களிடமிருந்து தானியங்கள் பெறுவார்கள்.

இவ்வாறு நான்கு குடிகளும் ஒன்றுக்கொன்று சார்ந்து செயல்பட்ட போக்கு இந்தத் துணைக்கண்டத்தில் பின்னாளில் ஏற்பட்ட சாதிமுறைக்கு முன் காணப்பட்ட ஒரு 'முன்வடிவம்' என்றோ பழங்குடிச் சமூகத்தில் ஏற்பட்ட ஒரு 'மாறுபட்ட சாதியமைப்பு' என்றோ

கோத்தர் ஆடவர்களின் நடனம்

எண்ண இடமுண்டு. விதையின்றி மரமில்லை என்பதுபோல் ஓர் அடிப்படை இல்லாமல் எந்த ஒன்றும் தோன்ற முடியாது. சாதி முறைக்கு முன்வடிவமே பழங்குடிகளின் ஒருவருக்கொருவர் சார்புகொண்ட கூட்டு வாழ்வு என மானிடவியலர்கள் பலரும் கருதுகின்றார்கள் (மேண்டல்பாம் 1941, 1952; கௌல்டு 1967; பேர்டு-டேவிட் 1997; ஹாக்கிங்ஸ் 1980; வாக்கர் 1986; இன்னும் பிறர்). 1930களுக்குப் பிறகு இத்தகு ஒருவருக்கொருவர் சார்ந்துவாழும் மாறத் தொடங்கியது.

12

ஜாகீர்தார் முறை

காலனிய நிர்வாகத்தில் நிலவரிமுறை

இந்தியாவில் ஆங்கில நிர்வாகம் வலுவாக நிலைபெற்றவுடன் நில உரிமைகள், நிலத்திலிருந்து வருவாய் பெறுதல் ஆகிய இரண்டையும் மூன்று வகைகளில் செயல்படுத்தத் தொடங்கினார்கள். அவை: 1. ஜமீன்தாரி முறை 2. ரயத்துவாரி முறை 3. மஹல்வாரிமுறை. பழங்குடிப் பிரதேசங்களில் ஆட்சிமுறையை வலுப்படுத்திய பிரிட்டிஷ் நிர்வாகம் அந்தந்தப் பிரதேசத்திற்கேற்ப இம்மூன்றில் ஒரு முறையைச் செயல்படுத்தினார்கள் (கருப்பையன் 1990: 1185-86).

1790களில் பழங்குடிகளின் மலைப் பகுதியில் ஆங்கிலேயர்கள் நில வரி முறையைச் செயல்படுத்தத் தொடங்கினர். சேலம் மாவட்டத்தில் முதல் ஆட்சியராகப் பொறுப்பேற்ற அலெக்சாண்டர் ரீடு (1792-1799) 10.12.1797இல் ரயத்வாரி நிலவரிமுறையைச் செயல்படுத்தினார்.

கிராமத்தின் அனைத்து விவசாயிகளிடமிருந்தும் கிராமத் தலைவர்கள் நிர்ணயிக்கப்பட்ட தொகையை வரியாக வசூலித்துக் கம்பெனி அலுவர் களிடம் சேர்த்தனர். இதன் பின்னர் நிரந்தர வரிவசூல் செய்ய ஆங்கில அரசு விரும்பியதால் 1802ஆம் ஆண்டு ஜமீன்தாரி நிலவரித் திட்டம் (ரெகுலேஷன் 25) கொண்டு வரப்பட்டது. இது 'மிட்டாமுறை' என்றும் வழங்கப்பட்டது. வரிப்பளுவைத் தாங்காத மிட்டாதாரர்கள் மிட்டாக்களை அரசிடமே ஒப்படைத்ததால் 1820ஆம் ஆண்டு ரயத்துவாரி முறையே மீண்டும் நடைமுறைக்கு வந்தது.

நிலவரி நிர்வாகம்

மூன்றாம் மைசூர்ப் போரின் முடிவில் ஆங்கில கிழக்கிந்திய வணிகக் குழு அரசால் உருவாக்கப்பட்ட பழம்பெரும் மாவட்டம் சேலம்.

தளபதி அலெக்சாண்டர் ரீடு (1792-1799) இம்மாவட்டத்தின் முதல் ஆட்சியாளர். தமது ஆட்சிக்குட்பட்ட பகுதிகளில் நிலவரியைச் சரி செய்வதே அவரது நோக்கம். 1793 முதல் 1797 முடிய மாவட்டத்தின் பெரும்பகுதி நிலம் அளவீடு செய்யப்பட்டது. 1797 டிசம்பர், 10ஆம் நாள் 'ரயத்வாரி' நிலவரி முறையைச் செயல்படுத்தினார். ஒரு கிராமத்தினின்று கிடைக்கும் வரித்தொகைக்கு அனைத்து விவசாயி களுமே பொறுப்பேற்றனர். கிராமத் தலைவர்கள் விவசாயிகளுக்கு நிர்ணயிக்கப்பட்ட தொகையைப் பெற்றுக் கம்பெனி அலுவலரிடம் சேர்த்தனர். வணிகக்குழு அரசு இம்முறையை விரும்பவில்லை. அது நிரந்தர நிலவரித் திட்டத்தைக் கொண்டுவர விழைந்தது.

எனவே, 1802ஆம் ஆண்டு ஜமீன்தாரி நிலவரித் திட்டம் (ரெகுலேஷன் - 25) கொண்டுவரப்பட்டது. சேலத்தில் இது 'மிட்டா முறை' என வழங்கப்பட்டது. மிட்டாதாரர் ஒவ்வோர் ஆண்டும் அரசுக்குச் செலுத்த வேண்டிய நிலையான தொகை நிர்ணயிக்கப்பட்டது. வரிப் பளுவைத் தாங்கவொண்ணாத மிட்டாதாரர் பலர் தமது மிட்டாக்களை அரசிடமே திரும்ப ஒப்படைத்தனர். 1820ஆம் ஆண்டில் மீண்டும் ரயத்வாரி முறையே நடைமுறைக்கு வந்தது. ஆனால் அனைத்து மிட்டாக்களும் ஒழிக்கப்படவில்லை. அதன் பின்னர், விவசாயிகளின் வரிப்பளுவைக் குறைக்க 'கவுல்' முறை வந்தது. முதலில் குறைவாகவும், அடுத்தடுத்த ஆண்டுகளில் அதிகமாகவும் வரி செலுத்தும்முறை இது. 1859இல் நிலங்கள் மீண்டும் அளக்கப்பட்டுப் பலவகைகளாகப் பிரிக்கப்பட்டு, தரத்திற்கேற்ப வரியைப் பெறும் தரங்கம்மி நிலவரி முறை புகுத்தப்பட்டது. இதுவே 1871 வரை நீடித்தது. 1904இல் நிலப்பட்டாக்கள் சரிபார்க்க மறுநில அளவை நடைபெற்றது.

ஆத்தூர் மலைகளில் அமானிமுறை

ஆத்தூர் வட்டத்தின் அஞ்சூர் மலைகளும் பச்சை மலைகளும் 1830இல் அமானி கிராமங்களாக அறிவிக்கப்பட்டன. அமானி கிராமங்களில் அரசால் நியமிக்கப்பட்ட மணியக்காரர் இருப்பார். ஆட்சித் தலைவர் ஓர் (1829-38) இம்முறையை ஆணையிட்டு அப்பகுதி விவசாயிகள் சீரான நிலவரியாக ஒரு குழிக்கு 8 அணா வீதம் செலுத்தப் பணித்தார். மண்வெட்டி பயன்படுத்தப்படும் விவசாயத்திற்கே இந்தக் கட்டணம். அதுவே ஏர் உழவானால் குழிக்கு 2 முதல் 3 ரூபாய். பச்சைமலை கிராமங்களில் மண்வெட்டிக்குக் குழிக்கு 12 அணா, ஏர் உழவுக்கு ரூ. 1-4-0 வரி. இந்த விரி விதிப்பிற்காக நில அளவை செய்யப்

படவில்லை தோராயமாகக் கணக்கிடப்பட்டது. அருநூற்று மலையில் வரி செலுத்துவதில் பட்டாதரார்களிடையே ஏற்பட்ட தகராறினால் பலர் விவசாயத்தை நிறுத்திவிட்டு மலையிலிருந்து போய்விட்டனர். எனவே, இங்கும் அமானிமுறை கொண்டுவரப்பட்டுக் குழி ஒன்றுக்கு ரூ. 5 வீதம் விதிக்கப்பட்டது (அதாவது ஏக்கருக்கு ரூ. 1-4-11).' (மா. மு. மணி 1996: 23-25).

ஜாகீர்தார் முறை

விஜயநகர ஆட்சிக் காலம் தொடங்கி, மராட்டியர் ஆட்சி, கர்நாடக நவாபுகளின் ஆட்சி, ஆங்கிலேயர் ஆட்சி ஆகிய பல்வேறு காலகட்டங் களில் மலைவாழ் மக்களிடம் பல்வேறு வகையான வரிவசூல் செய்யும் உரிமை 'ஜாகீர் முறை' எனப்படும். இத்தகு ஜாகீர்கள் பலர் ஒவ்வொரு மலையிலும் இருந்துள்ளதைப் பல்வேறு ஆவணங்கள்வழி அறிய முடிகிறது.

கல்வராயன் ஜாகீர் முறை குறித்து அறிய முற்படுவோம். 106 கிராமங்கள் கொண்ட கல்வராயன் மலையில் பின்வரும் மூன்று ஜாகீர்கள் உரிமை பெற்றிருந்தனர் (கிருட்டிணமூர்த்தி 1992: 145-53):

அரியக் கவுண்டர் ஜாகீர்
குறும்பக் கவுண்டர் ஜாகீர்
சடையக் கவுண்டர் ஜாகீர்

அரியக் கவுண்டர் ஆர்க்காடு நவாபிடம் இராணுவ வேலை செய்தவர். இவருடைய உண்மையான, விசுவாசமான உழைப்பைப் போற்றும் வகையில் நவாப் இவரைக் கல்வராயன் மலை ஜாகீராக நியமித்தார். இதன் பின்னர் அரியக் கவுண்டர் வழியில் குறும்பக் கவுண்டருடன் மணவழி உறவு ஏற்பட்டதால் தன் அதிகாரத்தைப் பிரித்தார். அதனால் குறும்பக் கவுண்டரும் ஜாகீராக ஆனார்.

சடையக் கவுண்டர் ஆங்கிலேயர் ஆட்சியில் அவர்களுக்குச் செய்த உதவிக்காக ஜாகீர் உரிமை பெற்றார். 1870ஆம் ஆண்டு ஏற்பட்ட ஒப்பந்தம் மூலம் (இணைப்பு-3) இதனை அறியலாம். காலனி ஆட்சிக்குப்பின் நாயக்கர் காலந்தொட்டு தமிழகத்தை ஆண்ட அரசர்கள் வரிவசூல் செய்யும் முறையைக் கவனிப்பதற்காக ஜாகீர் முறையைத் தொடர்ந்து நடைமுறைப்படுத்தினர்.

ஜாகீர்தார் தத்தம் பகுதிகளில் வசூல் செய்யும் நாள் முன்கூட்டியே ஊர் மூப்பன்களுக்குத் தெரிவிக்கப்படும். ஜாகீர்தார் பல்லக்கில்தான்

> **மன்னான்**
>
> தமிழகத்தில் ஏலமலையில் முதுவன்கள் வாழும் பகுதிக்குத் தெற்கே தொடங்கி பெரியாறு அணைக்கட்டுப் பகுதிவரை இவர்கள் வாழ்கின்றனர். பெரியாற்றின் கிழக்கே அதிகம் காணப்படுகின்றனர். இவர்கள் கேரளத்திலும் வாழ்கின்றார்கள்.
>
> கடந்த காலத்தில் மருமக்கள்தாய முறையைப் பின்பற்றி வந்த இவர்கள், இப்போது மக்கள்தாய முறைக்கு மாறிவிட்டார்கள். மரபான மருத்துவம் நன்கு அறிந்திருப்பினும் 'சாட்டு' என்னும் பேயோட்டியைப் பெரிதும் சார்ந்துள்ளனர்.
>
> இறந்தவர்களைப் புதைப்பர்; புதைத்த இடத்திற்கு மேலே ஒரு கொட்டகை அமைப்பர். சாவுக்குப்பின் ஓராண்டு கழித்து இறந்தவருக்கு உணவும் சாராயமும் படைப்பர்.
>
> முன்னோர்களை வழிபடும் முறை 'தாமதமாகப் பலன் பெறும் சமூக முறை'க்கு அடிப்படை என்பதை இங்கு நினைவுபடுத்திக் கொள்ளலாம்.

செல்வார். அவருடன் குறைந்தது 50பேர் செல்வர். வரி வசூல் செய்யும் நாள்கள் அல்லாது திருவிழா, வழக்கு விசாரித்தல், வழிபாடு போன்ற நிகழ்ச்சிகளுக்கும் ஜாகீர்கள் செல்வார்கள். இவை தவிர உல்லாசப் பயணமும் செல்வதுண்டு. ஜாகீர்களின் பயணத்திற்கு முன் ஊர்ப் பாதைகள் சுத்தம் செய்யப்பட்டு மாவிலை, காட்டுத் தழை ஆகிய வற்றைக் கொண்டு வழி நெடுகிலும் தோரணங்கள் கட்டப்படும்.

ஜாகீர் அரண்மனையிலிருந்து (சற்று வசதியான வீடு) புறப்படும் போது தீவட்டிக் கொளுத்தி பல்லக்கின் முன் ஒருவர் செல்வார். பல்லக்குத் தூக்கிகள் ஜாகீரைப் பல்லக்கில் உட்காரவைத்துத் தோள் மீது சுமந்து செல்வார்கள். ஊர் எல்லையில் இசைக்கருவிகளுடன் உற்சாகமான வரவேற்பு இருக்கும். ஊர் மக்கள் அனைவரும் ஜாகீரை வணங்குவார்கள். ஜாகீர் மலை கிராமங்களுக்குச் செல்லும் போது பழங்குடிப் பெண்கள் ஆரத்தி எடுக்கும்போது அந்தப் பெண்களுக்கு ஜாகீர் காணிக்கை தருவார்.

ஜாகீரின் பணிகளை அந்தந்த ஊரின் மூப்பன், நாட்டான், கவுண்டன், கங்காணி ஆகியோர் உடனிருந்து கவனிப்பார்கள். வரிவசூலித்தல், வழக்கு விசாரித்தல் முக்கியமான அலுவல்களாக

இருக்கும். விருந்தும், இரவில் கேளிக்கை, கூத்து, பாட்டு முதலியவை யும் நடைபெறும்.

வழக்கு விசாரணையின் போது ஜாகீர் கலந்துகொண்டால் சில சமயம் தண்டனை மிகக் கடுமையாக இருக்கும். கட்டிப் போட்டு அடித்தல் கடுமையான தண்டனையாகும். அப்போது சிலர் இறப்பதும் உண்டு. அவ்வாறு இறந்தால் அது அவனது விதி என்றே கூறப்படும்.

நவராத்திரி விழாவின்போது மூப்பன் உள்ளிட்ட முக்கியஸ்தர் களும் கிராம மக்களும் ஜாகீருடைய அரண்மனைக்குச் சென்று அவருக்கு அன்பளிப்பு வழங்குவர். இதற்கு 'உலுப்பை உறங்குதல்' என்று பெயர். 'உல்பத்' என்னும் உருதுச் சொல்லிற்கு அன்பு பாராட்டுதல், அன்பளிப்பு வழங்குதல் என்பது பொருள். மலைவாழ் பழங்குடிகள் ஜாகீர்களுக்கு உல்பத்தாக தேன், சந்தனம், வாழை, நெய், மூங்கில் போன்ற இன்னும் பல வகையான காடுபடு பொருள்களைக் கொடுப்பார்கள். அதன் பின்னர் ஜாகீர் வந்தவர்களுக்கு விருந்தும் துணியும் அளித்து மகிழ்விப்பார்.

கல்வராயன் மலையில் ஜாகீர்தார் முறை ஒழிந்து இன்றுள்ள நிர்வாகமுறை நடைமுறையில் உள்ளது. மேற்கூறிய மூன்று ஜாகீர் பகுதிகளும் இன்று வெள்ளிமலை, மோட்டாம்பட்டி, கிளாக்காடு ஆகிய மூன்று வட்டங்களாகப் பிரிக்கப்பட்டுள்ளன.

ஆத்தூர் வட்டத்தில் அஞ்சூர் மலை, பச்சைமலை கிராமங்கள் 1830இல் அமானி கிராமங்களாக அறிவிக்கப்பட்டன. 1860இல் சேர்வராயன் மலைப்பகுதிக்கு அதிக வரிவசூல் கொடுப்போருக்கு அம்மலைகளை ஏலம் விட பிரிட்டிஷ் அரசு சட்டமியற்றியது. ஆங்கில அரசானது நேரடி ஆட்சி செய்யத் தொடங்கியபின் மலைநிலங்களில் பெருந்தோட்டம் போட ஐரோப்பியர்களுக்கு ஏராளமாக நிலம் வழங்கியது. அடுத்து, மறுநில அளவை மூலம் மலைகள் தரம் பிரிக்கப்பட்டு வரிச் சீர்திருத்தங்கள் கொண்டுவரப்பட்டன (மா.மு. மணி 1996).

ஜாகீர்கள் விதித்த வரிகள்

மலைவாழ் பழங்குடிகளிடமிருந்து ஜாகீர்கள் தங்கள் ஆடம்பர வாழ்க்கைக்காகப் பல்வேறு வரிகளை விதித்தனர் (கிருட்டிண மூர்த்தி 1992: 154-55). அவை:

கொடுவாள் வரி. காட்டுமரங்களை வெட்டுவதற்குப் பயன்

காலின் மெக்கன்சி

மெக்கன்சி சுவடிகளில் தமிழகப் பழங்குடி மக்கள் எனும் நூலைத் தமிழ்ப்பல்கலைக் கழகத்தின் மேனாள் துணைவேந்தர் முனைவர் ம. இராசேந்திரன் (2014) எழுதியுள்ளார். அதில் காலின் மெக்கன்சி தொகுத்த சுவடிகளின் முக்கியத்துவத்தை இவ்வாறு குறிப்பிடுகிறார்.

வேர்களைத் தேடும் பயணத்தில் கையில் அகப்பட்டவர் காலின் மெக்கன்சி.

தமிழக, இந்திய அரசுகள் மேற்கொள்ளும் நெறிமுறைகளை இருநூறு ஆண்டுகளுக்கு முன்னர் இயல்பாக மேற்கொண் டுள்ளார் காலின் மெக்கன்சி.

தொல்பொருளியல், நாணயவியல், வரைபடவியல், மானிடவியல், நாட்டுப்புறவியல், மதம், தத்துவம் சார்ந்த அறிவியல் போன்ற பல்வேறு துறைகளின் ஆய்விற்கும் முன்னோடியாகவும் வழிகாட்டியாகவும் விளங்குகின்றன மெக்கன்சி சுவடிகள்.

சங்க இலக்கியத்தைத் தொகுத்தோன் தொகுப்பித்தோன் எனும் மரபின் தொடர்ச்சியாகத் திருமுறைகளைத் தொகுத்தலுக்குப் பின் உ.வே. சா., சி. வை. தா. ஆகியோர் காலத்திற்கும் முன்னதாக மெக்கன்சியின் தொகுப்புப் பணி நடந்துள்ளது.

ஊர் ஊராகச் சென்று உ.வே.சா. தொகுத்ததைப் போலவே அவருக்கும் முன்னோடியாகக் காலின் மெக்கன்சி சுவடிகளைத் தொகுத்துள்ளார். தமிழகம் மட்டுமின்றி, இந்தியாவின் பிற பகுதிகளுக்கும் இலங்கை, ஜாவா தீவுகளுக்கும் சென்று சுவடி களைத் தொகுத்துள்ளார்.

கைப்பணத்தைச் செலவழித்து உதவியாளர்களை வைத்துக் கொண்டு அவர் தொகுத்த சுவடிகள் சில கல்வெட்டுகளுக்கும் இப்போது மூல ஆதாரமாக விளங்குகின்றன.

தஞ்சைப் பெரிய கோயிலில் உள்ள மராட்டிய வம்சாவளி பற்றிய கல்வெட்டுகளில் காணப்படும் பிழைகளை நீக்கிக்கொள்ள உதவுகிற வகையில் அந்தக் கல்வெட்டுக்கும்

முந்தைய காலத்தைச் சேர்ந்த போன்சுலே வம்ச சரித்திரம் எனும் தமிழ்ச்சுவடி மெக்கன்சி தொகுப்பில் உள்ளது.

இருநூறு ஆண்டுகளுக்கும் முன்னர் மெக்கன்சி பார்க்கக் கிடைத்த கல்வெட்டுகள் இப்போது இருந்த இடம் தெரியாமல் சிதைந்து போயுள்ளன. இந்நிலையில் கல்வெட்டுகளைப் பார்த்துப் படியெடுத்துச் சேர்க்கப்பட்டுள்ள மெக்கன்சியின் தொகுப்பில் உள்ள அக்கல்வெட்டுப் படிகளே, பல கல்வெட்டுகளுக்கு இன்றைக்கு மூலமாக உள்ளன.

இவ்வாறு தமிழகத்தின் பன்முகப் பாங்கினை வெளிப் படுத்தும் அரிய பல செய்திகளைத் தன்னகத்தே கொண்டு விளங்கும் மெக்கன்சியின் தொகுப்புப் பற்றியும் அவருடைய வரலாறு பற்றியும் அறிவது வேர்களைத் தேடும் விருப்பம் உடையோர்க்கு மகிழ்வைத் தரும் (ம. இராசேந்திரன் 2014: v-vi).

படுத்தப்பட்ட கொடுவாளுக்கு வரி வசூலிக்கப்பட்டது. இந்த வரி குடும்பத்திலுள்ள ஆண்களின் எண்ணிக்கையைப் பொறுத்து வசூலிக்கப்பட்டது. கொடுவாள் வைத்திருக்கும் ஒருவருக்கு ரூ 5 என விதிக்கப்பட்டது.

குடிவரி. வீடுகட்டி வாழ்பவர்களுக்குத் தனி வரி வசூலிக்கப்பட்டது. இவ்வரி குடும்ப வரி, தலைக்கட்டு வரி என்றும் கூறப்பட்டது.

வெள்ளாட்டு வரி. ஆடுகள் வைத்திருப்பதற்கான வரி. ஆடுகளின் எண்ணிக்கைக்கேற்ப வரியின் அளவு கூடும்.

கால்நடை வரி. மாடுகள் வைத்திருப்பதற்கான வரி. மாட்டுக்கு ஒரு ரூபாய் என வரி வசூலிக்கப்பட்டது.

வீட்டுவரி. வீடுகளுக்கு வசூலிக்கப்பட்ட வரி.

புனம்காடு வரி. காடுகளை வெட்டித் திருத்திப் பயிரிடப் பயன்படுத்திய நிலத்தின் அளவுக்கேற்ப வரி வசூலிக்கப்பட்டது.

புல்வரி. வீடுகட்டப் பயன்படுத்திய மஞ்சள் புல் அறுக்க வாங்கப் பட்ட வரி.

ஏர் வரி. இது கலப்பை வரி என்றும் கூறப்பட்டது. ஒரு குடும்பத்தில் எத்தனை கலப்பைகள் இருந்தன எனக் கணக்கிட்டு அதன்படி வரி

வசூலிக்கப்பட்டது. ஒரு கலப்பைக்கு ரூ 1.25 வசூலிக்கப் பட்டது.

திருமண வரி. திருமணம் நடைபெறும்போது இரு வீட்டாரிடமும் வசூலிக்கப்பட்ட வரி. ஒவ்வொரு திருமணத்திற்கும் ரூ 7 வரியாகும்.

காவாலிவரி. திருமணமாகா ஆண், பெண்களுக்கு ஒருவருக்கு ரூ 1 வீதமும், திருமணமான ஆண், பெண்களுக்கு ஒருவருக்கு ரூ 2 வீதமும் வரி வசூலிக்கப்பட்டது.

கூட்டுவரி, நாட்டுவரி. பஞ்சாயத்து நடத்துவதற்கு முன்பும், கூட்டம் கூட்டுவதற்கும் வசூலிக்கப்பட்ட வரி. பஞ்சாயத்தில் கலந்துகொண்டு நியாயம் முடித்ததற்கான வரி நாட்டு வரி எனப்பட்டது. மேற்கூறிய வகையில் ஒரு ஜாகீருக்கு வரிகள் மூலம் ஆண்டு ஒன்றுக்கு (1976க்கு முன்பு) ரூ 2500-5000 வரை கிடைத்ததாம்.

ஆங்கிலேயர் ஆட்சிக் காலத்தில் பல்வேறு இடங்களில், வெவ்வேறு கட்டங்களில் நிரந்தர நிலவரித் திட்டம் செயல்படுத்தப்பட்டது. அவற்றில் ஜமீன்தாரி முறை, மிட்டாதாரி முறை (வரி வசூல் ஏலம் விடும் முறை), கிராமக் குத்தகை (கிராமத்தை ஏலம் விடும்முறை), ரயத்துவாரி முறை (நில அளவை மூலம் வரி வசூல் செய்தல்), இனாம்தாரி முறை (கொடை/தானம் பெற்ற நிலத்திற்குக் குறைவான வரி செலுத்துதல்) முதலானவை முக்கியமானவை. ஒவ்வொரு முறையிலும் சில குறைபாடுகள் இருந்தன. பழங்குடிப் பிரதேசங்கள் பலவற்றிலும் ஜமீன்தாரி முறை பரவலாக இருந்தது.

13

பழங்குடிகளும் பன்றியும்
உணவு, பாரம்பரியம், நெருக்கடிகள்

தமிழகத்தில் மிகுந்த எண்ணிக்கையில் வாழ்பவர்கள் மலையாளிப் பழங்குடிகள். இவர்கள் கொல்லிமலை, பச்சைமலை, ஏலகிரி மலை, ஜவ்வாது மலை, கல்வராயன் மலை, சேர்வராயன் மலை, சித்தேரி மலை, பாலமலை முதலான மலைகளில் வாழ்கிறார்கள்.

மலையாளிப் பழங்குடியினரின் பண்பாட்டில் மாற்றங்களைத் தூண்டும் ஓர் அயற்பண்பாட்டுக் காரணிக்கும் அவர்களின் மரபுவழி நம்பிக்கைக்கும் இடையே நிகழும் இடைவினையை இந்த இயலில் நாம் காணலாம். இப்பழங்குடியினரின் வாழ்வில் பன்றிகள் பிரிக்கவியலா பிணைப்பைப் பெற்றுள்ளன. இந்தப் பிணைப்பு மரபுவழியில் வரும் ஒரு நம்பிக்கையின் அடிப்படையில் நிலவுகிறது. அண்மைக் காலங்களில் அரசுத் துறையினரின் குறுக்கீட்டால் இவர்கள் வாழ்வில் இரண்டறக் கலந்துவிட்ட பன்றி வளர்ப்புமுறைக்குப் புதிய நெருக்கடியும் திருப்பமும் ஏற்பட்டுள்ளன.

மலையாளிகளும் பன்றியும்

தமிழகத்தில் வாழும் பிற பழங்குடிகளைப் போலல்லாது மலையாளிகள் பன்றிகளோடு மிகுந்த தொடர்பைப் பெற்றுள்ளது தனிக் கவனத்திற்குரியது. பாலூட்டி இனத்தைச் சேர்ந்த இச்சிறிய விலங்கு மலையாளிகளின் தொன்மம், வழக்காறுகள், சமயம், திருமணம் முதலானவற்றோடும் பிற பண்பாட்டு நிறுவனங்களோடும் நெருக்கமாகத் தொடர்புகொண்டுள்ளது.

இதனால் மலையாளிகளின் பண்பாட்டை ஆராயும்போது இவ்விலங்கின் தொடர்பைக் குறிப்பிடாமல் முடியாது. இவர்கள் இவ்விலங்கோடு கொண்டுள்ள தொடர்பை இம்மக்கள் வழங்கும் பின்வரும் தொன்மத்திலிருந்து அறியலாம்.

மலையாளிகள் ஏலகிரிமலைக்குக் குடியேறுவதற்கு முன்பு பசுவைத் தவிர வேறு எந்த விலங்கையும் வளர்க்க முற்பட்டதில்லை. இவர்கள் வணங்கிய தெய்வங்களுக்கு எந்தவித உயிரினத்தையும் பலியிட்டதில்லை. இவ்வாறு இருக்கையில், ஒருநாள் மலையாளிப் பழங்குடித் தலைவன் காஞ்சியில் தங்களது குடியிருப்பில் குல தெய்வமான நாச்சம்மாளை வழிபட்டுக் கொண்டிருந்தான். அப்போது நாச்சம்மாள் அவன் முன் தோன்றி என் காதலரான நாச்சப்பாவிற்கு (சிவன்) அன்பளிப்பு தர ஒரு சிறிய விலங்கினைத் தரவேண்டும் எனக் கேட்டாள்.

வணங்கும் தெய்வம் நேரில் தோன்றி பரிசுப்பொருள் கேட்டது குறித்து மிகவும் வியந்து போனான். ஏதாவது ஒரு விலங்கைத் தரவேண்டும் என விரைந்தான். அவர்கள் குடியிருப்பு முழுவதும் அலைந்து திரிந்தான். ஒரு விலங்கையும் கண்டுபிடிக்க முடியவில்லை. அதனால் மனம் நொந்துபோனான். பின்னர் தன் சகாக்கள் பலரைத் துணைக்கு அழைத்துக்கொண்டு மீண்டும் விலங்கைப் பிடிக்கும் முயற்சியில் ஈடுபட்டான். இறுதியாக அவர்கள் குடியிருப்பு எல்லையில் திரிந்துகொண்டிருந்தபோது அவர்களை நோக்கி ஒரு பன்றி வருவதைக் கண்டு வியந்து போனான். ஒருகணம்கூட சிந்திக்காமல் உடனே அதைப் பிடித்துக்கொண்டுபோய் நாச்சம்மாளிடம் கொடுத்தனர்.

நாச்சம்மாள் அதைப் பெற்றுக்கொண்டு நன்றி தெரிவித்தாள். ஒரு சில நொடிகளே அவர்கள் முன் தோன்றிய நாச்சம்மாள் பழங்குடியினர் நம்ப முடியாத நிலையில் உடன் மறைந்து போனாள். மறுநாள் அடையாளம் தெரியாத ஒருவர் மலையாளிகளின் குடியிருப்புக்கு வந்து நாச்சம்மாள், நாச்சப்பா திருமணத்திற்கு வருமாறு பழங்குடித் தலைவனையும் மற்றவர்களையும் அழைத்தார். மலையாளிப் பழங்குடியினர் அனைவரும் இந்தச் செய்திகேட்டு மகிழ்ந்தனர். தாங்கள் கொடுத்த பன்றி மூலம் நாச்சம்மாள் அவள் காதலரை மணந்துகொள்கிறாளே என வியந்தனர்.

திருமணம் முடிந்த பிறகு நாச்சம்மாள் மலையாளிப் பழங்குடித் தலைவனை அழைத்து உமது பன்றி மூலம் என் காதலரை மணந்து கொண்டேன். ஆகவே அந்த விலங்கைக் கொண்டு சென்று வளர்த்துக் கொள்ளுங்கள் எனக்கேட்டுக் கொண்டாள். மலையாளிகளும் தாங்கள் வணங்கும் நாச்சம்மாளின் அன்பளிப்பை மகிழ்வுடன் பெற்றுக் கொண்டு வீடுவந்து சேர்ந்தனர்.

முகமதிய ஆதிக்கத்திலிருந்து விடுபட்டு வாழ காஞ்சியிலிருந்து குடிபெயர்ந்தபோது பன்றியைத் தவிர வேறு எதையும் உடன் கொண்டுசெல்லவில்லை. இன்று ஏலகிரி மலையாளிகளிடையே பன்றி சாதாரணமான விலங்காகக் கருதப்படாமல் சமயத்தோடும் வரலாற்றோடும் பிணைந்துவிட்ட ஒரு 'பண்பாட்டு அடையாள'மாகத் திகழ்கிறது. அதோடு மலையாளிகளின் உள்ளார்ந்த பண்பாட்டு நெறிகளில் பன்றி நிலையான இடத்தைப் பெற்றுள்ளது. சமுதாய வாழ்வில் முதன்மையான நிறுவனங்களின் செயற்பாடுகளும் இவ் விலங்கை மையமாகக் கொண்டுள்ளன.

வேறு எந்த நிகழ்ச்சியைக் காட்டிலும் திருமண நிகழ்ச்சியில் பன்றியின் பங்கு அதிகம். திருமண நிகழ்ச்சியைத் தொடங்கும் முன் அவர்கள் வணங்கும் தெய்வத்தின் அருளைப் பெறவேண்டும் என விரும்புகின்றனர். அதோடு நாச்சம்மாள், நாச்சப்பா ஆகிய இருவரையும் இணைத்த பெருமை பன்றிக்கு உண்டென்பதால் மணமக்களின் இரண்டு குடும்பங்களையும் இணைப்பதற்கு இவ்விலங்கே உகந்தது என எண்ணுகின்றனர்.

இதனால் திருமண ஒப்பந்தத்தின்போது மணமகளின் தந்தை மணமகன் வீட்டாருக்கு ஒரு பன்றியையும், 5 கிலோ சாமையையும் (தினைவகை) தருவது வழக்கம். திருமணம் முடிந்தபின் மணமகன் அப்பன்றியை அவன் வீட்டிற்குக் கொண்டு சென்று வளர்ப்பான். மண மகளின் தந்தை மணப் பணமாகப் பன்றியைக் கொடுப்பது போன்று மணமகளின் தந்தை 'தாலிக்கட்டுச் சடங்கு' (திருமணம்) முடிந்தபின் விருந்தினர்களுக்குப் பன்றி இறைச்சியுடன் விருந்திடவேண்டும்.

மலையாளிக் குடும்பங்களுக்கிடையே திருமணத்தின்போது பன்றி பெற்றுள்ள முக்கியத்துவத்தை இதன்மூலம் அறியலாம். ஏலகிரி மலையிலுள்ள மூன்று சிற்றூர்களில் குடும்பங்களின் எண்ணிக்கையையும் அவர்கள் வளர்க்கும் பன்றிகளின் எண்ணிக்கை யையும் பின்வரும் அட்டவணையில் காணலாம். என்னுடைய 1980ஆம் ஆண்டு களப்பணி விவரங்களுக்கடுத்து கிடைக்கப்பெற்ற ஜக்கா பார்த்தசாரதி (1987) அவர்களின் ஆய்வு விவரங்கள் இங்குப் பயன்படுத்தப்படுகின்றன.

சமயச் சடங்குகளிலும் பன்றி குறிப்பிடத்தக்க பங்கினைப் பெற்றுள்ளது. இவர்கள் வணங்கும் தெய்வம் கொடுத்த அன்பளிப்பை முக்கியமான சடங்குகளின்போது அதனை அத்தெய்வத்திற்கு

வில் அம்புடன் முள்ளுக் குறும்பர்

உயிர்ப்பலி கொடுத்து வணங்குகின்றனர். குறிப்பாக முதல் விதைப்பின் போதும் முதல் அறுவடையின் போதும் நாச்சம்மாவிற்குப் பன்றியைப் படையலிட்டு விவசாய வேலைகளைத் தொடங்குகின்றனர்.

முதுவர்

ஏலமலைகளின் வடக்கு, மேற்குப் பகுதிகளிலும், கண்ணன் தேவன் மலை எனப்படும் திருவிதாங்கூரைச் சேர்ந்த மேட்டு மலைகளிலும் முதுவர்கள் வாழ்கின்றனர். சில இடங்களில் 6000 அடி உயரத்தில் வாழ்ந்தாலும் சராசரியாக 4000 அடி உயரத்தில் வாழ்கிறார்கள். காட்டெரிப்பு வேளாண்மை (செப்புக்காடு) செய்த காலத்தில் செப்புக்காடுகளுக்கு அருகில் குடியிருப்புகளை மாற்றிக் கொண்டிருந்த இவர்கள் காலனி அரசின் ஆதரவுடன் தேயிலைத் தோட்டக்காரர்கள் குடியேறிய பின் ஓரிடம் தங்கவேண்டியவர் களாக மாறினார்கள்.

மேட்டுமலையிலும் அதன் கிழக்குச் சரிவிலும் வாழும் முதுவர்கள் காட்டுப் பன்றியை வெறுப்பவர்கள். ஆனால் மேற்குச் சரிவில் வாழும் முதுவர்கள் காட்டுப் பன்றியின் இறைச்சியை மிகவும் விரும்புகிறார்கள். இதனால் பன்றியை விரும்பாத முதுவர்கள், பன்றியை விரும்பும் பிரிவினரைத் தாழ்வாகக் கருதுகின்றனர்.

மேற்குச் சரிவுகளில் சாம்பர், மான் இனங்கள் கிடைக்காததால் வேறு வழியின்றி பன்றியை விரும்ப வேண்டியவர்களாய் உள்ளார்கள். சுற்றுச்சூழலும் அது நிர்ணயிக்கக்கூடிய உணவு ஆதாரமும் சமூகப் படிநிலைக்குக் காரணமாவதை முதுவர்கள் வாயிலாகவும் அறியலாம்.

முதுவர்கள் வேறு எந்தச் சமூகத்தாரும் தங்களோடு இணையாக அமர்ந்து உண்ணவோ, குடிக்கவோ, புகைக்கவோ தகுதியற்றவர்கள் என எண்ணுகின்றனர். இது ஒரு வகையான இன உயர்வுவாத மாகும். தங்களுடன் சேர்ந்துண்ணும் உரிமையைக் கடந்த காலத்தில் வேளாளர்களுக்கு மட்டும் வழங்கியிருந்தனர். அவர்கள் அடிக்கடி விருந்தினர்களாக வந்ததால் அனைவருக்கும் உபசாரம் செய்ய முடியவில்லையாம். அதனால் வருபவர்களுக்குச் சமைக்காத உணவுப் பண்டங்களைக் கொடுத்துவிடுவார்களாம்.

சாதியச் சமூகத்தில் பிராமணர்களுக்குக் கொடுக்கப்படும் 'தானம்' பழங்குடிப் பண்பாட்டில் வேறுவடிவத்தில், வேறு கருத்தாக்கத் துடன் இருப்பதை அறியலாம். முதுவர்களிடம் திருமண மாகாதவர் தங்கி வாழும் இளையோர்கூடங்கள் உண்டு. ஆண்கள் இளந்தாரிமடத்திலும் பெண்கள் குமரிமடத்திலும் தங்குவர்.

ஆய்வு செய்த சிற்றூர்களில் பன்றிகளின் எண்ணிக்கை

சிற்றூர்	குடும்பங்களின் எண்ணிக்கை	பன்றிகள்		
		சந்தையில் வாங்கியது	மணப்பணம் மூலமாக வந்தது	மொத்தப் பன்றிகள்
தய்யலூர்	38	21	16	37
நெட்டுக் கனியனூர்	27	13	18	31
கோட்டூர்	19	14	9	23
மொத்தம்	84	48	43	91

அவ்வாறே சுப காரியங்களுக்குக் கிளம்பும்போது வீட்டையொட்டிக் கட்டியுள்ள பன்றிக் குடிசையை வணங்கிவிட்டுக் கிளம்புவர். ஏலகிரியில் ஒவ்வொரு மலையாளி வீட்டையொட்டியும் ஒரு பன்றிக்குடிசை இருப்பதைக் காணமுடியும்.

மலையாளிகள் முன்னோர் வழிபாட்டிலும் மிகுந்த நம்பிக்கையுடையவர்கள். முன்னோர்களை வழிபடுவதன் மூலம் சொந்த நலனையும் தம் சமூகத்தின் நலனையும் மேம்படுத்தமுடியும் என நம்புகின்றனர். முன்னோர்களை வழிபடும் சடங்கின்போது பலவகையான உணவுப் பொருள்களுடன் பன்றி இறைச்சியைத் தவறாது வைத்து வழிபடுவார்கள். இறந்த பிறகு 7ஆம் நாள் மேற்கொள்ளப்படும் காரியச் சடங்கின் போதும் இறந்தவருக்குப் பன்றி இறைச்சி வைக்கப்படும். இவ்வாறு இறந்தவர்களுக்கும் முன்னோர்களுக்கும் பன்றி இறைச்சியைப் படையலிடுவதன் மூலம் அவர்களின் ஆவியைத் திருப்திப்படுத்த முடியுமென்றும் அதனால் அவர்களின் உதவி தொடர்ந்து கிடைக்கும் என்றும் நம்புகின்றனர்.

மரபுவழி நம்பிக்கையும் மாற்றமும்

மலையாளிகளின் சமுதாய வாழ்வில் பன்றிக்குள்ள சிறப்புத் தன்மை ஓர் இக்கட்டான நிலைக்குத் தள்ளப்பட்டது. இதற்கு மூலகாரணமாக அமைந்தது 1986ஆம் ஆண்டு நவம்பர் மாதத்தில் வடஆற்காடு மாவட்டம் உள்பட பல மாவட்டங்களில் மூளைக் காய்ச்சல் என்னும் கொடிய நோய் தோன்றியதேயாகும். இந்த நோயைப் பரப்பும் நுண்ணுயிரிகள் பன்றிகளால் பரப்பப்பட்டன. இதனால் மருத்துவத் துறையினர் பன்றிகளின் எண்ணிக்கையைக் குறைப்பதில் தீவிரமாக

ஈடுபட்டனர். இதன் மூலம் ஏலகிரி மலையைச் சேர்ந்த பகுதிகளில் 3,037 பன்றிகள் கொல்லப்பட்டன (தி ஹிந்து 1.12.1986).

மருத்துவத் துறையினரின் இப்போக்கை அறிந்த மலையாளிகள் தங்களுக்குப் பெரும் தீங்கு ஏற்பட உள்ளதாக அஞ்சினர். எவ்வாறு இருப்பினும் தங்கள் பண்பாட்டுச் சிறப்பை இழக்கக்கூடாது என முடிவுசெய்தனர். இவர்கள் பகுதியில் பன்றிகளைக் கொல்ல வந்த அலுவலர்களிடம் கடுமையான எதிர்ப்பு தெரிவித்தனர்.

பன்றிக்கும் இவர்களுக்கும் உள்ள தொடர்பை அறிந்த அரசுத் துறையினர் வேறு வகைகளில் இவர்களின் கருத்தை மாற்ற வேண்டு மென முடிவு செய்து இவர்களின் உணவுமுறை, நம்பிக்கைகள், நோய்கள் முதலானவை பற்றி விரிவாக ஆராய்ந்தனர்.

மலையாளிகளிடையே காணப்படும் பெரும்பாலான நோய்கள் பன்றி மூலம் பெறப்படுகின்றன என்று மருத்துவர்கள் ஆய்வுகள் மூலம் கண்டறிந்தனர். பெரும்பாலான காலங்களில் மலையாளிகள் வயிற்று வலியால் அவதிப்படுகின்றனர். இதற்குக் காரணம் இவர்களின் குடலில் காணப்படும் தட்டைப் புழுக்களே ஆகும். பன்றிகள் மனிதக் கழிவை உண்ணுவதன் மூலம் அதிலுள்ள தட்டைப் புழுக்களின் முட்டைகள் பன்றியின் உடலுக்குள் செல்கின்றன. பன்றியின் உடலுக்குள் செல்லும் முட்டைகளிலிருந்து வெளிப்படும் புழுக்கள் பன்றியின் தசைகளில் வாழ்கின்றன. பன்றியின் இறைச்சியை அரைகுறையாக வேகவைத்து உண்ணும்போது உயிரிழக்கா புழுக்கள் மனித உடலில் வினைபுரிகின்றன. இவ்வகைப் புழுக்கள் மூளைக்குள் செல்லும்போது மூளைக் காய்ச்சல் ஏற்பட்டு உயிரிழப்பு ஏற்படுகிறது.

பாஸ்போ என்பவரின் ஆய்வுப்படி மலையாளிகளில் 30 விழுக் காட்டினர் பாலியல் நோய்களால் பாதிக்கப்பட்டிருந்தனர். அதோடு வயிற்றுப்போக்கு, சீதபேதி, ஃபுளு காய்ச்சல், காசநோய், தோல்நோய் முதலானவையும் இவர்களிடையே இருந்தன. இவ்வகையான நோய் களுக்கு இவர்களிடம் உள்ள ஒரு விந்தையான நம்பிக்கையும் காரண மென மருத்துவர்கள் கருதினர். பாதியளவு வேகவைத்த பன்றி இறைச்சி பாலுணர்வை மேம்படுத்துமென்றும் கருவளத்தைப் பெருக்குமென்றும் மலையாளிகள் நம்பியிருந்தனர்.

மேற்கூறிய அனைத்தையும் மருத்துவத் துறையினர் மலையாளி களுக்கு விளக்கிக் கூறிவந்தார்கள். அதன்பின்னர் மலையாளிகள் மருத்துவர்களின் கூற்றைச் சிந்திக்கத் தொடங்கினார்கள். பன்றி

நேரி மரம் - தொதவர்களின் புனித மரம்

வளர்ப்பைத் தடுக்குமாறும் அல்லது பெருமளவு குறைக்குமாறும் கூறும் மருத்துவர்களின் கூற்றுக்கு மலையாளிகள் எந்த அளவு இசைந்து செயல்பட்டு வந்துள்ளனர் என்பதை வருங்காலக் களப்பணி ஆய்வுகள் மூலமே அறிய முடியும்.

பன்றி – ஒரு பண்பாட்டுக் குறியீடு

மண ஒப்பந்தத்தின் அடையாளமாகவும், மணப் பரிசாகவும், விருந்து உணவாகவும், தெய்வ வழிபாட்டிலும், முன்னோர் வழிபாட்டிலும், படைக்கும் படையல் உணவாகவும், விதைப்பு, அறுவடைச் சடங்குப் படையலாகவும், உயிர்ப்பலி கொடுக்கும் விலங்காகவும், கருவளத்தை மேம்படுத்தும் உணவாகவும், சுபகாரியங்களுக்குச் செல்லும்போது வழிபடும் பொருளாகவும் பன்றி பயன்படுவதால் இதன் பங்கு குடும்பம், திருமணம், சமயம், பொருளாதாரம் ஆகிய பல்வேறு நிறுவனங்களில் குறிப்பிடத்தக்கதாய் விளங்குகிறது.

இதனால் எக்காரணங்களைக் கூறினாலும் இத்தகைய பிணைப்பு களை உடன் மாற்றவியலாது என்ற கருத்தே நிலவுகிறது. சிறிது காலத்திற்குப் பின் மலையாளிகள் அவர்களின் நிலையை மாற்றிக் கொள்ள முற்படுவார்களானால் மேற்கூறிய அனைத்துச் சமுதாய நிறுவனங்களிலும் கருத்தியல் சார்ந்த மாறுதல்கள் ஏற்படக்கூடும்.

கரடிப் பஞ்சாமிர்தம்

கடந்த நூற்றாண்டுகளில் வேடர் எனப்படும் மலைவேடர்கள் கரடிப் பஞ்சாமிர்தத்தை விற்று வந்தனர். அதுபற்றி தென்னிந்தியச் சாதிகளும் பழங்குடிகளும் எனும் நூல் வரிசையில் ஏழாம் தொகுதியில் (7:345) தர்ஸ்டன் பின்வருமாறு விளக்கியுள்ளார்:

> வேடன்களையும் கரடிகளையும் பற்றிய பின்வரும் கதையை இங்கு கூறலாம் என நினைக்கின்றேன். கரடிகள் நன்கு பழுத்த விளாம் (Feronic elephantam) பழத்தைத் திரட்டித் தின்பதில் ஆவல் கொண்டவை. கரடிகள் பழங்களைத் திரட்டியபின் அவற்றின் மேல்ஓட்டை அகற்றிவிட்டு உள்ளே இருக்கும் சதைப்பற்றை ஒரே குவியலாகக் குவித்து வைக்கும். பின் தேனையும் இனிக்கும் மலர்களையும் கொண்டு வந்து அந்தக் குவியலின் மேலிடும். அவை அனைத்தையும் கால்களால் மிதித்தும் தடிகள் கொண்டு அடித்தும் நன்கு கலக்கும். அவை அனைத்தும் நன்கு கலந்து திரண்டபின் அதனை அக்கரடிகள் உண்ணும். இவ்வாறு கரடிகள் இனிப்புத் தயாரிக்கும் பருவத்தை அறிந்திருக்கும் வேடன் அந்தக் கரடிகளை அம்பெய்து விரட்டிய பின் அந்த இனிப்பைக் கவர்ந்து கொள்வான். இதனை அவன் கரடிப் பஞ்சாமிர்தம் என்ற பெயரில் விற்பான் (தர்ஸ்டன் & ரங்காச்சாரி 2005, 7: 344-45).

> ஒரு காலகட்டத்தில் முழுக்க முழுக்க வேட்டையாடி உணவு சேகரித்து வந்த மலைவேடர்கள் பின்னாளில் வேட்டையாடுபவர்களாகவும் படைவீரர்களாகவும் செயல்பட்டார்கள். இவர்கள் தங்களை அறுபத்து மூன்று நாயன்மார்களுள் ஒருவரான கண்ணப்ப நாயனாரின் வழிவந்தவர்கள் எனக் கூறிக்கொள்கிறார்கள்.

பொருள்சார் நிறுவனங்களிலும் மாறுதல்கள் ஏற்படலாம். பொருள்சார் பண்பாட்டின் (material culture) அடிப்படைக் கூறான உறைவிட முறையில்கூட மாற்றம் ஏற்படும். ஏனெனில் ஒவ்வொரு வீட்டை ஒட்டியும் பன்றிக் குடிசை அமைப்பது இவர்களின் மரபுவழியிலான உறைவிட முறையாகும்.

ஒரு மரபுவழி நம்பிக்கைக்கும் அயற்பண்பாட்டுத் தூண்டுதலுக்கும் இடையே நிகழும் இந்நிகழ்வின் போக்கு தமிழகப் பழங்குடிப் பண்பாட்டு மாற்றத்தில் கவனிக்கத்தக்க ஒன்றாக உள்ளது.

பெட்டக்குறும்பர் மாவுத்தன் (யானைப் பாகன்)

நீலகிரியில் வாழும் தொதவர்களின் வாழ்வியல் மாற்றங்கள் நம் கவனத்தை ஈர்க்கின்றன. இவர்கள் தங்கள் இயற்கைச் சூழலை தெய்வீகம் சார்ந்ததாகக் கருதி வந்தார்கள். அதனால்தான் மாமிசம் உண்ணாமல், வேட்டையாடாமல் (வேட்டை இல்லாமல் எந்தப் பழங்குடியும் வாழ்வதில்லை) தெய்வீக அம்சங்களுடன் வாழ்வதாகச் சொல்கிறார்கள். எருமை மேய்த்தல், தேன் எடுத்தல், நெய் சேகரித்தல், பிரம்பு பின்னுதல் முதலான தொழில்களைக் கொண்டு, பால், மோர், தயிர், வெண்ணெய், நெய், தேன், காட்டுப் பழங்கள், புல்லரிசி, மூங்கில் அரிசி, புல்கிழங்கு போன்றவற்றை உண்டுவந்தனர். ஆங்கிலேயரின் வருகைக்குப் பின்னர் மேய்ச்சல் நிலங்களை இழந்து விவசாயம், பிற தொழில்களில் ஈடுபடத் தொடங்கியதால் உணவு முறைகளும் மாறிவிட்டன.

14

வாழ்வியல் சடங்குகள்
மரபின் தொன்மையும் தொடர்ச்சியும்

வாழ்வியல் சடங்குகள் அனைத்தும் வாழ்வைப் பல தொடர்நிலை களாகப் பகுத்து, ஒன்றிலிருந்து மற்றொன்றிற்கு மக்களை நிலை மாற்றவும், புதிய நிலையில் நிலைபெறவும் செய்கின்றன. சடங்குகள் சமூக வாழ்வின் பொறுப்புகளை உணர்த்துகின்றன. புதிய தகுதி நிலைக்கு மாற்றுகின்றன. அப்புதிய நிலையில் பின்பற்ற வேண்டிய நடத்தைமுறைகளைக் காட்டுகின்றன. மக்களுக்கு உலகப் பார்வையை (world view) வழங்குகின்றன. மக்களைப் பண்பாட்டுக் கருத்தமைவுகளோடு சமூகவயப்படுத்துகின்றன (socialization); பண்பாட்டு வயப்படுத்துகின்றன (enculturation). ஒவ்வொரு நபரையும் பண்பாட்டு நபராகப் பண்பாட்டைப் பேணுபவராக (culture bearer) மாற்றுகின்றன.

தமிழ்ச் சமூகத்தின் நீண்ட நெடிய வரலாற்றில் பழங்குடித்தன்மை (tribalism) என்பது ஆதிநிலை சார்ந்தது. ஆதலின் பழங்குடி மக்களின் சடங்குகளை அறிவதன் மூலம் இன்றைய தமிழ்ச் சமூகத்தின் தொன்மையையும் தொடர்ச்சியையும் அறிந்துகொள்ள முடியும்.

காடர்கள் திருவிழாவை 'நோம்பு' என்கிறார்கள். மேல்மலைப் பளியர்கள் 'வெறியாட்டு' என்றே இன்றும் சொல்கின்றனர். இது சங்ககாலச் சொல் வழக்காகும். வேலன் வெறியயர்ந்து செயல்படும் வெறியாட்டம் பளியர் வாழ்வில் இன்றும் தொடர்வது வியப்பாக உள்ளது. சங்ககால நிகழ்வின் தொடர்ச்சி பளியர் வாழ்வியலில் காண முடிகிறது.

காடர்கள் பேறுகாலத்தில் பிரசவம் பார்ப்பதற்காக 'எத்தாப்பட்டி' எனும் தற்காலிகப் பந்தல் ஒன்றைப் போட்டுச் சுற்றிலும் புடவை

கட்டித் தனிக் குடில் அமைப்பார்கள். பூப்படைந்த பெண்ணை 16 நாள்கள் எத்தாப்பட்டியில் வைக்கிறார்கள். மலையாளிப் பழங்குடியினர் சடங்கு முடித்து வீட்டிற்கு அழைத்த பிறகு அந்தக் குடிசையை எரித்து விடுவார்கள். முதுவர்கள் இத்தகைய குடிசையை 'முழுக்கு வீடு' என்கிறார்கள்.

கையுறை வழங்குதல்

சங்ககாலத்தில் குறிஞ்சி நிலத் தலைவன் தன் தலைவிக்குக் கையுறை (அன்பளிப்பு) கொடுத்து அன்பைப் புலப்படுத்தினான். கையுறையில் முதன்மையானது தழையாடையாகும். இம்மரபின் தொடர்ச்சியைத் தமிழகப் பழங்குடிகளிடம் காணலாம்.

முதுவர், காடர் சமூகங்களில் ஒருவன் காதலிக்க ஆரம்பித்தாலோ, வீட்டில் திருமண ஏற்பாடு செய்யத் தொடங்கினாலோ மணமகன் மூங்கில் சீப்பு செய்யும் வேலையைத் தொடங்கிவிடுவான். பொன்னிறமான மூங்கிலைத் தேர்ந்தெடுத்து அழகிய நுட்பமான வேலைப்பாடுகளுடன் இச்சீப்பைச் செய்கிறான். இன்று கிராமப்புறங் களில் ஈர்கோலி எனப்படும் மரச்சீப்பைக் காட்டிலும் வேலைப்பாடு மிகுந்ததாக இது இருக்கும். காடர் பெண்ணொருத்தித் தன் தலையில் 'புகாரி' (மூங்கில் சீப்பு) செருகி இருந்தால் அவள் காதலிக்கப்படுபவள் அல்லது திருமணமானவள் என்று பொருள்படும். வருங்காலக் கணவன் கையுறையாகக் கொடுப்பதே புகாரி.

இப்பழக்கம் பின்னாளில் பரிசம் போடும்போது புடவை அளித்தல் என்பதாக மாறிவிட்டது. சங்ககாலத்தில் இது தழையாடையாகக் கொடுக்கப்பட்டது (குறுந். 345; நற். 8; அகம். 275, 320). இத்தகைய கையுறை வழங்குவது அன்பின் வெளிப்பாடாகவும் அன்பை உறுதிப்படுத்துவதாகவும் நிகழ்ந்தது.

தாலிக்கு முந்தைய பழக்கம்

தமிழர் மரபில் திருமணத்தின் முக்கிய அடையாளமாகத் திகழ்வது தாலி கட்டுதல் எனும் நிகழ்வாகும். இம்முறை ஆதியிலிருந்து வரும் பழக்கம் அல்ல. மணமக்களின் விரல்களை இணைத்துக் கட்டி அவ்விரல்களின் மேல் நீர் ஊற்றுதல் என்பது தாலி கட்டும் முறைக்கு முன்பாக இருந்த ஒரு பழக்கமாகும். இப்பழக்கத்தை இன்றும் பல்வேறு சமூகத்தாரிடம் காண முடியும்.

கல்வராயன் மலையில் வாழும் மலையாளிகள் திருமணச் சடங்கின்போது மஞ்சு கரகத்தில் தண்ணீர் ஊற்றி வைப்பார்கள். மணப்பெண்ணை மாப்பிள்ளையின் சுண்டுவிரலைப் பிடிக்கச் சொல்வார்கள். விரல்களின் மேல் கால் காசு வைத்து மஞ்சுக் கரகத்தில் உள்ள கைந்நீரை (தண்ணீர் / மங்கள நீர்) எல்லோரும் விடுவார்கள் (அய்யப்பன் 2014: 185). இன்று கொங்கு நாட்டிலும் விரல்களை இணைக்கும் பழக்கம் அறுபடாமல் தொடர்வதைக் காண்கிறோம். இலங்கையில் சிங்களவர்கள் தமிழ் மரபையே பின்பற்றுகிறார்கள். இவர்களும்கூட திருமணத்தில் விரல்களை இணைத்து நன்னீரை ஊற்றுகிறார்கள். விரல்களை இணைத்து நீர் ஊற்றுதலே தாலிகட்டு வதற்கு முந்தைய மரபாகும்.

புத்தரி விழா

நீலகிரி மாவட்டம் ஒரு மலை மாவட்டம் மட்டுமல்ல. அது தேயிலை மாவட்டமாகவும் விளங்குகிறது. இந்தத் தேயிலை மாவட்டத்தில் தொதவர், கோத்தர், குறும்பர், இருளர், பணியர், காட்டுநாயக்கர் ஆகிய தொல்பழங்குடியினர் வாழ்வதால் இது தமிழகத்தின் ‘பழங்குடி மாவட்டம்’ என்றும் சிறப்பிக்கப்படுகிறது.

நீலகிரி மாவட்டத்தில் பந்தலூர் வட்டத்தில் வாழும் முள்ளுக் குறும்பர், பெட்டக் குறும்பர், பணியர், காட்டுநாயக்கர் ஆகிய நான்கு பழங்குடியினரும் பாரம்பரியமாக நெல்பயிரிட்டு வருகின்றனர். திட்டுத்திட்டாக நெல் விளையும் சமநிலங்கள் உள்ளன. இவை மவுன்டாடன் செட்டி எனும் சாதியாருக்கு உரியது. இச்செட்டிகளின் நிலத்தில் மேற்கூறிய பழங்குடியினர் காலங்காலமாக நெல் விவசாயம் செய்கின்றனர்.

இம்மக்கள் வேறெங்கும் காணவியலாத ஓர் அரிய வகையிலான திருவிழாவைக் கொண்டாடுகின்றனர். இதற்குப் ‘புத்தரி’ விழா எனப் பெயராகும். புத்தரி என்றால் ‘புதிய அரி’ ஆகும். நெற்பயிர் வளர்ந்து நெல்மணிகளில் பால் பிடிக்கும் தருவாயில் துலாம் (ஐப்பசி) மாதம் 10ஆம் நாளன்று புத்தரியாக (புதுத்தாள்கள்) கதிர்களுடன் நெற்தாள் களைப் பணியர் மக்கள் அறுத்துக் கட்டாகக் கட்டுவார்கள். பந்தலூரை அடுத்துள்ள அம்பலக் கோட்டையில் உள்ள ‘வெளியபெறா’ வில் (கோயில்) வைப்பார்கள். நான்கு பழங்குடியினரும் கூட்டாகச் சேர்ந்து வழிபாடு செய்வார்கள். அதனைத் தொடர்ந்து ஆடல் பாடல்களும் நிகழ்த்துவார்கள்.

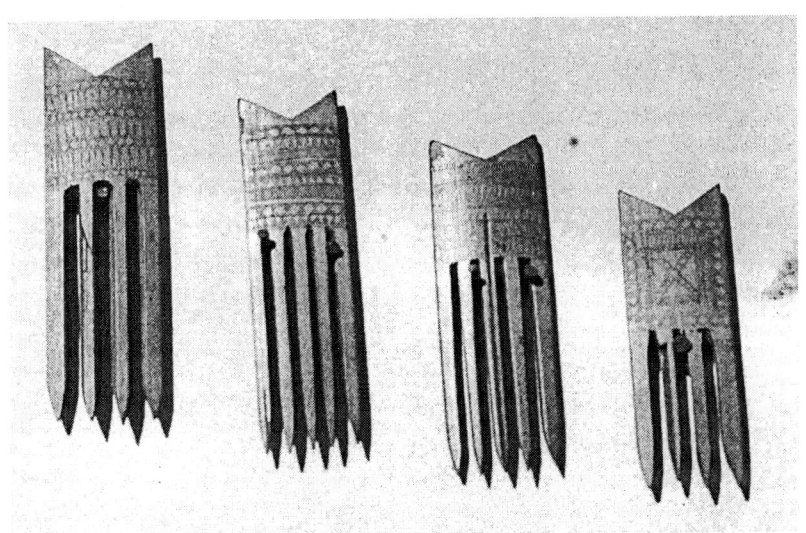

காடர் தலைவன் தன் தலைவிக்குச் செய்யும் அழகிய சீப்பு (புகாரி)

இதன் பிறகு புத்தரியை மூன்று இடங்களில் காப்புக்கட்டுவார்கள். குடியிருக்கும் வீட்டின் முகப்பிலும், நெல் காய வைக்கும் களத்திலும், வயலின் ஒரு மூலையிலும் இந்தக் காப்புக் கட்டப்படும். காப்புக் கட்டும்போது காட்டு மூலிகை, மாவிலை, ஆலமரத்தின் இலை, மூங்கில் தழை ஆகியவற்றையும் சேர்த்துக் கட்டுகின்றனர். வழிபாடு முடிந்த பிறகு புத்தரியிலிருந்து ஒரு பிடியை எடுத்துக்கொண்டு தங்கள் தெய்வ இருப்பிடத்திலும் வீட்டுக் கூரையிலும் செருகுகின்றனர். இந்த விழாவே 'புத்தரி அப்பெ' (புத்தரித் திருவிழா) எனப்படுகிறது. நில உரிமையாளர்களான மவுன்டாடன் செட்டிகளும் இந்த விழாவில் கலந்துகொள்கின்றனர்.

பால்பிடிக்கும் நிலையில் நெல்மணிகள் பதராகாமல் முத்தான மணிகளாக விளைய வேண்டும் என்பதற்காகவும், பால்பிடிக்கும் போது வெளிப்படும் ஒரு வகை நெல் மணத்தால் கவரப்பட்டு காட்டு விலங்குகள் சாகுபடியை அழிக்காமல் இருப்பதற்கும் இந்த விழா எடுக்கப்படுகிறது. நெல்மணிகள் நன்றாக முற்றிய பின்னர் சுரவம் (தை) மாதத்தில் முழுமையான அறுவடை நடைபெறும்.

புத்தரி விழாவன்று சாதி இந்துக்கள் வித்யாரம்பம் (கல்வியின் தொடக்கம்) செய்வது போல் முள்ளுக்குறும்பர்கள் இளம் சிறுவர் களுக்கு வில்-அம்பு பயிற்சியைத் தொடங்குகிறார்கள். அவற்றைக்

கழுவி சுத்தம் செய்து சந்தனம் வைத்து வணங்குகிறார்கள். புத்தரி நாள் இவர்களுக்குப் புனித நன்னாளாகும்.

இப்போது நெல் சாகுபடிக்கான உத்வேகம் குறைந்து வருகிறது. நவீன கல்வி, புதிய வேலைவாய்ப்புகள், தேயிலைத் தோட்டத்தில் கூலி வேலை, நியாயவிலைக் கடைகள் மூலம் 35 கிலோ இலவச அரிசி முதலான காரணங்களால் செட்டிமார்களின் நிலத்தில் நெல் பயிரிடும் பாரம்பரிய தொழில் குறைந்து வருகிறது. என்றாலும் புத்தரி திருவிழா இன்றும் பல குடியிருப்புகளில் பாரம்பரிய உற்சாகத்துடன் கொண்டாடப்படுகிறது (சி. மகேஸ்வரன் 2016: 31-33, ஏ. பேட்ரிக் 10.11.2013).

பட்டிப் பொங்கல்

திருவண்ணாமலை, வேலூர் மாவட்டங்களில் அமைந்துள்ள ஜவ்வாது மலையில் வாழும் மலையாளிப் பழங்குடிகளின் தைப் பொங்கல் விழா பட்டிப் பொங்கல், பட்டித் திருவிழா என்று சிறப்பித்துக் கூறப்படுகின்றது.

தைப் பொங்கலுக்கு ஆயத்தமாவது போகிப் பொங்கல் (மார்கழியின் இறுதி நாளன்று கொண்டாடுவது). மலையாளிகள் போகித் திருநாளைக் 'காப்புக் கட்டுத் திருவிழா' என்கிறார்கள். முதலில் ஊர் மந்தையில் அனைவரும் ஒன்று சேர்ந்து வீட்டிற்கு மூன்று மூங்கில் கொம்பு (தடி) கொண்டுவருவார்கள். சுருனைக் கொடி (சுருள்) கொண்டு ஒரு பெரிய பரணைப் போன்று பந்தல் அமைப்பார்கள். பந்தலின் மேல் பஞ்சிட்டித் தழை பரப்பி குளிர்ச்சியான இடமாக மாற்றுவார்கள்.

இந்தப் பந்தலை மேலும் அழகுபடுத்துவதற்காக வாழைமரம் கட்டி, செண்டு மல்லி, பண்ணைப் பூ, ஆவாரம் பூ, கூழாம்பு பூ, மாவிலை, வேப்பிலை உள்ளிட்ட பல்வேறு பூக்களாலும் தழைகளாலும் வண்ணத் தோரணங்கள் கட்டுவார்கள். ஆண்கள் ஊர் மந்தையில் பந்தல் போட்டு அழகுபடுத்தும் அதேவேளையில் பெண்கள் தத்தம் வீடுகளைச் சுத்தம் செய்து பூ பூத்த கிளைகளை ஒடித்துக் கொண்டுவந்து முன்புற கூரையில் செருகுவார்கள். அம்மிக்கல், உரல், தானியக் குதிர் (சேமிப்புக் கலம்) போன்ற வற்றையும் மலர்களால் அலங்கரிப்பார்கள். அடுத்ததாக, வீட்டருகிலும் நிலங்களிலும் உள்ள மாமரம், பலாமரம், வாழை மரம், கடுக்காய் மரம் முதலான மரங்களுக்கும் வீடுகளில் கட்டியது போன்றே காப்புக் கட்டுவார்கள்.

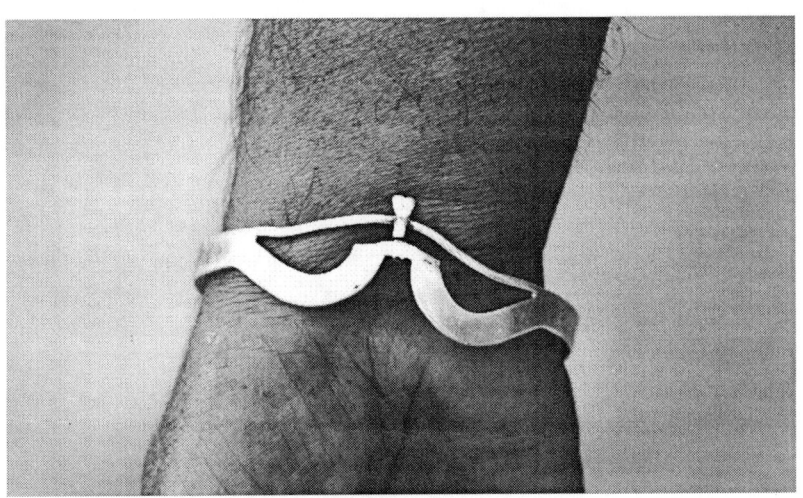

கோத்தர்களின் வில்வடிவக் கையணி

காப்புக்கட்டுதலின் அடுத்த நிகழ்வாகப் பட்டிக்குக் (கால்நடைகள் அடைக்கும் இடம்) காப்பு கட்டுதல் நிகழ்கிறது. ஒவ்வொரு வீட்டாரும் தங்கள் நிலத்திற்கு அருகில் மூங்கில் தட்டிகளால் கட்டியுள்ள பட்டிக்குக் காப்பு கட்டுவார்கள். காப்புக் கட்டிய பட்டிக்கு முன்பு மூன்றடி உயரமுள்ள சிறிய பந்தல் போடுவார்கள்.

பந்தலில் சாணத்தால் பிள்ளையார் பிடித்து வைத்து (ஆப்பி வழிபாட்டின் ஒரு கூறு இது) மஞ்சள், குங்குமம் வைத்து ஆராதனை செய்வார்கள். பிறகு பட்டிக்கு அருகில் குடும்பத்தார் அனைவரும் புத்தாடை உடுத்திப் புதுநெல், அரிசி, பால் கொண்டு மண்பானையில் பொங்கல் வைப்பார்கள். தலைவாழை இலை வைத்து வீட்டில் செய்த புதிய பலகாரங்களையும், பூசணிக்காய் பொரியலையும் (படையலில் இடம்பெறும் முக்கியஅம்சம் இது), மண்பானையில் வைத்த பொங்கலையும் வைத்துப் படைக்கிறார்கள். மாடுகள் இனவிருத்தி பெறவும், நிலங்களில் நல்ல விளைச்சல் பெருகவும் பட்டிப் பொங்கல் கொண்டாடுகின்றனர்.

பொங்கல் விழா நடைபெறும் தை மாதம் ஜவ்வாது மலையில் இரவில் கடுங்குளிர் நிலவும் காலமாகும். அதனால் மக்கள் இரவு நேரத்திலும், விடியற்காலையிலும் குளிரைப் போக்குவதற்குக் குட்டை, சுந்தல் சேகரிப்பார்கள். காட்டு மரங்களை வெட்டிப் பிளந்து அவற்றைக் கட்டிக் கொண்டு வருவதே ‘குட்டை’. மூங்கிலை வெட்டிப் பிளந்து அவற்றை ஒரு பொதியாகக் கட்டிக்கொண்டு வருவதே ‘சுந்தல்’.

இவற்றை ஒவ்வொரு வீட்டாரும் ஊர் மந்தையில் கொண்டு வந்து போட வேண்டும். கூட்டு வாழ்வின் கடப்பாட்டை இது காட்டுகிறது.

தைப் பொங்கலன்று நண்பகல் நேரத்திற்கு முன்பாக ஒவ்வொரு குடும்பத்தாரும் அவரவருடைய நிலத்திற்குச் சென்று பலா/மா மரத்தடியில் நட்டு வைக்கப்பட்டுள்ள முன்னோர் கற்களின் முன் பொங்கலிட்டு, கோழியைப் பலியிட்டு, பொரி, கடலை, பொங்கல், பலகாரங்கள் வைத்து வழிபடுகின்றனர். தை முதல் நாள் பொங்கல் விழாவில் அடுத்த முக்கிய நிகழ்வு ஊர்பட்டி அமைத்து அன்று மாலை ஆறு மணியளவில் அவரவர் மாடுகளை அலங்கரித்து (கொம்பு களுக்கு வண்ணந் தீட்டுதல், கழுத்தில் மணி, சலங்கை கட்டுதல் உள்ளிட்டவையும் இதில் அடங்கும்) ஊர்ப் பட்டிக்கு ஓட்டி வருவார்கள். இந்த ஏற்பாடுகள் ஒருபுறமிருக்க, பெண்கள் அனைவரும் ஊர்மந்தையில் ஒன்றுகூடி கோவிலின் முன்னர் கூட்டமாகப் பொங்கலிடுவார்கள்.

இரவு ஏழு மணியளவில் ஊரார் ஒன்றுகூடி பறையடித்து ஆடிப்பாடி பொலி எருதுகளை வடத்தில் (பெரிய கயிறு) கட்டி இழுத்து விரட்டுவார்கள். இந்த 'எருது இழுத்தல்' விழா மிகவும் உற்சாகமாக, ஒரு களியாட்டமாக ஏறக்குறைய இரண்டு மணி நேரம் நிகழ்கிறது.

இதன் பிறகு இரவு தெருக்கூத்து நடத்தி மகிழ்கிறார்கள். தெருக் கூத்து தொடங்குவதற்கு முன்பு ஐம்பது பேர் அளவுக்கு ஒன்றுகூடி இசைக்குழுவின் இசைக்கேற்ப கோலாட்டம் அடிக்கிறார்கள்.

திருமணச் சடங்குகள்

நீலகிரியில் வாழும் இருளர்கள் தொன்மையானவர்கள். இவர்களில் தமிழின் கிளைமொழியைப் பேசுபவர்கள் தென்புலம் சார்ந்தவர்கள். ஆதியில் கர்நாடகப் பகுதியிலிருந்து நீலகிரியில் குடியமர்ந்த இருளர்கள் கன்னடத்தின் கிளைமொழியைப் பேசுகின்றனர். இந்நிலையில் முந்தையோரை 'தெற்கு இருளர்' என்றும், பிந்தையோரை 'வடக்கு இருளர்' என்றும் அழைக்கும் மரபு உருவானது.

இருளர்களிடம் பண்டைக் காலத்தில் திருமணம் ஒரு விழாவாக நடைபெறவில்லை. மனதுக்குப் பிடித்த பையனும் பெண்ணும் காட்டிற்குள் ஓடி ஓரிரு நாள்கள் இருந்துவிட்டு வந்தாலே அவர்களைத் தம்பதியராக ஏற்றுக்கொண்டனர். இப்போது பெற்றோர்கள் பார்த்து ஏற்பாடு செய்யும் திருமணங்களைப் பரவலாகக் காணமுடிகிறது.

ஆனைமலைக் காடர்களின் அழகிய திருமணப் பந்தல்

பெற்றோர்கள் ஏற்பாடு செய்யும் திருமணம் பெண் பார்க்கும் படலத்திலிருந்து தொடங்குகிறது. ஞாயிறு அல்லது திங்கட் கிழமைகளில் பெண் பார்க்கச் செல்வார்கள். அவ்வாறு செல்லும்போது இரும்புத் தடி ஒன்றையும், குடை ஒன்றையும் எடுத்துச் செல்வார்கள். இரண்டையும் பெண் வீட்டில் வைத்துவிட்டு அன்று இரவு அங்கேயே தங்கிவிடுவார்கள்.

காலையில் சாப்பிட்டு முடித்த பின்னர் 'நாங்கள் போய் வருகிறோம்' என்பார்கள். அப்போது 'எப்போதும் வராதவர்கள் வந்திருக்கிறீர்கள்' என்ன காரணம்? என்று பெண்வீட்டார் கேட்பார்கள். 'உங்களிடம் கொஞ்சம் நிலமும் வாழைமரமும் உள்ளதாம். அந்த நிலத்தை வேளாண்மை செய்யலாம் என வந்திருக்கிறோம்' என்பார்கள். 'நீங்கள் அந்த முள்ளுக் காட்டை வெட்டமாட்டீர்கள். எதற்கும் வீட்டில் உள்ளவரை கேட்டுச் சொல்கிறோம்' என்று சொல்லி அனுப்பி வைப்பார்களாம்.

இவ்வாறு பெண் கேட்க ஏழு முறையாவது பெண் வீட்டிற்குச் செல்வது பழைய மரபு. கடைசியாக வரும்போது 'எங்களிடம் சின்னக் காடுதான் இருக்கிறது. அதை நல்ல முறையில் வெள்ளாமை செய்ய வேண்டும்' என்று பெண் வீட்டார் சொல்ல, 'நாங்கள் நல்ல முறையில் நிலத்தைப் பயிர் செய்கிறோம்' என்று மாப்பிள்ளை வீட்டார் உறுதியளிப்பார்களாம்.

பெண் வீட்டுக்கான ஜாத்தியும் (ஊர்ப்பெரியவர்) மாப்பிள்ளை வீட்டு ஜாத்தியும் பரிசம் (கடிகட்டிக்காரு) போடுவதற்கு முடிவு எடுப்பார்கள். பழங்காலத்தில் மாப்பிள்ளை வீட்டார் பெண் வீட்டாருக்குப் பரிசமாக ஆறேகால் பணம் கொடுத்தார்கள். பின்பு அது பத்தேகால் ஆனது. அதன் பிறகு அறுபதேகால் ஆகி, இப்போ தெல்லாம் 500, 1000/- என்றாகிவிட்டது. பொதுவாக கடிகட்டியதற்கு எட்டாம் நாள் திருமணத்தை நடத்துவார்கள்.

நீலகிரி இருளர்கள் திருமணத்தை 'மதுவெ' என்பார்கள். 'பெண்டு சேருகது' என்றும் சொல்வார்கள். சில நேரங்களில் மாப்பிள்ளை வருங்கால மாமனார் வீட்டில் சில மாதங்கள் வேலை செய்து பெண்ணை மணப்பதும் நடைமுறையில் இருந்தது. பெண் வீட்டில் தங்கி வேலை செய்யும் ஆடவனை 'மென மாப்பிள்ளை' என்பார்கள் (ஆர். பெரியாழ்வார் 1972: 88-91). பணியர்களிடம் 'குட்டன்' திருமணத்தை நடத்தி வைக்கிறார்.

சிறிய திருமணம்

கல்வராயன் மலையில் வாழும் மலையாளிப் பழங்குடியிடம் நடைபெறும் சிறிய திருமணமுறையை இங்கே பார்க்கலாம்.பெண் குழந்தைகள் பூப்படைந்தவுடன் தனிக் குடிசையில் வைத்திருந்து அதன்பின்னர் அவளை வீட்டிற்கு அழைத்துச் செல்லும் போது செய்யும் திருமண நிகழ்வு 'சிறிய திருமணம்' எனப்படுகிறது. வீட்டிற்கு அழைத்து வரும் தருணத்தில் பெண்ணுக்கு நாமத்தைப் போட்டு விபூதியையும் பூசுவார்கள். மேலும், ஒருசிறிய பையனுக்குத் திருமணம் செய்துவிட்டது போல பாவனை செய்து, திருமண ஊர்வலமாக அழைத்து வருவார்கள். சில சமயம் உண்மையாகவே ஒரு சிறுவனைக் கணவனாக்கி இருவரையும் கூட்டி வருவதும் உண்டு (கிருட்டிண மூர்த்தி 1992: 376).

தமிழ்ச் சமூகங்கள் பலவற்றில் முறை உறவினர்களை (அத்தை, மாமன் மக்கள்) மணக்கும் உரிமை கொண்டாடுவதால் பூப்புச் சடங்கானது திருமணச் சடங்கை ஒத்திகை பார்ப்பது போன்று நடத்தப்படுகின்றது (குட் 1991). இந்த ஒத்திகைத் திருமணத்தில் (பூப்புச் சடங்கு) பெண் ஒருத்தி மணமகனாக நியமிக்கப்படுவது மறவர் சமூகத்தில் காணக்கூடியதாக உள்ளது. ஒரு பெண் ஆணாக மாறுவது, அதாவது தோழிப் பெண், மணமகனாக அமருவது மறவர் சமூகத்தின் சிறப்புத் தன்மையாக உள்ளது. இன்னும் சில சமூகங்களில் இதன்

திருமணப் பாடல்

மேட்டூரிலிருந்து மைசூர் செல்லும் வழியில் 20 கி.மீ. தொலைவு சென்று, அங்கிருந்து தெற்கு நோக்கி 6 கி.மீ. சென்றால் கத்தரி மலை வரும். கத்தரி மலை மக்கள் திருமணத்தின்போது பாடும் பாடல்:

மணமகன் இல்லத்தில் திருமணம். ஆண்களும் பெண்களுமாக மணமக்களை வாழ்த்திப் பாடுகிறார்கள். வாழ்த்து முடிந்ததும் முறைப் பெண்கள் கேலிப் பேசிப் பாடுவதுண்டு. மாப்பிள்ளை யின் தங்கை மணப்பெண்ணைக் கேலி பேசிப் பாடுகிறாள்:

கடலையைத் தின்னுகிட்டு - என் அண்ணன்
கடை வீதி போகையிலே
கடைகெட்ட அத்தைமகள் - என் அண்ணன்
கடைவாயை முத்தமிட்டா
இது ஒரு பாவமின்னு - என் அண்ணன்
எடுத்து வச்சி மாலையிட்டார்.

வெத்திலையைப் போட்டுக்கிட்டு - என் அண்ணன்
வீதிவழிப் போகையிலே
வெக்கங்கெட்ட அத்தைமகள் - என் அண்ணன்
வெறுவாயை முத்தமிட்டா
இது ஒரு பாவமின்னு - என் அண்ணன்
எடுத்து வச்சி மாலையிட்டார்.

மாப்பிள்ளையின் அக்காவும் பாடத் தொடங்குகிறாள்.

மாங்கா மரமேறி என்தம்பி
மாங்கனியை உன் கையிலே
மாங்காமரம் சுத்திச் சுத்தி
மயங்கினவ நீ தானே!
மயிலாளைப் பாவமின்னு - என் தம்பி
மடியில் வச்சி மாலையிட்டான்

தென்னை மரமேறி - என் தம்பி
தேங்காய்ப் பறிக்கையிலே
தென்னை மரம் சுத்திச் சுத்தி
தேம்பினவ நீதானே
தேனாளைப் பாவமின்னு - என் தம்பி
தேடிவந்து மலையிட்டான் (கோ. பெ. நாராயணசாமி 1996: 49).

நடைமுறைகள் சற்று மாறுபட்டவையாக உள்ளன. பூப்புச் சடங்கைப் பணியர்கள் 'வயதுக் கல்யாணம்' என்கின்றனர்.

தமிழர்களின் பல்வேறு திருமண முறைகளை வரலாற்றுப் பார்வையில் ஆராயும்போது அவற்றின் சமூக அசைவியக்கத்தின் பொருண்மைகளை மேலும் வெளிப்படுத்த முடியும்.

திருமணத்தில் வேட்டை

மலைவேடன் பழங்குடியினரிடம் திருமணம் ஏற்பாடு செய்யும்போது வேட்டை முக்கியத்துவம் பெறுகிறது. பண்டைய நாள்களில் வேட்டைக்குச் சென்று புலியை வேட்டையாடி அதன் கறியைக் கொண்டு வந்தால் மட்டுமே பெண் கொடுப்பதற்குச் சம்மதம் சொல்வார்கள். அப்பழக்கம் இப்போது இல்லை என்றாலும், அதன் எச்சங்கள் இன்றும் காணப்படுகின்றன.

பெண்ணை நிச்சயிக்கும்போது இப்போதும் மாப்பிள்ளை வீட்டார் 4-5 கிலோ கறி வாங்கிச் சென்று பெண் வீட்டாரிடம் கொடுக்க வேண்டும். இது பண்டைய நாளில் முக்கியத்துவம் பெற்றிருந்த வேட்டையின் எச்சக் கூறு எனலாம். கொண்டரெட்டிகள் திருமணத்தில்கூட இன்று ஒரு போலி வேட்டைச் சடங்கு நிகழ்த்தப் பெறுகிறது. இன்னும் சில பழங்குடிகளிடம் இத்தகைய வேட்டைச் சடங்கு திருமணங்களில் காணப்படுகிறது. பிராமணர்கள் திருமணத்தில் காசி யாத்திரை செல்வது போல பழங்குடிச் சமூகங்களில் மாப்பிள்ளை வேட்டைக்குச் சென்று வந்ததுபோல் ஒரு போலிச் சடங்கு செய்வது வழக்கம்.

பிற வாழ்வியல் மாற்றங்கள்

தமிழரின் இன்றைய திருமணத்தில் மணப்பெண்ணின் கழுத்தில் மாப்பிள்ளை தாலி கட்டுவதையே அனைவரும் அறிவார்கள். ஆனால் தமிழர்களின் பூர்வகுடிகளாகிய பழங்குடிகளிடம் மாறுபட்ட பழக்கங்கள் நிலவிவந்தன. முள்ளுக் குறும்பர் திருமணத்தில் மாப்பிள்ளையின் தாய்மாமனும், பணியன் திருமணத்தில் மாப்பிள்ளையின் சகோதரியும், இருளர்களிடம் சமூகப் பெரியவரின் (ஜாத்தி) மனைவியும் மணப்பெண்ணிற்குத் தாலி கட்டி வந்த மரபு அண்மைக் காலம் வரை இருந்துவந்தது.

மலபாரிலும் இப்பகுதியை ஒட்டிய தமிழகப் பகுதியிலும் வாழும் அரநாடன் (எரநாடன்) பழங்குடிச் சமூகத்தில் ஒருவன் தன்னுடைய

மூத்த மகளையே இரண்டாம் மனைவியாக மணந்துகொள்வார். இது இவர்களிடம் கடந்த நூற்றாண்டுவரை காணப்பட்ட ஒரு தனித்த வழக்கமாகும் (தர்ஸ்டன் 1909, தொகுதி இரண்டு). இத்தகு சமூகக் கூறுக்கு உள்ள பங்குபணியை நாம் காலப்பார்வையுடன் ஆராய வேண்டும்.

ஆனைமலையில் வாழும் காடர், முதுவர் பழங்குடிச் சமூகத்தில் தாங்களே தயாரிக்கும் வேலைப்பாடு மிகுந்த அழகிய சீப்பினை மணமக்களுக்குப் பரிசாக வழங்குகின்றனர். இத்தகைய சீப்பினைப் ‘புகாரி’ என்கின்றனர். மணமான பெண் தலையில் கட்டாயம் சீப்பு செருகி இருப்பாள். இதுவே திருமணமான பெண் என்பதற்கு அடையாளமாகும். தாலி அணியும் வழக்கம் இல்லை. ஆனைமலைக் காடர்களிடம் இப்பழக்கம் உண்டு. கேரள இடுக்கி மாவட்ட முதுவர் களிடமும் இப்பழக்கம் உண்டு. நியூகினித் தீவுகளில் வாழும் நீக்ரோ இனப்பழங்குடிகளிடம் இத்தகு பழக்கம் உள்ளதை இங்கு எண்ணிப் பார்க்கலாம்.

இருளர்களிடமும் காணிக்காரர்களிடமும் முதுவர்களிடமும் அண்மைக்காலம் வரை மருமக்கள் தாயமுறை இருந்தது. மேலும் இருளர், பணியன், மன்னான் ஆகிய பழங்குடிகளும்கூட மருமக்கள் தாயமுறையைக் கொண்டிருந்தனர். இப்போது மக்கள்தாய முறை யைப் பின்பற்றுகின்றனர்.

முள்ளுக் குறும்பர்கள் காட்டெரிப்பு வேளாண்மையையும் வேட்டையாடுதலையும் முக்கியத் தொழிலாகக் கொண்டிருந்தனர். ஆனால் வேட்டை என்பது இன்று திருமணச் சடங்கின்போது மேற்கொள்ளப்படும் ஒரு சடங்கியல் கூறாகச் சுருங்கிவிட்டது (பேர்டு-டேவிட் 1997: 13). தமிழகத்தில் கொண்ட ரெட்டிகள் உள்ளிட்ட பல்வேறு பழங்குடிகளிடம் வேட்டைச் சடங்கு, திருமணச் சடங்கில் ஒரு முக்கியமான சடங்காக இடம்பெறுவதைக் காண முடிகிறது.

கோத்தர், தொதவர் சடங்குகள்

இன்று தமிழகத்தில் வாழும் மிகவும் தொன்மையான ஆறு பழங் குடிகளில் முதன்மையானவர்கள் தொதவரும் (Toda) கோத்தரும் (Kota) ஆவார்கள். இவர்களுடைய வாழ்க்கை வட்டச் சடங்குகளை நுணுகி அறிவதன் மூலம் இன்று நாகரிக நிலையில் உள்ள நம்முடைய வாழ்வியற் சடங்குகள் எந்த அளவிற்கு அவர்களுடைய சடங்குகளுடன்

ஒற்றுமை, வேற்றுமைகளைக் கொண்டிருக்கின்றன என்பதை அறியலாம்.

கோத்தர்களின் சாவுச் சடங்கு இருநிலைப் பட்டது. இறப்பு நிகழ்ந்தவுடன் ஏழு கோகாலுக்கும் (குடியிருப்பு) செய்தி தெரிவிக்கப் படும். எல்லோரும் அரிசி, பருப்பு, விறகு கொண்டுவந்து வைப்பார்கள். மாமன் இறந்தால் பலியிடுவதற்கு ஒரு எருமை தர வேண்டும். மாமியார் இறந்தால் எருமை ஒன்றும், சாவுத் துணியும், சாவுக் கட்டிலும் கொடுக்க வேண்டும். மணமான பெண் இறந்தால் இரத்த உறவுள்ளவர் ('னண்டன்') சாவுப் பணமும், கொட்கட் பசுவும், எருமையும் கொண்டு வருவார்.

ஏழூர் உறவினர்களும் பிணத்தைத் தொட்டு வணங்குவார்கள். பிணத்தைக் குளிப்பாட்டி வெளியே வைக்கப்பட்டுள்ள பாடையில் (குட்ய்கட்) வைப்பார்கள். உறவினர்கள் ஒரு பையில் அரிசியைப் போட்டு, அதைத் தோளில் சுமந்துகொண்டு பிணத்தை மும்முறை சுற்றிவருவார்கள். மூன்றாம்முறை சுற்றியவுடன் பிணத்தின் காலைத் தொட்டு வணங்குவார்கள் (இறந்தவர்கள் சாமியாகிவிடுவதாக நம்புவது கோத்தர்களின் மரபு). பாடைக்கருகில் கொள், பர் ஆகிய இசைக்கருவிகள் முழங்க ஆடுவார்கள். இதில் பெண்களும் பங்கேற்பார்கள். சாவுப் பண் பாடப்பெறும். (இன்று இந்தச் சாதியினர் பாடைக்கு முன் ஆடும் துள்ளாட்டம், இறந்தவர் இன்னொரு பிறவி எடுக்கிறார் எனும் மகிழ்ச்சியைக் கொண்டாடும் பௌத்த மரபின் தொடர்ச்சி என்று பண்டிதர் அயோத்திதாசர் கூறுகிறார். அவ்வாறாயின் பௌத்தம் பழங்குடி மதக் கூறுகளை உள்வாங்கிக் கொண்டதா? ஆய்வுக்குரியது).

மாலையில் பிணத்தைச் சுடுகாட்டிற்கு (தூல்ய்) எடுத்துச் செல்வார்கள். பிணத்தை எரிக்கும் முன்னர், இறந்தவர் ஆண் என்றால் மனைவி தன் நகைகளையும் ஆடையையும் களைந்துவிட்டு வேற்றுடை மாற்றுவார். இறந்தவர் பெண் என்றால், கணவன் தன்னுடைய ஆடைகளைக் களைந்துவிட்டுப் பழைய துணி ஒன்றை கட்டிக்கொள்வான். சடங்குகள் முடிந்தவுடன் பிணத்தை எரித்து விடுவார்கள். இறந்தவரை சடங்குச் சம்பிரதாயங்களுடன் எரிக்கும் இந்த முதல் சடங்கு 'பச்தாவ்' எனப்படுகிறது. இச்சடங்கு முடிந்த பின்னர் அன்றிரவு இறந்தவரின் வீட்டில் உறவினர்கள் ஒன்றுகூடி சாவின் சோகத்தை மறப்பதற்காகப் பாட்டும் கதையும் சொல்லி அங்கேயே அந்த இரவைக் கழிப்பார்கள்.

மறுநாள் காலை ஒரு கேர் (தெரு) ஒன்றுக்கு ஒருவர் வீதம் மூன்று பேர் சுடுகாட்டிற்குச் சென்று தலை, கை, கால் எலும்புகளையும் எரிந்த சாம்பலையும் எடுத்துக்கொண்டு ஆற்றுக்குச் செல்வார்கள். அங்கு அந்த எலும்புகளுக்குத் தேங்காய், பழம் வைத்து ஆராதனை செய்வார்கள். பிறகு எலும்புகளை ஓரிடத்தில் பத்திரமாக வைத்து விட்டு வீடு திரும்புவார்கள். இறப்புக்கான தீட்டு மூன்று நாள்கள் கடைப்பிடிக்கப்படும். இறுதி நாளன்று ஊர்ப்பொதுவில் சமைத்து உண்பார்கள். மூன்றாம் நாள் மாலை மீண்டும் சுடுகாட்டிற்குச் சென்று சில சாத்திரங்களைச் (நோன்ம்னீர் கய்ப்த் சாத்ர்ம்) செய்து முடித்துக் கை, கால்களைக் கழுவிக் கொண்டு வீடு திரும்புவார்கள். அப்போது வீட்டையும் சுத்தம் செய்து எல்லோரும் குளிப்பார்கள்.

இறந்தவர்களின் உலவும் ஆவி மேலுலகில் நிலைபெறச் செய்வதற்காக ஆண்டின் இறுதியில் 'வர்ல்தாவ்' எனும் சடங்கு செய்யப்படுகிறது. இது கூட்ல் மாதத்தில் நடைபெறும். அதாவது 'கம்பட்டராய்ன் தேர்வ்' (கம்பட்டராயன் திருவிழா) கொண்டாடப்ப டுவதற்கு முன்னர் வர்ல்தாவ் செய்துவிடுவார்கள். (சாதி இந்துக்கள் இறந்தவர்களுக்குச் செய்யும் கருமாதி சடங்கு போன்றது வர்ல்தாவ்). முதல் சாவுச் சடங்காகிய பச்தாவ் அந்தந்த வீட்டாரால் செய்யப்பட்டது. ஆனால் அந்த ஆண்டில் இறந்த பலருக்கும் ஒன்றாகச் செய்யப்படுவது வர்ல்தாவ். இதன் பொருட்டு இறந்த ஒவ்வொருவருடைய நினைவாக ஒரு சிறிய சாவுக் கட்டில் செய்யப்படும். இறந்தவர் விரும்பிப் பயன்படுத்திய பொருள்களை சாவுக்கட்டிலில் அலங்கரிப்பார்கள். அதன் பின்னர் மாலை 'தாவ்னாட்' எனும் இடத்திற்கு எடுத்துச் சென்று 'பச்தாவ்' சடங்கு செய்தது போலவே இச்சடங்கையும் செய்வார்கள்.

தொதவர்களின் சடங்கும் நம் கவனத்திற்குரியது. தொதவர்களும் இறந்தவர்களை எரிக்கின்றனர். இச்சடங்கு 'பச்சை சாவு' (எத்வொய் நோள் கெயோடர்) எனப்படும். திருமணமாகாமல் ஒருவன் இறந்தால் ஈமச் சடங்கன்று அவனது சகோதரனின் மனைவியை அவனது மனைவியாக அழைப்பார்கள். அவ்வாறே, மணமாகாமல் ஒரு பெண் இறந்தால் அவளது சகோதரியின் கணவனை, அவளுடைய கணவனாக அழைப்பார்கள் (தாமோதரன் 1962: 216).

நல்ல நாள் பார்த்துப் பிணத்தை எடுப்பார்கள். (சாதி இந்துக்கள் இராகுகாலம், எமகண்டம் ஏதும் பார்ப்பதில்லை. ஆனால் குளிகை நேரத்தில் எடுப்பதில்லை). நாகமரக் கட்டைகளை அடுக்கி அதன்மீது பிணத்தை வைப்பார்கள். பிணத்தின் மீது தானியங்களைத் தூவுவார்கள்.

பலியிடுவதற்குரிய எருமையை இளைஞர்கள் இழுத்து வந்து கோடரியால் அடித்துக் கொல்வார்கள்.பின்னர் கொன்ற எருமையைப் பிணத்தருகில் கொண்டு வருவார்கள். பிணத்தின் வலக் கையை எருமைக் கொம்பில் படும்படி செய்வார்கள். இறந்தவர் பெண்ணாக இருப்பின் விரலை மூக்கில் விட்டு எடுக்கிறார்கள். அங்குக் கூடியிருக்கும் அனைவரும் எருமையின் கொம்பைத் தொட்டு வணங்குகிறார்கள். உறவினர் ஒருவர் இறந்தவரின் தலைமுடியைக் கொஞ்சம் வெட்டி பத்திரப்படுத்திக் கொள்வார். பிணம் எரிந்து முடியும் வரை அனைவரும் விம்மியழுது கொண்டிருப்பார்கள்.

நீலகிரியில் வாசமல்லியும் போதலிக் குட்டனும் அவர்களுடைய பஞ்சபாண்டவர் எருமை பாதுகாப்புச் சங்கம் மூலம் இரண்டு பத்தாண்டுகளாக மேற்கொண்ட முயற்சியால் இப்போது எருமை பலி வெகுவாகக் குறைந்துள்ளது. இங்கொன்றும் அங்கொன்றுமாக நடைபெறுகிறது.

இறந்த பிறகு செய்யும் இரண்டாம் சடங்கு 'பால் சாவு' எனப்படும். இதனைத் தொதவர் 'மற்வொய் நோள் கெயோடர்' என்று கூறுவார்கள். இச்சடங்கு செய்த பின்னர்தான் இறந்தவரின் உலவும் ஆவியானது மேலுலகத்தில் நிரந்தரமாகக் குடியமரும்.

நீலகிரி இருளர்கள் இறந்தவர்களுக்கு 'மூன்று சீர்கள்' செய்வார்கள். சாவினைப் புதைக்கும் சடங்கு 'முதல் சீர்'. அதன் பிறகு ஆறு அல்லது ஏழாவது நாள் செய்வது 'இரண்டாம் சீர்'. இறந்தவரின் ஆண்டு நிறைவைக் கொண்டாடுவது 'மூன்றாவது சீர்'. கணவனை இழக்கும் பெண் இந்த மூன்றாம் சீர் நடந்த பின்னரே மறுமணம் செய்து கொள்ள முடியும்.

ஆலுக் குறும்பர் சாவுச் சடங்குகள்

நீலகிரியில் ஆலுக்குறும்பர் குன்னூர், கோத்தகிரி, குந்தா, கூடலூர் முதலான வட்டங்களில் 80 குடியிருப்புகளில் (சீமெ) வாழ்ந்து வருகின்றனர். இவற்றில் பண்டு தொட்டுப் பூர்வீகமாக வாழ்ந்து வரும் 42 ஊர்களில் 'சீமெக்கல் குருமசீமெ' எனப்படுகின்றது.

ஆலுக்குறும்பர்களின் இறப்புச் சடங்குகள் பண்டைய தொல்குடித் தமிழர்களின் வாழ்வியல் சடங்குகளோடு ஒப்பிட்டுப் பார்க்கக்கூடிய வகையில் காணப்படுவது நம் கவனத்தை ஈர்க்கின்றது. ஆலுக் குறும்பர்கள் அடிப்படையில் ஆவிகள் பால் நம்பிக்கை

கொண்டவர்கள் (animists). ஒவ்வொரு மனிதனுக்கும் இரண்டு ஆவிகள் உண்டு என்கிறார்கள். ஒன்று 'பெரிய ஆவி' (தொட்ட உஜீவு), மற்றொன்று 'சிறிய ஆவி' (குன்ன உஜீவு). ஒருவர் இறக்கும்போது உடலை விட்டு வெளியேறும் ஆவி பெரிய ஆவி ஆகும்.இது 'தோரோ ஆவி' எனப்படுகிறது. அதாவது கண்ணுக்குப் புலனாகும் ஆவி எனப்படுகிறது. இரண்டாவது ஆவியாகிய சிறிய ஆவி இறந்தவருக்கு இந்துக்கள் 16ஆம் நாள் செய்யும் சடங்கு போன்றதொரு சடங்கைச் (பச்சை சாவு) செய்யும்போது வெளியேறும். இது 'தோராத ஆவி' எனப்படுகிறது. அதாவது கண்ணுக்குப் புலப்படாத ஆவி ஆகும்.

பச்சைச் சாவின்போது இறந்தவருக்குப் படையல் வைத்து உணவு பரிமாறப்படும். இந்த உணவை உண்டு முடித்த பின்னர் சிறிய ஆவியானது முதலில் பிரிந்து சென்ற பெரிய ஆவியோடு ஒன்று சேர்ந்து விடும். இதற்கடுத்து இரண்டு ஆவிகளும் கடவுளால் நிர்ணயிக்கப்பட்ட கல்லுக்குள் சேர்ந்துவிடும். அதன் பின்னர் அந்தக் கல்லானது 'ஆவிக்கல்' எனப்படும்.

ஆலுக் குறும்பரின் சாமியாடி மூலம் கன்னம், கழங்கு மூலம் (குறிகேட்டல்) சாமிக்கல் எது என்பதை அறிவார்கள். இவ்வாறு காலங்காலமாக இறக்கும் மக்களின் சாமி கற்களை குடியிருப்பின் ஒரு பகுதியில் (கொவ மனெ) இந்தக் கற்களைப் (தெவ கொட்டக் கற்கள்) பத்திரப்படுத்தி வைப்பார்கள். இவையாவும் 'இறைவன் கொடுத்த கற்கள்' என்று பக்தியுடன் காத்து வருகிறார்கள். இதுவரை இறந்தவர்கள் அனைவருடைய கற்களையும் ஓரிடத்தில் வட்டமாகச் சேமித்துள்ளனர். அந்த இடத்தை 'நாலு பாடி' (megalithic dolmen) என்றழைக்கின்றனர். சாதி இந்துக்கள் கருமாதி என்று சொல்லக்கூடிய இறப்புக்குப் பிந்தைய சடங்குகளை ஆலுக் குறும்பர்கள் 'வர சாவு' என்கின்றனர்.

இதற்கடுத்து இரண்டு இரகசிய சடங்குகளைச் செய்கிறார்கள். ஒன்று: 'கொளவ மனெ ஹப்ப,' மற்றொன்று 'கும்ப தெவ ஹப்ப' ஆகும். இவ்விரண்டும் புனிதக்காடு அல்லது கோவில்காடு என்று சொல்லக் கூடிய 'தேவ சோலை'யில் (sacred groves) செய்கிறார்கள்.

குடியிருப்பில் மக்களின் வாழ்வு பாதுகாப்பாகவும், வளமுடனும், செழிப்புடனும் அமைவதற்கு இந்த இரண்டு சடங்குகள் செய்யப் படுகின்றன. இத்துடன் இறந்தவரின் ஆவி சாந்தமாகி மக்களுக்கு வழிகாட்டும் என நம்புகின்றனர் (மகேஸ்வரன் 2017: 3-5). குறும்பர்களின் பெருங்கற்காலப் பண்பாட்டோடு தொடர்புடைய

இறப்புச் சடங்கு முறைகளை டியிட்டர் காப் *(1985),* வில்லியம் நோபுல் *(1976, 1989)* ஆகியோரும் விரிவாக ஆய்வு செய்துள்ளார்கள்.

காடர் சடங்கு

காடர்கள் இறந்தவர்களை அவர்கள் வாழ்ந்த காட்டுப் பகுதியிலேயே புதைத்துவிடுவார்கள். இறந்தவர்கள் பயன்படுத்திய துணிமணிகள், அணிகலன்கள், கோடாரி, பாத்திரம் முதலானவற்றையும் பிணத்துடன் சேர்த்துப் புதைத்துவிடுவார்கள். எட்டாம் நாள் இறுதிச் சடங்குகளைச் செய்கிறார்கள். அன்று அதிகாலை சேவல் கூவும் நேரத்தில் 'பொலிசோறு' (பலிச்சோறு) எனப்படும் வகையில் இறந்தவரின் வீட்டின் நடுவில் இலைபோட்டு அரியை வைத்துப் படைப்பார்கள். பின்னர் 'துலக்குச் சோறு' எனப்படும் பொங்கிய சோற்றினை வீட்டின் நான்கு திசைகளிலும் வைத்துக் கும்பிடுவார்கள். இறந்தவரின் ஆன்மாவுக்காக இது செய்யப்படுகிறது. வீட்டுக்குச் சற்று தூரத்தில் அவர் வாழ்ந்த காட்டுப்பகுதியில் பிணம் புதைக்கப்பட்ட இடத்தில் 'கானல் சோறு' ஒன்றும் படைக்கப்படும். வசதி இல்லாதவர்கள் எட்டாம் நாளுக்குப் பதிலாக ஓராண்டு வரையிலும் இச்சடங்குகளைச் செய்கின்றனர் (ஜே. ஆர். இலட்சுமி 2016: 55).

கல்மாடம்

நீலகிரியில் வாழும் பழங்குடிகள் பண்டைய தமிழ்ச் சமூகத்தின் நடுகல் வழிபாட்டை மிகச் சிறப்பாகப் பேணி வருகிறார்கள். தமிழகத்தில் கற்கோயில்கள் தோன்றி வளர்ந்த வரலாற்றை ஆராயும்போது இருளர், குறும்பர், பெட்ட குறும்பர், கசபர், மலை அரையன், சோளகர், ஊராளி போன்ற பழங்குடியினர் பின்பற்றும் வழிபாட்டு முறை மிக முக்கியமானதாகும். இன்றும் இந்த முறையானது உயிர்ப்புடன் காணப்படுகிறது.

நீலகிரியில் ஆதிவாசி மக்களின் தகவல் பரிமாற்ற இதழாக விளங்குவது 'நீலகிரி சீமே சுத்தி' எனப்படும் ஒரு மாத பத்திரிகை யாகும். இது தனிச் சுற்றுக்கு மட்டும் வழங்கப்படுகிறது.

இவ்விதழில் இறந்தோரின் நினைவாக எழுப்பும் கல்மாடத்திற்குச் சோறு வைக்கும் சீர் சுத்தி அனைவரும் அறியக்கூடிய வகையில் நிழற் படத்துடன் கூடிய செய்தியாக வெளியிடப்படுகிறது. மார்ச் 2012 இதழில் வெளியான ஒரு செய்தியை இங்குக் காணலாம்:

தொதவர் குடியிருப்பு - பாரம்பரியமும் நவீனமும்

சோறுவைக்கும் சீர் சுத்தி

கோத்தகிரி பகுதிக்குட்பட்ட நேரமொக்கை கிராமத்தில் வாழ்ந்து மறைந்த நஞ்சன் என்பவருக்குப் பாரம்பரிய முறைப்படி கற்சிலை அமைத்து வழிபடும் நிகழ்ச்சி மார்ச் மாதம் 8ஆம் தேதி நடைபெற்றது. இதில் குடும்பத்தினர் உற்றார் உறவினர்கள் அனைவரும் கலந்து கொண்டனர்.

கோத்தகிரி பகுதிக்குட்பட்ட கரிக்கையூர் மல்லிகொப்பை கிராமத்தில் வாழ்ந்து மறைந்த இன்பராஜ், மாரி, நஞ்சம்மா, மசனி, பெருமாள், பிக்கன், வீரை, ருக்குமணி, ராஜேஷ், ஜினியப்பா ஆகியோருக்குப் பாரம்பரிய முறைப்படி கொப்பெயில் கல் வைத்து இவர்களுக்குப் பிடித்த உணவுகளைச் சமைத்துப் படையல் வைத்து வழிபடும் நிகழ்ச்சி மார்ச் மாதம் 15ஆம் தேதி இவர்களுக்குச் சம்மந்தப்பட்ட மாமூனூர் ஊரில் நடைபெற்றது. இதனை பாப்பையன், தங்கராஜ், சுங்கிரி, அய்யாசாமி, ஜாத்திகாரர், மணி ஆகியோர் முன்னின்று நடத்தினர். இந்தப் பாரம்பரிய சடங்கு முறைகள் இப்பகுதியில் தொடர்ந்து நடைபெற்று வருகிறது. இந்த நிகழ்ச்சியில் குடும்பத்தினரும் சுற்றுவட்டார சீமெ மக்கள் அனைவரும் கலந்துகொண்டு முன்னோர்களை நினைத்து வழிபட்டனர். இது ஒரு சமூக நிகழ்வாக அமைகிறது.

பளியர் சடங்குகளும் கலைவடிவங்களும்					
சடங்கு	தாளம்	இசைக்கருவி	ஆட்டம்	ஆடுவோர்	அரங்கு
பூப்பெய்தல்	பொண்ணு அழைக்கிற தாளம்	மேளம், குழல், புல்லாங்குழல், கைத்தாளம் (கைம்மணி)	ஆட்டப் பாட்டு (மத்தாலி)	ஆண்கள், பெண்கள்	வட்டம்
திருமணம்	மத்தாலித் தாளம், திருமணத் தாளம் காடு கலைக்கிற தாளம்	மேளம், குழல், புல்லாங் குழல், கைத்தாளம் (கைம்மணி)	ஆட்டப் பாட்டு (மத்தாலி)	ஆண்கள், பெண்கள்	வட்டம்
திருவிழா	சாமி அழைக்கிற தாளம், சாமி வரவேற்புத் தாளம், அம்மன் தாளம், பளிச்சி மக்கள் 12 தெய்வத் தாளம், மத்தாலித் தாளம்	மேளம், குழல் புல்லாங்குழல், கைத்தாளம் (கைம்மணி)	ஆட்டப் பாட்டு (மத்தாலி) கைகோத் தாடும் ஆட்டம், கும்மி ஆட்டம், சாமி யாட்டம்.	ஆண்கள் பெண்கள் பெண்கள் ஆண்கள்	சதுரம்
இறப்பு	சாத்தாளம்	மேளம், குழல், புல்லாங்குழல், கைத்தாளம் (கைம்மணி)	கருமாதி ஆட்டம் (ஆட்டப் பாட்டு)	ஆண்கள், பெண்கள்	வட்டம்

தகவல்: *(ஜான் கென்னடி, சே,ச. 1999: 110)*

15

வழிபாட்டு முறைகள்

தொல் சமயத்தின் நீட்சிகள்

தமிழகத்தில் இன்று எண்ணற்ற மலைகளில் பழங்குடியினர் வாழ்ந்து வருகின்றனர். இவர்களில் பலர் தொன்றுதொட்டு மலைகளிலேயே வாழ்ந்து வருபவர்கள். இன்றும் பலர் பகை அரசர்களிடமிருந்து தப்பித்து, இனத் தூய்மையையும் சமூகப் பண்பாட்டுத் தூய்மையையும் காத்துக்கொள்வதற்குப் பல நூறு ஆண்டுகளுக்கு முன்பே மலைகளில் குடியேறியவர்கள். ஆக புராதன தமிழர்களின் தாயகமாகவும் சமூகப் பண்பாட்டுத் தூய்மை காக்க விரும்பியத் தமிழர்களின் தாயகமாகவும் இந்த மலைகள் இருந்து வருகின்றன. இம்மலைகளில் வாழும் மக்களின் சமய நம்பிக்கைகளும் வழிபாட்டு முறைகளும் பல புராதனக் கூறுகளைக் கொண்டிருக்கும் என்பதில் ஐயமில்லை.

தமிழகப் பழங்குடிகளிடம் மனித குலத்தில் தோன்றிய ஆதி சமய நம்பிக்கைகளையும், தமிழ் மண்ணுக்குரிய புராதன நம்பிக்கை களையும் காண முடியும். அணங்கு, ஆர், சூர், காலன், காத்து-கருப்பு, பேய், பூதம், கானுறை தெய்வங்கள், மலையுறை தெய்வங்கள், நீருறை தெய்வங்கள், கந்து (கந்தழி) வழிபாடு, இயற்கை வழிபாடு, குலக்குறி வழிபாடு, முன்னோர் வழிபாடு, ஆப்பி வழிபாடு, குலதெய்வ வழிபாடு, நடுகல் வழிபாடு எனப் பல வகையான வழிபாட்டுமுறை களை இப்பழங்குடியினர் கொண்டுள்ளனர்.

ஆவி வழிபாடே (animism) மனித குலத்தில் தோன்றிய முதல் சமய நம்பிக்கை என்பார் இங்கிலாந்து மானிடவியல் அறிஞர் எட்வர்ட் பர்னட் டைலர்(1871). இயற்கையான, பௌதிகம் சார்ந்த ஒவ்வொரு பொருளிலும் ஓர் ஆவி உறைந்துள்ளது; அதுவே மனித வாழ்வில் நன்மை தீமைகளைச் செய்கிறது என்பது அந்த நம்பிக்கை. இத்தகைய ஆவி வழிபாடு தமிழகப் பழங்குடிகள் அனைவரிடமும்

காணப்படுகிறது. இவர்கள் இந்த ஆவிகளைப் பல்வேறு பெயர்களில் வழிபடுகின்றனர்.

பேய், பூதம், காத்து, கருப்பு போன்றவை துடியானவை என்றும், அவை மக்களைத் தீண்டும்போது மக்களை வாட்டி வருத்தும் என்றும் பழங்குடி மக்கள் அஞ்சுகின்றனர். இவற்றைப் பழங்குடியினர் பல்வேறு பெயர்களில் குறிப்பிடுகின்றனர். இந்தத் துடியான ஆவிகள் தீண்டிவிட்டால் அவற்றைச் சடங்குகள் மூலம் விரட்டுகின்றனர்.

ஆலுக் குறும்பர்கள் ஆவி வழிபாட்டில் பெரிதும் நம்பிக்கை கொண்டுள்ளனர். ஒருவர் இறக்கும்போது வெளிப்படுகின்ற பெரிய ஆவி *(தொட்ட உஜீவு)*, அதன் பின்னர் வெளிப்படுகின்ற சிறிய ஆவி *(குன்ன உஜீவு)* ஆகிய இரண்டும் முறையான சடங்கு முறைகளோடு சாந்தப்படுத்தப்படுகின்றன. இவ்விரண்டு ஆவிகளும் கலந்து அருகில் உள்ள நீர்ப்பகுதியில் (பெரும்பாலும் நீரோடைகள்) ஏதாவது ஒரு கல்லில் சென்று உறைந்துவிடும். அது சாமியாடியின் கண்ணுக்கு 'ஆவிக் கல்' என்பதாகப் புலப்படும்.

இறந்தவரின் ஆவிகள் இரண்டும் உறைந்துள்ள கல் இதுவாகும். சாமியாடி கண்டெடுக்கும் இந்த ஆவிக் கல்லைக் கொண்டுவந்து நாலு பாடி எனக்கூடிய பெருங்கற் படைக் குவியல் உள்ள இடத்தில் இந்தக் கல்லையும் சேர்த்துவிடுவார்கள். இவ்வாறு, இறந்தவர் ஒவ்வொருவரின் நினைவாக ஒரு கல் வைக்கப்பட்டதால் இன்று அது ஒரு பெருங் குவியலாகக் காணப்படுகிறது. இக்குவியலில் வைக்கப்படும் இக்கல் 'தெய்வம் தந்த கல்' (தெவ கொட்டக் கல்) எனப்படுகிறது. இறந்தவரின் ஆவி உறையும் இக்கல்லை வழிபடுதல் என்பது தொல் பழங்கால ஆவி வழிபாட்டின் தொடர்ச்சியாக அமைகிறது (மகேஸ்வரன் 2017:3). இறந்த தாய் தந்தையருக்கு நீர்க் கடன் செய்யும் சங்ககால மரபின் நேர்த்தொடர்ச்சியை நீலகிரியில் வாழும் பழங்குடிகளிடம் காணமுடிகிறது. 'தென்புல வாழ்நர்க்கு அருங்கடன் இறுக்கும்' (புறம்.9:3) என்ற புறநானூற்றின் பதிவை முள்ளுக் குறும்பர்களிடம் காணமுடிகிறது. தொல் பழந்தமிழரின் ஆவி வழிபாடு பற்றித் தி. சுப்பிரமணியன் (2016) ஆராய்ந்துள்ளார்.

முள்ளுக் குறும்பர்கள் முன்னோர் வழிபாட்டில் அதிகம் நம்பிக்கை கொண்டவர்கள். முன்னோர்களைக் 'காரணமார்' என்பர். இவர்களை 'வெளிய பிரை' யில் (தெய்வ பிரை) வைத்துக் கும்பிடுவார்கள். பெட்ட குறும்பர்கள் பில்லி மாரியம்மா, பிசலடம்மா, முகப்பாஜி,

பொம்ம தேவரு, மாடப்பா முதலான தெய்வங்களை வழிபடுகின்றனர். உகாதி, ஓணம், சிவராத்திரி போன்ற இந்துக்களின் விழாக்களையும் கொண்டாடுகின்றனர்.

அடுத்ததாக, பழங்குடி மக்கள் 'அதீத ஆற்றல்' (animatism) சார்ந்த நம்பிக்கை முறையையும் கொண்டுள்ளனர். சில காலகட்டங்களில் சில பொருள்களில் அதீத ஆற்றல் உறைந்து நன்மை தீமைகளைச் செய்யும் எனும் நம்பிக்கை சார்ந்த வழிபாட்டுமுறை பழங்குடி மக்களிடம் உள்ளது. இன்று நம்மிடையே உள்ள ஒரு நம்பிக்கைமுறையைக் கொண்டு இந்த அதீத ஆற்றல் வழிபாட்டுமுறையைப் புரிந்து கொள்ளலாம்.

'அதிர்ஷ்டம்' எனக்கூடிய ஓர் அதீத ஆற்றல் இயற்கை அல்லது பௌதிகம் சார்ந்த சில பொருள்களில் உறையலாம்; ஒரு வீட்டில் அது நிலைபெறலாம்; ஒரு விளைநிலத்தில் அது குடியிருக்கலாம்; அல்லது இன்னும் பல்வேறு வகைகளில் அது நிலைபெறலாம். அது நிலைபெற்றுள்ளவரை அதைச் சார்ந்தவருக்கு நன்மைகள் மிக அதிகமாக நடக்கும். சங்ககாலத்திலேயே யாழ், முரசு, ஆயுதம் ஆகியவற்றில் தெய்வாம்சமான ஆற்றல் உறைந்திருந்தது என்று மக்கள் நம்பியிருந்தனர். அத்தகைய நம்பிக்கை இன்றும் பழங்குடி மக்களிடம் காணப்படுகிறது.

அதிர்ஷ்டத்துக்கு மாறாகப் பீடை, துரதிருஷ்டம், சனிபிடித்தல் போன்ற போக்குகள் இருக்குமானால் துன்பங்கள் தொடர்ந்து வரும். அதனாலேயே அதீத ஆற்றல்கொண்ட அதிர்ஷ்டத்தை மக்கள் நல்லூழாகக் கருதுகின்றனர். அதனைப் பழங்குடி மக்கள் நம்பு கிறார்கள்; அவற்றை வழிபடுகிறார்கள்; பல்வேறு பெயர்கள் கொண்டு அதனைக் குறிப்பிடுகிறார்கள்.

மலைவேடர்கள் எந்த ஒரு நல்ல காரியத்தைச் செய்ய முற்படும் போதும் கோவிலில் பூ போட்டு முடிவு செய்வார்கள். சிவப்பு மலர் ஒரு கருத்தையும், வெள்ளை மலர் ஒரு கருத்தையும் கொண்டிருப்பதாக (அதீத ஆற்றல்) நம்பி எந்தப் பூ சாமியிடம் இருந்து விழுகிறதோ அதன்படி முடிவு எடுப்பார்கள். பூவில் உறைந்துள்ள அதீத ஆற்றலின் மூலம் நினைத்த காரியத்தைச் செய்யலாமா கைவிடலாமா என முடிவு செய்வார்கள். தமிழகப் பழங்குடிகளிடம் இத்தகைய அதீத ஆற்றல் குறித்த நம்பிக்கை இன்னும் பல்வேறு வகைகளில் நிலவுகின்றது.

பழங்குடி மக்களிடம் காணப்படுகின்ற மற்றொரு வழிபாட்டு முறை 'இயற்கை வழிபாடு' (naturism) ஆகும். இன்றும் தமிழகப் பழங்குடி மக்கள் இயற்கையைப் பெரிதும் வழிபடுகின்றனர். இயற்கையின் பேராற்றல்களாக விளங்கும் ஞாயிறு, திங்கள், மலை, ஆறு, மரம், புயல், மழை, காடு முதலான இன்னும் பல இயற்கைக் கூறுகளை மக்கள் வழிபடுகின்றனர். தொல்குடிகளின் இத்தகைய இயற்கை வழிபாட்டிலிருந்தே மனித குலத்தில் சமய நம்பிக்கை முதன்முதலில் தோன்றியது என மேக்ஸ் முல்லர் முன்மொழிந்தார்.

நீலகிரி குறும்பர்கள் பல்வேறு தெய்வங்களை வணங்கினாலும் நெருப்பையே இவர்கள் மூலதெய்வமாக வழிபடுகின்றனர். பூசாரியாகிய பொம்ம தேவர் இதற்கான சடங்குகளைச் செய்யும் போது மக்கள் வழிபடுகின்றனர். தொதவர்களும், பணியர்களும் நெருப்பு வழிபாட்டில் பெரிதும் ஈடுபாடு கொண்டுள்ளனர். காணிக்காரர்கள் கல், மரம், சூரியன் போன்ற இயற்கையின் கூறுகளை வழிபடு கின்றனர். குறிப்பாகப் பால் வடியும் மரங்களை இவர்கள் வெட்டுவ தில்லை. அத்தகைய மரங்களில் தெய்வம் உறைந்துள்ளது என நம்புகின்றனர். இதனால் வேம்பு, வேங்கை, ஆல், அரசு போன்ற மரங்களை வழிபடுகின்றனர் (ஸ்டீபன் 1997: 19).

பணியர்கள் குளிகன், காட்டுப் பகவதி முதலான தெய்வங்களை வழிபடுகின்றனர். இவர்கள் பெரிதும் கூடலூர், பந்தலூர் வட்டங்களில் வாழ்கின்றனர். கூடலூர் பகுதியில் 69 குடியிருப்புகளிலும், பந்தலூர் பகுதியில் 105 குடியிருப்புகளிலும் (மொத்தம் 174 வசிப்பிடங்கள்) வாழ்கின்றனர்.

முதுவர்கள் சூரியனையும் சந்திரனையும் நாள்தோறும் வழிபடு கின்றனர் (முத்துஇலக்குமி 2016: 83). நீலகிரி காட்டுநாயக்கர்கள் சூரியனை வழிபடுவதற்குச் சங்கராந்தி போன்றதொரு விழாவை ஆண்டுதோறும் கொண்டாடுகின்றனர். காணிக்காரர்கள் எல்லாச் சடங்குகளிலும் முதலில் ஞாயிறைதான் வழிபடுகின்றனர். பின்னரே பிற செயல்முறைகளை ஆரம்பிக்கின்றனர். அதிகாலையில் மண் பானையில் பொங்கல் வைத்து, அதனை வாழை இலையில் விரவி, மருதப் பூவால் நீரெடுத்து ஞாயிறை நோக்கித் தெளிக்கின்றனர். காணிக்காரர்கள் இதனை 'நீரும் பூவும் கொடுத்தல்' என்பார்கள்.

தொதவர்கள் நாவல் மரத்தையும், காடர்கள் பூமரத்தையும் புனித மரங்களாக வழிபடுகின்றனர். பழங்குடிகளிடம் மரவழிபாடும்,

புதர்க்காடுகளைக் 'கோயில்காடு' (sacred grove) எனக் கருதி மேற்கொள்ளும் வழிபாடும் பரவலாக எல்லாப் பழங்குடிகளிடமும் காணப்படுகின்றன. இவை யாவும் இயற்கை வழிபாட்டின் அம்சங்களாகும்.

குடும்பத்தில் இறந்த முன்னோர்களின் ஆவிகள் அந்தக் குடும்பத்தை வழிநடத்தும் என எண்ணி இறந்தவர்களை வணங்கும் 'முன்னோர் வழிபாடு' (ancestor worship) தமிழகத்தில் எல்லாப் பழங்குடி மக்களிடம் காணப்படுகிறது. முன்னோர் வழிபாடு என்பது சங்ககாலம் தொட்டுத் தொடர்ந்து வரக்கூடிய ஒரு வழிபாட்டு மரபாகும். புறநானூற்றுப் பாடல் ஒன்று வீரனின் உயிர் (ஆவி) எதிரிகளின் அம்பினால் உடலிலிருந்து பிரிந்து இன்னொரு உலகத்திற்குச் சென்றுவிட்டதைக் கூறுகின்றது.

நரையேடு வந்து உரையன் ஆகி
உரிகளை அரவம் மாத்தானே
அரிதுசெல் உலகிற் சென்றனன்

நீலகிரியில் தொதவர், கோத்தர், குறும்பர் முதலான பழங்குடியினர் இரண்டு வகையான சாவுச் சடங்குகளைச் செய்கின்றனர். கோத்தர்கள் இறந்தவரை எரிக்கும் முதல் சடங்கைப் 'பச்தாவ்' என்கின்றனர். இதன்மூலம் இறக்கும்போது வெளியேறிய உடல் ஆவி அடக்கம் பெறுகிறது. அதன் பிறகு ஓராண்டு கழித்து இறந்தவரின் உலவும் ஆவியை நிரந்தரமாக விண்ணுலகில் நிலைபெறச் செய்வதற்கு 'வர்ல்தாவ்' சடங்கைச் செய்கின்றனர். இதைத்தான் சாதி இந்துக்கள் கருமாதி, 16ஆம் நாள் சடங்கு, 30ஆம் நாள் சடங்கு என்று செய்கின்றனர். இறந்தவரின் ஆவிகளைத் தொடர்ந்து வழிபடுவது குடும்பத்திற்கு நல்லது என்கின்றனர். இத்தகைய நம்பிக்கை அனைத்துப் பழங்குடி மக்களிடமும் காணப்படுகிறது. ஆனால் இந்த இரண்டு சடங்கு களுக்கு இடையிலான கால இடைவெளி பெரிதும் மாறுபடுகிறது.

மேற்குத்தொடர்ச்சி மலையின் கீழ்ப்பழனி மலைகளிலும், வருச நாட்டுப் பகுதியிலும் வாழும் பளியர்கள் இறந்தவர்களைப் புதைத்த 16ஆம் நாள் கருமாதி செய்து அவர்களை வணங்கும்போது,

செத்தவங்களோட செத்தவங்களா
மாண்டவங்களோட மாண்டவங்களா
நீங்க போய் சேர்ந்து
எங்க கை காலுக்குச் சுகத்தைக் கொடுங்க

என்று பாடி வணங்குகின்றனர்.

அம்மை நோயாலோ விபத்தாலோ இறந்தவர்களுக்கு மூன்று மாதங்கள் கழித்துப் படையல் போட்டுக் கும்பிடும்போது,

இடஞ்சாரி வலஞ்சாரி வராதே
சின்னு சிறிசு வரும், அதைச் சாரிக்காதே
கல்லிலே ஒண்டாதே
கட்டியிலே ஒண்டாதே
சாமியோட சாமியா
தெய்வத்தோட தெய்வமா
போய்ச் சேந்துக்கோ

என்று பாடி வணங்குவார்கள் (அனிதா 2015: 50-51). பளியர்களின் இத்தகைய கருத்தைப் பழங்குடியினர் பலரும் கொண்டுள்ளனர்.

முன்னோர் வழிபாடு அனைத்துப் பழங்குடி மக்களிடமுமுள்ள ஒரு மரபாகும். இது இன்று கிராம, நகர சமூகம்வரை தொடர்ந்து காணப்படுகின்ற ஒன்றாகவும் விளங்குகிறது.

தமிழகப் பழங்குடிகள் சிலரிடம் குலக்குறி வழிபாடும் (totemism) காணப்படுகின்றது. சில தாவரங்கள், விலங்குகள் அல்லது குறிப்பிட்ட ஒன்றிலிருந்து தங்கள் குலம்/கூட்டம் உருவானது எனும் நம்பிக்கை கொண்டிருக்கிறார்கள். அத்தகையோர் அவர்களின் குலக்குறிகளை வழிபடுகின்றனர்.

மேற்கூறிய நம்பிக்கை முறைகளைப் பார்க்கும்போது தமிழகப் பழங்குடிகளிடம் மனித குலத்தின் பல்வேறு தொல்சமயக் கூறுகள் இருப்பதைக் காண முடிகிறது. பண்டைத் தமிழர்கள் கொண்டிருந்த பல்வேறு நம்பிக்கை முறைகளைச் சங்க இலக்கியங்களில் காண முடிகிறது.

அணங்கொடு நின்றது மலை (நற்றிணை 165.3)

அணங்குடைக் கடம்பு (பதிற்றுப்பத்து 88)

அணங்குடை முந்நீர் (அகநானூறு 20)

காடே கடவுள் மேன புறவே (பதிற்றுப்பத்து 13.20)

தெய்வம் சேர்ந்த பராறை வேம்பின் (அகநானூறு 309.4)

மன்ற மராஅத்த மேஎம் முதிர்கடவுள் (குறுந்தொகை 87.1)

இத்தகைய தொல்சமய நம்பிக்கை முறைகளை இன்றைய தமிழகப் பழங்குடிகளிடம் காணமுடிகின்றது. பின்வரும் பகுதியில் இதனைக் காணலாம்.

இருளர் தெய்வம் - சுவரில் புடைப்பு உருவம்

திணைசார் தெய்வங்கள்

நாகர்கோவிலில் மிக முக்கியமான நகர சந்திப்பு ஒன்றுக்கு, 'நடுக் காட்டு இசக்கியம்மன் பேருந்து நிறுத்தம்' என்று பெயர்(அ.கா. பெருமாளின் தெய்வங்கள் முளைக்கும் நிலம் நூலிற்கு ஜெயமோகன் அளித்த அணிந்துரை, பக். 9). பழையோள், காடுகிழாள், கானமர் செல்வி, காடமர்செல்வி, வனகாளி, வன தேவதை, இப்படிப் பல தெய்வங்களின் ஆதி இருப்பு காடுதான். இவ்வாறே குறிஞ்சியில் குன்றுதோறும் உள்ள தெய்வங்கள் ஆதி நிலையைக் காட்டுகின்றன. இருளர்களின் சாமியாக மருதமலை முருகன் தோன்றியதும், இடையர்களின் சாமியாகத் திருப்பதி வேங்கடாசலபதி தோன்றியதும் நாம் கவனிக்க வேண்டிய ஆதி வரலாறாகும்.

நமது சமூக, பண்பாட்டு ஆய்வுகளில் பழங்குடிப் பண்பாட்டின் தொடர்ச்சி வகிக்கக்கூடிய பங்கு பற்றி இன்னமும் ஆழமான ஆய்வுகள் மேற்கொள்ளப்படவில்லை. இன்றைய நாட்டார் சமய மரபுகளின் வேர்கள் பழங்குடி மக்களின் சமய மரபில் வேரூன்றி உள்ளன. டி.டி. கோசாம்பியின் *ஐதீகமும் உண்மையும்* எனும் தலைப்பிலான நூல் இத்தகைய ஆய்வுகளுக்கு ஒரு நல்ல முறையியலைக் காட்டுகிறது.

கதைப்பாடல்களிலிருந்து காப்பியங்கள் உருவானது போல உதிர இலை இயக்கி, அயினிமூட்டு தம்புரான், கைமுறிவாள் வாதை, உச்சின மாகாளி, அட்டதிக்கன்னியர், குரங்கணிஅம்மன் போன்ற நூற்றுக்கணக்கான தெய்வங்களின் உருவங்களும் உருமாற்றங்களும், கருத்தினங்களும், ஐதீகங்களும் பழங்குடி மரபிலிருந்து வருகின்றன. நாட்டார் தெய்வங்களுக்கு இன்றுவரை நாம் படைக்கும் அசைவப் படையல் என்பது ஆதி வேட்டையின் மூலம் படைத்த பள்ளயத்தின் தொடர்ச்சியே தவிர வேறொன்றுமில்லை.

அங்காள பரமேஸ்வரியின் மயானக் கொள்ளையாகட்டும் சுடலை மாடனின் மயானக் கொள்ளையாகட்டும் அல்லது இவைபோன்ற கருத்தினங்கள் சார்ந்த ஐதீகங்கள் ஆகட்டும் அனைத்திலும் விலங்குகள் போல அரக்கர்களை (பிராந்திய வீரர்களை) வேட்டையாடும் வேட்கையின் தொடர்ச்சியேயாகும். நீண்ட நெடிய அறுபடாத தொடர்ச்சியுடைய தமிழ் மரபில் நாட்டார் தெய்வங்களின் வேர்களைக் காண முற்பட்டால் அது வரலாற்றின் பல படிநிலைகளைக் கடந்து இறுதியில் பழங்குடி எனும் ஆதி நிலைக்குச் செல்லும்.

தமிழகத்தில் ஆனைமலைக் காடர்களும், ஆந்திராவில் செஞ்சுக்களும், கேரளத்தில் சோளநாயக்கர்களும் மிகவும் தொன்மையான பழங்குடிகள் ஆவர். காடர்கள் செப்பமுறாத கல்லுருக்களையும் கண்ணுக்குப் புலனாகாத நுண்ணுருவங்களையும் தெய்வங்களாகக் காண்கின்றனர். பைகுட்லாத சாமி ஸ்டூவர்ட் மலைக்கு இரண்டு மைல் தெற்கில் பாறையின் மீது உள்ள இரண்டு கல்லுருவங்கள் ஆகும். அதில் முதன்மையானது அதுவிசரியம்மா. இது ஸ்டூவர்ட் மலைக்குப் பத்தாவது மைலில் உள்ளது. வனதவாதி தெய்வத்திற்கு உருவம் ஏதுமில்லை. இச்சாமியை எங்கு வேண்டுமானாலும் வழிபடலாம்.

காடர்களுக்கு ஐயப்பசாமி நோய் நொடிகளைத் தீர்க்கும் தெய்வமாகும். இது ஸ்டூவர்ட் மலையிலிருந்து சேதுமடை செல்லும் மலைப் பாதையில் இரண்டாவது மைலில் உள்ளது. மாசன்யாத்தா

ஆனைமலையில் ஊருக்கருகே ஒரு சுவரில் பதிக்கப்பட்டுள்ள தெய்வம். குற்றம் செய்தவர்கள் தங்களுடைய நியாயத்தை நிரூபிக்க இத்தெய்வத்தை வணங்குகின்றனர்.

மாசன்யாத்தா பெயரைச் சொல்லி நெருப்பில் மிளகாயைப் போட்டால் குற்றம் இழைத்தவன் வாந்தி பேதியால் இறப்பான் (தர்ஸ்டன் 1987, 3: 29-30). காடர்கள் திவசியம்மனையும் காளியையும் வணங்குகின்றனர். மலையிலிருந்து சமவெளிக்குச் செல்லும் போது கண்ணில் தெரிகின்ற இந்துச் சாமிகளையும் கும்பிடுகின்றனர்.

நீலகிரியில் மிக உயரமான பகுதிகளில் வாழ்பவர்கள் தொதவர்கள். இவர்களின் குடியிருப்பு 'மந்து' எனப்படும். மரபான மந்துவில் வழக்கமாக ஐந்து குடிசைகள் கட்டுவார்கள். அவற்றில் மூன்றினைக் குடியிருக்கப் பயன்படுத்துவார்கள். மற்றொன்றை பால்மடக் கோயிலாகப் பயன்படுத்துவார்கள். இன்னுமொன்றில் இரவில் கன்றுக் குட்டிகளைக் கட்டிப் போடுவார்கள்.

நீலகிரியில் பன்னெடுங் காலமாகப் பால்மடங்களோடு கூடத் தனியே பால்மடக் கோயில்கள் எனப்படும் கூர்ங்கோபுரக் குடில்கள் அமைத்துவந்தனர். இவற்றில் முட்டநாடு மந்து, கோத்தகிரி, சோலூர், முடிமந்து ஆகிய நான்கு இடங்களில் இருக்கும் பால்மடக் கோயில்கள் முக்கியமானவை. இவற்றில் முட்டநாடு மந்துவில் சீகூர் கணவாயின் உச்சியில் உள்ள கூர்ங்கோபுரமே தொதவரின் 'தலைமைத் திருக்கோயில்' ஆகும். இந்தப் புனித பால்மடக் கோயிலில் அனைவரும் செல்ல முடியாது. அதனுள் பால் கறக்கும் கலங்களும், பால்மடத்திற்குரிய பொருள்களும், செம்பினாலான ஒரு சாமியும் இருக்கும். இது ஒரு புனிதமான இடமாகும். தொதவர்களிடம் இரண்டு வகையான பால்மடங்களும், இவற்றோடு 'தீமந்து' எனப்படும் மூன்றாவது பால் மடமும் உள்ளது.

தொதவர்கள் மைசூரில் உள்ள நஞ்சன்கோடு சிவன் கோவிலுக்கும் கோவை மேட்டுப்பாளையத்திற்கருகில் உள்ள காரமடை ரங்கநாதர் கோயிலுக்கும் ஆண்டுக்கொருமுறை கட்டாயம் சென்று வழிபடு கின்றனர். உதகை தாவரவியல் பூங்காவுக்கு அருகில் உள்ள மாரியம்மன் கோயிலுக்கும் சென்று கும்பிடுகின்றனர்.

நீலகிரியில் வாழும் கோத்தர்களின் வாழிடம் 'கோகால்' எனப்படும். ஒவ்வொரு கோகாலிலும் 'அய்னோர் குட்ய்' (ஐயன் கோயில்) என்றும் 'அம்னோர் குட்ய் (ஐயை கோயில்) ஒன்றும் இருக்கும். கோத்தர்கள்

ஆண் தெய்வங்களை 'அய்னூர்' (அய்யன்) என்றும் தாய்த் தெய்வத்தை 'அம்னூர்' (அம்மன்) என்றும் அழைப்பார்கள்.

கோத்தர்களின் முக்கிய கடவுளர்கள் 'காமடராயர்', 'காமடீஸ்வரி' ஆகும் (கம்பட்டராயன், கம்பட்டேஸ்வரன், கம்பட்டேஸ்வரி என்றும் அழைப்பார்கள்). இந்த ஈசனுக்குச் சிலை கிடையாது. ஆனாலும் சூலம் உண்டு. உண்மையில் இந்த ஈசன் 'கம்பத்து ஈசன்' ஆவார். இந்தப் பெயரே பின்னாளில் கம்பட்டீஸ்வரன் என மருவிவிட்டது. சூலத்துடன் கூடிய கம்பு ஈசனின் உருவமாகும். இத்தகைய முறை சங்க இலக்கியத்தில் குறிக்கப்பெறும் கந்து வழிபாட்டின் நீட்சியாக வருகிறதா என ஊகிக்க வேண்டியுள்ளது. சில கோயில்களில் வெள்ளியால் செய்யப்பட்ட தெய்வ உருவங்கள் உள்ளன. ஒவ்வொரு கோயிலிலும் வில், அம்புச் சின்னங்களையும் காணலாம். கோத்தர்களின் இனச் சின்னம் வில், அம்பு ஆகும்.

கோத்தர்கள் வாழும் திருச்சிகடி கோகாலில் (உதகையில் உள்ள குடியிருப்பைக் குறிப்பிடும் முறை) கிருஷ்ணன், ரெங்கராயன், மாகாளி தெய்வங்களுக்கும் கோயில்கள் உள்ளன. இங்கு வருண பகவான் 'கன்னட்ராய்ன்' பெயரில் கோயில் கொண்டுள்ளார். லட்சுமி, சரஸ்வதி, பரமேஸ்வரி, மாரியம்மன் தெய்வங்களையும் இவர்கள் வணங்குகின்றனர்.

கோத்தர்களின் கோவில்களில் ஆதியில் சிலைகள் இருப்பதில்லை. அவர்களின் கடவுளான கம்பட்டேஸ்வரன், 'கம்பத்து ஈசன்' என்றே அறியப்பட்டவர். சூலத்தோடு ஒரு கம்பு நடப்பட்டிருக்கும். சங்ககாலக் கந்து வழிபாட்டின் நேர்த் தொடர்ச்சி இதுவாகும்.

மலபார் எல்லைக்கருகில் உள்ள பீடபூமியில் வாழும் கோத்தர்கள் காமடராயர், மங்காளி, வேட்டைக்காரசாமி, அதிரல், உதிரல் முதலான தெய்வங்களையும் வழிபடுகின்றனர். கேரள எல்லையோரம் என்பதால் ஓணம் விழாவையும் கொண்டாடுகின்றனர். கோத்தர்களின் தந்தைக் கடவுள் அய்னோர் எனப்படுவார். பெரியப்பா கடவுள் தொட்டைனோர் என்றும், சித்தப்பா கடவுள் குனைனோர் என்றும் அழைக்கப்படுவர். ரங்கராயன் கோயில் கோஜ்கால் எனப்படுகிறது. பொதுவாகச் சாமியை 'தேவ்ர்கூல்' (தேவர்) என்பார்கள். சாமிகள் மீது பக்தியுடன் பாடும் பாட்டைத் 'தேவ்ர் பாட்' என்பார்கள்.

கோத்தர்களின் பூசாரி 'மின்த்கணோன்' எனப்படுவார். 'தேர்கார்ன்' எனப்படுபவர் அடுத்த நிலை பூசாரியாகச் செயல்படுகிறார்.

காட்டுநாயக்கர் மூங்கில் ஏணியில் மிளகு பறிக்கிறார்

சிவராத்திரி முக்கியமான விழாவாகும். இந்த விழாவின் போது கம்பட்டேஸ்வரன் கோயிலில் புள் ஆட்டம் எனக்கூடிய 'கிள்யாட்ம்' இரவு முழுக்க ஆடப்படுகிறது.

நீலகிரியில் பெட்ட குறும்பர்கள், மாரியம்மன், பகவதி, பூம்தேவன், ஐயப்பன் முதலான தெய்வங்களை வழிபடுகின்றனர். இச்சமூகத்தின் பூசாரியாகிய பொம்ம தேவர் இறந்தவர்களின் ஆவியோடு பேசுவார். 42 ஊர்களில் வாழும் ஆலுக்குறும்பர்கள் 'கும்பதேவுரு' சாமியை ஆண்டுக்கொரு முறை சித்திரை முதல் வாரம் செவ்வாயன்று விமரிசையாகக் கும்பிடுகின்றனர். பெண்கள், பின்ஜி பாட்டுப் (சாமிப்பாட்டு) பாடுகின்றனர். தேன் குறும்பர்கள் ஜெட சாமி (ஆதிசிவன்), மலையாளத்தம்மன் (குலதெய்வம்), சிறியூர் மாரியம்மன் முதலான தெய்வங்களை வழிபடுகின்றனர்.

முள்ளுக் குறும்பர்கள் காளி, மாரியம்மன், அதிராளன் முதலான தெய்வங்களை வழிபடுகின்றனர். ஒவ்வொரு முள்ளுக் குறும்பர் குடியிருப்பிலும் கோயில் வீடு (தெய்வப் பெறை) உண்டு. இவர்களின் பூசாரியாகிய பூரணவன் அனைத்து வகையான வழிபாட்டுச் சடங்குகளையும் செய்கிறார். உச்சல் விழா இவர்களுடைய பாரம்பரிய மான திருவிழாவாகும். இது தவிர விஷு, சங்கராந்தி, ஓணம், புத்தரி, மண்ணலம் போன்ற விழாக்களையும் கொண்டாடுகிறார்கள். இராமாயணம், மகாபாரதம் இவற்றை அடிப்படையாகக்கொண்டு பாடல்கள் பாடும் வழக்கம் இவர்களிடம் உள்ளது. தர்மபுரியில் வாழும் குறும்பர்கள் வீரபத்திரனை வழிபடுகின்றனர்.

நீலகிரி இருளர்கள் மொசுகானி, கோனாடி மாரி, சாடி, வீரி, காளி, ஏழு கன்னிமார், ரங்கசாமி முதலான தெய்வங்களை வழிபடுகின்றனர். சாடி அம்மனைப் பத்திரகாளியாக வழிபடுகின்றனர். குன்னூர் வட்டத்தில் உள்ள புகழ்பெற்ற ரங்கசாமி சிகரத்தில் உள்ள ரங்கசாமி கோயிலுக்கு நாமம் போட்ட இருளர்தான் பூசாரியாக உள்ளார். பேய், பிசாசு, சூரியன், சந்திரன் முதலானவற்றையும் வழிபடுகின்றனர். தைப் பொங்கலை (தெய் அப்பெ) முன்னோர் வழிபாட்டுடன் இணைத்து வழிபடுகின்றனர்.

ஜவ்வாதுமலை மலையாளிகள்கூட இவ்வாறான வழக்கத்தைக் கொண்டுள்ளனர். மலையாளிகள் தைப் பொங்கலன்று நண்பகல் நேரத்திற்குள் முன்னோர்களுக்குப் பொங்கலிட்டு, கோழியைப் பலியிட்டுத் தேங்காய், பழம் வைத்துப் படையலிடுகின்றனர்.

காட்டுநாயக்கர் நீர்கற்கள் மூலம் முன்னோர் வழிபாடு செய்தல்

மாலையில் மாரியம்மன் ஆலயம் முன்பு ஊரார் அனைவரும் சேர்ந்து பொங்கலிடுகின்றனர்.

மருதமலை இருளர்களுக்கும் அம்மலையில் அருள்புரியும் முருகனுக்கும் நெருங்கிய உறவுண்டு. முருகன் முதலில் இருளில் பெண்ணாகிய கோனியம்மாளுக்குத்தான் காட்சி தந்தார். மருத மரம் வெட்டவந்த 11 கவுண்டர்கள் இறந்துவிட கோனியம்மாள் பூமாண்ட கவுண்டருக்கு உதவி செய்து முருகனின் அருளால் 11 பேரும் உயிர்பெற்றனர். இன்றைக்கும் மருதமலைத் திருவிழாவில் இருளர்களுக்கு முக்கியத்துவம் உண்டு (பரமசிவானந்தம் 1967: 65-68).

கோவை இருளர்கள் பத்ரகாளியையும், மணிரேச அம்மாளையும் வழிபடுகின்றனர் (மேலது: 68). தர்மபுரி இருளர்கள் ஏழு கன்னிமார்களை முக்கியத் தெய்வமாக வழிபடுகின்றனர். நீலகிரி ஆனைக்கட்டியில் வாழும் இருளர்கள் கரிபண்ட ஐயன், சொக்கநள்ளி மாரியம்மன் ஆகிய இரண்டு சாமிகளையும் வழிபடுகின்றனர்.

முதுவர்கள் சூரிய வணக்கத்தில் ஆழ்ந்த பற்றுடையவராக இருந்தாலும் 24 சாமிகளை வழிபடுகின்றனர் (முத்துஇலக்குமி 2016: 77). பழனியாண்டவர், விநாயகர், சொக்கநாதர், மதுரை மீனாட்சி, மாரியாத்தா, கருப்பசாமி முதலான தெய்வங்களை வழிபடுகின்றனர். கன்னிமார், நாயமார் (ஆண்கள் மட்டும் வழிபடும் மலைத் தெய்வம்), முனியாண்டி, வனதேவாதி (வனதேவதை), சங்கு

தூக்கி, வீரபாண்டியம்மன் முதலான திணைத் தெய்வங்களையும் வழிபடுகின்றனர். ஐயப்பன், இராமர், கண்ணன் முதலான இந்துத் தெய்வங்களையும் விரும்பி வழிபடுகின்றனர் (மேலது: 77-90). இந்த நூற்றாண்டின் தொடக்கத்திலிருந்தே முதுவர்களிடம் இந்துவய மாக்கம் வலுவடைந்து வருகிறது.

எரவாளர்கள் (இரவாளர்கள்) உச்சிமாகாளியாத்தா, கொண்டம்மா, கங்கிமாரி, முத்துமாரி, மலப்பிடாரியம்மன், முனி, கன்னிமார், கருப்ப ராயன் முதலான சாமிகளை வழிபடுகின்றனர். பளியர்கள் (பழியர்) பளிச்சியம்மன், குருமிச்சி ஆத்தா, மதுரைவீரன், வண்டிக் காளியம்மன், காளியம்மன், மாரியம்மன், பன்னிரண்டு தெய்வம், வீரக்காமாட்சி ஆகிய எட்டுத் தெய்வங்களை வழிபடுகின்றனர். இயற்கை வழிபாடும், ஆவிவழிபாடும், முன்னோர் வழிபாடும் இவர்களிடம் உண்டு. தென்மலை கறுப்பு இவர்களுடைய முக்கிய தெய்வமாகும்.

சிறுமலையில் உள்ள பளியர்கள் ஆண்டிசாமி, கருப்பசாமி, வேலப்பசாமி முதலான தெய்வங்களையும், தாண்டிக்குடிப் பளியர்கள் மாயாண்டியையும், வருசநாட்டுப் பளியர்கள் மாவூத்திலுள்ள கருப்பசாமி, வேலப்பசாமி முதலான தெய்வங்களையும் வழிபடு கின்றனர். மேற்குத் தொடர்ச்சி மலையடிவாரப் பகுதிகளில், குறிப்பாக செழிம்புத்தோப்பு, செண்பகத்தோப்பு (ஸ்ரீவில்லிப்புத்தூருக்கு அருகில் உள்ள பகுதிகள்) ஆகிய இடங்களில் வாழும் பளியர்கள் ராக்கம்மாள், பூமாதேவி, நல்லமுத்தம்மாள் முதலான தெய்வங்களையும், குலதெய்வமாக கருமலையானையும் வழிபடுகின்றனர்.

பழனிமலைப் பகுதியில் வசிக்கும் பளியர்கள், குறிப்பாக பூதமலை, பட்டியக்காடு, செம்பரான்குளம், கடைசிக்காடு முதலான பகுதிகளில் களப்பணி செய்தபோது அங்குள்ள பளியர்கள் பளிச்சி அம்மனை முதன்மைத் தெய்வமாக வழிபடுவதை அறிய முடிந்தது. பூதநாச்சி அம்மனையும் காளியம்மனையும் வழிபடுகின்றனர். சித்திரை மாதத்தில் குறிஞ்சிப்பூ வழிபாடும் (பூவாட்டு நோம்பு) இவர்களிடம் உள்ளது (நீலகிரி தொதவர்களிடமும் இவ்வழிபாடு உள்ளது). செம்பரான் குளத்தில் பளியர்கள் ராஜகாளியம்மனை வழிபடுகின்றனர். பளியர்கள் மூன்று வருடத்திற்கு ஒருமுறை காளியம்மனுக்குத் திருவிழா நடத்துகின்றனர். அப்போது மன்னாடி (மன்றாடியார்), மந்திரி, தேராடி (தேவராடியார்), செட்டிமெ (செட்டியார்) முதலான சமூகத்தார் சேர்ந்து 500க்கும் மேற்பட்ட கிடாய்களைப் (ஆண் ஆடுகள்) பலியிடுகிறார்கள்.

காணிக்காரர்

மேற்குத் தொடர்ச்சி மலையில் வாழும் காணிக்காரர்கள் நோய்களைக் குணப்படுத்துவதற்காக சாற்றுப்பாட்டு எனும் சடங்கியல் மருத்துவ முறையைச் செய்கிறார்கள். அது பற்றிய ஆய்வில் ச. கார்மேகம் (2016) பின்வருமாறு பதிவு செய்கிறார்:

> காணிக்காரர்கள் தாங்கள் வாழும் மேற்குத் தொடர்ச்சி மலைப் பகுதிகளில் உள்ள பெரிய, சிறிய மலைகள், ஆறுகள், ஓடைகள், பாறைகள் போன்ற எல்லாவற்றையும் தனித்தனியாகப் பெயரிட்டு அடையாளப்படுத்தித் தன் வயப்படுத்தியிருக்கிறார்கள். அகஸ்தியர் கூடம், கூம்பு மலை, பொதிகை மலை, கிடாவெட்டுப் பாறை என ஒவ்வொன்றுக்கும் பெயரிட்டுள்ளார்கள். இவ்வாறு ஒவ்வொரு மலையும், பாறையும் பெயரிடப்பட்டுத் தனியாக அடையாளப்படுத்தப்படும்போது, பெருமலைகளும், ஆறுகளும், காடுகளும் நிறைந்த மலைப்பகுதி இப்பெயர்களினூடாகத் தங்களின் குறியீட்டு அதிகாரத்திற்குள் (symbolic power) வருவதாக நம்புகின்றனர். மேலும், இத்தகைய ஒவ்வொரு பகுதியும் மலைகள், பாறைகள் ஒரு குறிப்பிட்ட தெய்வம், சாவு, வாதை போன்றவை வசிக்கின்ற, உறைகின்ற இடமாக விளங்குகிறது. இந்தத் தெய்வங்கள், வாதைகள், சாவுகள் முதலியன மேற்குறிப்பிட்ட வனப் பகுதிகளில் வெறுமனே வசிப்பதாக நில்லாமல், அவை அந்தந்தப் பகுதிகளின் மீது அதிகாரம் செலுத்துபவையாகவும் இருக்கின்றன. கூம்புமலைத் தெய்வம் கூம்பு மலை முழுவதும் அதிகாரம் செலுத்துகின்றது. அது போலவே, ஆப்பாண்டிச் சாவு, பாறைச் சாவு போன்ற சாவுகள் தங்கள் தங்கள் பகுதிகளின் மீது அதிகாரம் செலுத்துகின்றன. ஆகவே, காணிக்காரர்கள் காடுகளிலும் வனங்களிலும் பயணிக்கின்ற போது, வழியாகச் செல்லும்போது அந்தப் பகுதிக்கான சாவு/ வாதை/ தெய்வம் போன்றவற்றை வணங்குகின்றனர். இதனால் அத்தெய்வம் அதன் (குறியீட்டு) அதிகாரத்திற்குள் வரும் வனப்பகுதியைக் கடக்கும் காணிக்காரர்களின் பாதுகாப்பிற்குப் பொறுப்பேற்றுக் கொள்கின்றது. எதிர்பாராத சில தருணங்களில் காட்டு விலங்குகள் (கரடி, யானை, புலி) முதலியன கண் முன்னால்

தோன்றி நிலைகுலையச் செய்துவிடுகின்றன. இப்படிக் காட்டு விலங்குகளை நேருக்கு நேர் எதிர்கொள்ள நேரிடும் போது காணிக்காரர்கள் அவ்விலங்குகளுக்குச் சில மந்திரங்களை உச்சரித்து, 'வாய்க்கட்டு'ப் போட்டுவிடுகின்றனர். அந்தக் குறிப்பிட்ட பகுதியைக் கடந்ததும் வாய்க்கட்டை அவிழ்த்து விடுகின்றனர். காரணம், இந்த வாய்க்கட்டினால் அந்த விலங்கு எதையும் உண்ண முடியாமல் செத்துப் போக வாய்ப்பிருக் கின்றது. அவ்வாறு எந்தவொரு விலங்கும் மரணமடைய நேரிட்டால் காட்டின் 'சத்தியம்' மீறப்படுவதாக காணிக் காரர்கள் நம்புகின்றனர் (ச. கார்மேகம் 2016: 104-140).

மேற்குத் தொடர்ச்சி மலையில் வாழும் காட்டுநாயக்கர்கள் மகாபாரதத்தில் வரும் இடபாசூரன் வழி வருபவர்கள். இவர்கள் குளியன், மலைமுத்தப்பன், உடென் (முனீஸ்வரன்), பொம்மதேவர், ஒடத்தி (மாரியம்மன்) முதலான தெய்வங்களையும், சூரிய வழிபாட்டையும் பேய், பிசாசு முதலான ஆவி வழிபாட்டையும் ஹெச்சி, ஹெத்தன் (பாட்டி, பாட்டன்) ஆகிய முன்னோர் வழிபாட்டையும் கொண்டுள்ளனர்.

தமிழகத்தில் மலையாளிகள் கொல்லிமலை, பச்சைமலை, சேர்வராயன்மலை, ஏற்காடுமலை, சித்தேரிமலை, ஜவ்வாது மலை, ஏலகிரிமலை உள்ளிட்ட கிழக்குத் தொடர்ச்சி மலைகளில் வாழ்ந்து வருகின்றனர். ஜவ்வாதுமலை மலையாளிகள் வேந்தியப்பன், திக்கியம்மன், நாச்சியம்மன், காளியம்மன், மாரியம்மன், வேடியப்பன், முனீஸ்வரன் முதலான திணைத் தெய்வங்களை வழிபடுகின்றனர். திக்கியம்மனில் சின்ன திக்கி, பெரிய திக்கி எனும் பிரிவுகளும் உண்டு. அதுபோல வேடியப்பனைச் சின்ன வேடி, பெரிய வேடி எனப் பிரித்து வழிபடுகின்றனர். சிவன், பெருமாள், ஆஞ்சநேயர் ஆகிய இந்துத் தெய்வங்களையும் வழிபடுகின்றனர்.

கல்வராயன் மலையில் கரியராமன் கோவிலும் மாரியம்மன் கோவிலும் பரவலாக உள்ளன. மேலும் தைலம்மை, ஆண்டியப்பன், பெரிய கருப்பு, பெரியாண்டவர், சிவன், பெருமாள் கோயில்களும் உள்ளன. இவை தவிர சிறு தெய்வங்களாகத் தெத்துக் கறுப்பு, தனித்துக் கறுப்பு, காணா முனியப்பன், கொம்பய்யன், கறுப்பன், உண்டகல் கறுப்பு, வீரன் முதலான ஆண் தெய்வங்களும் வழிபடப்படுகின்றன.

கூடவே மாரியம்மன், துரோபதி, பாஞ்சாலி, தொம்பன் கறுப்பு, சாமக்கன்னி, கங்கை அம்மன், காவேரி அம்மன், சோலையம்மன், உண்ணாமலை அம்மன் போன்ற தாய்த் தெய்வங்களையும் வழிபடு கின்றனர் (கிருட்டினமூர்த்தி *1992: 290*).

கல்வராயன் மலையில் பல கோயில்களில் நம்பியான் (பூசாரி) பூசை செய்யும் போது வாயைக் கட்டிக்கொண்டுதான் செய்கிறார் (மேலது: *290*). கொல்லிமலையில் அரப்பளீஸ்வரனும், கொல்லிப் பாவையும், கொங்கலாயியும் தனித்துவமான தெய்வங்களாக உள்ளன. பச்சைமலையில் மண்ணுப் பிடாரி உள்ளது. சேர்வராயன் மலையில் உள்ள எல்லா கிராமத்தாருக்கும் சேர்வராயனே முதன்மை யான கடவுள். வைகாசி விசாக பூர்ணமி (பௌர்ணமி) விழாவில் சேர்வராயனுக்கும் காவிரி அம்மைக்கும் திருக்கல்யாணம் செய்கிறார்கள். இம்மலையில் கண்ணகிக்குக் குரவைக்கூத்து ஆடுகின்றனர், தெருக்கூத்தும் ஆடுவதுண்டு. கண்ணகி பற்றிய தனிப் பாடல்களும் பாடப்படுகின்றன.

திருநெல்வேலி மாவட்டத்தில் பாபநாசம், செங்கோட்டைப் பகுதி மலைகளிலும், கன்னியாகுமரி மாவட்டத்தில் தோவாளை, விளவங்கோடு, கல்குளம் பகுதிகளில் உள்ள மலைகளிலும் வாழ்பவர்கள் காணிக்காரர் பழங்குடியினர்.

இவர்களிடம் எண்ணற்ற தெய்வ வழிபாடுகள் உள்ளன. நெல்லை மாவட்டக் காணிகள் கரும்பாண்டியம்மனையும், குமரி மாவட்டக் காணிகள் மலங்காளியையும் முதன்மைத் தெய்வங்களாக வழிபடு கின்றனர். இத்தெய்வங்கள் தவிர வாழாற்று மாடன் (மலைவாதை), காலாட்டுத்தம்புரான், வடக்கன் பேய், வரம்பொதி ஆயன், அடங்காட்டு ஆயன், பேரயன், எசக்கி, மாடன், சாத்தன் முதலான தெய்வங்களையும் காணிகள் வழிபடுகின்றனர். கல், மரம், சூரியன் முதலான இயற்கைப் பொருள்களையும் இவர்கள் வழிபடுகின்றனர். இவர்களின் பூசாரி பிளாத்தி எனப்படுகிறார் (ஸ்டீபன் *1997: 19*).

காணிகளுக்கு அருகில் இந்துச் சாதியினர் இருப்பதால் அவர்களின் தெய்வங்களையும் வணங்கி வருகின்றனர். நாகர், ஐயப்பன், கிருஷ்ணர், சரஸ்வதி, முருகன், காளியம்மன் ஆகிய தெய்வங்களின் சிலைகளைத் தங்கள் பூடங்களுக்கு அருகில் வைத்து வழிபடுகின்றனர். இவர்கள் மழைக்கோடன், பேரயன் (அரக்கன்), ஏழுகன்னிமார், மம்பிள்ள, தம்பிரான், கரும்பாண்டியம்மை, மேலாங்கோட்டு இசக்கி,

மண்டைக் காட்டு அம்மன், முத்தாரம்மன் முதலான தெய்வங்களை வழிபடுகின்றனர். பாபநாசப் பகுதிக் காணிகளிடம் சொரி முத்தையன், பட்டரையான், சங்கிலி பூதத்தார் ஆகிய தெய்வங்கள் செல்வாக்குப் பெற்றுள்ளன (மேலது: 20).

களக்காட்டு மலைப்பகுதியில் வீரமார்த்தாண்டன் அணை கட்டும்போது தன் மருமகளான கரும்பாண்டி அம்மனை நரபலி கொடுத்த தொன்மத்தின் தாக்கத்தால் கரும்பாண்டி அம்மனையும் பக்திப் பரவசத்துடன் வழிபடுகின்றனர் (மேலது: 20). காணிக்காரர்கள் ஆயிரவில்லி, தம்புரான், மல்லன், மாடன் முதலான தெய்வங்களைப் பல்வேறு பெயர்களில் வணங்குகின்றனர். இவர்களின் முதன்மை தெய்வம் முத்தி (முதியவள்). இவள் நிலமகளாவாள். இந்தத் தெய்வத்துக்கு எடுக்கும் விழா முத்தி கொடுதி எனப்படுகிறது.

மலையில் வாழும் மலசர்கள் மலைமலசர் என்றும், மலை அடிவாரத்தில் வாழும் மலசர் பதிமலசர் என்றும் வகைப்படு கின்றனர். மலைமலசர்கள் ஆனைமலைப் பகுதியில் பெரிதும் வாழ்கின்றனர். மலைமலசர்கள் காட்டு யானைகளிடமிருந்து பாதுகாப்புடன் இருப்பதற்கு 'மல்லன்' சாமியை வழிபடுகின்றனர். இவர்கள் காளி, பொன்னாலம்மா (மாரியம்மன்), கன்னியாத்தா, மணக்கடவாத்தாள், கருப்பராயன், வன தெவாதி ஆகியவற்றை வழிபடுகின்றனர். சுவர் நடுவே பதிக்கப்பட்ட ஒரு கல்லை 'மழுங்கு' எனும் தெய்வமாகக் கும்பிடுகின்றனர். பதிமலசர்கள் மாரியாயியை முக்கியத் தெய்வமாக வழிபடுகின்றனர். இத்தெய்வத்திற்கான விழாவில் காமன் கதையை நாடகமாக நடத்துகின்றனர். பதிமலசர்கள் வீரபத்திரன், பத்திரகாளி, மாகாளி முதலான தெய்வங்களையும் கும்பிடுகின்றனர். கொங்கு மலசர் கருமமூப்பன், காளி, பழியம்மா போன்ற தெய்வங்களை வழிபடுகின்றனர்.

பணியர் பழங்குடியினர் நீலகிரி மாவட்டத்தில் கூடலூர் வட்டாரம் தொடங்கி கேரளத்தில் பாலக்காடு, கண்ணனூர், வயநாடு வரை பரவி வாழ்கின்றனர். கூடலூர் வட்டாரப் பணியர்கள் மாசானி அம்மனை முதன்மையாக வழிபடுகின்றனர். மயானத்தில் உறையும் தெய்வமிது. சங்க இலக்கியத்திலும் சிலப்பதிகாரத்திலும் நாம் காண்கிற காடுகிழாள் தெய்வத்தின் நீட்சியாக இதனைக் காணலாம். காட்டுப் பகவதி எனும் பெயரிட்டும் சில பகுதிகளில் அழைக்கின்றனர். கூளி, கருங்குட்டி முதலான தெய்வங்களையும் வழிபடுகின்றனர். பெனா எனப்படும் முன்னோர் ஆவிகளுக்கும் சடங்குகள் செய்து

வழிபடுகின்றனர்.கோயில்களைத் 'தெய்யபிறை' என்றும் விழாக் களைத் 'தெய்யக்களி' என்றும் கூறுகின்றனர். பணியர்கள் தீ ஓம்ப வலம்வந்து நெருப்பை வழிபடுகின்றனர். வழிபாட்டுச் சடங்குகளை நுளம்புக் காரன் (பூசாரி) செய்கிறார். வைகாசியில் பெருவிழா ஒன்றினை ஏற்பாடு செய்து மாசானியம்மனை வழிபடுகின்றனர்.

பர்கூர்மலை, திம்மம், கொல்லேகால், பவானி வட்டம் உள்ளிட்ட கர்நாடக எல்லைக்கருகில் வாழும் சோளகர் பழங்குடியினர் ஜடைச் சாமி, கொல்லு அம்மன், மாரியம்மன், காரயன் (சூரன்), மாதேஸ்வரன் முதலான தெய்வங்களை வழிபடுகின்றனர்.

கேரள எல்லையோரப் பகுதியில் வாழும் குறிச்சான் பழங் குடியினர் மூத்தப்பன், கரிம்பில் பகவதி, மலைக்குறத்தி, ஆதிராளன் முதலான தெய்வங்களை வழிபடுகின்றனர். கொச்சு வேலன் பழங்குடியினர் தீக்குற்றி, சாத்தான் தெய்வங்களையும், கொண்ட காபு பழங்குடியினர் தலபுலம்பா, பாண்டவர் வழிபாட்டையும், கொறகர் மக்கள் மாரியம்மனையும், மலை அரையன் பழங்குடியினர் ஐயப்பன், ஆலி, பூதம், பேய் முதலானவற்றையும் வழிபடுகின்றனர்.

தமிழகத்தில் கொண்ட ரெட்டிகளில் இரு பிரிவினர் உள்ளனர். ஒரு பிரிவினருக்குக் குலதெய்வம் மைசூரில் உள்ள நஞ்சுண்டீஸ்வரன். மற்றவருக்குத் திருவரங்கத்தில் உள்ள அரங்கநாதப் பெருமாள். ஈஸ்வரனைக் கும்பிடுபவர்கள் திங்கட்கிழமை வீடு வழிப்பார்கள் (மெழுகுதல்); பெருமாளை வணங்குபவர்கள் சனிக்கிழமை வழிப்பார்கள். வீட்டை ஒட்டியுள்ள தானியக் களத்தின் ஓரத்தில் சிறிய கருங்கல் வடிவில் மல்லாண்டி சாமி இருக்கும். புது அறுவடையின் போது முதல் தானியத்தை மல்லாண்டியின் முன்னர் வைப்பார்கள்; புதுப் பொங்கலும் வைப்பார்கள்.

கொண்ட ரெட்டிகளின் தேவகணம் விரிவானது. தோட்டம், ஆடு, மாடுகளைக் காப்பவர் காட்டமராஜு. ஊரார் அனைவரும் சேர்ந்து வழிபடும் தெய்வம் இது. ஆடிமாதம் முனியப்பனுக்கு முப்பூசை இட்டுக் கும்பிடுகின்றனர். வேடப் பெருமாள், வேடமாரி (மாரி யம்மன்) ஆகிய வேட்டைத் தெய்வங்கள் இவர்களின் தொன்மை யைக் காட்டுபவை. வீரமாத்தி (ஈர்த்தரால்), எறிதிண்டிக் காரன், முனியப்பன், காட்டு முனியப்பன், வீரக்காரன், பாட்டப்பசாமி, கடகடப்பான், பட்டாளம்மன், போத்துராசா, கிச்சி கிச்சி மாரியம்மா (கிச்சிலு மாரி), ஓங்காளம்மாள், எல்லம்மா, கங்கம்மா, சித்தம்மா,

தண்டு மாரியம்மா(மாரியம்மன்), சென்ட்ராயப் பெருமாள் முதலான தெய்வங்களையும் வழிபடுகின்றனர். கொண்ட ரெட்டிகளிடம் ஊர்த்தெய்வம், இனத் தெய்வம், குலதெய்வம், இஷ்டதெய்வம் முதலான கருத்தாக்கங்கள் வேரூன்றியுள்ளன (பக்தவத்சல பாரதி 2007).

திணைசார் தெய்வங்களின் அமைப்பு

தமிழகப் பழங்குடி மக்களின் திணைசார் தெய்வங்கள் பற்றிப் பல தரவுகளை இதுவரை கண்டறிந்தோம். இந்தப் பழங்குடிகளின் வழிபாட்டு மரபில் தெய்வங்களுக்குக் கற்சிலைகள் மிகவும் அபூர்வமாகவே காணப்படுகின்றன. பெரும்பாலான பழங்குடிகளின் தொல் தெய்வங்களுக்கான இடத்தில் அல்லது கோயிலில் சிலைகளின்றி பொதுவாக காலியாகவே இருக்கின்றது. காட்டுநாயக்கர் போன்ற மக்கள் கட்டியுள்ள மிகச்சிறிய தெய்வப் பெறாவிலும் கூட சிலைகள் இன்றி வெற்றிடமாகவே உள்ளது.

சில கோயில் இடங்களில் மரத்தூண்கள் சாமிகளின் வடிவமாய் காட்சியளிக்கின்றன. இதுவே கற்சிலைகளின் ஆதி வடிவமாகும். இன்னும் சில இடங்களில் மண் தூண்கள் அல்லது மண் கூம்புகள் உள்ளன. இவையாவும் சாமிக்கான சரியான உருவமற்ற (un-iconical) குறியீடுகளாகவே காணப்படுகின்றன.

தமிழகப் பழங்குடியினர் மிக நீண்ட படிமலர்ச்சிக் கட்டங்களைக் கடந்து வந்துள்ள நிலையிலும், சுற்றியுள்ள இந்துச் சாதிகளின் சமய அழுத்தத்தை எதிர்கொண்டுவரும் நிலையிலும் இப்போது சில இடங்களில் அடிப்படையான குறியீடுகளாகக் கற்கள் அல்லது மரங்கள் வைத்து வழிபடும் போக்கு வளர்ந்துள்ளது. எனினும் பழங்குடி மக்கள் வைதிக சமயத்தில் கடவுளின் கற்சிலைக்குச் செய்யும் பதினாறு உபசாரங்களைச் செய்வதில்லை. அக்கற்சிலைக்குள் கடவுள் இருப்பதை உறுதி செய்வதும் இல்லை; 12 ஆண்டுக்கு ஒருமுறை கும்பாபிஷேகம் செய்வதுமில்லை. இந்த ஆதி நிலையில் இருந்தே பின்னாளைய வடிவங்கள் அனைத்தும் தோற்றம் பெற்றன.

தொடக்கத்தில் ஒரு கல்லை மட்டும் நட்டு அதை தெய்வமாக எண்ணி வழிபட்டனர். சங்ககாலத்தில் கந்து வழிபாடும் இருந்தது. கந்து என்றால் வழிபடுவதற்காக நடப்பட்ட ஓர் அடிமரம். அத்தகு மரங்கள் காலகதியில் அழிந்தபோது முன்னைய கந்திற்கு ஈடாகக் கல்லை நட்டு வழிபட்டனர். கந்து அல்லது கந்தழி வழிபாட்டிலிருந்தே இன்றைய

காட்டுநாயக்கர்களின் தெய்வப் பெற (கோயில்)

கற்சிலை வழிபாடு உருவானது. இன்றுங்கூட கோவில்களை மறுசீரமைக்கும் காலத்தில் மூலவர்களை இடமாற்றம் செய்யும்போது மூலவரை அத்திமரப் பலகையில் பிரதிட்டை செய்வார்கள். மறுசீரமைப்பு வேலைகள் முடிந்ததும் கும்பாபிஷேகம் செய்யும் நாளில் கற்சிலையில் தெய்வத்தை மீண்டும் பிரதிட்டை செய்து விடுவார்கள். இந்நிலையில் மர வடிவமே கல்வடிவத்திற்கு முந்தைய நிலையாகும்.

இன்றைய வைதிகம் அவைதிகத்திலிருந்து தோன்றியது. அவைதிகமோ ஆதியில் பழங்குடி, நாட்டுப்புற, பிரதேச நம்பிக்கை முறைகளிலிருந்து தன்வயப்படுத்திக் கொண்டது. நாயக்கர் ஆட்சியில் குறவன், குறத்தி, வேடன் போன்ற பழங்குடிக் கூறுகளைப் பிரமாண்டமாகச் சிற்ப வடிவில் தென்னாட்டுக் கோயில்களில் எழுப்பியுள்ளதைக் காண்கிறோம் (செந்தீ நடராசன் 2016: 40).

நெல்லை மாவட்டம் ஸ்ரீவைகுண்டம் கோயிலின் சித்திரசபையை அலங்கரிக்கும் அற்புதமான கலைநயமிக்க சிற்பங்களுள் குறவன் சிற்பமும் ஒன்று.

இன்றைய சைவத்தின் ஆதிநிலை காபாலிகம், மாவிரதம் போன்றவையாகும். சுடலையில் நடனமிடும் சிவனை வழிபடும் ஒரு ஆதிப்பிரிவு உண்டு. பேய்த்தன்மை, பேயுரு போன்ற தன்மைகள்

சடாமுடி, சுடலைப் பொடி பூசிய மேனி, புலித்தோல் ஆடை, நாகங்கள் தழுவிய உடல்கள் போன்றவை ஆதிப் பழங்குடி நிலையை நினைவுபடுத்துகின்றன. அவை வைதிகக் கலப்பிற்கு முந்தைய காலகட்டமாகும். காடு, மலை போன்ற இடங்களில் பழங்குடி மக்களின் தெய்வமாக ஒரு பிரிவு சைவம் செயல்பட்டிருக்க வேண்டும் (மேலது: 47).

தொல்பழங்குடி மக்களின் சமயக் கூறுகளைத் தன்வயப்படுத்திய பின்னாளைய சமயங்கள் ஒரு முக்கிய பண்பை மேற்கொண்டது. அதுவே மனிதப் பண்பேற்றம் (anthropomorphism) ஆகும். ஆதிக்குடிகள் எப்போதும் தன்னைவிட பெரிய ஆற்றல் ஒன்று இருக்கிறது என நம்பி வந்திருக்கின்றனர். காலகதியில் அவை மனித வாழ்வுக்கு ஆதாரம் என்ற நம்பிக்கை வேரூன்றிய பின்னர் மீவியல்பு மனிதப் பண்புகளால் அவை வர்ணிக்கப்பட்டன. பின்னர் மெல்ல மெல்ல மனிதனை மீறிய ஆற்றல்கள் (தெய்வங்கள்) மனிதப்படுத்தும் தன்மைக்கு ஆட்படுத்தப்பட்டன.

இதனைத் தொடர்ந்து மனிதர்களைத் தெய்வம் பார்க்கிறது, உணர்கிறது, கேட்கிறது, அன்பு கொள்கிறது, வெறுக்கிறது, அறிகிறது, உதவுகிறது, இன்னும் பலவாறாகச் செய்கிறது என்னும் கருத்தாக்கம் வலுப்பெற்றது. இக்கட்டமானது தெய்வங்கள் மனித உடல் பண்பேற்றம் (anthropomorphism) பெற்ற நிலையாகும், மனித உளப் பண்பேற்றல் (anthroposophy) எனும் நிலையாலும் உயர்வழிப் படுத்தப்பட்டன.

அதனால்தான் பின்னாளைய இறைமைக் கொள்கையில் மனிதப் பண்பேற்றம் முதன்மையாகிவிட்டது. தெய்வங்கள் மனிதனா இல்லையா, உயிரினமா உயிரற்றவையா எனும் கேள்விகளைவிடவும் கடவுட் கொள்கையில் மனிதப் பண்புகள் இருப்பதைக் காண்கிறோம். தெய்வங்கள் மனிதனோடு ஒப்பிடப்படும் முறையில் சமுதாயத் திற்குச் சமுதாயம் வேறுபாடுகள் இருந்தாலும், மனிதப் பண்பேற்றல் முறைக்கு உட்படுத்தப்பட்டது என்பதில் வேறுபாடுகள் இல்லை. மனித ஆற்றலுக்கு மீறிய (தெய்வம்) ஆற்றல்களில் மனிதப் பண்பை ஏற்றும் முயற்சி என்பது அதனைத் தன்வயப்படுத்தும் மனிதனின் தொழில்நுட்பம் ஆகும்.

இனிப் பழங்குடிகளின் சமய வழிபாடுகளில் ஆதி வைணவமும் ஆதி சைவமும் எவ்வாறு காணப்படுகின்றன என்பதைக் காண்போம்.

ஆதி வைணவம்

நீலகிரி தொதவர்கள் நீண்ட காலமாகவே இந்து சமயத்தின் தாக்கத்தைப் பெற்று வந்துள்ளனர். அவர்கள் மைசூரில் நஞ்சன்கோடுவில் உள்ள சிவனையும், நீலகிரியின் அடிவாரமாகிய மேட்டுப்பாளையத்துக்கு அருகில் காரமடையில் உள்ள ரங்கநாதரையும் வழிபடுகின்றனர். வில்லியம் பிரீக்ஸ் என்பவர் 1870களில் தொதவர்கள் தங்களைச் சுற்றி வாழும் இந்துக்களின் சமய நம்பிக்கைகளையும் தழுவிக் கொண்டதைப் பின்வருமாறு பதிவு செய்துள்ளார்:

தொதவர்கள் இப்போதெல்லாம் சைவ பக்தர்கள். நெற்றியில் விபூதிப்பட்டை பூசிக் கொள்கின்றனர். வேண்டுதலின் போது தலையை மொட்டை அடித்துக்கொள்கின்றனர். இவர்களின் வழிபாட்டு முறையில் இப்போதெல்லாம் இந்துக் கடவுள்களின் இருப்பு பெரிதும் கூடியுள்ளது (பிரீக்ஸ் 1873).

தொதவர்களை மிக விரிவாக ஆராய்ந்த அந்தோணி வாக்கர் கூறுவதை இங்குக் கவனிப்பது பொருத்தமாக இருக்கும்:

கடைத்தெருக்களிலிருந்து இந்துக் கடவுள்களின் புகைப்படங்களை வாங்கி வந்து சாமி அறையில் வைத்துள்ளனர். சிவன், பார்வதி, இவர்களின் மகன்களாகிய கணேசன், சுப்பிரமணியர் ஆகியோரின் படங்கள் உள்ளன. கூடவே விஷ்ணு, அவரது மனைவி லட்சுமி, விஷ்ணுவின் அவதாரங்களாகிய கிருஷ்ணர், ராமர் ஆகியோரின் படங்களும் தொதவர்களின் வீடுகளில் இருக்கின்றன (வாக்கர் 1986: 287).

நினைவுக்கு எட்டாத காலம் தொடங்கி தொதவர்கள் காரமடையில் உள்ள ரங்கநாதரை வழிபடுகின்றனர். அது அவர்களுடைய பூர்வீக தெய்வமாகும். இத்தெய்வத்தை அவர்களுடைய தொதவ மொழியில் 'கொவ்ருது தவ்' என்கிறார்கள். பின்னாளில்தான் அது அனைவருக்கு மான தெய்வமாக மாறியது என்பார்கள். தொடக்கத்தில் இந்த ரங்க நாதருக்குச் சிலை வடிவம் ஏதுமில்லை; ஒரு விளக்கு மட்டுமே இருந்தது.

ஆதியில் பழங்குடி மக்களின் சாமிகள் வடிவம் ஏதுமற்ற நிலையில் தான் இருந்தன. இன்றுகூட நாட்டார் சமயத்தில் இத்தன்மையைக் காண முடியும். வழிபடும்போது மட்டுமே கற்களை எடுத்துக் கழுவி மஞ்சள், குங்குமம் இட்டுச் சாமியாக்கிக் கொள்வார்கள். பின்னர் கல்லாகிவிடும். அடுத்த வழிபாட்டின் போதே மீண்டும் கற்களைக் கொண்டு சாமியின் உருவத்தைக் காண்பார்கள்.

மைசூர் ஆட்சிப் பகுதியிலிருந்து 12ஆம் நூற்றாண்டு வாக்கில் நீலகிரியில் தஞ்சம் புகுந்தவர்கள் படகர்கள் (ஹாக்கிங்ஸ் 1980: 221). அவர்கள் இன்று பழங்குடியினராக இல்லையென்றாலும் பழங்குடிகள் போன்றே தனித்துவமான, கட்டுக்கோப்பான பண்டைய பழக்கவழக்கங்களைப் பின்பற்றிவருகின்றனர். நீலகிரியில் படகர்களுக்கும் இருளர்களுக்கும் உள்ள உறவு தனித்துவமானது; வரலாற்று ரீதியிலானது.

நீலகிரியில் ரங்கசாமி சிகரம் என்பது மிக உயரமான இடங்களில் (1788 மீட்டர்) ஒன்றாகும். இங்கு விஷ்ணு ரங்கநாதராக வழிபடப்படுகிறார். இரண்டு பெருங்கற்கால கல் வடிவங்களில் ரங்கநாதரும் அவரது நாச்சியாரும் காட்சியளிக்கின்றனர். இக்கோயிலின் பூசாரி ஓர் இருளர் (பழங்குடிச் சமூகத்தவர்). நெற்றியில் நாமம் இட்டுக்கொண்டு வழிபாடு செய்கின்றார். இக்கோயிலின் ஆண்டுத் திருவிழாவில் கிருஷ்ண அவதார நாடகத்தை நிகழ்த்து கின்றனர். இந்த ரங்கநாதர் ஆலயம் மெல்ல மெல்ல பிரபலமடையத் தொடங்கிவிட்டதால் சாதி இந்துக்களும் வரத்தொடங்கிவிட்டனர். மெல்ல சம்ஸ்கிருதவயமாக்கலுக்கும் ஆட்பட்டுவருகிறது.

படகர்கள் ஹெத்தே அம்மனையும் (குலதெய்வம்), சிவனின் மற்றொரு வடிவமான ஹிரி ஓடையோ (தலையில் நிலவைச் சூடியவன்) வழிபாட்டையும் கொண்டவர்கள். இருந்தாலும் புறங்காடு சீமையைச் சேர்ந்த 110 கிராம படகர்கள் மட்டும் ஆண்டுக்கு ஒரு முறை மே மாதம் சனிக்கிழமை சிகரத்திற்குச் சென்று ரங்கநாதரை வழிபடுகின்றனர். நல்ல மழை பொழிய வேண்டுகின்றனர். படகர்கள் விவசாயம் தொடங்குவதற்கு முன்னர் இக்கோயிலுக்குச் செல்ல, நீலகிரிச் செட்டியார்களோ (மவுன்டாடன் செட்டி) அறுவடை முடிந்த பிறகு ரங்கநாதரை வழிபடுகின்றனர்.

நீலகிரியில் உள்ள ரங்கநாதரின் ஆண்டுத் திருவிழாவில் சமநிலப் பகுதிகளைச் சேர்ந்த மக்களும் கலந்துகொண்டு வழிபடுகின்றனர். பழங்குடிக்கான தெய்வமொன்று அதன் காலகதியில் புகழ்பெறும் போது அது அனைவருக்குமான வழிபடும் இடமாக மாறுவது எனும் நிகழ்வுக்கு இக்கோயிலும் ஒரு நல்ல சான்றாகும்.

இதற்கு இணையாக மேட்டூர் குளத்தூருக்கு அடுத்துள்ள மாதேஸ்வரன் (மாதேஸ்வரன் மலையில் உள்ள சிவன்), மேட்டூர் பாலமலையில் உள்ள சென்ட்ராய பெருமாள், மருதமலையில் உள்ள

முருகன்(இது ஆதியில் இருளர் களால் உருவான கோயிலாகும்) போன்ற பல எடுத்துக்காட்டுகளைக் கூறலாம்.

நீலகிரிவாழ் பழங்குடிகளில் அடுத்து முக்கியமானவர்கள் இருளர்கள். இவர்களுக்கும் விஷ்ணுவுக்குமான உறவு தனி கவனத்துக் குரியது. கோயம்புத்தூரிலிருந்து உதகைக்குச் செல்லும் போது மேட்டுப்பாளையத்திற்கு முன்பாகக் காரமடை எனும் ஊர் உள்ளது. இங்குள்ள ரங்கநாதர் 'காரமடை ரங்கநாதர்' என்று சிறப்பித்து அழைக்கப்படுகிறார்.

ரங்கநாதருக்கு நடக்கும் ஆண்டுத் திருவிழாவின்போது ரங்கநாதர் 5 கிலோமீட்டர் தொலைவில் உள்ள பெட்ட மலைக்குச் சென்று பெட்டத்தம்மனோடு இருந்துவிட்டு மீண்டும் தன்னுடைய காரமடை கோயிலுக்குத் திரும்புகிறார். கோயிலுக்கு உள்ளே நுழையும்போது நாச்சியார் அவரைத் தடுத்து நிறுத்தி வாழைமட்டையால் அடிக்கிறார். இருளப் பெண்ணாகிய பெட்டத்தம்மனுடன் இருந்துவிட்டு வந்ததால் காரமடை நாச்சியார் ஏற்க மறுக்கிறார். சிறிது நேரம் காக்க வைத்த பின்னர் ரங்கநாதர் உற்சவ மண்டபத்திற்குத் திரும்புகிறார்.

காரமடை ரங்கநாதர் இரண்டு மனைவி சாமியாக உருவகம் பெற்று இருப்பதால் 'பழங்குடி–சாதி' சமூகமுறைகளுக்கிடையில் அல்லது 'பழங்குடி-செவ்வியல்' மரபுகளுக்கிடையில் ஒரு தொடர்ச்சி நிலவுவதைக் காண முடிகிறது; இவ்விரண்டு மரபுகளுக்கிடையில் ஓயாத ஓர் ஊடாட்டத்தை நிகழ்த்திக் கொண்டிருப்பதைக் காண முடிகிறது (விரிவுக்குக் காண்க: பக்தவத்சல பாரதி, *தமிழர் மானிடவியல்*, 2012: 180).

விருத்தாசலத்திற்கு அருகில் உள்ள ஸ்ரீமுஷ்ணம் (திருமுட்டம்) ஊரில் அருள்பாலிக்கும் ஸ்ரீவராகப் பெருமாள் மாசி மகத்தன்று சிதம்பரத்திற்குக் கிழக்கே உள்ள கிள்ளை கடற்கரைக்குத் தீர்த்தவாரி காண்பதற்குச் செல்கிறார். அப்போது போகும் வழியில் கிள்ளை தர்காவில் தங்கி, பின்னர் அங்கிருந்து கிளம்பி கடற்கரையில் தீர்த்தவாரி கண்டு மீண்டும் ஸ்ரீமுஷ்ணம் திரும்புகிறார். கிள்ளை தர்காவில் ஓர் இஸ்லாமியப் பெண்ணுடன் பழகியவர் பெருமாள் எனும் ஐதீகம் உள்ளது. அதனால் கிள்ளையில் பெருமாளை இஸ்லாமியர்கள் மேளதாளம், பட்டு பீதாம்பரம், மாலை, பழவகைகள், சீர்வரிசை என அமர்க்களமாக 'மாப்பிள்ளை' முறை வைத்துத் தீர்த்தவாரிக்கு வரும் போதும், திரும்பிச் செல்லும்போதும் மரியாதை செய்கின்றனர்.

இதைப் போன்றதொரு மரபு காரைக்காலில் நிகழும் தீர்த்தவாரியிலும் காணப்படுகிறது. இங்கு மயிலாடுதுறைக்கு அருகில் உள்ள திருக்கண்ணபுரத்தில் இருந்து தீர்த்தவாரிக்குச் செல்லும் சௌரிராஜ பெருமாளை மீனவர்கள் ஒன்றுகூடி திருமலைராயன் பட்டினத்தில் பெருமாளை 'மாப்ளே, மாப்ளே' (மாப்பிள்ளை) என்று முறை சொல்லி வரவேற்று சப்பரத்தைத் தங்கள் தோள் மீது சுமந்து சென்று, சாமி தீர்த்தவாரி கண்டதும், மறுநாள் மீண்டும் தோள்மீது சுமந்துவந்து திருமலைராயன்பட்டினத்தில் திருக்கண்ணபுரம் ஊராரிடம் ஒப்படைக்கின்றனர்.

மீனவர் பெண்ணைப் பெருமாள் மணந்துகொண்டதன் ஐதீகமாகவே இம்மரபு இன்றும் தொடர்கிறது. இவ்வாறாக, இரண்டு மனைவி சாமிகள் நாட்டார்-வைதிக மரபுகளுக்கிடையில் ஓர் ஊடாட்டத்தை வலுப்பெறச் செய்கின்றன. இத்தகைய சமூக-சமய அசைவியக்கமானது வேந்தர்கள் அவர்களுடைய ஆட்சிப் பரப்பை விரிவடையச் செய்த காலகட்டத்தில் அல்லது பெரும் பிரதேச ஒருங்கிணைப்பை நிலை நாட்ட முனைந்த காலகட்டத்தில் அனைத்துச் சமுதாய மக்களின் ஒற்றுமை ஓங்குவதற்கு ஏற்படுத்திய சமய ரீதியான முயற்சிகளாகும்.

இவ்வாறான அசைவியக்கமாகவே நீலகிரியிலும் பழங்குடி-செவ்வியல் மரபுகளின் தொடர்ச்சி நிலவுகிறது. தமிழிலக்கிய ஆய்வுகளில் புகழ்பெற்ற செக்கோஸ்லேவேகிய அறிஞர் கமில் சுவலபெல் காரமடை ரங்கநாதரும், ரங்கசாமி சிகரத்தில் உள்ள ரங்கநாதரும் அண்ணன் தம்பிகள் எனும் ஒரு நம்பிக்கையைத் தம் ஆய்வில் குறிப்பிடுகிறார் (1988: 137).

ஆங்கிலேய மொழியியல் பேராசிரியர் எமனோ (1937-38), அமெரிக்க மானிடவியல் அறிஞர் டேவிட் மேண்டல்பாம்(1941) இருவரும் காரமடை ரங்கநாதர் திருவிழாவில் கோத்தர்கள் பங்கேற்பதைக் குறிப்பிடுகின்றனர். இவர்களின் பங்கேற்பு ஒரு நிலையில் பழங்குடி- செவ்வியல் மரபுகளுக்கிடையிலான தொடர்ச்சி என்பதாகவும், மறுநிலையில் தனிமரபு - பொது மரபுகளுக்கு (little tradition & great tradition) இடையிலான தொடர்ச்சி என்பதாகவும் கொள்ளலாம்.

பழங்குடிகளின் வைணவ மரபு சார்ந்த பெருமாள் வழிபாட்டு முறையில் உருவகப்படுத்தப்படும் பெருமாள் (விஷ்ணு) தொல்

வடிவத்திற்குரிய (proto-form)ஒன்றாகவும் காணப்படுகிறது. இந்தத் தொல்வடிவத்திலிருந்தே பிந்தைய நாட்டார் (folk), வைதிகப் பெருமாள் வடிவங்கள் உருப்பெற்றன.

பரம்பிக்குளம் அருகில் உள்ள இந்திராகாந்தி வனவிலங்கு பாதுகாப்புப் பகுதியில் வாழும் முதுவர்கள் விஷ்ணுவை வழிபடு கின்றனர். மலையுச்சியில் குகை போன்றதொரு கோயிலில் உள்ள ஆட்கொண்ட பெருமாளை ஆண்டுக்கொரு முறை 30 நாள்கள் விரதமிருந்து (ஒருவேளை மட்டும் உண்கின்றனர் - அதுவும் பால்பழம் மட்டும்தான்) ஆண்கள் மட்டும் வழிபடுகின்றனர். முதுவர்களின் ஒரு பிரிவினர் இராமரைத் தங்கள் குலதெய்வமாக வழிபடுகின்றனர். இவர்கள் இராமனின் வழித்தோன்றல்களே முதுவர் என்கின்றனர். சீதை வனவாசம் இருந்தபோது தங்கள் முன்னோர்கள் அவளுக்குக் காவல் காத்ததாகவும் கூறுகின்றனர் (முத்துஇலக்குமி 2016: 79-83).

மேல்நாடு இருளர்களின் படைப்புத் தொன்மத்தைக் காண்போம். இராமரும் சீதையும் காட்டில் ஆண் பூனை ஒன்றையும் பெண் பூனை ஒன்றையும் தங்கள் குழந்தைகள் போல் மடியில் வைத்துக் கொஞ்சிக் கொண்டிருந்தனர். பூனைகளுக்கு உணவு கொடுக்கலாம் எனத் தேடியபோது ராமந்தி எனப்படும் குரங்கு நெல்லிமரத்தைக் காட்டியது. நெல்லிக் கனியைச் சாப்பிட்ட பின்னர் பூனைகள் பேசத் தொடங்கின, மெல்ல மனிதனாகவும் உருமாற்றம் பெற்றன. அவர்களே இருளர்களாகப் பெயர் பெற்றார்கள். (ஆதிவாசி முதல் ஔவை வரை நெல்லிக்கனி தமிழ்த் தொன்மங்களில் இடம்பெறும் ஒரு தாவரக் குறியீடாக விளங்கி வந்துள்ளது.)

ஆடையின்றி அம்மணமாக இருந்த இருளர்களுக்கு இராமர் தழைகளைக் கொடுத்துக் கட்டச் சொன்னார். உண்பதற்கு இரண்டு வகையான கிழங்குகளையும், இரண்டு வகையான பழங்களையும், ஐந்து வகையான தாவரங்களையும், தேனையும் காட்டினார். பின்னர் கனவில் தோன்றி மானுட உற்பத்திக்கான பாலுறவு முறைகளையும் சொன்னார். இம்மாதிரியே நீலகிரி மலைத்தொடரில் சோளகர் பழங்குடியினரையும் இராமர், சீதை படைத்தனர் என்கிறது இருளரின் படைப்புத் தொன்மம். இந்நிலையில் காட்டுப்பூனையே இவ்விரு பழங்குடியினருக்குத் 'தொன்ம மூதாதையர்' (mythical ancestor) ஆகும் (சுவலபெல் 1990: 165-70).

முள்ளுக்குறும்பர்களின் தோற்றத் தொன்மத்தைக் காண்போம். மிகப் பெரிய வரம்வேண்டி அர்ச்சுனன் காட்டில் தவம் செய்து கொண்டிருந்தான். அவன் தவத்தைச் சோதிக்க சிவனும் பார்வதியும் வேடர்கள் போன்று வேடமிட்டு வந்தனர். அவ்வாறு வரும்போது சில பூதகணங்களை வேடுவர் வடிவில் உடன் அழைத்துவந்தனர். வேடுவர் வடிவிலிருந்த தேவகணத்தைச் சேர்ந்த ஒருவன் சிவனைப் பற்றி இழிவாகப் பேசினான். அதைக் கேட்ட அர்ச்சுனன் ஆத்திரமடைந்து அவனோடு சண்டையிடுகிறான். அர்ச்சுனன் விட்ட அம்புகளை மலர்களாக மாற்றினாள் பார்வதி. சிவனும் பார்வதியும் எதிரில் நிற்கிறார்கள் எனும் உண்மையறிந்து அர்ச்சுனன் வணங்குகிறான். அர்ச்சுனனின் வீரத்தைப் பாராட்டி வேண்டிய வரத்தைக் கொடுத்துவிட்டுச் சிவனும் பார்வதியும் மறைந்தனர். வேடுவர்களாக வந்த பூதகணங்களைக் காட்டில் விட்டுச் சென்றனர். அந்தப் பூதகணங்களின் வழி வந்தவர்கள்தான் முள்ளுக் குறும்பர்கள் (இராபர்ட் சத்திய சோசப் 1987: 1030-31).

அமெரிக்க நாட்டார் வழக்காற்றியல் அறிஞர் எரிக் மில்லர் முதுவர்களிடம் ஒரு பழங்கதையைச் சேகரித்தார். அக்கதையில் தங்களுக்குச் சேலை கட்ட கற்றுக்கொடுத்தது கண்ணகி என்று வருகிறது. 12ஆம் நூற்றாண்டில் மதுரையிலிருந்து குடிபெயர்ந்து இப்போது வாழும் மேற்குத் தொடர்ச்சி மலைக்கு வந்தவர்கள் முதுவர்கள்.

சிலப்பதிகாரம் வஞ்சிக்காண்டம் கால்கோட்காதையில் (85, 124) குறிப்பிடப்படும் 'ஓவர்' என்போர் இன்றைய கோத்தர் பழங்குடியே என்பதை அருட்தந்தை பி.கே. மல்லி (2013: 238) ஆராய்கிறார். சிலப்பதிகாரத்தில் குறிப்பிடப்படும் 'நீலகிரியின் நெடும்புறம்' கூடலூர்ப் பகுதியாகும் என்றும், கூடலூரில் இன்றுள்ள சேரம்பாடி (சேரன் + பாடி), சேரங்கோடு (சேரன்+ கோடு) போன்ற ஊர்ப் பெயர்களும் இதற்கு வலுசேர்க்கின்றன என்றும் மல்லி ஆராய்கிறார். சேரன் செங்குட்டுவன் கண்ணகிக்குக் கல் எடுக்கச் சென்றபோது நீலகிரியின் நெடும்புறத்தே கடந்து சென்றான் என்பது ஒரு மரபுரை. சேரமன்னன் அவ்வாறு நீலகிரி வழியே சென்றபோது ஊழிவாழி யென்று தம் கூத்துக்களோடு மறவாள் வேந்தன் சேரனை ஓவர் மக்கள் வாழ்த்தினராம்.

இன்றும் கோத்தர்கள் இசைவாணர்களாக விளங்குவதன் மூலம் இப்பழமரபுக்கதை வரலாற்று முக்கியத்துவம் வாய்ந்ததாக உள்ளது. கோத்தர்களுக்கும் சிலப்பதிகாரத்திற்கும் கண்ணகிக்கும் நேரடித் தொடர்பு இருந்ததை இதன்வழி அறியலாம்.

மேட்டூரிலிருந்து பவானி செல்லும் வழியில் கொண்ட ரெட்டிகள் வேடப் பெருமாளை வணங்குகின்றனர். வளையச் செட்டியூரில் இருக்கும் கற்சிலையில் பெருமாள் வேடனாகவே காட்சி தருகிறார்.

ஆதியில் கொண்ட ரெட்டிகள் ஆந்திராவில் பெனுகொண்டாவிலிருந்து ஸ்ரீரங்கப்பட்டினம் (கர்நாடகம்) வழியாகத் தமிழகம் வந்தனர். வரும்போது கூடையில் மூன்று கற்களைக் கொண்டு வந்தனர். அதனால் அச்சாமியைச் 'கூடைக்கல் பெருமாள்' என்றே சொல்லி வந்தனர். பின்னர் 'வேட்ராயப் பெருமாள்' (வேட்டைக்காரப் பெருமாள்) என்றும் அழைத்தார்கள். இந்தச் சாமியை மனம் உருகி வணங்கும்போது வேட்ட வெங்கட்ரமணா என்றும் அழைப்பார்கள்.

வேட்ராயப் பெருமாள் திருவிழாவில் பூலாம்பட்டிப் பறையர்கள் இசை ஊழியம் செய்வதால் வீதியுலாவின் போது அருகில் உள்ள பூலாம்பட்டி மாரியம்மன் கோவிலில் பெருமாள் நிறுத்தப்படுவார். மக்கள் அனைவரும் தீபாராதனை கொடுப்பார்கள். ஐயர் அனைவருக்கும் துளசி தீர்த்தம் கொடுப்பார். அவ்வாறே வளையச் செட்டியூரில் உள்ள அருந்ததியரின் மாரியம்மன் கோயில் முன்பும் பெருமாள் நிறுத்தப்பட்டு தீபாராதனை கொடுத்துத் துளசி தீர்த்தம் வழங்கப் படுகின்றது.

வேட்டைத் தொழிலைக் கொண்டுள்ள பழங்குடியின் பண்பிற்கேற்ப பெருமாளின் வடிவமும் பெயரும் அமைந்துள்ளன. கையில் வில், அம்பு வைத்திருப்பது போல் பெருமாளின் கற்சிலை அமைந்துள்ளது. அவருடைய பெயரும் வேட்டைப் பெருமாள் என வழங்கப்பட்டு வருகிறது. இத்தகைய பண்புகள் விஷ்ணுவின் தொல்வடிவத்திற்கான பொருண்மையாகவும் அமைகின்றன (பக்தவத்சல பாரதி 2007). கல்வராயன் மலையில் உள்ள கரியராமனின் சிலைகூட கையில் வில், அம்பு வைத்திருப்பதுபோல் உள்ளது (அய்யப்பன் 2014: 152). ஆதியில் விஷ்ணு வேடனாக உருவகப்படுத்தப்படுவது பழங்குடிகளின் சிந்தனை முறையில் உள்ள ஒன்றாகும்.

சீர்காழி வட்டம் கொள்ளிடம் பகுதியில் உள்ள மகேந்திரம் பள்ளி எனும் ஊரில் கோதண்டராமன் (பெருமாள்) கோவில் உள்ளது. இது பல்லவர் காலத்தில் கட்டப்பட்ட கோவிலாகும். இக்கோவிலில் கோதண்டராமன் தன் கையில் ஆதி விட்ணுவுக்குரிய வில் அம்புடன் காணப்படுகிறார்.

பழங்குடி வைணவத்தில் பெருமாளின் தொல்வடிவங்கள் பலவற்றை இனங்காண முடிகிறது. தமிழகத்தில் உள்ள 37 பழங் குடிகளில் ஏறக்குறைய பாதியளவு மக்கள் தொகை கொண்டவர்கள் மலையாளிகள். அவர்கள் வாழும் மலைகளில் விழுப்புரம் மாவட்டத்தில் உள்ள கல்வராயன் மலையும் ஒன்றாகும். இம்மலையில் வாழும் மலையாளிகள் பல்வேறு ஊர்களில் இராமனுக்குக் கோவில் கட்டி வழிபடுகின்றனர். கல்லுப்பட்டி, செல்லங்குரிச்சி, கருமந்துறை முதலான ஊர்களில் இளைய ராமனை வழிபடுகின்றனர் (நல்லதம்பி 2011: 150-59). இளையவன் என்பது வீரன், அழகன் எனும் பொருள் கொண்டவை.

தேக்கம்பட்டு போன்ற இன்னும் சில ஊர்களில் 'கரியராமன்' எனும் வடிவத்தில் பெருமாள் வழிபடப்படுகின்றார். மலையாளிகளின் பல்வேறு ஊர்களிலும் பெருமாள் கோவில் உள்ளது. மலையாளிகள் ஆதியில் காஞ்சிபுரத்திலிருந்து மலைகளில் தஞ்சம் அடைந்தவர்கள் என்பதால் பெருமாள் வழிபாட்டை மலைகளிலும் தொடர்ந்தார்கள் எனக் கருத இடமுண்டு.

இம்மலையில் நிகழ்ந்து வந்துள்ள ஓர் இயல்பான மேல்நிலை யாக்கத்தாலும் இது நிகழ்ந்துள்ளது என்கிறார் அய்யப்பன் (2014: 232). அதாவது, கோணியம்மன், மாசானியம்மன், மாகாளியம்மன், ஈசாயினி முதலான தெய்வங்கள் இன்று சக்தியின் வடிவங்களாகக் காணப்படுவது போன்றே, கரிராயன் (கல்ராயன்) கரியராமனாக்கப் பட்டது இத்தகைய முறையில் இருக்கலாம் என்கிறார் அய்யப்பன் (மேலது: 232).

ஆய்வாளர் அய்யப்பன் பின்வரும் தொன்மத்தைப் பதிவு செய்கிறார்:

> முன்னொரு காலத்தில் காஞ்சிபுரத்தில் ஸ்ரீவைணவ கோத்திரத்தைச் சேர்ந்த காராளர் வசித்து வந்தனர். இவர்களின் குலதெய்வம் கரிராமன் என்னும் கரிவரதராசப் பெருமாள்... இந்தக் குல தெய்வத்தைப் இருளப் பூசாரிகள் தூக்கிச் சென்றுவிட்டனர்... தங்கள் தெய்வத்தை மீட்க காராளர்கள் பின்தொடர்ந்து சென்றனர். இப்போதுள்ள கரியராமன் கோவிலில் பூசாரிகளுக்கும் காராளர் களுக்கும் போர் நடந்தது. இப்போரில் பூசாரிகள் இறந்தனர். தெய்வம் தான் அமர்ந்த இடமே போதும் என்று கனவில் சொல்லி விட்டதால் காராளர்களும் தெய்வத்துடன் தங்கிவிட்டனர் (மேலது: 150-51). இதுதவிர இன்னும் இரண்டு தொன்மங்களையும்

கொளத்தூர் பகுதியில் கொண்டரெட்டிகளின் எல்லம்மா கோயில்

மலையாளிகள் விவரிக்கின்றனர் (விரிவுக்குக் காண்க: நல்லதம்பி 2011: 146; அய்யப்பன் 2014: 151).

கல்வராயன் மலையில் உள்ள ஓர் ஊர் 'சின்ன திருப்பதி' என்றழைக்கப்படுகிறது. ஆந்திராவில் உள்ள திருப்பதிக்குப் பதிலித்தலம் எனும் வகையில் இம்மக்களிடம் இப்பெயர் விளங்குகிறது. மலையாளிகள் ஏனைய தெய்வங்களுக்குச் சித்திரை, வைகாசியில் திருவிழாக்கள் கொண்டாடுகின்றனர். திருப்பதியைப் போன்றே சின்ன திருப்பதியிலும் புரட்டாசி மாதம் சனிக்கிழமைகளில் சிறப்புப் பூசைகளும் ஐந்தாவது சனிக்கிழமை திருவிழாவும் கொண்டாடப்படுகிறது. ஸ்ரீநிவாசப் பெருமாளுக்கான இத்திருவிழா மிகவும் புகழ் பெற்றது. பெருமாளிடம் குழந்தை வரம் வேண்டினால் அது பலிக்கும் எனும் ஆழ்ந்த நம்பிக்கை உள்ளது. சமவெளிப் பகுதியிலிருந்தும் மக்கள் பெருந்திரளாக வருகிறார்கள் (நல்லதம்பி *2011: 152; அய்யப்பன் 2014: 210).*

இத்திருவிழாவின்போது இரவில் இராமாயணம், மகாபாரதம் தொடர்பான கூத்துகள் நடத்தப்படுகின்றன. அரிச்சந்திரன் கதை, கிருஷ்ணலீலை, இரணிய சம்ஹாரம், கம்சன் கதை, பாரதப் போர், பரதன், தர்மர் பட்டாபிஷேகம், கர்ண மோட்சம் உள்ளிட்ட புராணக்

கதைகள் கூத்தாக நிகழ்த்தப் பெறுகின்றன. இக்கூத்து வகைகளின் மூலம் மலையாளிகள் ஒருபுறம் அனைத்திந்தியத் தன்மையோடு (pan-Indianism) இணையும் அதே வேளையில், மறுபுறம் வட்டாரத் தன்மையோடும் இணைகின்றனர் (மேற்கூறிய புராணக் கதைகள் தமிழ்மரபில் உருவானவை).

ஆதி சைவம்

தமிழகப் பழங்குடிகளில் பலர் தொன்மைக்குத் தொன்மையாய் ஆதியும் அந்தமுமாய் விளங்குபவர்கள். இந்தப் புராதனத் தொல்குடி களிடம் காணக்கூடிய சைவத்தின் கூறுகளை அறியும் போது ஆதி சைவத்தின் தன்மைகளை அறிய முடியும்.

நீலகிரியின் மிக உயர்ந்த உச்சியில் வாழ்பவர்கள் தொதவர்கள். இவர்களின் தோற்றத் தொன்மத்தின்படி இந்த உலகத்தைத் தோற்றுவித்தவர் 'பெட்டுக சொமி' (பெட்டுக=மலை; சொமி= சாமி). சிவபெருமானையே தொதுவர்கள் பெட்டுக சொமி என்கிறார்கள். தமிழகத்தின் எல்லையோரமாகிய வயநாட்டில் உள்ள அம்பலக் கோட்டை (அம்பலம்=கோவில்; கோட்டை - பாதுகாப்பான இடம்) தொதவர்களின் ஆதிசிவன் கோவிலாகும். அதுவே அவர்களுக்கு மிகவும் புனிதமான தலமாகும்.

தொதவர்கள் ஆண்டுக்கு ஒருமுறை இங்கு வந்து வழிபடு கிறார்கள். இவர்களின் பூர்வீக புனிதத்தலம் பண்டைய சேர நாடாக இருப்பதாலும், சமய விழாக்களின் போது மருள்வந்து ஆடும் போதும், மந்திர உச்சாடனங்கள் சொல்லும்போதும் மலையாளச் சொற்கள் வெளிப்படுவதால் தொதவர்களுக்கும் பண்டைய சேர தேசத்திற்கும் ஏதோ ஒரு வகையான இனவியல் உறவு இருப்பதைக் காண முடிகிறது.

பெட்டுக சொமி ஒருமுறை நெற்றியிலிருந்து மூன்று வியர்வைத் துளிகளைப் பூமியில் விட்டாராம். ஒரு துளியிலிருந்து தொதவரும், இன்னொரு துளியிலிருந்து கோத்தர்களும், மற்றொரு துளியிலிருந்து குறும்பர்களும் தோன்றினார்கள். இந்துக்களின் தோற்றத் தொன்மம் போல இது காணப்பட்டாலும் இம்மூன்று பழங்குடிகளிடம் எந்த வகையான ஏற்றத்தாழ்வும் படிநிலையும் ஏற்படவில்லை. பழங் குடிகள் இயல்பிலேயே ஒருபடித்தானவர்கள் (homogenous), படிநிலையற்றவர்கள்... சமூக சமத்துவம் (egalitarianism)

பேணுபவர்கள். அதனால்தான் அவர்களின் தோற்றத் தொன்மமும் படிநிலைத் தன்மையைக் காட்டவில்லை.

மலைவேடன்கள் கண்ணப்ப நாயனாரின் வழித்தோன்றல்கள் என்று கூறிக்கொள்வதில் பெருமைப்படுகின்றனர். இதனால் சிவபெருமானையும், முருகனையும், பிள்ளையாரையும், சக்தியையும் வழிபடுகின்றனர். இவர்கள் ஆதி சைவர்களாக இனங்காட்டிக் கொள்கின்றனர்.

இருந்தாலும் 13ஆம் நூற்றாண்டில் நாயக்க மன்னர்கள் மதுரையில் ஆட்சியமைத்தபோது மலைவேடன்களைத் தம் காவலர்களாக நியமித்தனர். அரசு ஆதரவு கிடைத்ததால் மலைவேடன்கள் தங்கள் மன்னர்கள் வழிபட்டுவந்த பெருமாளையும் வழிபடத் தொடங்கினார்கள். அரசியல், ஆட்சி மாற்றங்கள் தெய்வ நம்பிக்கையையும் மாற்றிவிட்டன. இன்றும் கோட்டமேட்டில் சக்கரத்தாழ்வார் கோவில் உள்ளது. இரவில் பெருமாள் கவசகுண்டலத்துடன் மாட்டை ஓட்டிக்கொண்டு நடமாடுவதால் அவர் ஊர் காக்கும் தெய்வமாக விளங்குகிறார் என மக்கள் நம்புகின்றனர். இதனால் அறுவடைக்குப் பின்னர் நன்றிக் கடனாக இக்கோவிலுக்குப் பொங்கல் வைக்க நெல் கொடுக்கின்றனர் (அல்போன்சா 1985: 26-27).

மலைவேடன்களிடம் விநாயகர் வழிபாடும் உள்ளது. விநாயகர் முதுகில் 'இன்றுபோய் நாளை வா' என எழுதப்பட்டிருந்தது சனீஸ்வரன் பற்ற வரும்போதெல்லாம் விநாயகர் முதுகைக் காட்டியதால் சனீஸ்வரன் அவரைப் பற்ற முடியவில்லையாம். அதனால் விநாயகரைக் கும்பிட்டால் சனி தோஷம் பற்றாது என நம்புகின்றனர் (மேலது: 27). காக்கை தலையிலடித்தல் போன்ற தீய சகுனங்கள் ஏற்பட்டால் விநாயகரைக் கும்பிட்டுப் பரிகாரம் தேடுகின்றனர் (மேலது: 27).

மேற்குத் தொடர்ச்சி மலைப் பகுதியில் வால்பாறை, உடுமலைப் பேட்டை, பொள்ளாச்சி உள்ளிட்ட சரகங்களில் வாழும் முதுவர்கள் 24 தெய்வங்களை வணங்குகின்றனர். அத்தெய்வங்களில் பொது மரபிற்குரிய தெய்வங்களாகிய முருகன், சொக்கர், மீனாட்சியம்மன், இராமர், கண்ணபிரான், காமாட்சியம்மன், லட்சுமி, சரஸ்வதி, விநாயகர், கருடபகவான் முதலானவை ஆகும். இத்தகைய தேவ கணத்தைப் பார்க்கும் போது முதுவர்கள் நீண்டகாலமாகவே இந்துவய மாக்கலுக்கு ஆட்பட்டுள்ளனர் என்பதை அறியமுடிகிறது.

ஆனைமலைக் காடர் கோயில்

முதுவர்கள் தைப்பூசத்தின்போது பழனிமலைக்குச் செல்கின்றனர். மறையூர் கோவில் கடவில் இருக்கும் சிவன் கோவில் (தென்காசிநாதன் கோவில்) முதுவர்களின் உரிமைக்குட்பட்டது என்கிறார்கள். கார்த்திகை தீபத்தன்றும், சிவராத்திரியன்றும் மட்டுமே முதுவர்கள் இங்கு வந்து வழிபடுகின்றனர் (முத்துஇலக்குமி 2016: 79).

முதுவர்கள் மதுரையிலிருந்து புலம்பெயர்ந்து வந்தவர்கள் என்பதால் மீனாட்சியம்மனையும் சொக்கரையும் தங்கள் சமூகத் தெய்வமாக வழிபடுகின்றனர் (மேலது: 79).

நீலகிரியில் வாழும் கோத்தர்களின் ஆதி சைவ வழிபாடு நம் கவனத்திற்குரியது. கோத்தர்கள் இந்தியாவிலேயே தனித்துவமான பழங்குடியினர். இவர்கள் பஞ்ச கம்மாளர்கள் செய்யும் அனைத்துத் தொழில்களையும் செய்கின்றனர். அதற்கு மேலும் சில தொழில் களைச் செய்கின்றனர். இரும்புக் கருவிகள் செய்யும் கம்மாளராக, வெள்ளி தங்கத்தாலான நகைகள் செய்யும் தட்டாராக, மரவேலை செய்யும் தச்சராக, மட்பாண்டங்கள் செய்யும் குயவராக, மற்ற நீலகிரி குடிகளின் வாழ்க்கை வட்டச் சடங்குகளில் ஊழியம் செய்யும் இசை விற்பன்னராக, தோல்பொருள்கள் செய்பவராக, கயிறு திரிப்பவராக, பாரம்பரிய வீடுகள் கட்டுபவராகப் பல்வேறு தொழில்களைச் செய்து வருகின்றனர்.

நீலகிரியில் கோத்தர்களின் கம்பட்ராயன் கோயில்

நீலகிரியில் வாழும் ஐந்து குடியினரும் (தொதவர், கோத்தர், இருளர், குறும்பர், படகர்) தத்தம் தொழில்களையும் பொருள்களையும் பரிமாறிக்கொண்டு ஒரு கூட்டுவாழ்க்கையை (symbiosis) நடத்துகின்றனர். உலகளாவிய இனவரைவியல் வரைபடத்தில் 'நீலகிரி கூட்டுவாழ்க்கை' (Nilgiri symbiosis) தனிச் சிறப்பு பெற்றதாகும். மரபான, பழைமையான கிராமச் சமூகத்தில் சாதிகளுக்கிடையில் நிலவிய குடிஊழியமுறை (jajmani system) போன்றதொரு முறையாக இது காணப்படுகிறது. அதனால் சாதியின் முன்வடிவம் என்று நீலகிரி கூட்டுவாழ்க்கையைக் கூறலாம்.

கோத்தர்களின் சமய முறையில் ஆதி சிவன் 'காமட்ராயன்' என்றும், ஆதிபார்வதி 'காளிகை' என்றும் அழைக்கப் பெறுகின்றனர். கோத்தகிரியில் உள்ள காமட்ராயன் (சிவன்) கோவிலே இவர்களுக்குப் புராதனமாகும். கோத்தர்களின் ஒரு பழங்கதையின்படி (legend) காமட்ராயன் தன் நெற்றியிலிருந்து மூன்று வியர்வைத் துளிகளை வழித்துவிட்டதாகவும் அவற்றிலிருந்து நீலகிரியில் தொதவர், கோத்தர், குறும்பர் தோன்றியதாகவும் ஒரு தொன்மம் உள்ளது.

காமட்ராயனுக்கு நடைபெறும் 12 நாள்கள் கொண்ட ஆண்டுத் திருவிழாவில் ஒன்பதாம் நாளன்று தொதவர், குறும்பர், படகர், இருளர் உள்ளிட்ட பழங்குடியினரும், பிற இந்துச் சாதியினரும் கலந்து

வழிபாட்டு முறைகள் ✦ 261

கொள்கின்றனர். தமிழகத்தில் அதிக எண்ணிக்கையில் வாழும் மலையாளிகளிடம் ஆதிசைவம் வேரூன்றியுள்ளது. ஏலகிரி மலையாளிகள் சிவன் பார்வதியை நாச்சப்பா, நாச்சம்மாள் என்கின்றனர். கொல்லிமலையில் உள்ள அரப்பளீஸ்வரர் சாதி இந்துக்களும் வணங்குமளவிற்குப் புகழ் பெற்றுள்ளார். இந்தக் கோவிலுக்குச் சேலூர் குறுநில மன்னன் கால்வழியினர் காலம் காலமாக ஆடிப்பெரு விழாவை நடத்திவருகின்றனர். இந்த விழாவில் எல்லா வகையான மக்களும் கலந்துகொள்கின்றனர். இக்கோவில் நீண்ட காலமாகவே இந்துவயமாக்கத்தை நோக்கி நகர்ந்துவந்துள்ளது. பண்டைய பலி பூசை மாறி இப்போது பால்பூசை நடைபெறுகிறது. பொங்கலும் பால் பழங்களும் படையலாக இடப்படுகின்றன.

மலையாளிகளிடம் முருகர், விநாயகர் வழிபாடும் வேரூன்றி யுள்ளது. பண்டைய குறிஞ்சித் திணை முருகன் இப்போது சிவன் பார்வதியின் மகனாக, விநாயகரின் தம்பியாகக் கருதும் இந்துப் புராணவியல் கூறுகள் ஊடுருவியுள்ளன. மலையாளிகளிடம் காணக் கூடிய மாரியம்மன் வழிபாடு அம்மை, நோய்கள் தீரவும் மழை வேண்டியும் நடத்தும் சாதி இந்துக்களின் முறையை ஒட்டியே காணப் படுகிறது.

தமிழகத்தில் பண்பாட்டு அடிப்படையில் முக்கியத்துவம் பெற்ற சோளகர் பழங்குடியினர் சத்தியமங்கலம், பர்கூர், திம்பம் மலைப் பகுதிகளில் அதிகம் வாழ்கின்றனர். இவர்களின் இனத்தெய்வமாகிய ஜடைச்சாமி சிவனைப் போன்ற உருவத்தில் காணப்படுகிறார். கர்நாடகாவில் உள்ள மாதேஸ்வரனையும் இவர்கள் பக்தியுடன் வழிபடுகின்றனர் தேன் குறும்பர்கள் ஜெட சாமியை (சிவன்) வழிபடுகின்றனர். காட்டுநாயக்கர் உடே (முனீஸ்வரன்) சாமியைக் கும்பிடுகின்றனர். இவையிரண்டும் சிவனின் தொல்வடிவங்கள் ஆகும் (பகத்சிங் *2014: 28*).

தமிழகப் பழங்குடிகளிடம் காணக்கூடிய ஆதி சைவ வழிபாட்டுக் குரிய கூறுகள் ஒரு நிலையில் தொல்கூறுகளையும் கொண்டுள்ளன. தமிழரின் செவ்வியல் இலக்கியமாகிய சங்க இலக்கியங்களில் எவ்வாறு சிவன் எனும் சொல்லாட்சி இடம்பெறவில்லையோ, அவ்வாறே பழங்குடி மக்களின் வழிபாட்டு மரபில் சிவன், ஆதிசிவன் எனும் வழக்குகளையும் காணமுடியவில்லை. சிவன் பற்றிய பெயர்களும் வடிவங்களும் தொல்மரபு சார்ந்து வேறுபட்டுக் காணப்படுகின்றன.

16

வாய்மொழி இலக்கியம்
தொல் இலக்கியத்தின் தொடர்ச்சி

மொழியும் இலக்கியமும்

தமிழகப் பழங்குடிகளின் இலக்கியம் வாய்மொழி சார்ந்தது. அது கொச்சை மொழியால் ஆக்கப்பெற்றது எனப் பண்டிதர்கள் பல காலமாகவே மொழிவேறுபாட்டுக் கொள்கையை வளர்த்து வந்துள்ளனர். செம்மொழிக்குத் தாய்மொழியாளர்கள் இல்லை என்பதை அவர்கள் கவனத்தில் கொண்டாக வேண்டும். பேச்சுத் தமிழுக்குத்தான் தாய்மொழியாளர்கள் உள்ளனர். பேச்சுமொழியும் கிளைமொழிகளுமே செந்தமிழுக்கு வேர்கள்.

செவ்வியல் இலக்கிய வரலாற்றில் வாய்மொழி மரபு இடம் பெறுவதில்லை. பழங்குடிகள் பற்றியும் வாய்மொழி பற்றியும் குறிப்பிட்டுச் சொல்வதற்கு அவர்களுக்கு எந்தத் தேவையும் ஏற்படவில்லை. ஏனெனில், செவ்வியல் இலக்கியம் என்பது தமிழர்களின் நாகரிகம், அரசியல் சார்ந்து உருவாக்கப்பட்ட ஒன்றாகும். மன்னர்களால் சங்கம் வைத்துச் சேகரிக்கப்பட்ட சொத்தாகும். இந்த நிலையில் செம்மொழியாகவும், நவீன மொழியாகவும் திகழும் தமிழில் வாய்மொழி மரபு முக்கியத்துவம் பெறவில்லை. நாட்டுப்புற இலக்கியங்கள் ஓரக்கண்ணிலாவது பட்டதென்றால், பழங்குடிகளின் இலக்கியம் கண்ணுக்குப் படாமலேயே போனது.

கடவுள் வாழ்த்தும், மொழி வாழ்த்தும் சொல்லித் தொடங்கும் நமக்குப் பழங்குடிகளின் இயற்கை போற்றுதல் முற்றிலும் ஒரு மாறுபட்ட வாழ்வுமுறையாகும். அது தொன்மை சார்ந்தது; முழுவதும் இயற்கை சார்ந்தது. அதில் மலை வணக்கம், மர வணக்கம், புல் வணக்கம், பூ வணக்கம் உண்டு. இவை யாவும் இயற்கையை ஆராதிக்கின்ற மனிதவியமாகும்.

இதற்கு மாறாக, செவ்வியல் படைப்பாளிகளும், இன்றைய படைப்பாளிகளும் தங்களைப் பிரம்மாக்கள் என்று சொல்லிக் கொள்கிறார்கள். ஆசிரியனின் சுதந்திரத்தில் யாரும் தலையிடக்கூடாது என்கிறார்கள். இத்தகைய அதிகாரத் தொனிகள் பழங்குடிப் படைப்புகளில் இல்லை. அங்குப் படைப்பென்பது தனிமனிதர் சார்ந்ததன்று; சமூகஞ் சார்ந்தது; கூட்டுமனம் சார்ந்தது; சமூக நினைவு சார்ந்தது; சமூகவுடைமையே அங்கு முதன்மையானது.

இன்றைய படைப்புகளுக்கு ஆசிரியர் உண்டு, உரிமை உண்டு, பரிசுகள் உண்டு, பட்டங்கள் உண்டு, இன்னும் பல உண்டு. ஆனால் பழங்குடிகளின் படைப்புகளுக்கு ஆசிரியன் யாரும் இல்லை, மேற்கூறிய மற்ற மற்ற பண்புகளும் இல்லை. எல்லாமும் சமூகவுடைமைதான். இம்மக்களின் வழக்காறுகள் அனைத்துமே மானுடத் தோழமைக்கு நெறிகாட்டுகின்றன.

இந்நிலையில் பழங்குடி இலக்கியங்கள் தனித்தன்மை வாய்ந்தவை மட்டுமின்றி, அவை காலத்தால் மிகவும் பழமையானவை என்பதை உணர்தல் வேண்டும். இந்த இலக்கியங்கள் யாவும் பல்வேறு கிளை மொழிகளில் உள்ளன. தமிழகப் பழங்குடிகளின் கிளைமொழிகளில் எட்டு கன்னடத்தின் தாக்கத்தையும், பத்து மலையாளத்தின் தாக்கத்தை யும் இரண்டு தெலுங்கின் தாக்கத்தையும், ஒன்று துளுவின் தாக்கத்தையும் கொண்டுள்ளன. ஒன்று இந்தோ ஆரிய மொழியாகவும், 15 தமிழின் கிளைமொழிகளாகவும் உள்ளன. ஒவ்வொரு பழங்குடியின் மொழியும் ஒரு தனித்த கிளைமொழி (dialect) என்றே மொழி யியலாளர்கள் நிறுவியுள்ளனர் (ஞானசுந்தரம் 2009; மனோகரன் 2012).

தொல்காப்பியர் கூறும் இயற்சொல், திரிசொல், திசைச்சொல், வடசொல் ஆகியவற்றில் திசைச்சொல் என்பதே பழங்குடிகளின் வட்டாரக் கிளைமொழிகளாகும். திராவிட மொழிகள் மொத்தம் 7 என்று 1816 இல் எல்லீசும், 12 என்று 1856 இல் கால்டுவெலும், 18 என்று 1960 களில் பர்ரோவும் எமனோவும், அவர்களுடைய திராவிட வேர்ச்சொல்லகராதியின் 1984 ஆம் பதிப்பில் அவை 34 என்றும், பின்னாளில் தமிழக மொழியியல் அறிஞர்கள் 1980 களில் அவற்றை 41 என்றும் நிறுவியுள்ளனர் (மனோகரன் 2012: 61-78). இவற்றில் தமிழ், தெலுங்கு, மலையாளம், கன்னடம் மட்டுமே இலக்கிய மொழிகள். ஏனையவை கிளைமொழி வழக்குகள்தாம். தமிழகத்தின் 37 பழங்குடியினரும் தங்களுடைய கிளைமொழிகளில்தான் இலக்கியத்தைப் பேணி வருகின்றனர் (விரிவுக்குக் காண்க, இயல் 1).

வாய்மொழிப் படைப்பியக்கம்

தமிழகப் பழங்குடிகளின் வாய்மொழி இலக்கியத்தின் தோற்றம், வளர்ச்சி நிலைகளை நுணுகி அறிவதால் மட்டுமே இவ்வகை இலக்கியத்தை விவாதிக்க இயலும். இதற்குச் செவ்வியல் தகுதியுடைய பண்டைய தமிழிலக்கியத்தை விளங்கிக்கொள்வதன் மூலம் மிக எளிமையாக இதனை அணுகலாம். இன்னொரு வகையில் சொல்வதானால் வாய்மொழித் தன்மையிலிருந்து (orality), படிப்பறிவிற்கு (literacy) மாறிய படிமுறை வளர்ச்சியே பழங்குடிகளின் வாய்மொழி இலக்கியத்திற்கும், தமிழ்ச் செவ்வியல் இலக்கியத்திற்குமான தனித்துவங்களாகும்.

தமிழின் வீரயுகப் பாடல்களையும் அகத்திணைப் பாடல்களையும் கொண்ட பாட்டும் தொகையும் வளர்ச்சி பெற்ற ஓர் இலக்கியமாகும். இதில் இலக்கியத் தொழில்நுட்பம் சார்ந்த கவிதையியல் மொழி ஆட்சிசெய்கிறது. அது பேச்சு மொழியன்று. வீரயுகக் காலப் புலவர்கள் இயற்றிய பாடல்களில் ஒருபொருட் பன்மொழி மிகுந்துள்ளது. மாற்றுச் சொற்கள் மிகுந்துள்ளன. பண்பொருமை வாய்ந்த கருத்துப் புலப்பாடுகள் மிகுதியாக உள்ளன. இவ்வாறு இன்னும் பல தொழில் நுட்பங்களைக் கொண்டதே தமிழ்ச் செவ்வியலக்கியத்தின் மொழியாகும் என்கிறார் கைலாசபதி (2006: 255). அது கற்றோர் இடையே எழுதும் கலை என்கிறார் (மேலது: 196).

ஆக, சங்ககாலப் புலவர்களின் மொழிசார்ந்த தொழில்நுட்பங்கள் வாய்பாடுகளாகவும், இன்ன பிற செய்யுள் கலைக்குரிய நுட்பங்களாகவும் உருப்பெற்ற முறைமையை அறிஞர் கைலாசபதி *தமிழ் வீரநிலைக் கவிதை* (2006/1966) எனும் ஆய்வில் மிக நுட்பமாக நிறுவுகிறார். அந்த வளர்ச்சி நிலை வளமானதொரு வாய்மொழி மரபிலிருந்து வளர்ந்த ஒன்று என்பதையும் நிறுவுகிறார். அவரது கருத்துகளை இங்கு மீள கவனத்தில் கொள்ள வேண்டும். இதன்மூலம் சங்க இலக்கியத்திற்கு முந்தைய வாய்மொழி இலக்கியத்தின் படிமுறை வளர்ச்சியைக் காணலாம்.

சங்க இலக்கியங்களில் காண்கிற தொல்குடிக் கூறுகளைப் பழங்குடிகளிடம் தேடவேண்டும். வேலன் வெறியாட்டு, மடலேறுதல், மஞ்சுவிரட்டு (ஜல்லிக்கட்டு), குன்றக் குரவை, ஆய்ச்சியர் குரவை, சாலினி வாக்குரைத்தல், உண்டாட்டு, இடந்தலைப்பாடு, இரவுக்குறி, உடன்போக்கு, கானுறை, மலையுறை, நீருறை தெய்வங்கள் போன்ற

எண்ணற்ற கூறுகளைப் பழங்குடிகளிடம் காணமுடிகின்றது. மேலும் இலக்கியத்தின் தொல்கூறுகளை அறிவதற்குப் பழங்குடிகளின் வாய்மொழி இலக்கியத்தைப் படிக்க வேண்டும்.

சங்க இலக்கியத்திற்கு அடிப்படையாக விளங்கிய 'வாய் மொழித் தன்மை' (orality) தமிழகப் பழங்குடிகளின் இலக்கியங்களில் எவ்வாறுள்ளது என்பதை இந்த இயலில் காண்போம்.

வாய்மொழி இலக்கியங்கள்

வாய்மொழி இலக்கியங்களில் முதன்மையானவை தொன்மங்கள் (myths), பழங்கதைகள் (legends), கதைகள் (tales), பாடல்கள், கதைப்பாடல்கள் (ballads), பழமொழிகள், விடுகதைகள், சடங்கியல் வழக்காறுகள், மொழியியல் கூறுகள், கூத்து, உறவுமுறை வழக்காறுகள் முதலானவற்றைக் கூறலாம். இந்த வகைமைகள் ஒவ்வொன்றையும் பற்றி இனிக் காண்போம்.

தொன்மங்கள்

யாரும் கேள்வி கேட்க முடியாத, புனிதமான எடுத்துரைப்பையே தொன்மம் என்கிறோம். உலகளாவிய நிலையில் நோக்கும்போது 'படைப்புத் தொன்மம்' அல்லது 'தோற்றத் தொன்மம்' (creation or origin myth) மட்டுமே ஒவ்வோர் இனத்துக்கும் தனித்தனியாக உள்ளது. உலகம் எப்படித் தோன்றியது என்பது பற்றிய தோற்றத் தொன்மமும், மனித இனம் எப்படித் தோன்றியது என்பது பற்றிய தோற்றத் தொன்மமும் ஒவ்வோர் இனத்திற்கும் தனித்தனியாக உள்ளன. அதனால்தான் தோற்றத் தொன்மங்களின் எண்ணிக்கை உலகில் மிகுதியாக இருக்கின்றது.

முள்ளுக்குறும்பர்களின் தோற்றத் தொன்மத்தைக் காண்போம். மிகப் பெரிய வரம்வேண்டி அர்ச்சுனன் காட்டில் தவம் செய்துகொண்டிருந்தான். அவன் தவத்தைச் சோதிக்க சிவனும் பார்வதியும் வேடர்கள் போன்று வேடமிட்டு வந்தனர். அவ்வாறு வரும்போது சில பூதகணங்களை வேடுவர் வடிவில் உடன் அழைத்து வந்தனர். வேடுவர் வடிவிலிருந்த பூத கணத்தைச் சேர்ந்த ஒருவன் சிவனைப் பற்றி இழிவாகப் பேசினான். அதைக் கேட்ட அர்ச்சுனன் ஆத்திரமடைந்து சிவனோடு சண்டையிடுகிறான். அர்ச்சுனன் விட்ட அம்புகளை மலர்களாக மாற்றினாள் பார்வதி. சிவனும் பார்வதியும் எதிரில் நிற்கிறார்கள் எனும் உண்மையறிந்து அர்ச்சுனன்

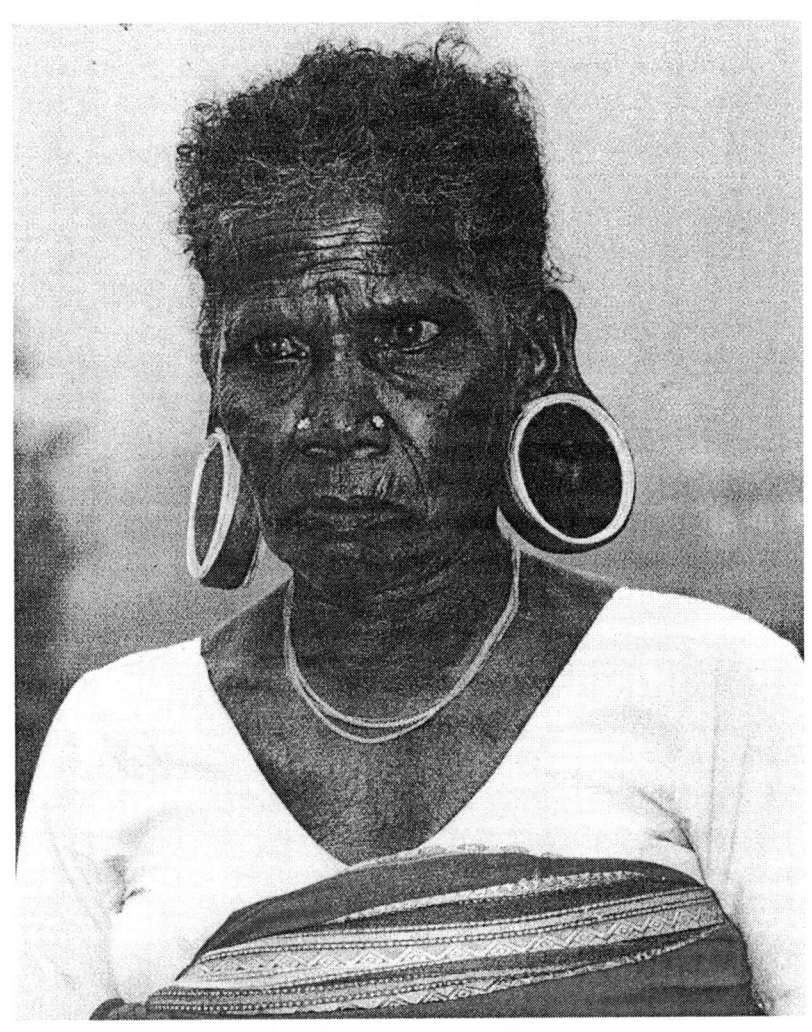

பாரம்பரிய காதணியுடன் பணியர் பெண் (பந்தலூர் வட்டம்)

வணங்குகிறான். அர்ச்சுனனின் வீரத்தைப் பாராட்டி வேண்டிய வரத்தைக் கொடுத்துவிட்டுச் சிவனும் பார்வதியும் மறைந்தனர். வேடுவர்களாக வந்த பூதகணங்களைக் காட்டில் விட்டுச் சென்றனர். அந்தப் பூதகணங்களின் வழி வந்தவர்கள்தான் முள்ளுக் குறும்பர்கள் (இராபர்ட் சத்திய சோசப் 1987:1030-31).

அடுத்ததாக, பளியர் பழங்குடியின் தோற்றத் தொன்மத்தைக் காண்போம். கடவுள் ஒருமுறை ஒரு குடும்பத்தைச் சேர்ந்த அண்ணன்

தம்பிகள் ஏழுபேரிடம் தனக்கு நரபலி இடவேண்டும் எனக் கேட்டாராம். ஒவ்வொருவரும் கடவுள் இட்ட கட்டளையை நிறை வேற்றத் தொடங்கினர். ஏழு பேரில் முதல் ஆறு பேருக்கு இரண்டு குழந்தைகள் இருந்தன. அவர்களில் ஒருவரை பலியிட முடிவுசெய்தனர். ஒரேயொரு குழந்தையைப் பெற்றிருந்த கடைசி தம்பி தன்னுடைய ஒரு குழந்தையைப் பலியிடாமல் காட்டுக்குள் ஓடி ஒளிந்துகொண்டான். கடவுளுக்குப் பலி கொடுக்காமல் ஓடி ஒளிந்துகொண்ட கடைசி தம்பி 'பழிகாரன்' ஆகிவிட்டதால் அவன் 'பழியன்' (பழியர்/ பளியர்) என்று அழைக்கப்பட்டான், இந்த ஏழு அண்ணன் தம்பிகளும் முதுவர், மண்ணாடியார், ஆசாரியர், மூப்பர், புலையர், மலசர், பழியர் (பளியர்) எனப்பட்டனர் (*பழனிமலைப் பழங்குடிகள் 2002: 8*).

மேற்கூறிய முள்ளுக்குறும்பர், பளியர் ஆகியோருடைய தோற்றத் தொன்மங்களின் மூலம் பழங்குடிச் சமூகத்தார் இறைவனால் படைக்கப்பட்டவர்கள் என்ற கருத்துப் பதியப்படுகின்றது. இவ்வாறு மனிதகுலம் இறைவனால் படைக்கப்பட்டது என்பது பல பழங் குடிகளின் தொன்மக் கருத்தாகும்.

கோத்தர்களின் தொன்மம் இந்துச் சாதிகளின் மனுசாஸ்திரக் கருத்துகளுக்கு நெருக்கமாக உள்ளது. கோத்தர்களின் கடவுளான காமடராயர் கோத்தர், தொதவர், குறும்பர் ஆகிய மூன்று நீலகிரிப் பழங்குடிகளையும் படைத்தார் என்கின்றனர். காமடராயர் தன் நெற்றி வியர்வையை வழித்தபோது மூன்று வியர்வைத் துளிகள் விழுந்ததாம். அதிலிருந்து மூன்று பழங்குடியினரும் உருவானார்கள் என்பது அவர்களின் தோற்றக் கதை.

ஒவ்வொரு பழங்குடிக்கும் ஒரு பானை கொடுத்தாராம் காமடராயர். தொதவர்களுக்குக் கொடுத்த பானையில் கன்றுக் குட்டியின் இறைச்சி இருந்ததாம். கோத்தர்களின் பானையில் எருமை இறைச்சி இருந்ததாம். குறும்பர்களின் பானையில் எருமைக்கடாவின் இறைச்சி இருந்ததாம்.

இத்தொன்மமானது மூன்று குடிகளையும் ஒரு படிநிலையில் வைப்பதால் இத்தொன்மம் மனுதர்மத்தோடு நெருங்கிக் காணப் படுகிறது. சாதியின் முன்வடிவத்தையும் (pre- caste) நீலகிரியில்தான் காணமுடிகிறது. இந்தியாவில் வேறெந்தச் சமூக அமைப்பிலும் சாதிமுறை தோன்றியதற்கான காரணத்தை அறியமுடியவில்லை (விரிவுக்குக் காண்க: இயல் 11).

இதற்கு மாறாக, இருளர்களின் படைப்புத் தொன்மம் மிகவும் மாறுபட்டது. பழங்குடி மக்களின் எடுத்துரைப்பு வகைமைகளில், குறிப்பாகத் தொன்மங்களிலும் கதைகளிலும் விலங்குகள் முக்கிய இடம் வகிக்கின்றன. குறிப்பாக, நரி, புலி, யானை, முதலை, பாம்பு, காட்டெருமை முதலான விலங்குகள் முக்கிய கதை மாந்தர்களாகி விடுகின்றன. ஆனால் இருளர்களின் படைப்புத் தொன்மத்தில் பூனைக்கே முதலிடம். இருளர்கள் வீட்டுப் பூனை, காட்டுப்பூனை ஆகிய இரண்டையும் வேறுபடுத்திப் பார்க்கின்றனர். இருளர்களின் பார்வையில் பூனை (DEDR 4355) புத்திக் கூர்மையுடையது; சுத்தமானது. அது தன் மலத்தை மண்ணில் தள்ளி மறைத்துவிடும். ஆனால் புலியானது இதற்கு மாறானது. அறிவான, சுத்தமான விலங்கல்ல.

மேல்நாட்டு இருளர்களின் வழக்காற்றுப்படி காட்டுப் பூனைக்குத் தம்பியாம் புலி. அண்ணனாகிய பூனைதான் தம்பி புலிக்குத் தவழ்ந்து செல்லவும், இரை தேடவும், மரமேறவும் கற்றுக்கொடுத்ததாம். திராவிட மொழிப் பிரதேசத்திலும் புலி குறித்துக் குறைவான மதிப்பீடுகளைக் கூறும் வழக்காறுகளே உள்ளன (சுவலபில் 1990: 166). மொழியியல் பேராசிரியர் எமனோ தொகுத்த தரவுகளின்படி தொதவர், கோத்தர், குடகு மக்கள் கதைகளிலும் புலியானது முட்டாள்தனமான விலங்காகவே வர்ணிக்கப்படுகிறது (ஆனால் சங்க இலக்கியப் பதிவுகளில் 'புலிப்பல் தாலி' எனும் கருத்தினத்தை நோக்கும் போது புலி ஒரு வலிமையுடைய விலங்காகவே கருதப் பெற்றதைக் காண்கிறோம்).

இப்பின்னணியுடன் மேல்நாடு இருளர்களின் படைப்புத் தொன்மத்தைக் காண்போம். இராமரும் சீதையும் காட்டில் ஆண் பூனை ஒன்றையும் பெண் பூனை ஒன்றையும் தங்கள் குழந்தைகள் போல் மடியில் வைத்துக் கொஞ்சிக் கொண்டிருந்தனர். பூனைகளுக்கு உணவு கொடுக்கலாம் எனத் தேடிய போது ராமந்தி என்ற குரங்கு நெல்லிமரத்தைக் காட்டியது. நெல்லிக்கனியைச் சாப்பிட்ட பின்னர் பூனைகள் பேசத் தொடங்கின, மெல்ல மனிதனாகவும் உருமாற்றம் பெற்றன. அவர்களே இருளர்களாகப் பெயர் பெற்றார்கள். (ஆதிவாசி முதல் ஔவை வரை நெல்லிக்கனி தமிழ்த் தொன்மங்களில் இடம் பெறும் ஒரு தாவரக் குறியீடாக விளங்கி வந்துள்ளது.)

ஆடையின்றி அம்மணமாக இருந்த அவர்களுக்கு இராமர் தழைகளைக் கொடுத்துக் கட்டச் சொன்னார். உண்பதற்கு இரண்டு

வகையான கிழங்குகளையும், இரண்டு வகையான பழங்களையும், ஐந்து வகையான தாவரங்களையும், தேனையும் காட்டினார். பின்னர் கனவில் தோன்றி மானுட உற்பத்திக்கான பாலுறவு முறைகளையும் சொன்னார். இம்மாதிரியே நீலகிரி மலைத்தொடரில் சோளகர் பழங்குடியினரையும் இராமர், சீதை படைத்தனர் என்கிறது இருளரின் படைப்புத் தொன்மம். இந்நிலையில் காட்டுப்பூனையே இவ்விரு பழங்குடியினருக்குத் 'தொன்ம மூதாதையர்' (mythical ancestor) ஆவார்கள் *(சுவலபில் 1990: 165-170).*

கோவை மேட்டுப்பாளையம் அருகிலுள்ள காரமடை ரங்கநாதர் தொன்மமும் நம் கவனத்திற்குரியது. தமிழர்களின் தேவகணத்தில் இரண்டு மனைவி சாமிகள் பல உள்ளன. இதன் தொடர்ச்சியாகக் காரமடை ரங்கநாதருக்கு உயர் குடியைச் சேர்ந்த தாயார் உடனுறைத் தெய்வமாக அருளாட்சி செய்கிறார். எனினும் ஆண்டுத் திருவிழாவின் போது பக்கத்தில் உள்ள பெட்ட மலையில் உள்ள இருளர் பெண்ணாகிய பெட்டத்தம்மனைப் பார்க்கச்செல்வது ரங்கநாதரின் வழக்கம். இருளப் பெண்ணுடன் பழகிவிட்டு வந்த ரங்கநாதரை கோயிலுக்குள் சேர்க்க மறுப்பதும், பின்னர் ஏற்றுக்கொள்வதும் விழா மரபில் சடங்குக் குறியீடாக நிகழ்கின்றன. இத்தொன்மத்தின் மூலம் மலைக்காடுகளில் வாழும் பழங்குடிச் சமூகத்திற்கும் ஆதிக்கப் பண்பாடாக விளங்கும் சாதியச் சமூகத்திற்கும் ஒரு தொடர்பு நிலவுகிறது. இந்தப் பழங்குடி-சாதியத் தொடர்பு (tribe-caste continuum) பல தளங்களில் வலுப்பெற்று இருப்பதைக் காணமுடிகிறது.

இவ்வாறு பழங்குடிகளின் பல்வேறு தொன்மங்களையும் பார்க்கும் போது அவற்றின் உட்கூறுகள் பலவாக உள்ளதைக் காணமுடியும். இந்த உட்கூறுகள் முன்வைக்கும் பொருண்மைகளும் பலவாகும். தொன்மங்களின் உருவாக்கத்தில் இரண்டு முக்கிய கூறுகள் இணைகின்றன. அவை: 1. புலன்காட்சி, 2. உய்த்துணர்தல். ஆதிகாலம் முதல் ஆதிவாசிகள் நிகழ்வுகளைக் கண்களால் கண்டனர். இவர்களுடைய சிந்தனைக்கு முதல் கருவி கண்கள். இரண்டாவது கருவி காரண காரியத்துடன் கூடிய கற்பனை அல்லது அறிதிறன். இந்த இரண்டையும் இணைத்தே தங்களுடைய சிந்தனையை வளர்க்கத் தொடங்கினார்கள். புலன் காட்சிகளால் கண்டதைக் காரண காரியத் தொடர்புடன் விளக்கமளிக்க முனைந்தார்கள்.

பழங்குடிகளின் தொன்மங்கள் பலவும் விலங்கு / பறவை/ தாவரம் ஆகிய கூறுகளுடன் புராணக் கதைகளையும் இணைத்துத்

தொன்ம உருவாக்கம் பெற்றிருப்பதைக் காணலாம். தொன்ம வயமாக்கத்தில் இயற்கைக் கூறுகளும் புராணங்களும் இணைவது ஒரு பொது மரபாக இருப்பதைக் காண்கிறோம்.

பழமரபுக் கதைகள்

காலகட்டத்தை நிர்ணயிக்க முடியாத பழமையைக்கொண்ட எடுத்துரைப்புகள் பழமரபுக் கதைகள் (legends). இவை எடுத்துரைப்பவர்களாலும் கேட்பவர்களாலும் உண்மையாக நடந்தவை என்று நம்பப்படுகின்றன. மனித சமூகங்களின் இடம் பெயர்ந்த கதை, போர்கள், வெற்றிகள், அரசர்கள், வீரர்கள், புனிதர் களின் மகிமைகள், ஓர் ஊர் எவ்வாறு உருவானது, அதற்கு ஏன் அப்பெயர் வந்தது என்பன போன்ற பழம்வரலாறு சார்ந்த எடுத்துரைப்புகளாகப் பழமரபுக் கதைகள் அமைகின்றன (லூர்து 2011/ 1997: 178-79).

அமெரிக்க நாட்டார் வழக்காற்றியல் அறிஞர் எரிக் மில்லர் முதுவர்களிடம் ஒரு பழங்கதையைச் சேகரித்தார். அக்கதையில் தங்களுக்குச் சேலை கட்ட கற்றுக்கொடுத்தது கண்ணகி என்று வருகிறது. 12 ஆம் நூற்றாண்டில் மதுரையிலிருந்து குடிபெயர்ந்து இப்போது வாழும் மேற்குத் தொடர்ச்சி மலைக்கு வந்தவர்கள் முதுவர்கள்.

சிலப்பதிகாரம் வஞ்சிக்காண்டம் கால்கோட்காதையில் (85, 124) குறிப்பிடப்படும் 'ஓவர்' என்போர் இன்றைய கோத்தர் பழங்குடியே என்பதை அருட்தந்தை பி.கே. மல்லி (2013: 238) ஆராய்கிறார். சிலப்பதிகாரத்தில் குறிப்பிடப்படும் 'நீலகிரியின் நெடும்புறம்' கூடலூர்ப் பகுதியாகும் என்றும், கூடலூரில் இன்றுள்ள சேரம்பாடி (சேரன்+பாடி), சேரங்கோடு (சேரன்+ கோடு) போன்ற ஊர்ப் பெயர்களும் இதற்கு வலுசேர்க்கின்றன என்றும் மல்லி ஆராய்கிறார். சேரன் செங்குட்டுவன் கண்ணகிக்குக் கல் எடுக்கச் சென்றபோது நீலகிரியின் நெடும்புறத்தே கடந்து சென்றான் என்பது ஒரு மரபுரை. சேரமன்னன் அவ்வாறு நீலகிரி வழியே சென்றபோது ஊழிவாழி யென்று தம் கூத்துக்களோடு மறவாள் வேந்தன் சேரனை ஓவர் மக்கள் வாழ்த்தினராம். இன்றும் கோத்தர்கள் இசைவாணர் களாக விளங்குவதன் மூலம் இந்தப் பழமரபுக்கதை வரலாற்று முக்கியத்துவம் வாய்ந்ததாக உள்ளது.

கதைகள்

பழங்குடி மக்களின் கதைகளை ‘புனைவியல் எடுத்துரைப்பு’ (fictional narrative), ‘உரைநடைக் கருத்தாடல்’ என்றெல்லாம் வரையறுக்கலாம். பழங்குடி மக்களின் கதைகள் மிகவும் பழமை யானவை, தலைமுறை தோறும் வழிவழியாக வருபவை.

தமிழில் பழங்குடி மக்களின் கதையுலகம் மிக விரிந்த ஒன்றாகக் காணப்படுகிறது. இக்கதைகளை விலங்குக் கதைகள், தெய்வக் கதைகள், மந்திர தந்திரக் கதைகள், புராணக் கதைகள், வாழ்வியல் கதைகள் என்ற வகைப்பாட்டில் காணலாம். இவை பற்றிப் பல தனி ஆய்வுகளைச் செய்யலாம்.

முதுவர்கள் வழங்கும் *நரிக்கதை, ஓணான் கதை, புலிக்கதை* போன்றவற்றை இராஜேந்திரன் (2008) அம்மக்களின் மொழியிலேயே பதிவு செய்துள்ளார். *நண்டுக்கதை* உள்ளிட்ட சில கதைகளை முத்துஇலக்குமி (2016) தொகுத்துள்ளார். ஊராளிப் பழங்குடிகளின் *பாண்டவர் கதை, காளி மாமுனி கதை, வாலிவதை* உள்ளிட்ட பத்துக்கும் மேற்பட்ட கதைகளை பழனிச்சாமி (2009) விளாதிமிர் பிராப், ஆலன் டண்டிஸ் ஆய்வுமுறைகளோடு விளக்குகிறார். நசீம்தீன் (1989) மன்னான் பழங்குடியின் கதைகளைப் பதிவு செய்துள்ளார். விஜய லட்சுமி இரவாளப் பழங்குடியின் கதைகளையும், கமில் சுவலபில் இருளர் கதைகளையும், மகேந்திரன் (2015) கோத்தர் கதைகளையும் யோ. தர்மராஜ் (2005) காணிகளின் கதைகளையும் பதிவு செய்துள்ளனர். இன்னும் பல ஆய்வாளர்களின் பதிவுகளும் உள்ளன.

ஏழு அண்ணன்மார்கள் தங்கள் தங்கைக்கு இழைத்த கொடுமையை *‘முதலையை மணந்த கதை’* எனும் துன்பியல் கதையாக டாக்டர் நசீம்தீன் (1989) பதிவு செய்திருப்பது குறிப்பிடத்தக்க ஒன்றாகும். மகேசுவரன் (1980), சீனிவாச வர்மா (2014), கோவிந்தராஜ் (2016), பெதலிஸ் (2015), நல்லத்தம்பி (2011), பக்தவத்சல பாரதி (2009), ஆசைக்கண்ணன் (2015), செ. துரைமுருகன் (2016), சுனில் ஜோகி (2016), நல்லதம்பி (2007, 2009), அய்யப்பன் (2014), ஞானபாரதி (2017) இன்னும் சிலர் சேகரித்துள்ள கதைகளும் கவனத்திற்குரியவை.

தமிழகப் பழங்குடிகளின் கதை வகைமையில் *‘இடப் பெயர்ச்சிக் கதைகள்’* (migration tales) மிகுந்த முக்கியத்துவம் பெற்றவை. மலையாளிப் பழங்குடியினர் சமவெளிப் பகுதிகளிலிருந்து குடிபெயர்ந்து கொல்லிமலை, பச்சைமலை, கல்வராயன்மலை,

ஜவ்வாதுமலை போன்ற மலைகளுக்குக் குடியேறிய கதையும், முதுவர்கள் பாண்டிய நாட்டிலிருந்து மேற்குத் தொடர்ச்சி மலைக்குக் குடியேறிய கதையும் முறையே மகேசுவரன் (1980), முத்துஇலக்குமி (2016) ஆகியோர் ஆராய்ந்துள்ளனர். பழங்குடிகளின் இனவரலாற்றை ஆராய்வதற்கு இத்தகைய இடப்பெயர்ச்சிக் கதைகள் முக்கியமானவை.

பழங்குடி மக்களின் கதைகளை ஆராயும்போது பெரும்பாலும் ஒவ்வொரு கதையிலும் ஒரு கதைக்கரு (motif) உள்ளது. ஒவ்வொரு பழங்குடியும் வாழும் பிரதேசம் வெவ்வேறானதால் அவர்களின் வாழ்வுலகம் சார்ந்து கதைகள் உருவாகியுள்ளன. அதனால் பழங் குடிகளின் கதைவகைகள் (tale types) தனிப்பட்டவையாக உள்ளன. கதைக் கூறுக்கும் கதைவகைக்கும் இடையே உள்ள வேறுபாடுகள் பழங்குடிகளுக்கு இடையே உள்ள தனித்துவங்களைக் காட்ட வல்லவை எனலாம்.

அன்டி ஆர்னி, ஸ்டித் தாம்சன் ஆகிய இருவரும் தொகுத்துள்ள கதைவகைக் குறியீடு (tale-type index) ஆய்வு மூலம் தமிழகப் பழங்குடி மக்களின் கதைகளை நிரல்படுத்தி ஆராயலாம். இதன்மூலம் உலகளாவிய பிரதேசங்களில் ஒரு தொடர்ச்சி நிலையில் செல்லக்கூடிய, ஒரு சுழற்சி முறையில் காணப்படுகின்ற கதை வகைகளை இனங்காண முடியும். ஒரு கதைக்குப் பலவடிவங்கள் உண்டு. ஆகையால், ஒப்பீட்டு ஆய்வுகளுக்கு அடைவு அவசியமாகும்.

1. தமிழகக் கிராமியச் சமூகத்தாரின் நாட்டார் கதைகளை ஒப்பிட்டுப் பார்க்கும்போது பழங்குடிகளிடம் பெரிதும் காணப்படும் விலங்குக் கதைகளில் வரும் விலங்குகள் கிராம மக்களிடம் மானுடப் பாத்திரங்களாக உருமாற்றம் பெற்றுள்ளன என்பதை அனுமானிக்கலாம்.

2. பழங்குடிகளின் கதைகளில் வாழும் தொல்குடிக் கூறுகள் (tribal traits) உழுகுடிச் சமூகத்திற்கான புதிய கூறுகளாக மாற்றம் பெற்றுள்ளன.

3. உள்ளடக்கத்தைப் பொறுத்தவரை பழங்குடிகள் கதைகளுக்கும் நாட்டுப்புறக் கதைகளுக்கும் ஒரு வெளிப்படையான வேறுபாட்டைக் காணவியலும். நாட்டுப்புறக் கதைகளில் 'ஒரு காலத்தில் ஒரு ராஜா இருந்தார்' என்பது பரவலான ஒரு காலப் பார்வையாகும். தமிழகக் கிராமியச் சமூகமும் கிராமிய மன நிலையும் வழக்காறுகளும் இன்னும் நிலப்பிரபுத்துவ

மனநிலைகளைப் பேணிக் காத்துவருகின்ற போக்கையும் காட்டுகின்றன. பழங்குடி வழக்காறுகளில் இத்தன்மை மிகக் குறைவு என்று சொல்லலாம்.

கதைகளைப் பெரும்பாலும் விளாடிமிர் பிராப் முன்வைத்த தொடர்பாட்டுமுறையில் (syntagmatic method) ஆராயலாம். பெரும் பாலான கதைகளில் செயல்பாடுகள் ஒருவகையான குறையில் தொடங்கி கதையின் முடிவில் குறைநீக்கம் பெறுகிறது. இன்னொரு வகையில் சொல்வதானால் சமநிலையின்மையில் (dis - equilibrium) தொடங்கி சமநிலையில் (equilibrium) முடிவதாகக் கதைகள் நிகழ்கின்றன. இவையாவும் ஒரு வாய்பாட்டுக்குரியவை.

லெவிஸ்ட்ராஸ் முன்மொழிந்த வாய்பாட்டுமுறை (paradigmatic method) வழியும் இந்தக் கதைகளை ஆராய்ந்து பார்க்கலாம். இவ்விரு அறிஞர்களின் முறையியலையும் கருத்தில்கொண்டு பின்னாளில் ஆலன் டண்டிஸ் பயன்படுத்திய அணுகுமுறை கொண்டும் இதனை ஆராய்ந்து பார்க்கலாம். பெரும்பாலான பழங்குடிக் கதைகளில் ஒரேயொரு ‘மூலக்கதைக் கூறன்’ (nuclear motifeme) மட்டுமே இடம்பெறுவதால் கதைகளின் செயல்பாடுகள் சிக்கலற்றவை எனலாம்.

மனித குல வரலாற்றின் முக்கிய வரலாற்றுக் கட்டங்கள் கதைகளில் நன்கு பதிவாகின்றன. இன்று நாட்டுப்புற மக்களிடம் வழங்கும் கதைகளில் ‘ஒரு காலத்தில் ஒரு ராஜா இருந்தார்’ எனும் தொடர் முதலடியாக வரும். இத்தகைய கதைகள் நிலப்பிரபுத்துவக் காலக் கதைகளாகும். இந்தியா விடுதலை பெற்று 70 ஆண்டுகள் ஆகியும் இன்னும் நிலமானிய மனநிலை நம்மைவிட்டு முழுமையாக அகலவில்லை. அதனால்தான் கவியரசு, கவிப்பேரரசு, புவியரசு என்பன போன்ற பட்டங்களை அடையாளப்படுத்திக் கொள்கின்றனர்.

பழங்குடி மக்களிடம் இத்தகைய கதைகளில் சீறூர் மன்னன், முதுகுடி மன்னன் அல்லது குறுநில மன்னன் ஆகிய பொருண்மைகள் மட்டுமே வெளிப்பட வாய்ப்புள்ளது. மேலும் பழங்குடி மக்களின் கதைகளில் விலங்குப் பாத்திரங்கள், மீவியல் கூறுகள் மிகுந்துள்ளன. ஆனால் கிராமப்புற மக்களின் கதைகளில் மானுடப் பாத்திரங்கள் மிகுதியாக உள்ளதைக் காணமுடிகிறது. இதன்மூலம் கதைகளின் பொருண்மைத் தளம் மெல்லமெல்ல இயற்கையிலிருந்து பண்பாட்டிற்கு நகர்வதையும் காண முடிகின்றது.

பாடல்கள்

வாய்மொழி இலக்கியத்தில் மிகப்பெரும் இடம் வகிப்பது பாடல்கள் தான். இவையே எல்லாச் சூழல்களிலும் பயன்படுகின்றன. குழந்தை பிறக்கும் போதும், அது அழும்போதும், தூங்க வைக்கும் போதும், விளையாடும்போதும், பருவமடையும் போதும், சடங்குகளிலும், திருமணத்தின்போதும், தொழில் செய்யும் இடங்களிலும், வழிபாட்டின் போதும், விழாக்களின் போதும், இறப்பின்போதும் பாடல்கள் பாடப்படுகின்றன. இவற்றில் தாலாட்டும் ஒப்பாரியும் பெண்கள் படைத்த இலக்கியங்களாகும்.

பாடல்கள் கட்டப்படும் முறை (composition), பரப்பப்படும் முறை (transmission), நிகழ்த்தப்பெறும் முறை (performance) ஆகிய மூன்றும் பாடல்களில் முப்பரிமாணத்தைக் காட்டுகின்றன. பாடலுக்குப் பண் அவசியம். பண் இல்லாத பாடல் சிறகில்லாத பறவை போல. பாடல்கள் இயல்பிலேயே இசை வடிவானவை. இசை அவ்வளவு முக்கியத்துவம் பெறுகிறது.

பழங்குடிகளிடம் வழங்கப்படும் பாடல் வகைமைகளில், 1. தாலாட்டு, 2. காதல் பாடல், 3. தொழில் பாடல், 4. கொண்டாட்டப் பாடல், 5. வழிபாட்டுப் பாடல், 6. ஒப்பாரிப் பாடல், 7. பல்பொருள் பாடல் எனப் பல வகைப்படுகின்றன.

எமனோ தொகுத்த நீலகிரி மலைத் தொதவர் பாடல்கள் (1971), ம.சா. சுவாமிநாதன் ஆராய்ச்சி நிறுவனத்திற்காகப் பதிப்பாசிரியர் ச. பாலுசாமி (பாரதிபுத்திரன்) பதிப்பித்த கொல்லிமலை மக்கள் பாடல்கள் (2002), யோ. தர்மராஜ்(2004) தொகுத்த காணிக்காரப் பழங்குடிகளின் சாற்றுப்பாடல்கள் குறிப்பிடத்தக்கவையாகும். ஆய்வாளர்கள் பலரும் களஆய்வில் குறைந்த அளவிலான பாடல் களைத் தங்கள் ஆய்வுக்காகத் தொகுத்துள்ளனர். பின்வரும் தொதவர் பாடல் இயற்கையைப் போற்றுகிறது:

வெயில் ஏறுகிறது
மூடுபனி படர்கிறது
மழை வரலாம்.

இடிமுழக்கம் கேட்கின்றது
மேகம் திரள்கிறது
மழை கொட்டுகிறது
காற்றும் மழையும் வீசி அடிக்கின்றது.

எல்லாம் வல்ல தேவனே
எங்கும் வளம் பெருகட்டும்
அறம் தழைக்கட்டும்
எருமைகள் சினையாகட்டும்
அவை கன்று ஈனட்டும்
குழந்தையில்லாதார் குழந்தை பெறட்டும்
இவற்றை நம் நாட்டுக் கடவுளிடம் சென்றுரைப்பாய் (தர்ஸ்டன் 2005, 7: 169).

தொதவர்களின் இந்த இயற்கையை ஆராதிக்கும் பாடலின் நீட்சியைச் சிலப்பதிகாரத்தில் 'மாமழை போற்றுதும், மாமழை போற்றுதும்' எனும் அடிகளில் காணலாம். இவ்வாறாக இன்னும் பல்வேறு சான்றுகளைக் காணலாம்.

இனிப் பழங்குடிகளின் பாடல் வகைமையில் முதுவர்களின் தாலாட்டுப் பாடல் ஒன்றைக் காண்போம்:

மலையேறி மயிலாட - எங்கண்ணே
மடியேறி நீயாட
மரமேறி குயில்கூவ - எங்கண்ணே
மனமேறி நீயாட

தேக்கு மரமுறங்க - எங்கண்ணே
தென்கடலும் தானுறங்க
வன்னி மரமுறங்க - எங்கண்ணே
வடகடலுந் தானுறங்க (முத்துஇலக்குமி 2016: 140-41).

தாலாட்டுப் பாடல்களை வளர்த்துச் செல்ல ஒவ்வொரு அடியையும் இருமுறை அல்லது மீண்டும் மீண்டும் பாடும் முறை பழங்குடி மக்களிடம் உள்ளது. கதைசார்ந்த பாடல்களிலும் 'திரும்பவரும் பத்தியமைப்பு' (paradactic closure) ஒரு முக்கியமான உத்தியாகப் பயன்படுகிறது. பொதுவாகப் பல பாடல்களில் பொருள்சாரா ஒலிக்குறிப்புகள் இடம்பெறுகின்றன. 'ஏலேலம்' 'ராரிராரே', 'லல்லேலே', 'ஆரிராரோ' போன்றவை. சில பாடல்களை முடிக்கும் போது 'தத்தோம்', 'தகதா' போன்ற ஒலிநயச் சொற்கள் பயன்படு கின்றன. சில தாலாட்டுப் பாடல்களில் 'எங்கண்ணே', 'எஞ்சாமி' போன்ற தனிச் சொற்கள் மீண்டும் மீண்டும் வருவதைக் காணலாம்.

வாய்மொழி இலக்கியத்தின் ஆதிவடிவம் தாலாட்டு. இது யாப்பில் அடங்காத ஓர் இசைப்பாடலாகும். இதன் ராகம் நீலாம்பரி.

இருந்தாலும் தாயின் மனநிலைக்கு ஏற்ப தாலாட்டு அமைவதால் எல்லோரும் ஒரே பண்ணிலேயே தாலாட்டைப் பாடுவதில்லை.

ஆரிராரி ராராரோ
எங்கண்ணே ராரி ராரி ராராரோ

போன்ற அடிகள் பொதுத்தன்மை பெற்றவையாகும்.

தாலாட்டுப் பாடல்களில் பழங்குடிகளின் பசுமையான நினைவுகளும், பாசவுணர்வும், கற்பனைச் சுவையும், காவிய அழகும் காணப்படுகின்றன. தாலாட்டு இயல்பிலேயே இசை வடிவானது, இனிமை வடிவானது, இதயத்தை நெகிழ வைப்பது. வாய்மொழி வழக்காறுகளிலேயே தாலாட்டு மட்டும் ஒரு தனித்துவத்தைக் கொண்டிருக்கிறது. அது இடம்விட்டு இடம் பாய்கிறது, பறக்கிறது, பரவுகிறது. இது இசைப்பறவை போன்றது. காரணம் திருமணத்திற்கு முன் தன் பிறந்தகச் சூழலில் தாலாட்டுப் பாடலை அறிந்துகொண்ட இளம் பெண்கள் திருமணத்திற்குப்பின் வெகுதூரம் சென்று தங்களுடைய புகுந்தகத்தில் அதனைப் பாடுவதால் இது இடம்கடந்து செல்கிறது.

தாயே வினவி அவளே விடை கூறும் வினாவிடை பாடல்களும் உள்ளன. குழந்தையை யாரடித்தார் எனத் தாய் கேட்டு குழந்தையை அமைதிப்படுத்துகிறாள்.

தமிழில் தாலாட்டு எனும் வகையானது மலையாளத்தில் 'தாராட்டு' எனவும், தெலுங்கில் 'ஊஞ்சோதி' எனவும், கன்னடத்தில் 'ஜோகுல' எனவும், சில பழங்குடி மொழியில் 'குலுப்பாட்டு' எனவும் வழங்கப்படுகிறது.

தமிழகத்தில் அனைத்துப் பழங்குடிகளிடமும் காணப்படும் கலைவடிவம் கும்மியாகும். பெண்கள் வட்டமாய் வலம் வந்து இரண்டு கைகளாலும் கொட்டி ஆடிப் பாடுவதே கும்மி. கைகோத்து வட்டமாய் நின்றாலும் குரவைக் கூத்திலிருந்து கிளைத்த ஒரு கலையே கும்மி என்பது ஆய்வாளர்களின் முடிவு.

செவ்விசை முறையில் காணப்படும் சமஎடுப்பு (சமகிரஹம்), முன் எடுப்பு (அதீத கிரஹம்), பின் எடுப்பு (அநாகத கிரஹம்) எனும் மூன்று எடுப்பு முறைகளும் பழங்குடிகளின் கும்மியில் பயின்று வருகின்றன. இங்கு மூத்தவர் ஒருவர் பாட இளையவர்கள் அவரைப் பின்பற்றிப் பாடும்போது அவர்களை அறியாமலேயே 'வழிவழி கையளித்தல்'முறை காணப்பெறுகிறது. இதன்மூலம் வாழ்வியல்

செய்திகளும், வரலாற்றுச் செய்திகளும், நன்னெறிச் செய்திகளும், சமயச் செய்திகளும் இசைமுறையாக இளையோர் மனங்களில் பதிகின்றன. பழங்குடிகளின் வழக்காறுகளில் அல்லது கலை வடிங்களில் கும்மியானது ஆடல், பாடல், இசை என மூன்றும் இணைந்த ஒரு தனி வடிவமாகத் திகழ்கிறது.

சி.எம். பௌரா தன்னுடைய *தொன்மைப் பாடல்கள்* (Primitive Songs) எனும் நூலில் கூட்டிசைதான்(chorus) ஆதிபாடல் என்கிறார். இந்த வகைக்குரிய கும்மி, குரவை முதலான வடிவங்கள் கூட்டுச் சமூக ஒருமைப்பாட்டுக்குரியவை. கொண்டு நிலைபாடி ஆடும் குரவையில் முதியோர் பாட இளையோர் அவற்றைத் திரும்பப் பாடும் நிலை பின்பற்றப்படுகிறது. பெண்கள் கைகோத்துப் பாடும் குன்றக்குரவை, ஆய்ச்சியர் குரவை கூட்டிசைக்கு நல்ல எடுத்துக் காட்டுகளாகும். மேலும், கும்மி ஆடலுடன் கூடிய பாடல் வகைக்கும் ஒரு நல்ல எடுத்துக்காட்டாகும்.

ஒண்ணாம் கரகமம்மா எங்க முத்துமாரி
ரெண்டாம் கரகமம்மா எங்க முத்துமாரி
....
பத்தாம் கரகமம்மா எங்க முத்துமாரி

(முதுவர் பாடல் - முத்துஇலக்குமி 2016: 212-13).

முதுவர்களிடம் இவ்வாறு பத்து எண்கள் வரும் வரையிலும் பாடி கும்மியடிக்கும் முறை காணப்படுகிறது. பாடலடிகள் மீண்டும் மீண்டும் வரும் அமைப்பு கும்மியில் பெரிதும் இடம்பெறுகிறது. மேலும் அடியளவு பெரிதும் நெகிழ்வுடையது. சிற்றெல்லை சில அடிகளையும், பேரெல்லை ஐம்பது அடிகள் வரையிலும் செல்லும். எண்ணுப் பாடலாகவும், மனதில் இருத்திக்கொள்ளும் பாடலாகவும் கும்மி உள்ளது (இராஜேந்திரன் 2008: 176-77).

பழங்குடிகளில் காதல் பாடல் தனி முக்கியத்துவம் பெறுகிறது. காதல் பாடல்களைக் காதலர் பாடும் பாடல், பிறர்பாடும் பாடல் என இருவகைப்படுத்தலாம். இப்பாடல்கள் காதலர்கள் சந்திப்பு, கேலிசெய்தல், பிரிவுத்துன்பம், எல்லை மீறாத மனக்கட்டுப்பாடு போன்ற கூறுகளைக் கொண்டுள்ளன.

பிரிவுத் துன்பம் பற்றிய பாடல்:

ஆறடி அரக்குமரர்
எங்கிருப்பார் என் மாமன்

காட்டுநாயக்கச் சிறுவன்

> வாழ வதங்கி நானும்
> வனவாசம் போய் வாரேன்
>
> (முதுவர் பாடல்- முத்துஇலக்குமி 2016: 148).

மனக்கட்டுப்பாடு பற்றிய பாடல்:

> கள்ளி வெட்டி
> முள்ளி வெட்டி - இடுக்கிக்
> கத்தாளம் வேரு வெட்டி
> தடம் போட்டு வார மச்சான் - கொஞ்சம்
> தள்ளியே நில்லு மச்சான்
>
> (முதுவர் பாடல் - முத்துஇலக்குமி 2016: 148).

யாரைத் திருமணம்செய்துகொள்ளலாம் என்பதிலும், பிடிக்கா விட்டால் உடனடியாக மணவிலக்கு செய்துகொள்வதிலும் பெண்ணுக்குள்ள மிகப்பெரிய சுதந்திரமே 'பழங்குடித் தன்மை' களில்

உள்ள முக்கியக் கூறுகளில் ஒன்று எனலாம். இத்தகைய கூறு சங்க இலக்கியங்களில் 'உடன்போக்கு' எனக் காண்கிறோம்.

சங்க அக இலக்கியப் பாடல்களுக்கு முன்னோடி நீலகிரி மலையில் வாழ்ந்துவரும் தொதவர் பழங்குடிகளின் பாடல்களாகும் என்கிறார் எமனோ (1971). 'சுட்டி ஒருவர் பெயர் கொளப் பெறார்' எனும் சங்க இலக்கிய அகமரபின் தோற்றம் தொதவர்களின் காதல் பாடல்களில் இருப்பதாக எமனோ ஆய்வைச் சுட்டிக்காட்டிப் பின்வருமாறு விளக்குகிறார் சிவத்தம்பி (2005:107):

'தொதுவரின் பாடல்கள் வெளிப்பார்வையாளர்க்கு விளங்காத் தன்மையுடையன. எனினும், தொதுவர் தாங்களே பாடல்களின் உபவகுப்பொன்றை விளங்காத தன்மையுடையதொன்றாக இனங் காண்பதைக் காணலாம். இவை காதற்பாடல்களாகும். அவற்றின் சந்தர்ப்பம் பொதுவாக எல்லோருக்கும் தெரிந்த விடயமல்ல. அவற்றில் சம்பந்தப்பட்ட ஆட்கள் தத்தம் குழு அங்கத்தவரால்கூட இனங்காணப் படுவதில்லை. இயற்றுபவரும், அவனும் அவளும், சில சூழ்நிலை களில் அந்தக் காதலுக்குத் துணைபோகும் நெருங்கிய நண்பர்களுமே அது என்ன என்பதைப் பற்றி அறிவர். இப்பாடல்கள் புதிர்ச் சொற்களாக இனங்காணப்படும் (riddling words) சோடிப்பாடல் அலகுகளைக் கொண்டன.' அகப் பாடல்களின் உண்மையான அடையாளம் இங்கு மெல்ல மெல்ல மேற்கிளம்புகிறது. அகப் பாடல்களின் பூர்வீகப் பண்பு தொதுவரின் வாய்மொழிப் பாடல் களோடு ஒப்புமை உடையனவாயிருத்தலும் தெளிவாக அந்நிலத்துக் குரிய ஒரு நாட்டார் வழக்கு என நிறுவுகின்றன (சிவத்தம்பி 2005: 107).

தொதவர் சமூகத்தில் காதலர்கள் கிளிவிடு தூது செய்துள்ளனர். இம்மரபுதான் அன்றைய சங்க இலக்கியங்களில் நாரையைத் தூதுவிடுதலாகப் (நாராய் நாராய், செங்கால் நாராய்) பதிவாகியுள்ளது. சேர்வராயன் மலையில் வாழும் மலையாளிகளிடம் வழங்கப் படுகின்ற பாடல்கள் விழாக்காலங்களுக்குரியவை. அவற்றில் ஒருவகை வினா பதில்முறை காணப்படுகிறது. ஒருத்தி கேள்வி கேட்க இன்னொருத்தி பதில் சொல்லும் முறையில் இப்பாடல்கள் பாடப் படுகின்றன. அம்மானைப் பாடல் முறைக்கு இவை முன்னோடியாக இருக்கலாம்.

பரிசம் போட்டதும் மாப்பிள்ளை வீட்டாரின் செருக்கை அடக்கும் வகையில் மணப்பெண்ணின் தங்கை பாடுவது வருமாறு:

காசக் கொடுத்தமுன்னு
கடிசாகப் பேசாதீங்க
காசு கொடுத்தாலும் - எங்க அப்பன் வீட்டு
கதவு விலை போகாது

இதைக்கேட்ட மாப்பிள்ளையின் தங்கை மணப்பெண்ணைப் பின்வருமாறு கேலி செய்யத் தொடங்குகிறாள்:

கரிச்சட்டி கரிப்பானை - என் நங்கைக்குக்
புதுச்சட்டி புதுப்பானை - என் அண்ணிக்குப்
பொழங்கத் தெரியாது.

இவ்வாறு மலையாளிப் பழங்குடிகளிடம் ஏசல் தொடர்கிறது.

பள்ளு இலக்கியங்களில் இளைய பள்ளி, மூத்தப்பள்ளி ஏசல்முறை காணப்படுகிறது. இதில் சிவன், விஷ்ணு பற்றிய ஏசலும் உண்டு. இது பழங்குடி மக்களிடம் இருந்த ஏசல் வகைமையின் தொடர்ச்சியே ஆகும்.

இதிகாச வீரபாத்திரங்களைத் தங்கள் சமூகத் தலைவர்களுக்கு ஏற்றிச் சொல்லும் வகையிலும் பாடல்கள் உள்ளன. அணி வகுத்தபடி காலடியும் கையொலியும் அமைத்துப் பாடுகின்றனர். விழாக் காலங் களில் இத்தகைய ஆடல் பாடல்களைக் காண முடிகிறது.

இம்மக்களின் திருமண வாழ்த்துப் பாடல் ஒன்று புதுமண மக்கள் எவ்வாறு வாழவேண்டும் என்பதைப் பின்வருமாறு அறிவுறுத்துகிறது:

சீனா விரலை
சிக்கிது புடுச்சி
தெருஞ்சிருக்கும் தெரியாதிருக்கும்
ஒண்ணுகூடி சுகமா வாழ
ஒருத்திக்கு ஒரு மகனா
ஒருத்தி பெத்த பாலகனா
காரிக் குதிரையும்
கணக்க மேளமும்
ஈஞ்சியும் இடமல்லியும்
எல்லோரும் சுகமா வாழு!

(சீனா விரல்- சின்னவிரல், காரி- ஒருவகை நிறம்).

மேற்கூறிய பாடலில் உள்ள 'காரிக்குதிரை' எனும் சொல்லாட்சி சிறுபாணாற்றுப்படையில் *(110-111)* வருகிறது. 'காரிக்குதிரை

காரியோடு பொருத, ஓரிக்குதிரை ஓரியும்' எனும் அடிகள் ஓரி பயன்படுத்திய காரிக்குதிரையைக் குறிக்கிறது. இந்தச் சொல்லாட்சி பழங்குடி மக்களிடமும் காணப்படுகிறது. இது வாய்மொழி இலக்கியத்தின் நீண்ட நெடிய அறுபடாத தொடர்ச்சியைக் காட்டுகிறது. மேலும் பழங்குடிகளின் வாய்மொழி மரபுக்கும் சங்க இலக்கிய மரபுக்கும் உள்ள தொடர்பையும் காட்டுகிறது.

பழங்குடிப் பாடல்களில் 'திரும்பத் திரும்ப வரல்' (repetition), நெகிழ்ச்சியான தொடரமைப்பு (free phrase genre) போன்றவை பரவிக் காணப்படுகின்றன. குழந்தைப் பாடல்களில் அடி வரையறை குறைந்தும், தாலாட்டு, ஒப்பாரி பாடல்களில் அடிவரையறை மிகுந்தும் காணப்படுகின்றன. பாட்டிடைக் கலந்த பொருளவாகிப் பாட்டின் இயல் பண்ணத்திய்யே (தொல். பொருள்.செய். 173) என்று அடிவரையில்லாச் செய்யுள்களுக்குத் (பண்ணத்தி) தொல்காப்பியர் கூறும் இலக்கணம் தொல்குடிகளின் பாடல்களை மனத்தில் இருத்திக் கூறியது என எண்ணத் தோன்றுகிறது.

பழங்குடிகளின் ஒப்பாரிப் பாடல்களில் எதுகை, மோனை போன்ற தொடை நயங்கள் உள்ளன. ஒருபொருட் பல சொற்கள் இயல்பாக வருகின்றன. அடுக்குதல் ஒரு பொருளைக் கூறிச் செல்லுமிடத்துச் சொல்நயம் தோன்ற அடுக்கிக்கொண்டே செல்வதை ஒப்பாரியில் காணமுடிகிறது. அந்தாதி அமைப்பும் காணப்படுகிறது.

சேலம் சேர்வராயன் மலையில் வாழும் மலையாளிகளிடம் இறப்புச் சடங்கானது வழக்காறுகள் நிரம்பியதாகக் காணப்படுகிறது. இறந்தவர்களைப் புதைப்பார்கள். இறந்த அன்று இரவு கூத்தாடிகள் பாடுவார்கள். தோட்டி மேளம் அடிப்பார். இறந்தவர்களைத் தேர் கட்டி எடுத்துச் செல்வார்கள். இறப்பு வீட்டிற்கு வருபவர்கள் நெல், எண்ணெய், ஒரு தேங்காய், மாலை, கோடி (துணிமணிகள்) முதலானவற்றை எடுத்து வருவார்கள். இவற்றைக் கொண்டு 2ஆம் நாளும் 10ஆம் நாளும் ஊருக்குச் சாப்பாடு போடுவார்கள்.

மூன்றாம் நாள் 'மூனாம் சாத்திரம்' எனப்படும். அன்று புதைத்த இடத்தில் பால் தெளிப்பு நடைபெறும். ஒன்பதாம் நாள் '9 ஆம் சாத்திரம்' எனப்படும். அன்று நான்கு பெண்கள் சேர்ந்து விடிய விடிய ஒப்பாரி பாடுவார்கள். 10ஆம் நாள் காலை இந்தச் சாங்கியம் முடிவடையும். இந்தச் சடங்கு முறையைத் 'தருமராசா பாட்டு' என்கிறார்கள். அன்றே நிறை செம்பு நீர் வைத்து இறந்தவர்களுக்கும்

படையல் போடுவார்கள். அன்று ஊரார் அனைவருக்கும் கறி சாப்பாடு உண்டு. ஒப்பாரி வைத்த பெண்களுக்கு வெந்நீர் ஊற்றி, பலகாரமும் கறி சாப்பாடும் கொடுத்து உபசரிப்பார்கள். (பிரேமா ரத்தினவேல் *1996: 45-46*). பணியர் இறப்பு வீட்டில் இரவு முழுவதும் 'ஆட்டாளி' (பாடுநர்) பாடிக்கொண்டிருப்பார்.

ஒப்பாரியில் நேரடி நோக்கு, குறிப்பு நோக்கு எனும் இருவகை அமைப்புகள் உள்ளன. குறிப்பு நோக்குடையவை உருவகக் கவிதை களாக அமைகின்றன. ஒப்பாரியில் உருவகம் அதிகம். இறந்த கணவனை நேரடியாகக் கூறாமல் உருவக முறையில் பாடுவது வழக்கம்.

தாய், தந்தை, அண்ணன், தம்பி, அக்காள், தங்கை ஆகியோர் இறந்துவிட்டால் பெண்கள் 'நேரடி நோக்கு' முறையில் ஒப்பாரி வைக்கின்றனர். கணவன் இறந்துவிட்டால் 'குறிப்பு நோக்கு' எனும் முறையில் ஒப்பாரி இடுகின்றனர். ஒப்பாரியில் தாய் தந்தையைச் 'சாமி' என்று வர்ணிக்கும் பெண்கள், கணவனை 'ராசா 'என்று வர்ணிக் கின்றனர். இரத்த உறவினர்களை நேரடி உசாவலுடன் ஒப்பாரியிட, கணவனை உருவகப்படுத்துதல் மூலம் உசாவும்முறை பழங்குடி மக்களிடம் பரவலாகக் காணப்படுகின்றது.

இவ்வாறு ஒப்பாரியானது ஒருவகையான கலைவடிவம் பெறுகிறது. கிறித்தவர்களும் முஸ்லிம்களும் ஒப்பாரி வைப்ப தில்லை. ஆனால் பழங்குடிகளும் சாதி இந்துக்களும் ஒப்பாரி யிடுகின்றனர். இதனால் ஒப்பாரியானது சாவைச் சடங்காக்கு வதுடன் துக்கத்தைக் கலையாகவும் மாற்றுகிறது.

இனி மந்திரப் பாடல்களின் தேய்மானத்தைக் காண்போம். அணங்கோ, ஆவியோ, தெய்வமோ ஒருவரைத் தீண்டிவிட்டால் அவற்றைக் குறிசொல்லி விரட்டும் மந்திரப் பாடல்கள் தொல் பழங்குடிகளிடம் உள்ளன (இதன் வெளிப்பாடே சங்க இலக்கிய வேலனாட்டமும் வெறியாட்டமும்.) குறும்பர் இளைஞர்கள் நவீன கல்விமுறையை நாடிச் செல்வதால் பூசாரிப் பாடல்கள் அனைத்தையும் கற்றுக்கொள்வதில்லை. இளம் தலைமுறையின் பூசாரிகள் குறி சொல்லும் போது பாடும் பிஞ்சிப்பாட்டு இன்று பயன்பாட்டி லிருந்து மெல்ல மறைந்துவருகிறது (ஞானசுந்தரம் *2009: 134*).

ஊராளிகளின் நிகழ்த்துக்கலைகளான கம்புக்களி, சவிட்டுக்களி போன்றவற்றில் பக்திப்பாடல்கள் இடம்பெறுகின்றன. இந்தப் பாடல் களில் ஐயப்பன், மாளிகைபுரத்து அம்மன் ஆகிய தெய்வங்களை

அழைத்து அவர்களைக் காக்க வேண்டுமென்று வேண்டுகின்றனர். இவர்கள் காட்டையழித்துப் புனங்காடு விவசாயம் செய்யும்போது, 'பூண்டன்கிள' பாடலைப் பாடுகின்றனர். காட்டெரிப்பு வேளாண்மையில் புதியதாகத் தேர்ந்தெடுக்கும் நிலத்தில் உள்ள புல்பூண்டுகளை வெட்டிச் சுத்தப்படுத்தும்போது கைகொட்டி, குரவையிட்டுப் பூண்டன்கிள பாடுகின்றனர்.

தமிழகப் பழங்குடிகளின் பாடல் வகைகளில் காணிக்காரர்களின் சாற்றுப்பாடல் தனிக்கவனம் பெறுகிறது. தெய்வங்களும், இறந்த முன்னோர்களும் தங்கள் வாழ்க்கைக்கு வழிகாட்ட வேண்டுமென்று விழாக்காலங்களிலும் வழிபாடுகளின்போதும் தொழில் தொடங்கும் போதும் சாற்றுப்பாடல்கள் பாடுகின்றனர். காணிப் பழங்குடியின் பூசாரியான பிலாத்தி இப்பாடல்களைப் பாடினாலும் மூட்டுக் காணியும் வயதான சில ஆண்களும் பாடுகின்றனர்.

சாற்றுப்பாடல்கள் 2-3 நாள்கள் தொடர்ந்து பாடுவதுண்டு. இரும்பால் செய்யப்பட்ட கொக்கரை (கச்சிலா, பிள்ளாணி என்றும் சொல்வதுண்டு) எனும் இசைக்கருவியுடன் பாடும் இந்நிகழ்வு 'சாற்றுக்களம்' என்கிற இடத்தில் இலைதழைகளால் புதியதாகப் போடப்பட்ட சாற்றுமாடத்தில் நடைபெறும். சாற்றுப்பாடல் பாட இருவர் தேவை. பிலாத்தி பாடுவார். இவரை சாற்றுக்காரன் என்பார்கள். உடன்பாடக்கூடியவர் ஒத்துச் சாத்துக்காரன் என்பார்கள். சாற்றுப்பாடல் வகைமையை யோ. தர்மராஜ் (2004), வே. சிதம்பரநாத பிள்ளை (2006), ராஜஸ்ரீ (2006), கார்மேகம் (2016) ஆகியோர் விரிவாக ஆய்வு செய்துள்ளனர்.

குறும்பர் பாடல்கள்

ஆலுக் குறும்பர்கள் பல்வேறு வகையான பாடல்களைப் பாடுகின்றனர். அவை பற்றிப் பெரியாழ்வார் விரிவான வகைப்பாட்டைத் தந்துள்ளார். அவை வருமாறு:

1. துரு கதே - காதல் பாடல்கள்
2. தேவரு கதெ - பக்திப் பாடல்கள்
3. எண்ணுக கதெ - மணப்பெண் பாடல்
4. கண்டுசு கதெ - ஆண்கள் பாடல்
5. மடுவெ கதெ - திருமணப் பாடல்
6. மெட்டாட்ட கதெ - நடனப் பாடல்

7. ஜேனு கதெ - தேன் பாடல்
8. சகனாடு கதெ/ துக்க கதெ - இறப்புப் பாடல்
9. ஜோடி கதெ - காதலர் பாடல்கள்
10. அச்சமகக்மரக்கோ கதெ - தாலாட்டுப் பாடல்
11. தாரி கதெ - வழிப்பாடல் (பயணவழிப் பாடல்)
12. கம்பள கதெ - விதைப்புப் பாடல்
13. டூடு கதெ - அறுவடைப் பாடல்
14. திங்க கதெ - மாதங்கள் பற்றிய பாடல்
15. காடு தேட்ட கதெ - கிழங்குப் பாடல்
16. காடு ஜாட்டி கதெ - காட்டு விலங்குகள் பற்றிய பாடல்
17. கனசு கதெ - கனவுப் பாடல்
18. கோலு கதெ - பேய்ப் பாடல்
19. அருகுருமனெ கதெ - முன்னோர்கள் பற்றிய பாடல் (ஆவிப் பாடல்)
20. மொ கதெ - முறைஉறவுள்ளவர்கள் பற்றிய பாடல்
21. நட்டு கதெ - விருந்தினர் பற்றிய பாடல்
22. முண்டேசியரு கதெ - விதவைகள் பாடல்

'ஜாத்தி' எனக்கூடிய பூசாரிகள் பாடும் பாடல்கள் இவை (பெரியாழ்வார் 2001: 121-25).

கதைப்பாடல்கள்

கதைகளைப் பாட்டாகச் சொல்வதால் கதைப்பாடல் (ballad) என்று சொல்லப் பழகிவிட்டோம். நாட்டார் வழக்காற்றியல் வரையறையின்படி இவற்றை 'வாய்மொழிக் காப்பியங்கள்' (oral epics) என்று சொல்ல வேண்டும்.

தமிழ்ச் சூழலில் இவற்றைப் பல பெயர்கள் கொண்டு குறிப்பிடு வதுண்டு. அம்மானை, மாலை, கதை, வரலாறு, கும்மி, குறம், விலாசம், வில்லுப்பாடல்கள், சிந்து, தூது போன்றவை யாவும் கதைப்பாடல்களே. இராமப்பய்யன் அம்மானை, அல்லியரசாணி மாலை, ஐவர் ராசாக்கள் கதை, கட்டபொம்மன் வரலாறு, பஞ்ச பாண்டவர் வைகுந்த கும்மி, திரௌபதி குறம், கான்சாகிபு சண்டை, அண்ணன்மார் சாமி கதை, கட்டபொம்மன் வரலாறு, பூச்சியம்மன்

வில்லுப்பாட்டு, பூலத்தேவன் சிந்து, புலந்திரன் கதை முதலான அனைத்துமே கதைப்பாடல்கள்தாம். ஆனால் இந்த வழக்காற்று வகைமையானது மரபார்ந்த நிலையில் பல்வேறு பெயர்களில் சுட்டப் படுகின்றது. இதையே நாம் 'இன வகைமை' (ethnic category) என்கிறோம். ஆய்வாளர்கள் பகுப்பாய்வின்போது அவற்றைப் பொதுமைப்படுத்திக் 'கதைப்பாடல்' என்று சொல்லும்போது அது 'பகுப்பாய்வு வகைமை' என்றாகிறது.

கதைப்பாடல்கள் பேச்சு மொழிக்குரியவை; வாய்மொழியாக எடுத்துரைக்கப்படுபவை; குழு இசையுடன் நிகழ்த்தப் பெறுபவை. காப்பியங்கள் தோன்றுவதற்குக் கதைப்பாடல்களே அடிப்படை யானவை. உலகம் முழுவதையும் ஆராய்ந்து பார்க்கும்போது 12ஆம் நூற்றாண்டிற்கு முன்னர்க் கதைப்பாடலைக் காண முடியாது என்பார்கள் அறிஞர்கள். தமிழகப் பழங்குடிமக்களிடம் கதைப் பாடல் வடிவம் மிகவும் குறைவு என்றே சொல்லலாம்.

தமிழகப் பழங்குடிகளிடம் கதைப்பாடல்கள் வீரயுகப் பாடல்களாக இல்லை. முதுவர்கள் கோவலன் - கண்ணகி கதைப்பாடல், முருகன்– வள்ளி கதைப்பாடல், இராமன்–சீதை கதைப்பாடல் முதலானவற்றைக் கூத்தாகவும் நாடகமாகவும் நடத்திவந்தனர். இன்று பொங்கல் விழாவின் போது இவற்றின் சிறு பகுதிகளை மட்டும் நிகழ்த்து கின்றனர் (முத்துஇலக்குமி 2016: 155). முருகன்–வள்ளி கதைப்பாடலை ஆய்வாளர் முத்துஇலக்குமி (மேலது: 155-57) தம் ஆய்வில் பதிவு செய்திருக்கிறார்.

கதைப்பாடல்கள் பழங்குடிச் சமூகங்களில் பெரும்பாலும் தனிப் பட்ட நிகழ்வைப் பிரதிபலிக்கின்றது; நாடக உத்தி அமைந்து காணப்படுகிறது; எளிமையான யாப்பு வடிவம் கொண்டு இருக்கிறது; சில அடுக்குகள் திரும்பத் திரும்ப வருவதையும் காணமுடிகிறது. இத்தகைய கதைப்பாடல்கள் பெரும்பாலும் புராண காவியங்களின் சிறுபகுதிகளாகக் காணப்படுகின்றன.

பழங்குடிச் சமூகங்களில் கதைப்பாடல்களில் பின்வரும் அமைப்பு பரவலாகக் காணப்படுகிறது: வழிபாடு, குரு வணக்கம், வரலாறு, வாழி ஆகிய நான்கு பகுதிகளைக் கொண்டிருக்கின்றன. கதைப்பாடல் தொடங்கும்போது இறைவனை வணங்கிப் பாடும் பாடலைக் காப்பு எனலாம். தனக்குப் பாடம் சொன்ன குருவுக்குக் குரு வணக்கம் பாடும் மரபும் உள்ளது.

கதைப்பாடல் அமைப்பில் மேலும் நான்கு கூறுகள் முக்கியத்துவம் பெறுகின்றன. முதன்மைச் சுற்று, தலைமைச் சுற்று, துணைமைச் சுற்று, இடைவிளக்கச் சுற்று. இன்னொரு வகையில் சொல்லவேண்டு மானால் இவ்வமைப்புகளை முன்கதை, மையக்கதை, பின்கதை என்ற நிலையிலும் கூறலாம். தலைமைச் சுற்று அனைத்துக் கதைப் பாடல்களிலும் இடம்பெறுகின்றது. மற்ற சுற்றுகள் அமைந்தோ அமையாமலோ வரலாம். தமிழகப் பழங்குடிகளிடம் புராண கதைப்பாடல், வரலாற்றுக் கதைப்பாடல், காவிய கதைப்பாடல் ஆகியவை காணப்படுகின்றன.

ஜவ்வாது மலையில் வாழும் மலையாளிப் பழங்குடியினரிடம் காணப்படும் 'கார்த்திகைப் பாட்டு' ஒரு சிறிய கதைப்பாடலாகக் காணப்படுகிறது. தொடக்கத்தில் தங்கள் சமூகத்திற்குள் முறை உறவுள்ள ஆண்கள், பெண்கள் காதல் உணர்வுடன் கேலி பேசும் பாடலாக இது இருந்தது. பின்னர் அம்மலையில் வந்து தங்கி வேலை செய்த கட்டிட மேஸ்திரியின் மீது பாலியல் உணர்வு தூண்டுவது போன்ற பாடலாக மாற்றப்பட்டு அது பஞ்சாயத்தார் முன்னிலையில் ஒரு வழக்காகவும் மாற்றப்பட்டது. இறுதியில் இந்தப் பாடல் வகைமையைக்கொண்டு திருவண்ணாமலையில் உள்ள அண்ணா மலையாரை ஜவ்வாது மலைக்கு அழைக்கும் பாடலாக அது மாற்றம் பெற்றது.

ஜவ்வாது மலையில் புங்கம்பட்டு நாட்டில் உள்ள தேர்க்கானூரில் காட்டெரிப்பு வேளாண்மை பற்றிய நடப்பியலை விளக்கும் பாடல் நம் கவனத்தை ஈர்க்கிறது. இதே நாட்டில் உள்ள சின்ன வட்டானூரில் குறிசொல்லுதல் பற்றிய ஒரு பாடல் வகைமையும் நம் கவனத்தைக் கவர்கிறது. இவை யாவும் 100 வரிகள் அளவில் விரித்தும், தேவைப் படும்போது சுருக்கியும் பாடக்கூடிய வகையில் அமைந்துள்ளன (கோவிந்தராஜ் 2017). முதுவர்களிடம் வழக்கில் உள்ள வள்ளி–முருகன் கதைப்பாடலின் ஒரு பகுதியை (46 வரிகள் மட்டும்) க. முத்து இலக்குமி (2016) சேகரித்துப் பதிவு செய்துள்ளார். முதுவர்களிடம் இராமன்-சீதை கதைப்பாடல் ஒன்று உள்ளதாக முத்துஇலக்குமி தன் நூலில் (2016: 155) குறிப்பிட்டுள்ளார்.

தமிழில் சிறிய கதைப்பாடல்கள் சராசரியாக 2000 வரிகள் கொண்ட தாகவும், நெடிய கதைப்பாடல்கள் 11000 வரிகள் கொண்டதாகவும் உள்ளன என்கிறார் பிரந்தா பெக் (1982).

கிரேக்க இலக்கியமாகிய இலியட் 15,000 வரிகளையும், ஒடிசி 12,000 வரிகளையும் கொண்டது. மானாஸ் 40,000 வரிகள் கொண்டது. ரஷ்ய பிளினாத் வெறும் 23 வரிகள் கொண்டதாகும். தமிழகப் பழங் குடிகளின் கதைப்பாடல்கள் எவ்வளவு அடிகளைக் கொண்டுள்ளன என்பது பற்றிய துல்லியமான தரவுகள் நம்மிடமில்லை. ஹோமரை விடவும் மிகுதியான வரிகளைக் கொண்டது துளு மொழியில் கோபால் நாயக் (பாடகர்) பாடும் கதைப்பாடல்.

பழமொழிகள்

பழமையான மொழியே பழமொழி. தமிழ்ப் பேச்சுவழக்கில் இது சொலவடை, சொலவந்திரம், ஒவகதை, ஒப்புத்தட்டம் என்றும், மலையாளத்தில் 'பழஞ்சொல்' என்றும், கன்னடத்தில் 'நாண்ணுடி' என்றும், தெலுங்கில் 'நாதூடி' என்றும் கூறப்படுகிறது. தமிழகப் பழங்குடிகளின் பழமொழிகளைத் தொகுத்துக் காணும்போது அவை யாவும் உரைநடை அமைப்பில் காணப்படுகின்றன. எனினும் உவமையோடும் உருவகத்தோடும் எதுகை, மோனை, முரண்தொடை போன்ற ஒலிநயங்களோடும் காணப்படுகின்றன.

பழமொழிகள் சமூக அனுபவம் சார்ந்தவை; அறநெறி சார்ந்தவை; ஓர் உண்மையைக் கூறக்கூடியவை. சமூக வாழ்வில் பழமொழிகள் பட்டறிவை உணர்த்துபவை; கேலிசெய்யக் கூடியவை; கண்டிக்கக் கூடியவை; பாராட்டக் கூடியவை; சண்டையைத் தீர்த்து சமாதானம் செய்யக் கூடியவை. சுருக்கமாகச் சொன்னால் சமூகத்தின் பட்டறிவாகப் பழமொழிகள் விளங்குகின்றன; சமூகத்தின் வாழ்வியலுக்கு அவை பயன்படுகின்றன.

காணாத அதியசயத்தைக் கண்டா
காளமாடும் பால் கறக்கும்

அதிசயத்தைக் கண்டவர் நிலை தடுமாறுவர் என்பது முதுவர்களின் முதுமொழி.

வேட்டக்காரனும் ஆட்டக்காரனும்
அடங்கி நிற்பானா   (முத்துஇலக்குமி 2016: 161)

'ஆடின காலும் பாடின வாயும் சும்மா இருக்காது' என்பது போல வேட்டைக்குச் சென்றவனும், ஆட்டம் ஆடியவனும் அவற்றை மறக்கமுடியுமா என்பதை முதுவர்களின் இப்பழமொழி உணர்த்துகிறது.

பழமொழிக்கு இன்றியமையாதது அதன் பொருள் ஆகும். அந்தப் பொருளைச் சூழலே நிர்ணயிக்கிறது. பொருள்கள், கருத்தாடல் செய்பவர்களின் பேச்சுச் சூழலில் உருவாகுகின்றன. பேச்சு வினைச் சூழலில் மட்டுமே துல்லியமான பொருள்களைக் காணவியலும். மற்றபடி அவை வெற்றுப் பனுவல்கள்தான் (empty texts). ஆதலின் பனுவல்கள் அவற்றின் குறிப்பிட்ட பண்பாட்டுச் சூழலுக்குக் கட்டுப்பட்டவை என்று முதலில் உணர வேண்டும் (மலினோவ்ஸ்கி 1935: 75).

பொதுவாகவே வாய்மொழி வழக்காறுகள் 'பன்மியச் செயல்பாடு' (poly functionality) கொண்டவை; 'பன்மியச் சூழல்' (hetero-situational) சார்ந்தவை, 'பன்மியப் பொருண்மை' (poly semanticity) சார்ந்தவை. மக்களிடம் பேச்சும் கருத்தாடலும் நிகழும் போதெல்லாம் அவற்றில் இந்த மூன்றும் ஒன்றுடன் ஒன்று ஒருங்கிணைந்து ஊடாடும். பழமொழிகளில் இவற்றை எளிதில் உணர முடியும் (லூர்து 2008: 45).

விடுகதைகள்

விடுகதை என்பது சொல் விளையாட்டு; சொற்புதிர் எனலாம். இது விளையாட்டு என்றாலும் முழுக்க முழுக்க அறிவுபூர்வமான வினா தொடுத்தலும், சொற்திறம் சார்ந்த அறிவார்ந்த பதில் கொடுத்தலும் இந்த விளையாட்டின் பண்புகளாகும். பழங்குடி மக்களின் கருத்தாடலின்போது நேருக்குநேர் உரையாடலில் நேரடிப் பொருள் விளங்காமல் மறைபொருளாக உணர்த்துவது புதிர்.

தமிழில் 'விடுகதை' என்றும், மலையாளத்தில் 'கடங்கதா' என்றும், தெலுங்கில் 'விடிகதா' என்றும், கன்னடத்தில் 'ஒடகது' என்றும் வழங்கப்படுகின்றன. தொல்காப்பியர் விடுகதையைப் 'பிசி' என்கிறார். ஆனால் இன்று தமிழகக் கிராமியச் சமூகத்தார் இதனை நொடி, அழிப்பாங்கதை, புதிர்போடுதல், வெடிபோடுதல் எனப் பலவாறு குறிக்கின்றனர். தமிழகப் பழங்குடிகளில் முதுவர்கள் இதனை 'விதி' என்கின்றனர்.

ஆன (யானை) ஏறாத மலை
அழகு மயில் ஆடாத மலை - எது? (வானம்)

வெடிய வெடிய பூந்தோட்டம்
வெடிஞ்சா வெறுந்தோட்டம் (வானம்)

பாலில்லாப் பழம்

பருவமில்லாப் பூ
சேறில்லாக் கிணறு (வாழை, தென்னை, தேங்காய்)

வானத்தை மலையாகவும் தோட்டமாகவும் உருவகிக்கின்ற அறிதிறன் முதுவர்களிடம் உள்ளது. இயற்கையை அறிவதிலும் அறிவிப்பதிலும் இவர்கள் தனிப்பாங்கு கொண்டவர்கள்.

பழங்குடிகளின் வாய்மொழி வழக்காறுகளில் பழமொழியே குறுவடிவம் கொண்டது எனக் கருதுகிறோம். ஆனால் பல பழங்குடிச் சமூகங்களின் விடுகதைகளைக் கவனித்தால் அவற்றில் குறுவடிவமும் பெருவடிவமும் கலந்து காணப்படுகின்றன. பெரும்பாலான பழங்குடிகளில் விடுகதைகளின் அடிகளில் ஓசைநயம் (ஓசை இயைபு) சிறந்து விளங்குகின்றது. எடுத்துக்காட்டாக,

அட்டகு ஆறு கண்ணு (அட்டைக்கு ஆறு கண்கள்)
மொட்டகு மூறு கண்ணு (முட்டைக்கு மூன்று கண்கள்)
(குறும்பர்களின் விடை: புல்லாங்குழல், தேங்காய்).

எழுத்திலக்கிய விடுகதைகளில் காணப்படுவதுபோன்று பழங்குடி மக்களின் வாய்மொழி விடுகதைகளில் யாப்பும் அணியும் இடம் பெற்றுள்ளன. குறும்பர் விடுகதைகளில் மோனை, எதுகை, இயைபு, முரண், அந்தாதி ஆகிய யாப்புக் கூறுகள் உள்ளன. இவற்றில் மோனை அடிநிலையிலும், சீர்நிலையிலும் காணப்படுவதோடு மோனையில் பல்வேறு வகைகளும் காணப்படுகின்றன (சிதம்பரநாத பிள்ளை 2005:63). எனினும் அடிநிலையில் அமைந்த மோனைகள் அதிகம்.

மேலும், குறும்பர் விடுகதைகளில் எதுகையை விடவும் இயைபுகள் மிகுந்துள்ளன. சொல்லியைபுகளை விடவும் எழுத்தியைபுகள் சீர்நிலையில் அதிகம் உள்ளன. குறும்பர் விடுகதைகளில் அள பெடையே இல்லை என்கிறார் சிதம்பரநாதபிள்ளை (மேலது: 63).

மோனை, எதுகை, இயைபு ஆகிய மூன்றும் ஒன்றிணைந்த விடுகதைகள் குறும்பர்களிடம் இல்லை. அணியிலக்கணம் வாய் மொழி இலக்கியத்திலும் உள்ளது. குறும்பர் விடுகதைகளில் தன்மை, நவிற்சி, உருவகம், விரோதம் ஆகிய அணிகள் பெரிதும் காணப்படு கின்றன. இவற்றில் உருவகத்தின் எண்ணிக்கை மிகுதி எனலாம் (மேலது: 63).

பொதுவாகத் தமிழகப் பழங்குடி மக்களிடம் பாட்டு வகையில் அமைந்த 'பாட்டு விடுகதை', கணக்குகளை விடுவிக்கின்ற

‘விடுகணக்குகள்’, வேடிக்கையாகக் கூறும் ‘வேடிக்கை விடுகதைகள்’, உண்மைக் கணக்குகளை விடுவிக்கும் விடுகணக்குகள் போன்ற வகைமைகள் காணப்படவில்லை. அமைப்புமுறையில் பார்க்கும் போது பொதுவாகப் பழங்குடிகளிடம் பின்வரும் மூன்று வகையான விடுகதைகள் காணப்படுகின்றன:

1. எளிய விடுகதை அமைப்பு (simple riddle structure)

   தும்பி முட்டாத ஊ (வண்டு தொடாத பூ)

   (விடை: ஊஞ்ச கூடெ - சேவல் கொண்டை)

2. கூட்டுநிலை விடுகதை அமைப்பு (compound riddle structure)

   அண்ணா எந்து பிளித, பருவது இல்லெ;
   தம்பி எந்து பிளித, பந்த (அண்ணா என்று அழைத்தால், வருவது இல்லை; தம்பி என்று அழைத்தால் வருகிறான்)

   (விடை: மத்து, உதடுகள்)

3. கோர்வைநிலை விடுகதை அமைப்பு (string riddle structure)

   அட்டகு ஆறு கண்ணு (அட்டைக்கு ஆறு கண்கள்)
   மொட்டகு மூறு கண்ணு (முட்டைக்கு மூன்று கண்கள்)

   (குறும்பர்களின் விடை: புல்லாங்குழல், தேங்காய்)

மொழிப் பயன்பாடு அடிப்படையில் வாய்மொழி வழக்காறுகளை இருவகைப்படுத்தலாம்.

1. நிலையான தொடரமைப்புகள் (fixed phrases)
2. நெகிழ்வான தொடரமைப்புகள் (free phrases)

பழமொழி, விடுகதை இரண்டும் நிலையான தொடரமைப்புகளைக் கொண்டவை. இவற்றில் நம் விருப்பம் போல் சொற்களையும் தொடர்களையும் இணைக்க முடியாது. ‘ஆனைக்கும் (யானை) அடி சருக்கும்’ எனும் பழமொழியில் வேறு சொற்களைச் சேர்த்துச் சொல்ல முடியாது. அவ்வாறு சொல்வதற்கு அந்தப் பழமொழி அனுமதிக்காது. தாலாட்டு, ஒப்பாரி, கதை முதலியவற்றில் தொடர்களைச் சேர்த்தோ விடுத்தோ நிகழ்த்தலாம். ஆதலின் அவை நெகிழ்வான தொடர் அமைப்புகளைக் கொண்டுள்ளன.

மொழியியல் கூறுகள்

பழங்குடிச் சமூகத்தார் மனிதகுல வரலாற்றில் தொன்மைக்குத் தொன்மையாய், பழமைக்குப் பழமையாய் விளங்குகின்றனர்.

இத்தகைய தொன்மைச் சமூகத்தார் கொண்டுள்ள தொன்மையான சமூக, பண்பாட்டுக் கூறுகளைப் போலவே அவர்களுடைய மொழியியல் கூறுகளும் தொன்மை சார்ந்தவை. தமிழகப் பழங்குடிகளின் கிளைமொழிகள் யாவும் தமிழின் வளமான இலக்கிய, இலக்கண மரபுகளுக்கு ஊற்றுக்கண்ணாக அமைந்துள்ளன. இவையே இந்த மரபுகளுக்கான வேர்களும் விழுதுகளுமாக உள்ளன.

தமிழகப் பழங்குடிகளின் கிளைமொழிகள் குறித்து எண்ணற்ற ஆய்வுகளை அண்ணாமலைப் பல்கலைக்கழக மொழியியல் அறிஞர்கள் செய்துள்ளனர். அவ்வாய்வுகள் மூலம் தமிழின் இலக்கண இலக்கிய அமைப்பில் பழங்குடிக் கிளைமொழிகளின் பங்கு எவ்வளவு முக்கியமானது என்பதை விளங்கிக்கொள்ள முடியும்.

சுந்தரர் தேவாரத்தில் 'பெண்டு' என்பது மனைவியைக் குறிக்கும். தமிழில் பெண் உறவுப் பெயர்களுடன் 'காரி' எனும் விகுதி சேர்ப்பது வழக்கம். அக்காக்காரி, அம்மாக்காரி, அத்தைக்காரி என்பார்கள். இவற்றின் தோற்ற மூலம் இருளர்களின் வழக்கில் உள்ளதைக் காண் கிறோம். இருளர்கள் மனைவியைப் 'பெண்டுக்காரி' என்பார்கள். தமிழகப் பழங்குடி மக்களின் உறவுமுறைப் பெயர்களைத் தொகுத்து ஆராய்ந்தால் அது கிளைமொழி ஆய்வுகளில் புதிய வெளிச்சத்தைக் காட்டும்.

இன்னும் ஒரு சொல்லைக் காண்போம். அது தாய் பற்றியது. 'யாயும் ஞாயும் யாராகியரோ' என்பது அக இலக்கியத்தில் வரும் மிகச் சிறந்த அடிகளில் ஒன்று. இந்த நல்ல தமிழ்ச்சொல்லை யார் பாதுகாத்து வைத்திருக்கிறார்கள். பழங்குடி மக்களும் நாட்டுப்புற மக்களும் தான். நாம் மம்மி, டாடிக்குப் போய்விட்டோமே. இன்றும் தமிழகத்தில் பழமையான மக்களிடம் அம்மாயி, அப்பாயி, சின்னாயி, பெரியாயி ஆகிய உறவுச் சொற்கள் பழக்கத்தில் உள்ளன. குருமாயி, கருப்பாயி, மாரியாயி, மகமாயி எனும் வழக்குகள் அம்மன்களைக் குறிக்கின்றன. யாய், ஆய் என மருவி, இப்போது அது ஆயா என மாறிவிட்டது. தாய் எனும் பழஞ்சொல் இப்போது குழந்தை களைக் கவனிக்கும் வேலைக்காரியாக மாறிவிட்டதைக் காண்கிறோம்.

'பால்புரைப் புரவி நால்குடன் பூட்டி' என்று பெரும்பாணாற்றுப் படையில் வருகிறது. குதிரையைக் குறிக்கும் 'புரவி' எனும் அச்சொல் ஐயனார் கோயிலுக்குப் 'புரவி எடுப்பு' எனும் வழிபாட்டு மரபில்

இன்றும் வழக்கில் உள்ளதைக் காண்கிறோம். சங்ககாலச் சொல்லொன்று இன்றும் பேச்சு வழக்கில் உள்ளது.

சாணத்தை இருளர் ‘ஆப்பி’ என்கின்றனர். இது தமிழின் ஆதிசொல்; அருஞ்சொல். சாணத்தை வணங்கும் ‘ஆப்பி வழிபாடு’ தொல் வணக்க முறைகளில் ஒன்றாகும். தமிழில் பண்டைய வழக்காக விளங்கிய பருந்தைக் குறிக்கும் ‘பாறு’ எனும் சொல் இருளர் கிளைமொழியில் உள்ளது. ஓநாயை இருளர்கள் செந்நாய் என்பார்கள். இது தமிழில் இலக்கியச் சொல். மாடு தின்னும் வைக்கோலை இருளர்கள் ‘நெல்லுப்புல்’ (நெல்லின் புல்) என்று சொல்வது ஒரு புதுமையான வழக்காக உள்ளது.

முதுவர்கள் இன்றும் காட்டுப் பசுவை ‘ஆமான்’ என்றே அழைப்பார்கள். இது ஒரு சங்க இலக்கியச் சொல் (புறம். 322, 323). அவ்வாறே முள்ளுக்குறும்பர்கள் கோயிலை ‘அம்பலம்’ என்பார்கள். இதுவும் ஒரு பழந்தமிழ்ச் சொல்லாகும். மேல்நாட்டுப் பளியர்கள் இன்றைக்கும் திருவிழாவையும் குறி சொல்லுவதையும் ‘வெறியாட்டு’ என்றே சொல்வார்கள். வேலன் வெறியாட்டு ஆதி தமிழ்ச் சடங்கு என்பதை நாம் அறிவோம்.

பழங்குடி மக்கள் நல்ல இசைவாணர்கள். சிறுபறை, உறுமி, மேளம், குழல், கொம்பு, போன்றவை மூலம் தாளம் தப்பாமல் பாட்டின் பாவமும் மாறாமல் இசைப்பார்கள். ‘பல்லியம்’ எனும் கலைச்சொல் சங்கத் தமிழின் கொடை என்று போற்றுகிறோம். ஆனால் பல்லியம், இன்னியம், கூட்டின்னியம் என்று சங்க காலத்திற்கு முன்பிருந்தே ஆர்க்கெஸ்ட்ரா சார்ந்த குழு இசைமுறை பழங்குடி மக்களிடம் வேரூன்றி இருந்தது.

தமிழகப் பழங்குடிகளிலேயே நீலகிரியில் பல குடிகளுக்கும் இசை ஊழியம் செய்பவர்கள் கோத்தர்கள். இவர்கள் பஞ்ச கம்மாளர்கள் செய்யும் ஐந்து வகையான தொழில்களையும் செய்கின்றனர். மரபான கிராமங்களில் சாதியினர் தத்தம் தொழிலை மற்றவர்களுக்கு ஊழியம் செய்வதுபோல், நீலகிரி மலைத் தொடரில் கோத்தர்கள் தாம் செய்யும் குயவர், தச்சர், கருமார், தட்டார், இசைக்கலை ஆகிய தொழில்களை மற்ற குடியினருக்குச் செய்கின்றனர்.

கோத்தர்கள் கொள், பர், குர்ல், தப்டக் ஆகிய இசைக்கருவி களைப் பெரிதும் பயன்படுத்துகின்றனர். இவர்களின் இசையையும், பண்களையும், பிற நுட்பங்களையும் தனிப் பெரும் நூலாகக் கருப்புப்

பசுவின் குளம்படி (The Black Cow's Foot Print, 2005) எனும் தலைப்பில் ரிச்சர்டு உல்ஃப் எழுதியுள்ளார்.

இருளர்களின் இசைக்கருவிகளில் கடிமெ, பொரெ, தம்பட்டெ ஆகிய தோற்கருவிகளும், குவாலு, புகிரி, நாகசுர ஆகிய துளைக் கருவிகளும் அடங்கும். இவ்வாறு பழங்குடி மக்களின் இசைக் கருவிகளையும் அவற்றின் பெயர்களையும் ஒப்பிட்டுப் பார்ப்பதன் மூலம் தமிழ் மண்ணில் உருவான பொதுமைக் கூறுகளையும் தனித்துவக் கூறுகளையும் இனங்காணலாம்.

உறவின்முறையும் கேலி கிண்டலும்

தென்னிந்தியச் சமூகங்களில் உறவுத் திருமணங்கள் தனித்துவ மானவை, மாமன் மகள், அத்தை மகள், அக்கா மகள் ஆகிய நெருங்கிய உறவின்முறையில் திருமணம் செய்வது இங்கு விரும்பத்தக்க மணமாக (preferential marriage) உள்ளது. இத்தகைய உறவு முறையில் கேலி உறவு (joking relationship) வலுப்பெற்றுள்ளது.

கத்திரிமலைப் பழங்குடி மக்களிடம் வழங்கும் கேலி உறவுக்குரிய பாடல்கள் நம் கவனத்திற்குரியவை. உறவுமுறைச் சொற்களைக் கொண்டு நம்மைச்சுற்றி வாழும் மற்ற சமூகத்தாரை அழைக்கும் புனைவியல் உறவுமுறை (fictive kinship) ஒரு பழந்திராவிடக் கூறு (proto-Dravidian feature) என்று எமனோ *(1953: 339-53)* கூறுகிறார்.

பின்னுரை

பழங்குடிகளின் வாய்மொழி இலக்கியங்கள் தமிழின் ஒரு 'முந்து மொழி இலக்கியமாகும்' (pre-Tamil literature). செவ்வியல் இலக்கியங்கள் ஒழுக்க, விழுமிய நோக்கம் கொண்டவை. மானுட வாழ்க்கைக்கு விதியுரைத்தலும் (prescriptive), அதனையே வாழ்வியல் கலையம்சமாக வெளிப்படுத்தலும் அவற்றின் இலக்காகும். ஆனால் பழங்குடி இலக்கியங்கள் பயன்முறை சார்ந்தவை (pragmatic literature). அவற்றை வாழ்வியல் வழக்காறுகள் (oral lore is lifelore) என்றே சொல்லலாம். இவை ஒவ்வொரு தனிமனிதரையும் 'தன்னை உணர்தல்' எனும் நிலைக்கு ஆட்படுத்துவதைத் தலையான நோக்கமாகக் கொண்டுள்ளன.

பழங்குடிச் சமூகங்களில் வாய்மொழி இலக்கியங்கள் அந்த மக்களின் வாழ்வியல் பொருண்மைகளை மீண்டும் மீண்டும்

முதுவர் வழக்குச் சொற்கள்

பரம்பிக்குளம் பகுதி முதுவர்கள் தமிழின் கிளைமொழியைப் பேசுகிறார்கள். அம்மொழிச் சொற்களில் சில வருமாறு:

குழந்தைகள்	–	குஞ்சலு
இடுகாடு	–	நெள்ளிமுடி
புடவை	–	கண்டாங்கி
மேகம்	–	மெஞ்சு
சுவர்	–	பட்டாயி
யானைத்தந்தம்	–	ஆனக் கொம்பு
ஏணி	–	ஒண்டு
வெற்றிலை	–	வெத்தல, அடக
கன்னிப்பெண்கள்	–	கொமரிப் பிள்ளாடுங்க
பழமொழி	–	சொல்லு
மூக்குத்தி	–	மூக்குமின்னி
பொய்	–	நொன
ஓணான்	–	குக்கிலி
ஆமை	–	வலகாழி
கீரை	–	அடகு
ராகி	–	கோராயி
தினை	–	தெனவரகு
களி	–	கொரங்காட்டி
எலுமிச்சை	–	இனுமிச்சங்காய்
கூவவாழை	–	வாய்ச் சேம்பு
காளான்	–	கும்மை
உலக்கை	–	முடிதி
கூடை	–	சொளக, வட்டி
சிறிய கத்தி	–	அரக்கத்தி
அடுப்பு	–	எடுப்பு
நரி	–	செட்டியாம் புலி
மான்	–	மாவு
மனைவி	–	பெண்டு
சின்னம்மா	–	சுட்டியம்மா
சித்தப்பா	–	சுட்டியப்பா

(முத்துஇலக்குமி 2016: 58-63)

எடுத்துரைக்கின்றன. அவர்கள் படைத்துப் பேணிக்காத்து வருகின்ற கருத்துலகத்தை மேன்மேலும் நிலைப்படுத்த உதவுகின்றன. இயற்கைக்கும் வாழ்க்கைக்குமான உறவு இம்மக்களின் வழக்காறு களில் மிகுந்துள்ளது. மலை, காடு, வனவாழ்க்கை இந்த மூன்றும் இவற்றில் பின்னிப் பிணைந்துள்ளன. அன்றாட வாழ்வோடு ஒன்றி விட்ட இவ்விலக்கியங்கள் மக்களிடையே, மக்களால், மக்களுக்காக வழங்கப்படுகின்றன.

நீண்ட காலமாகவே பழங்குடிச் சமூகங்களில் வழக்காறுகள் வாய்மொழியாகவே பேணப்பட்டு வந்துள்ளன. இதற்குப் பின்வரும் மூன்று காரணங்கள் முதன்மையானவை:

1. பழங்குடித் தன்மை
2. எழுத்தறிவின்மை
3. தகவல் தொழில்நுட்பம் பெருகாமை

பழங்குடி மக்களின் இலக்கியங்களே தேசிய காப்பியங்கள், இதிகாசங்கள் ஆகியவற்றின் ஊற்றுக்கண். வாய்மொழி இலக்கியங் களைக் கொண்டுள்ள பழங்குடி மக்களை எழுத்தறிவற்றவர்கள் (pre-literate), படிக்கத் தெரியாதவர்கள் (non-literate) என்று ஒதுக்கு கிறோம். தொன்மை மனம் (primitive mind) கொண்டவர்கள் என்கிறோம். அம்மக்களின் தொன்மை அறிவுமுறையானது இன்று பல்கிப் பெருகியிருக்கும் அறிவுமுறைகளுக்கு மூலமாகும். பழங்குடி மக்களின் தொல்மனமும், இன்று கணினியில் பயன்படும் எதிரிணை (இணை முரண்) எண்கள் முறையும் (binary number system) உண்மையில் இணையானவை என்கிறார் பிரெஞ்சு நாட்டு அமைப்பிய அறிஞர் கிளாட் லெவிஸ்ட்ராஸ் (1966).

செவ்வியல் இலக்கியங்களில் பெண்களுக்கான வெளியும் பங்கும் மிகக் குறைவு என்றே சொல்லலாம். அறிவு, புலமை, அதிகாரம், புழங்குதளம் என அனைத்தும் ஆண்களை மையமிட்டு உருவாகி யுள்ளன. இவற்றிற்கு நேர் எதிரானது பழங்குடிகளின் வாய்மொழி இலக்கியம்.

பழங்குடி மக்கள் வழங்கி வருகின்ற வாய்மொழி இலக்கியம் பெண்ணுக்கான வெளியாக இருக்கிறது. தாலாட்டும் ஒப்பாரியும் பெண்கள் படைத்த இலக்கியமாகும். மேலும், முளைப்பாரி, திருமணப் பாடல், நலங்குப் பாடல் (வாழ்த்துப் பாடல்), பழமொழி, விடுகதைகள், கதைகள், தொன்மங்கள், பாடல்கள் என அனைத்திலும்

பெண்ணுக்கான வெளி விசாலமானது. இப்பண்பு பழங்குடி மக்களிடம் பெண்ணுக்கான சுயாட்சியைக் (female autonomy) காட்டுகிறது. பெரும்பாலான சடங்குகளிலும், சடங்குகள் சார்ந்த வழக்காறுகளிலும் பெண்களே பங்கேற்கிறார்கள்.

பழங்குடிகளின் வாய்மொழி வழக்காறுகள் தொன்மையும் தொடர்ச்சியும் மட்டும் கொண்டவையல்ல. அவை மாற்றத்திற்கும் தகவமைப்புக்கும் உட்பட்டு வருகின்றன. தொன்மையானதும் வளமிக்கதுமான இப்பழங்குடி இலக்கியங்கள் 21ஆம் நூற்றாண்டில் எவ்வாறு தம்மைத் தக்கவைத்துக்கொள்ள முயலு கின்றன என்பதை ஒரு முக்கியமான தேடலாக நாம் ஆராய வேண்டும். இருப்பினும் பெரும்பாலான இலக்கிய வகைமைகளின் செயல் பாடுகள் காலங்காலமாக இன்னும் மாறாமலிருப்பதும் நம்முடைய கட்புலனுக்குத் தெரிகின்றது. காணிக்காரர்களின் தோற்றம் பாட்டு, சாற்றுப்பாடல் போன்றவை சங்க இலக்கியம், சிலப்பதிகாரம் போன்றவற்றில் காணப்படுகின்றன. காணிகளின் அந்திச்சிறப்பு எனும் சடங்கு சிலப்பதிகாரத்தில் வரும் அந்திமாலைச் சிறப்பு செய் காதையை நினைவூட்டுகிறது. இந்தத் தலைமுறைக்குரிய ஆய்வாளர்கள் இவ்வாறான தொடர்ச்சியையும் மாற்றத்தையும் குறித்து முனைப்புடன் ஆராய வேண்டும்.

தொல்பழங்குடி மக்களின் வழக்காறுகளை இன்னும் நாம் முழுமையாகச் சேகரிக்கவில்லை. காடர், தொதவர், கோத்தர், இருளர் போன்றவர்களின் வழக்காறுகள் மிகவும் முக்கியமானவை. இடைக் காலத்தில் சமவெளிப் பகுதிகளில் இருந்து காடு, மலைகளில் தஞ்சம் அடைந்த பழங்குடி மக்களின் வழக்காறுகள் ஆய்வாளர்களால் சேகரிக்கப்பட்டுள்ளன. ஆதலால் நாம் இதுவரை விவாதித்தவை அனைத்தும் விளிம்புச் சூழலில் நின்றுகொண்டு விவாதித்தவையாகக் கருத வேண்டும். மையத்திற்குச் சென்று பேசும்போது மட்டுமே ஆழமான நுட்பமான விடயங்களைக் காணவியலும். ஆய்வுக் களம் விரிந்து நிற்கிறது, முயல்வோமாக.

17

குற்றவாளிப் பழங்குடிகள்
காலனியத்தின் கொடூர வடிவங்கள்

ஆங்கிலக் காலனி அரசு ஒரு நூற்றாண்டுக்காலம் இந்தியாவில் நிலை கொண்ட பின் பிரிட்டிஷ் ஆட்சி குறித்து ஒரு நுட்பமான மதிப்பாய்வை மேற்கொள்ளுமாறு மூத்த சிவில் அதிகாரியான ஹண்டர் என்பவர் கேட்டுக்கொள்ளப்பட்டார். அவர் கொடுத்த அறிக்கையில் 'இப்போது இந்தியாவானது பெரிதும் பாதுகாப்பாகவும் வளமிக்கதாகவும் மாறி வருகிறது. சாலைகள், ரயில்வே, பாலங்கள், கால்வாய்கள், பள்ளிகள், மருத்துவமனைகள் போன்றவை ஏற்படுத்தப்பட்டுள்ளன. அடுத்து, பஞ்சங்கள் திறம்பட எதிர்கொள்ளப் பட்டன. கொள்ளையடிக்கும் சாதிகள் ஒடுக்கப்பட்டுள்ளன. வணிகம் பெருகியுள்ளது. காட்டுமிராண்டித்தன பழக்கங்களான விதவைகளை எரித்தல் (சதி), குழந்தைக் கொலை, நரபலி, காட்டெரிப்பு வேளாண்மை போன்றவை ஒழிக்கப்பட்டுள்ளன...' என்று விவரித்துக் கொண்டே செல்கிறார். இந்த அறிக்கையில் 'கொள்ளையடிக்கும் சாதிகள் ஒழிக்கப்பட்டுள்ளன' என்ற கூற்று பற்றி இவ்வியல் மிகச் சுருக்கமாக விளக்குகிறது.

வடஇந்தியச் சூழலும் தென்னிந்தியச் சூழலும்

1860களின் இறுதியில் ஆங்கில அரசு வட இந்தியாவில் குற்ற மரபினரின் நடவடிக்கைகளைக் கட்டுப்படுத்த எண்ணியது. குறிப்பாக, கள்ள நாணயம் தயாரிப்பதைத் தொழிலாகக் கொண்ட கூட்டத்தாரை ஒழிப்பதற்காக ஆங்கில அரசு எடுத்த முயற்சியே குற்ற பரம்பரைச் சட்டமாகும். பிடியாணை இல்லாமல் பிடிக்கவும் ஜாமீனில் விடுதலை ஆகாமல் சிறைவைக்கக்கூடிய அம்சங்களுடன் இச்சட்டம் உருவாக்கப்பட்டது.

தொடக்கத்தில் வடமேற்கு மாகாணங்கள், பஞ்சாப் ஆகியவற்றின் துணை ஆளுநர்கள் அதிகாரத்திற்குட்பட்ட பகுதிகளிலும், அவுத் (அயோத்தியா) தலைமை ஆணையரின் நிர்வாகத்தின் கீழ் இருந்த பகுதிகளிலும் இச்சட்டம் அமல் படுத்தப்பட்டது. அதனால் அரசு குற்றவாளிப் பழங்குடிகளைக் கட்டுப்படுத்த அந்தந்த மாநில அரசு களைச் சட்டமியற்ற வேண்டுமா எனக் கலந்தாலோசித்தது. அதன் பின்னர் 1871இல் 'குற்றவாளிப் பழங்குடிகள் சட்டம்' (Criminal Tribes Act) ஒன்றை இயற்றியது. முதலில் பஞ்சாபிலும் வடமேற்கு மாகாணங் களிலும் இதனை நடைமுறைப்படுத்தியது. இந்தச் சட்டத்தைச் சென்னை மாகாணத்தில் செயல்படுத்த வேண்டிய தேவை எழவில்லை என அப்போதைய காவல்துறை முதன்மை அதிகாரி தெரிவித்து விட்டார். இதற்கிடையில் 1876இல் இச்சட்டம் வங்காளத்திலும் நடைமுறைப்படுத்தப்பட்டது (ராதாகிருஷ்ணா 2001).

அந்த நூற்றாண்டின் இறுதியில் இச்சட்டம் சென்னை மாகாணத் திற்குத் தேவையா என மீண்டும் பரிசீலிக்கப்பட்டது. எனினும் போலீஸ் கமிஷன் அறிக்கை கிடைத்தபின் அதுபற்றி முடிவெடுக்கலாம் எனத் தீர்மானிக்கப்பட்டது (நீதித்துறை ஆணை 725, நாள் 20.5.1903). வடமேற்கு மாகாணக் காவல் துறையினர் பரிந்துரைத்தது போல் அப்போதைய சென்னை மாகாண காவல் ஆணையர் பரிந்துரைக்க மறுத்துவிட்டார் (நீதித்துறை ஆணை 1071 (எண் 51-53) 10.8.1870). வடஇந்தியப் பகுதிகளில் உள்ளது போல் சென்னை மாகாணத்தில் நிலைமை மோசமாக இல்லை என அறிக்கை கொடுத்தார். மேலும் இப்பகுதிகளில் ஊர் சுற்றும் குறவர் சமூகங்களின் சேவையும் தேவை யையும் நன்கு அறிந்து 1890களில் ஓர் அறிக்கை கொடுத்தார். இக்குறவர்களே பின்னாளில் (1911)ல் குற்றமரபினராக அறிவிக்கப் பட்டவர்களில் முக்கியமானவர்கள்.

பின்னாளில் கொலை, கொள்ளை, களவு, வீடு புகுந்து திருடுதல் போன்ற குற்றங்களும் இச்சட்டத்தின் கீழ்வரும் வகையில் குற்றப் பரம்பரை திருத்தச் சட்டம் (மத்திய சட்டம் 2/1897) கொண்டு வரப்பட்டது. இதனையடுத்து 13 ஆண்டுகளுக்குப்பின் (கடந்த நூற்றாண்டின் தொடக்கத்தில்) கடுமையான குற்றங்களைக் கட்டுப் படுத்தும் நோக்கத்துடன் இச்சட்டம் இந்தியா முழுமைக்கும் அமல் படுத்தப்பட்டது. இதற்காக 1911ஆம் ஆண்டு 3வது சட்டத்தை அரசு கொண்டு வந்தது. இதுவே இந்தியா முழுமைக்குமான 'குற்றவாளிப் பழங்குடிச் சட்டம்' எனலாம். குற்றமிழைப்பதைத் தொழிலாகக்

கொண்ட பிரிவினர்களைக் (ஆங்கில அரசு இவ்வகையினரைப் பழங்குடி என்றே அர்த்தப்படுத்தியது ஒரு கொடுமை) கட்டுக்குள் கொண்டு வர இச்சட்டத்தின் மூலம் பலவகையான நடவடிக்கைகள் மேற்கொள்ளப்பட்டன.

அப்போதைய சென்னை மாகாணத்தில் ஊர் சுற்றி வணிகம் செய்து வந்த குறவர்களின் தொழில்கள் மூலம் (உப்பு வணிகம்) உள்நாட்டுச் சமூகத்தாரும் கடற்கரைச் சமூகத்தாரும் பெரிதும் பயன்பெற்றனர். மாட்டு வண்டி மூலமும் கழுதைகள் மூலமும் இப்பகுதிகளுக்குச் செல்லும் உப்பு வணிகர்களை நிறுத்திவிட்டால் அதற்கு ஈடாக மாற்று ஏற்பாடு செய்வது இயலாது எனப் போலீஸ் கமிஷன் உணர்ந்தது. இதன் மூலம் அரசுக்கும் வருவாய் கிடைக்கிறது. ஒரு சாதாரண வணிகன் விற்கும் விலையைவிட இந்த உப்பு வணிகர்கள் விலை குறைவாகவே விற்கிறார்கள். மேலும் இவர்களின் நடவடிக்கைகள் அனைத்தையும் கூர்ந்து கவனித்துப் பார்க்கும்போது இவர்களைக் குற்றமிழைக்கும் மரபினர் என்று வகைப்படுத்தி ஓரிடத்தில் குடியமர்த்தும் தேவை எழவில்லை என்று அப்போதைய சென்னை மாகாணக் காவல் ஆணையர் எழுதிவிட்டார்.

1900 வாக்கில் சென்னை மாகாணத்தில் மூன்று முக்கிய சமூகத்தார் ஊர்சுற்றும் வணிகர்களாக இருந்தார்கள். தமிழ் பேசும் மாவட்டங்களில் குறவர்களும், தெலுங்கு பேசும் பகுதியில் எருகுலரும் கொரச்சர்களும் வணிகம் செய்தனர்.

லம்பாடிகளும் பஞ்ஞாராக்களும் பல மாநிலங்களுக்குச் சென்று உப்பு வணிகம் செய்தனர். கூடவே உப்புக்குப் பதில் பெற்ற தானிய வகைகளையும் மக்களிடம் விற்றுவந்தனர். சில இடங்களில் உப்புக்குப் பதில் காட்டுப்பொருள்களையும் பண்டமாற்றமாகப் பெற்று அவற்றை மற்ற மக்களிடம் விற்றுவந்தனர்.

காலனியப் பொருளாதாரக் கொள்கை

19ஆம் நூற்றாண்டில் ஆங்கில அரசின் புதிய பொருளாதாரக் கொள்கைகள் பல வகையான மாற்றங்களை ஏற்படுத்தின. குறிப்பாக, இவை பல பழமைச் சமூகங்களின் தொழில்களை ஒழித்துக்கட்டின எனலாம். இது ஊர் சுற்றி வணிகம் செய்துவந்த குறவர்களுக்குப் பேரிடியாக அமைந்தது. மிக முக்கியமாக ஆங்கில அரசு 1880களில் உப்பு உற்பத்தியைத் தன்வசப்படுத்தியது. உற்பத்தியை முழுக்க

முழுக்க தானே மேற்கொள்ள முடிவு செய்தது. இதனால் ஊர் சுற்றும் வணிகர்கள் உப்பை அரசிடமிருந்து வாங்கவேண்டிய புதிய நிலைக்குத் தள்ளப்பட்டனர். அரசானது 1850களில் இருந்தே ரயில்வே, சாலைப் போக்குவரத்துகளைச் சென்னை மாகாணத்தில் ஏற்படுத்தியது. இதனால் அரசானது ரயில்வே வழி வணிகம் செய்யும் மிகச் சில முகவர்களையும் நிறுவனங்களையும் ஊக்குவித்ததால் உற்பத்தியும் வணிகமும் அவர்கள் வழியே தொடங்கியது.

இதனால் பன்னெடுங்காலம் பாரம்பரியமாக உப்பு உற்பத்தி செய்த சமூகத்தாரும், உப்பு வணிகம் செய்த சமூகத்தாரும் தங்கள் தொழில்களை இழந்தனர் (காண்க: சென்னை உப்புக் குழு அறிக்கை, 1876). இதனால் உடனடியாகப் பெரிதும் பாதிக்கப்பட்டவர்கள் குறவர்கள், எருக்குலர்கள், கொரச்சர்கள். ஏனெனில் இவர்கள் சென்னை மாகாணத் திற்குள் தொழில் செய்து பிழைத்து வந்தவர்கள். லம்பாடிகளும் பஞ்ஞாராக்களும் உப்பைப் பிற மாகாணங்களுக்குக் கொண்டு செல்லும் பெருவணிகர்களாக இருந்தனர். அதனால் பாதிப்பு முதல் வகைச் சமூகத்தாருக்கு ஒருவகையாகவும் மற்றவர்களுக்கு வேறு வகையாகவும் இருந்தது.

அடுத்து, ஆங்கிலக் காலனி அரசு 1880களில் கொண்டுவந்த திருத்திய புதிய வனக் கொள்கை இங்குள்ள குடிகளுக்குப் பெரும் பாதிப்பை ஏற்படுத்தியது. உப்பு வணிகம் செய்த மேற்கூறிய குடியினர் வைத்திருந்த கால்நடைகளை மேய்க்கும் மேய்ச்சல் நிலம் வனக் கொள்கையின் மூலம் கட்டுப்படுத்தப்பட்டது. உப்புக்குப் பண்ட மாற்றம் செய்யும் காட்டுப் பொருள்களுங்கூட எளிய முறையில் காடுகளிலிருந்து பெறமுடியாமல் போனது. இதனால் காட்டுப் பொருள்களைக் கொடுத்து தானியமோ உப்போ பண்டமாற்றம் செய்ய முடியவில்லை.

மேலும், 1866இல் ஏற்பட்ட மிகப்பெரிய பஞ்சத்தால் இந்த ஊர்சுற்றும் வணிகர்கள் புஞ்சை தானியங்களை மிக அதிக விலைக்கு விற்க ஆரம்பித்தனர். இவ்வளவு அதிக விலை கொடுத்துப் பண்டங் களை வாங்கவோ பண்டமாற்றம் செய்யவோ மக்களால் முடியவில்லை. இதற்கிடையில் பஞ்ச காலத்தில் வணிகர்களின் வண்டிகளை இழுக்கும் கால்நடைகளும் பெருமளவு மாய்ந்து போயின. இவ்வாறாக ஆங்கில அரசின் இன்னும் சில தவறான பொருளாதாரக் கொள்கைகளால் கிராமப்புறங்களில் குற்றங்களும் குற்றச் செயல்களும் பெருகத் தொடங்கின.

அதுவரை பாரம்பரியத் தொழில் செய்து வந்த இந்த ஊர் சுற்றும் வணிகர்களும் உப்பு உற்பத்தி செய்தவர்களும் தங்கள் தொழில்களை இழந்துவிட்டனர். வாழ்வதற்கு வழி தெரியாமல் தவித்தனர். இத்தகைய சூழலில் 19ஆம் நூற்றாண்டின் இறுதிக் கட்டத்தில் உடைமைகள் மையமிட்டு குற்றங்கள் பெருகின. ஆங்கில நிர்வாகம் அதுவரை 'ஊர்சுற்றும் மக்கள்' என்று அடையாளப்படுத்தியிருந்ததை மாற்றி இம்மக்கள் இனி கண்காணிக்கப்பட வேண்டியவர்கள் என்ற வகையின் கீழ் 'குற்றவாளிப் பழங்குடிகள்' என வரையறை செய்யத் திட்டமிட்டது. 1877 இல் ஏற்பட்ட மற்றுமொரு கடுமையான பஞ்சம் இம்மக்களைப் புதிய திசையில் இட்டுச் சென்றது.

சாலைப் போக்குவரத்தும் ரயில் போக்குவரத்தும் விரிவு பெற்றதால் உப்பு வணிகம் இவற்றின் வழியே புதிய வணிகர்களால் மேற்கொள்ளப்பட்டது. அரசின் உப்பு, வனக் கொள்கைகளால் ஊர் சுற்றும் வணிகர்கள் தங்களின் பாரம்பரியத் தொழிலை இழந்து செய்வதறியாமல் தவித்தனர். குற்றமிழைத்தலும் திருடுதலும் வாழ்வாதாரமாக ஏற்கவேண்டிய சூழலுக்குத் தள்ளப்பட்டனர்.

பின்னர் இச்சட்டத்தைச் சற்று விரிவுபடுத்தி 1911இல் சென்னை மாகாணத்திலும் நடைமுறைப்படுத்தியது. இதனால் இம்மாகாணத்தில் அரசின் புள்ளிவிவரப்படி மட்டும் 14 லட்சம் மக்கள் குற்றமரபினர் என்ற அடையாளத்தின் கீழ் அவமதிப்பிற்கும் அவலத்திற்கும் உள்ளாயினர். (இந்நூலில் நாடோடிச் சமூகமாக வாழ்ந்த குறவர்கள் மட்டுமே முன்னிலைப்படுத்தப்பட்டுள்ளனர்.)

ஆங்கில ஆட்சிக் காலத்தில் சென்னை மாகாணமாக இருந்த ஒன்றுபட்ட தென்னிந்தியப் பகுதிகளில் ஊர் ஊராகச் சுற்றித் திரிந்த தமிழ் பேசும் குறவர், தெலுங்கு பேசும் கொரச்சர், எருகுலர் ஆகிய சமூங்களையும், சுற்றித் திரியாமல் கிராமங்களில் நிலையாக வாழ்ந்த சமூகங்கள் சிலவற்றையும் 1911இல் இயற்றிய சட்டத்தின் கீழ் ஆங்கில அரசு 'குற்றவாளிப் பழங்குடிகள்' என அறிவித்தது.

1931இல் சென்னை மாகாணத்தில் குற்றவாளிப் பழங்குடிகள் பட்டியல் தயாரிக்கப்பட்டபோது லம்பாடிகளும் பஞ்ஞாராக்களும் வணிகம் செய்யும் சமூகங்களாகவே கருதப்பட்டனர். காரணம் இவர்கள் ஆங்கில இராணுவத் தளவாடங்களை உள்ளூர்ப் பகுதி களுக்குக் கொண்டு செல்ல உதவினர்.

அரசின் நிபந்தனைகள்

குற்றவாளிப் பழங்குடிகள் என அறிவிக்கப்பட்டவர்கள் ஒரு கிராமத்தை விட்டு தற்காலிகமாகவோ நிரந்தரமாகவோ வெளியே செல்ல முடியாது. அப்படிச் செல்லவேண்டுமானால் கிராமத் தலைவரிடம் சான்றிதழ் பெறவேண்டும். அச்சான்றிதழை செல்லும் கிராமத் தலைவரிடம் காண்பித்து தான் வந்ததற்கான காரணத்தைக் கூறி ஒப்புதல் பெற வேண்டும். இவ்வாறு செய்யத் தவறினால் அது தண்டனைக்குரிய குற்றமாக அமைந்துவிடும். ஊர் சுற்றும் மக்களுக்கு இச்சட்டம் பெரும் தொல்லையாக அமைந்தது. அதனால் தலைமறைவாகச் செல்லும் பழக்கத்தை ஏற்படுத்திக்கொண்டனர். கிராம வருகைப் பதிவேட்டில் பதிந்துகொண்டு சென்றவர்களும் உண்டு.

மறுவாழ்வுத் திட்டத்தின் உள்நோக்கம்

சென்னை மாகாணத்தில் 1913இல் 14 லட்சத்திற்கும் மேற்பட்டவர்கள் குற்றமரபினராக அறிவிக்கப்பட்டவுடன் ஆங்கில அரசு அவர்களை ஓரிடத்தில் தங்கி வாழ நிர்ப்பந்தித்தது. இதற்காக மறுவாழ்வுத் திட்டங் களையும் முன்வைத்தது. காலனிய அரசின் இந்த எண்ணம் இன்னொரு முக்கியத் தேவையை நிறைவு செய்வதற்காக முன்வைக்கப்பட்டதாகும். காலனிய அரசு ஏற்படுத்திய கல்வாரிகள், சுரங்கங்கள், தொழிற்சாலைகள், ஆலைகள், தேயிலை-காப்பித் தோட்டங்கள் ஆகியவற்றில் கூலிகளாகப் பணியாற்ற இவர்கள் நிர்பந்திக்கப்பட்டார்கள்.

ஆங்கில அரசு குற்றவாளிப் பழங்குடிகளைப் புனரமைப்பதில் சில முயற்சிகளை எடுத்தது. இது குறித்து 1916இல் உதகமண்டலத்தில் ஒரு மாநாடு நடத்தப்பட்டது. இந்த மாநாட்டில் குற்றவாளிப் பழங்குடி களை ஓரிடத்தில் தங்கி வாழும் முறைக்குக் கொண்டுவர வேண்டும் என்றும், அதற்கு அவர்களை நூற்பாலைகளில், தொழிற்சாலைகளில், காப்பி-தேயிலைத் தோட்டங்களில் பணியமர்த்தலாம் என்றும் பரிந் துரைக்கப்பட்டது. பஞ்சாலை உரிமையாளர்கள் இப்பரிந்துரையைப் பெரிதும் வரவேற்றனர்.

ஏனெனில் அக்காலகட்டத்தில் பஞ்சத்தின் போதும் மழைக் காலத்தின் போதும் மட்டுமே ஆட்கள் அதிகம் கிடைத்தார்கள். விவசாயக் கூலிகள் விவசாய நாள்களில் பஞ்சாலைக்கு வருவதில்லை. அதனால் குற்ற மரபினரை வேலைக்கு எடுத்தால் ஆட்கள் பஞ்சம் இருக்காது என எண்ணினர்.

1916கள் வாக்கில் ஆங்கில அரசு குற்றமரபினருக்கு மறுவாழ்வு அளிக்கும் திட்டத்தை இரட்சண்ய சபையிடம் (Salvation Army) ஒப்படைத்தது. 55 நாடுகளில் பணியாற்றி வந்த இந்தச் சபையினர் சென்னை மாகாணக் குற்றமரபினரை மும்பைக்கும், அசாம் தேயிலைத் தோட்டங்கள், சிலோன், பெனாங் முந்நீரகத்திற்கும் அனுப்ப யோசித்தது. மேலும் மெசபடோமியாவின் இராணுவ சேவைக்கும்கூட ஆள் அனுப்பும் யோசனையைத் தெரிவித்தது (இந்திய சிறை குழு அறிக்கை, 1919-20, பிரிவு xxii). ஆனால் சென்னை மாகாண காவல் துறை உயர் அதிகாரிகள் இவர்களை வெளியிடங்களுக்கு அனுப்பு வதற்கு ஆதரவு தெரிவிக்கவில்லை.

குறவர்கள் குற்றவாளிப் பழங்குடியினரா?

தமிழ்ச் சமூகம் தொன்மையும் தொடர்ச்சியும் கொண்டது. சங்ககாலம் முதல் இன்றுவரை பெயர் மாறாமல் அறியப்படும் மிகச் சில சமூகங்களில் குறவர்கள் தலையானவர்கள். மனித குலத்தின் வாழ்வு குறிஞ்சியில் தொடங்குகிறது என்பதைக் காணும்போது, குறவர் (புறம். 231), குன்றக் குறவர் (ஐங். 215), கானக்குறவர் (குறுந். 379) என்றெல்லாம் அழைக்கப்பட்ட குறவர்கள் குறிஞ்சித் திணையின் முதன்மையான மக்களாவார்கள்.

இன்று வே(ட்)டுவர், வேடர், மலைக்குறவன், மலைவேடன் என்றெல்லாம் தனித்தனிப் பெயரில் அழைக்கப்படுபவர்கள் ஆதியில் குறவர்களாக இருந்தவர்களே. சங்க இலக்கியம் தொடங்கி, சிலப்பதிகாரம் ஊடாகப் பெரிய புராணம், திரிகூடராசப்பக் கவிராயரின் திருக்குற்றாலக் குறவஞ்சி, நாலாயிர திவ்யப் பிரபந்தம் முதலான இலக்கியங்கள் தொட்டு, இன்றைய திரைப்படங்கள் வரை இவர்களின் பதிவுகள் தொடர்ந்துகொண்டிருக்கின்றன.

இன்றைக்கும் குறவர்கள் தென்னிந்தியா முழுவதிலும் நேர்த் தொடர்ச்சி கொண்டு பரவியுள்ளனர். ஆந்திராவில் 'எருக்கலவாரு' எனப்படுகின்றனர். குறி கூறுவதில் வல்லவர்கள் என்பது இதன் பொருள். கேரளத்தில் 'குறிச்சியன்' என்றும், கர்நாடகாவில் 'கொறச்சர்' என்றும் துளு நாட்டில் 'கொறகே' என்றும் இவர்கள் அழைக்கப்படு கின்றனர். இச்சொற்களின் வேர்க் குறவர் என்பதிலிருந்து திரிந்ததாகும்.

குறவர்கள் தங்களைக் 'குறு' என்று கூறிக்கொள்வார்கள். சங்க இலக்கியமாகிய மலைபடுகடாமில் பாடல் அடி 342 இல் குறவரினப்

மூங்கில் தொழில் செய்யும் மலைக்குறவர்கள்

பெண் 'குறுமகள்' எனப்படுகிறாள். 'குர்று', 'குறு' என்பது குறவர்களின் கிளைமொழி என்று மொழியியல் பேராசிரியர் கோ. சீனிவாசவர்மா கூறுகிறார்.

தமிழ்ச் சமூகத்தின் தலைச் சமூகம் குறவர் என்று ஏற்கும்போது, அவர்களின் கிளைமொழியாகிய 'குறு' என்பது தமிழின் ஆதி மொழி என்று கூறுவதற்குத் தடையேதுமில்லை.

குறவர்கள் சுதேசியான திணைக்குடியாகப் பல காலம் வாழ்ந்து வந்துள்ளனர். தமிழ்ச் சமூக உருவாக்கத்தில் இவர்கள் கால ஓட்டத்தில் கூடை, முறம் கட்டும் விளிம்புநிலைச் சமூகத்தாராக மாற்றம் பெற்றனர். வேறு பல தொழில்களையும் ஏற்றுக்கொண்டனர். இந்தச் சுதேசிக் குடிகள் காலனிய ஆட்சியாளர்களுக்குச் சவாலாக விளங்கியதால் இவர்களைக் கட்டுக்குள் கொண்டு வரவேண்டுமென இவர்களைக் 'குற்றவாளிப் பழங்குடிகள்' (criminal Tribes) என முத்திரை குத்தியது.

குறவர்களுக்குத் தனிச் சிறப்புண்டு. சிலப்பதிகாரம் தோன்றுவதற்கு மூல காரணமாக இருந்தவர்கள் குன்றக் குறவர்களே. 'சிறுகுடியீரே! சிறுகுடியீரே!, தெய்வங் கொளுமின்' என்று குறவரின முதுவாய்ப் பெண்கள் கண்ணகியைத் தெய்வமாக ஏற்றுக்கொள்ளச் செய்தனர்.

சேரன் செங்குட்டுவனிடம் கோவலன், கண்ணகி இருவரும் மலர் விமானம் மூலம் விண்ணுலகம் சென்ற கதையையும் உரைத்தனர். இத்தகைய சீர்மிகு சமூகம் ஆங்கிலேயர் காலத்தில் குற்றப் பரம்பரையினராக ஆக்கப்பட்டு, அடக்குமுறைக்கும் அவமானத் திற்கும் ஆளாக்கப்பட்டார்கள்.

பின்னுரை

ஆங்கில அரசு ஐரோப்பிய ஜிப்சிகளை முன்வைத்தே இந்தியாவில் குற்றமரைபினரை அணுக முற்பட்டது. இந்தியக் குடிகள், குறிப்பாக உப்புக் குறவர்கள் (உப்பு விற்பவர்), தப்பைக் குறவர் (மூங்கில் வேலை செய்பவர்), இஞ்சிக் குறவர் (இஞ்சி விற்பவர்), கல் குறவர் (கல் உடைப்பவர்) போன்றவர்கள் ஆங்கிலேயர் வருவதற்குமுன் வணிகமும் வேறு வேலைகளும் செய்தவர்கள். இவர்களின் பாரம்பரியத் தொழில்கள் ஆங்கிலேயர்களால் அழிக்கப்பட்ட பின்னரே செய்வதறியாது நிர்மூலமாகினர். இவ்வாறே கள்ளர்களின் சில குலத்தார் தொழில்மாறி தவறிப் போயினர். இவர்கள் ஆங்கிலேயர்கள் வருவதற்கு முன்னர் கிராமங்களில் காவல் தொழில் மேற் கொண்டவர்கள். இதற்காக மக்களிடமிருந்து காவல் மான்யம் பெற்றவர்கள். இத்தகு பாரம்பரிய காவல் தொழில் ஆங்கில நிர்வாகத்தினரால் முடிவுக்குக் கொண்டு வரப்பட்டது. இதனையடுத்து கள்ளருக்கெதிரான நடவடிக்கைகளுக்கு ஆங்கில நிர்வாகம் பிற சாதிகளைத் தயார் செய்தது (ஆனந்த் பாண்டியன் 2005). இந்நிலையில் தமிழகத்தின் சில குடிகள் அந்நியரால் குற்றமரபினராக மாற்றப் பட்டனர்.

1948இல் குற்றவாளிப் பழங்குடிச் சட்டம் ரத்து செய்யப்பட்டது. விடுதலைக்குப்பின் மைய அரசு 1949இல் ஒரு குழு அமைத்து குற்றமரபினரின் நிலையை ஆராய்ந்தது. குற்றவாளிச் சட்டம் கொண்டு வந்தபின் 80 ஆண்டுகள் கழித்து 1952இல் ஒரு மாற்றுச் சட்டம் (1952) கொண்டுவரப்பட்டது. இதன் பின்னர் இவர்கள் 'குற்றமரபிலிருந்து நீக்கப்பட்ட சீர் மரபினர்' (Denotified communities) என்ற அடையாளத்திற்கு உட்படுத்தப்பட்டுள்ளனர். இன்று தமிழகத்தில் 68 சமூகத்தார் இவ்வடையாளத்துடன் உள்ளனர்.

குற்றவாளிப் பழங்குடி எனும் அடையாளத்திலிருந்து விடுவிக்கப் பட்டு சீர்மரபினராக 68 பிரிவினர் உள்ளனர். அவர்களில் கேப்மாறி, அழகிரி, குறவர், ஜோகி, கொரச்சர், எருகுலர், டொம்மாரா, தாசரி,

போயர், சக்காலா, காலாடி, மொண்டகொல்லா, தேவகுடி தலையாரி, வேட்டைக்காரர், ஊராளிக்கவுண்டர், தொட்டிய நாயக்கர், முட்லகாம்பட்டி, நோக்கர், ஜாம்வானோடை, தெலுங்குப்பட்டி செட்டி, வேட்டுவ கவுண்டர், வலையர் மற்றும் சில கள்ளர் மறவர் பிரிவினரும் அடங்குவார்கள். இவர்கள் அனைவருடைய அடையாளமும்கூட ஒரு வகையில் அவமதிப்பிற்குரியதாகவே தொடர்கிறது. பாதிப்பில்லாத மாற்று வரையறை வழங்கவேண்டியது சமத்துவச் சமூகத்தை நாடும் அரசின் கடமையாகும். சமத்துவ அடையாளம் கிடைக்கும் வரை காலனியத்தின் அவமதிப்பானது நவகாலனியத்தின் அவலமாகவே தொடரும்.

18

காடுகளும் வனச்சட்டங்களும்
சுதேசியம், காலனியம், பின்காலனியம்

இந்தியாவில் காடுகளின் மொத்தப் பரப்பு 743,584 ச.கி. மீட்டர் ஆகும். இது இந்தியாவின் மொத்தப் பரப்பில் 22 சதவீதமாகும். ஆங்கிலேயர்கள் இந்தியா வருவதற்கு முன்பு காடுகளைப் பழங்குடிகள் தங்கள் விருப்பம்போல் பயன்படுத்தி வந்தனர். பழங்குடிகளுக்குக் காடுகள் சொந்தமாக இருந்தன. ஆனால் காலனிய ஆட்சிக் காலத்தில் காடுகள் மீதான உரிமையும் நிலம் மீதான உரிமையும் மாறத் தொடங்கின. 1855 ஆகஸ்ட் மாதம் ஆங்கில அரசு சில கட்டுப்பாடு களை விதிக்கத் தொடங்கியது. 1865இல் மேலும் சில கட்டுப்பாடு களை விதிக்கும் வனச் சட்டத்தைக் கொண்டுவந்தது.

வனச்சட்டமும் காடுகளும்

1878இல் கொண்டுவரப்பட்ட வனச் சட்டம் காடுகளைப் பின்வரும் மூன்று வகையாகப் பிரித்தது:

1. தனித்தொதுக்கப்பட்டுள்ள காடுகள் (reserved forests)
2. பாதுகாப்புக்குரிய காடுகள் (protected forests)
3. கிராமக் காடுகள் (village forests)

மேற்கூறிய பிரிவுகளில் முதல் இரண்டு காடுகளில் பழங்குடிகளின் நடமாட்டம் கட்டுப்படுத்தப்பட்டது.

இவற்றில் முதலிரண்டு வகைக் காடுகளில் பழங்குடியினரின் உரிமை மெதுவாக நீக்கப்பட்டது. அவர்களின் உரிமைகளும் பறிக்கப் பட்டன. 1878க்குப் பிறகு ஏற்பட்ட பல்வேறு சட்டங்களும் பழங்குடிகளின் உரிமைகளை மீட்டுத் தரவில்லை என்றே சொல்லலாம்.

தொதவர்

நீலகிரியின் மிக உயர்ந்த மலையடுக்குகளில் (கடல் மட்டத்திலிருந்து 7000 அடிகள்) தொதவர்கள் பல நூற்றாண்டுகளாக எருமைகளை மேய்க்கும் ஆயர்களாக வாழ்ந்து வருகிறார்கள். இந்தச் சமூகத்தைச் சேர்ந்த கே. வாசமல்லி (2016) குறிப்பிடும் விவரங்களை நாம் காண்போம். இவர்கள் பேசுவது ஒல் போஸ். மற்றவர்கள் தொதவர் என்று அழைத்தாலும், இவர்கள் தங்களை 'ஒஹல்' என்கின்றனர். இதன்பொருள் 'கடவுளின் உன்னதப் படைப்பு' என்பதாகும். அதனால்தான் இவர்கள் மாமிசம் உண்ணாமல், வேட்டையாடாமல், இயற்கையின் ஒவ்வொரு கூறோடும் உறவாடி தெய்வீக அருளுடன் வாழ்கிறார்கள்.

தொதவர்களின் சுற்றுச் சூழல் அற்புதமானது. இங்கு மூன்று வகையான குறிஞ்சி மலர்கள் பூக்கின்றன:

தெர்வெரிகட் - 6 வருடத்திற்கு ஒருமுறை பூப்பது
மோவ்கட் - 12 வருடத்திற்கு ஒருமுறை பூப்பது
பூவ்கட் - 18 வருடத்திற்கு ஒருமுறை பூப்பது

இந்தக் குறிஞ்சி மலர் பூக்கின்ற காலத்தைக் கொண்டு தொதவர்கள் தங்கள் வயதைக் கணக்கிட்டு வந்தனர்.

தொதவர்களின் வசிப்பிடங்கள் 'மந்த்' எனப்படுகிறது. இது அண்டைய குடியாகிய படகர்கள் பயன்படுத்திய சொல். தொதவர்கள் வசிப்பிடத்தை 'மொற்' என்றே சொல்வார்கள். இவர்கள் குளிரிலிருந்து காத்துக்கொள்ள பாரம்பரியமாகப் போர்வையை நெய்துகொள்கின்றனர். இது 'பூத்குளி' எனப்படும். இதில் வெள்ளை, சிவப்பு, கருப்பு ஆகிய மூன்று அழகிய வண்ணங்கள் உள்ளன. வெள்ளை குழந்தைப் பருவத்தையும், சிவப்பு இளமைப் பருவத்தையும், கருப்பு முதுமைப் பருவத்தையும் குறிக்கிறதாம்.

தொதவர் சமூகமானது இரண்டு பெரிய அகமணப் பிரிவுகளாகப் பிரிந்துள்ளது. ஒன்று, 'தோர்குலம்; மற்றொன்று தேய் குலம். தோர் குலத்தில் 10 கால்வழிக் குழுக்களும், தேய் குலத்தில் 6 கால்வழிக் குழுக்களும் உள்ளன. இக்குழுவினர் இரத்த உறவு, மணவுறவு அடிப்படையில் திருமண உறவு வைத்துக்கொள்கின்றனர்.

தொதவர்களின் திருமணம் எளிமையானது. மணமகன் தன் உறவினர்களுடன் பெண் வீட்டிற்குச் சென்று மணப் பெண் ணிற்குப் புதுத்துணியும் பத்து ரூபாயும் தந்து மரபுமுறைப்படி ஆசீர்வாதம் பெறவேண்டும். அங்கு விருந்துண்ட பின்னர் மணமகளை அழைத்துக்கொண்டு வருவார்கள். மணமகள் மணமகனின் வீட்டு வாசற்படியைக் கும்பிடுவாள். பின்னர் மாமியார் ஏற்றிக் கொடுக்கும் நெய் விளக்கைப் பெற்று வணங்கிய பிறகு, மாமியாரிடம் ஆசீர்வாதம் பெற வேண்டும்.

திருமணத்திற்குப் பின்னர் கருவுறும் பெண்ணுக்கு ஐந்தாம் மாதத்தில் 'குலநிர்ணய வில் அம்பு சடங்கு' செய்யப்படும். ஒவ்வொரு குலத்திற்கும் தனித்தனியான வில் அம்பு பெயர்கள் உள்ளன. அந்தப் பெயரைச் சொல்லி பிர்ல் செடி, கர்க் புல் இவற்றால் ஆன வில் அம்பினை மனைவிக்குக் கொடுத்துப் பிறக்கப் போகும் குழந்தையைத் தன் குலத்திற்கு நிர்ணயம் செய்வான்.

தொதவர்களின் மூத்த தெய்வம் *ஹேன்*. தேக்சித் அம்மன், பஞ்சபாண்டவர்கள், ஈஸ்வரன், மாரியம்மன் முதலான தெய்வங் களையும் வழிபடுகின்றனர். குலதெய்வக் கோவில் 'பொள்ளி வோர்ஸ்' எனப்படுகிறது. எருமையின் பாலால் அபிடேகம் செய்வார்கள். எருமை நெய்யால் விளக்கேற்றுவர். ஆனால் கடவுளுக்கு உருவம் கிடையாது. தெய்வங்கள் உள்ள கோயிலை 'தேகுர்டி' என்கின்றனர். பெண்கள் பால்மாடக் கோயில்களுக்குள் செல்லக்கூடாது. கோயிலுக்கு முன்னர் நடப்பட்டுள்ள மோசித் கல்லைப் பெண்கள் தாண்டக்கூடாது. தொதவர்கள் எருமைகளைக் கோயில் எருமைகள், வீட்டு எருமைகள் என வகைப் படுத்துவார்கள். பால்மனைப் பூசாரி கோயில் எருமைகளிடம் பால் கறந்து பூசைகளைச் செய்வார்.

இறப்பவர்கள் மறுபிறவி எடுப்பதில்லை. ஆனால் 'கொழ்க்' எனும் பறவையின் வடிவில் எப்போதாவது வந்து மக்களைப் பார்த்துச் செல்வார்களாம். அதனால் தொதவர்கள் அந்தப் பறவையைப் பார்க்கும்போது முன்னோர்களை நினைவு கொள்வார்கள். புகாரி எனும் புல்லாங்குழல் இவர்களுக்கு மிகவும் பிடித்தமானது. இதனைக் கல்மூங்கில் கொண்டு இவர்களே செய்து கொள்கின்றனர். இசையுடன் பாடுவது இவர்களின் பிடித்தமான பொழுதுபோக்கு.

இன்று பழங்குடிகள் பின்வரும் இரண்டு முக்கியப் பிரச்சினை களை எதிர்கொண்டு வருகின்றனர்:
1. காட்டு வளங்களைப் பயன்படுத்தும் உரிமை
2. அவர்களுக்கான நிலங்களை உடைமையாக அனுபவிக்கும் உரிமை.

இவ்விரு உரிமைப் பிரச்சினைகளும் காலனிய ஆட்சியாளர்கள் பழங்குடிப் பிரதேசங்களைச் சிறிது சிறிதாக தங்கள் சட்டதிட்டங் களுக்குக் கீழ்க் கொண்டு வந்ததால் ஏற்பட்டவை. விடுதலைக்குப் பின்னருங்கூட இன்று நடைமுறையில் இருந்து வரும் காடுகளை நிர்வகிக்கும் முறையானது ஆங்கிலேயர்கள் அன்று அறிமுகப் படுத்திய தொழில்துறை சார்ந்த முறையின் மாற்றுவடிவங்களே ஆகும்.

வேட்டையாடி உணவு சேகரித்தும் காட்டெரிப்பு வேளாண்மை செய்தும் வாழ்ந்து வந்த பழங்குடிகள், காலனி ஆட்சியாளர்கள் கொண்டு வந்த வனச்சட்டத்தால் காட்டெரிப்பு வேளாண்மையைக் கைவிட வேண்டியவர்களாயினர்.

இதனால் மலைச்சரிவுகளிலிருந்தும், வளமான காட்டுப் பகுதி களிலிருந்தும் வெளியேற்றப்பட்டனர். காடுகளற்ற பகுதிகளில் உழுது பயிரிடும் தரிசு விவசாயம் செய்யத் தலைப்பட்டனர். இதனையடுத்து மெல்ல மெல்ல கலப்பை கொண்டு பயிரிடும் முறையை ஏற்றுக்கொண்டனர். இதனால் பாலினங்களுக்கிடையில் ஏற்றத்தாழ்வும் உற்பத்திமுறையில் பெண்ணுக்கான மதிப்புக் குறைவும் ஏற்பட்டது. பழங்குடிச் சமூகத்தில் ஏற்பட்ட அமைப்பு சார்ந்த மாற்றங்களில் இதுவும் ஒன்றாகும்.

வனச் சட்டங்களும் பழங்குடியினர் பிரச்சினைகளும்

பெரும்பாலான மலைவாழ் பழங்குடி மக்களின் வாழ்வும் பொருளா தாரமும் காட்டை மையமிட்டே அமைந்துள்ளன. உப்பு, உடை, எண்ணெய் தவிர ஏனைய அனைத்தையும் காட்டிலிருந்தே பெற்றுக் கொண்டனர். ஆங்கிலேயர்கள் இங்கு வருவதற்கு முன்னர் காட்டு வளத்தைப் பழங்குடிகள் முழுச் சுதந்திரத்துடன் பயன்படுத்தி வந்தனர்.

ஆங்கிலேயக் காலனி அரசு 1846இல் முதல் வனச் சட்டத்தைக் கொண்டு வந்தது. இச்சட்டத்தின் மூலம் பழங்குடிகளின் சுதந்திரத்தைக் கட்டுப்படுத்தினர். இதன் பின்னர் 1856இல் சென்னை மாகாணத்தில்

வனத்துறை ஏற்படுத்தப்பட்டது. இதன்மூலம் அனைத்து வனப்பகுதி களும் இத்துறையின் கட்டுப்பாட்டிற்குள் கொண்டுவரப்பட்டது.

மேலும் காலனி அரசு காடுகளை வணிக நோக்கில் பயன்படுத்தத் தொடங்கியது. அடுத்ததாக தமிழகத்தின் பல்வேறு மலைப்பகுதிகளில் பிரிட்டிஷ் முதலாளிகள் காப்பி, தேயிலைப் பெருந்தோட்டங்களை உருவாக்கினர். இதனால் காட்டுப் பகுதிகள் பலவும் இவர்கள் வசம் வந்தன.

1882இல் சென்னை வன ஆணையின் படி பாதுகாக்கப்பட்ட வனப் பகுதிகள் ஏற்படுத்தப்பட்டன. இத்தகு பாதுகாக்கப்பட்ட காட்டுப் பகுதிகளைப் பழங்குடிகள் பயன்படுத்துவது வெகுவாகக் குறைக்கப்பட்டது.

இதனால் பல்வேறு பழங்குடியினர் பாரம்பரியமாக வாழ்ந்த அடர்ந்த காட்டுப்பகுதிகளை இழந்தனர். எடுத்துக்காட்டாகச் சொல்ல வேண்டுமானால் நீலகிரியில் வடக்குப் பகுதியில் வாழ்ந்துவந்த ஜேனுக் குறும்பர்கள் பாதுகாக்கப்பட்ட காட்டுப்பகுதி உருவாக்கப் பட்டதாலும் முதுமலை, பண்டிப்பூர் சரணாலயங்கள் உருவாக்கப் பட்டதாலும் காட்டிலிருந்து வெளியேற்றப்பட்டு ஓரப் பகுதிக்குத் தள்ளப்பட்டனர் (டெமர் 1997: 171-81). இவ்வாறு இன்னும் பல பழங்குடிகளும் வேறு பல காரணங்களுக்காக விளிம்புக்குத் தள்ளப் பட்டனர்.

இதனால் பழங்குடி மக்களின் வாழ்வும் பொருளாதாரமும் சீர்குலையத் தொடங்கின. பிரிட்டிஷ் தோட்ட முதலாளிகளின் காப்பி, தேயிலைத் தோட்டங்களில் கூலிகளாக மாறவேண்டிய நெருக்கடி ஏற்பட்டது. அவர்கள் வாழ்ந்த காடுகளிலேயே அவர்கள் அந்நியமாகிக் கூலிகளாக மாறும் அவலமும் ஏற்பட்டது.

இந்தியா விடுதலை பெற்ற பிறகு வனச் சட்டமானது ஆங்கில அரசு உருவாக்கியதைத் தழுவியதாகவே இருந்தது. 1952இல் பண்டித ஜவஹர்லால் நேரு பழங்குடிகள் மேம்பாட்டுக்கென பஞ்சசீலக் கொள்கையை அறிவித்தார். இக்கொள்கை இந்தியா முழுமைக்குமான பொதுத்தன்மை கொண்டதாகும். இன்று பிரதேச வாரியாகவும் ஒவ்வொரு பழங்குடியை மையமிட்டும் கொள்கைகளை உருவாக்க வேண்டியுள்ளது.

இந்தியாவில் விடுதலைக்குப்பின் வனச்சட்டங்கள் பல முறை மாற்றப்பட்டன. இவ்வாறான திருத்தச் சட்டங்களும் ஏறக்குறைய

பழங்குடிகளுக்கான சலுகைகளை விரிவாக்கவில்லை. 1972களில் தொடங்கி 88வரை இயற்றப்பட்ட நான்கு சட்டங்களும் காட்டில் காலங்காலமாக வாழ்ந்து வந்த மக்களின் உரிமைகளை மெல்லமெல்ல பறித்துக் கொண்டது.

1988இல் இயற்றப்பட்ட வனப்பாதுகாப்பு (திருத்த) சட்டம் பழங்குடிகளை ஆக்கிரமிப்பாளர்கள் என்றே முத்திரை குத்தியது. இதன் பிறகு பல்வேறு அமைப்புகளும் கட்சிகளும் மைய அரசிடம் முறையிட்டன. சில வழக்குகள் உச்சநீதிமன்றத்திலும் போடப் பட்டன.

இடதுசாரி கட்சிகளின் தொடர்ச்சியான முயற்சியாலும் பல்வேறு அமைப்புகளாலும் காடுகளிலிருந்து பழங்குடிகளை வெளியேற்றும் முயற்சி 2004 ஜூலையில் நிறுத்தி வைக்கப்பட்டது. பழங்குடிகளுக் கான ஒரு பயனுள்ள புதிய சட்டத்தை இயற்றுவதற்கான முயற்சிகளும் மேற்கொள்ளப்பட்டன.

இதைத் தொடர்ந்து 2005 டிசம்பர் 13ஆம் தேதி நாடாளுமன்றத்தில் பழங்குடி மக்களின் (காடுகள் மீதான உரிமைகள் பாதுகாப்பு) மசோதா சமர்ப்பிக்கப்பட்டது. டிசம்பர் 15இல் இது நாடாளுமன்றத்தில் நிறைவேற்றப்பட்டது. இச்சட்டம் பழங்குடியினர், பாரம்பரியமாக காடுகளைச் சார்ந்த மக்களின் (காடுகளின் மீதான உரிமைகளை அங்கீகரிக்கும்) சட்டம் 2006 என அழைக்கப் பெற்றது. இதற்குக் குடியரசுத் தலைவர் 2007 ஜனவரி 29ஆம் தேதி ஒப்புதல் அளித்து பிப்ரவரி 13ஆம் நாள் இந்திய அரசிதழில் வெளியிடப்பட்டது. ஆனால் ஒவ்வொரு மாநிலமும் இதனைப் பலவாறு அமல்படுத்துவதால் இச்சட்டத்தின் பலன் பழங்குடி மக்களுக்குக் கிடைக்கவில்லை.

இந்தச் சட்டத்தில் பழங்குடிகளுக்கான பல சாதகமான அம்சங்கள் சேர்க்கப்பட்டன. ஏறக்குறைய வேட்டையாடும் உரிமையைத் தவிர பழங்குடி மக்களின் பாரம்பரிய உரிமைகள் பலவும் இச்சட்டத்தின் வழி மீட்கப்பட்டுள்ளது. மிக முக்கியமாக 2005 டிசம்பர் 13ஆம் தேதிக்கு முன்பாக காடுகளில் வசிக்கும் பழங்குடிகள் தொடர்ந்து காடுகளைச் சார்ந்து வாழ அனுமதிக்கப்படுவர்.

இவர்கள் நிலங்களை ஆக்கிரமித்து விவசாயம் செய்துவரும் நிலங்களுக்கு மாறாக ஒவ்வொரு குடும்பத்திற்கும் 10ஏக்கர் நிலம் வழங்கப்படும். இந்த நிலத்தைப் பரம்பரையாகப் பயன்படுத்தலாமே தவிர விற்கவோ மாற்றவோ முடியாது. இவ்வகையில் இச்சட்டம்

பழங்குடி மக்களின் மேம்பாட்டுக்கு உதவக்கூடிய ஒரு பயனுள்ள சட்டம்.

எனினும் இச்சட்டம் பற்றிய விழிப்புணர்வு பழங்குடியினருக்குத் தேவை. அவ்வாறே மேம்பாட்டுத் திட்டங்களில் ஈடுபடுவோரும் சட்டத்தின் முழுப்பயனை அனைத்துப் பழங்குடி மக்களுக்கும் கொண்டு செல்ல வேண்டும்.

தமிழ்ச் சூழலில் பழங்குடிகள் நலன் பற்றிப் பழங்குடியினரே பேசுவதும் முறையிடுவதும் பெருகி வருகிறது. அண்மையில் கொண்டு வரப்பட்ட பழங்குடிகளுக்கான சட்டத்தின் சாதக பாதகங்களை நன்கு அறிந்துகொண்டவர்களாகத் தமிழகப் பழங்குடி நலச்சங்கத்தினர் உள்ளனர் (சண்முகம் 2007). இத்தகையோர் பழங்குடி மக்களிடையே விழிப்புணர்வை ஏற்படுத்த வேண்டும். அவர்களுக்கான நலத்திட்டங் களைக் கொண்டு செல்வதிலும் முன்னிலை வகிக்க வேண்டும்.

நிலம் அந்நியமாதல்

அண்ணாமலைப் பல்கலைக்கழகப் பொருளாதாரத் துறையில் பழங்குடிகளின் பல்வேறு பொருளியல் பிரச்சினைகள் குறித்து மேற்கொள்ளப்பட்ட முனைவர் பட்ட ஆய்வுகள் கவனிக்கத்தக்கவை. சாமிநாத ரத்னம் (1988), எஸ். மணிவண்ணன் (1989), சி.கருப்பையன் என்கிற செல்வராஜன் (1990, 2012) எஸ். இராமச்சந்திரன் (1992) போன்றவர்கள் மேற்கொண்ட ஆய்வுகள் நம் கவனத்திற்குரியவை.

இவற்றில் இ.செல்வராஜன் (2012) செய்துள்ள ஓர் ஆய்வு தமிழகத்தின் பழங்குடி நிலங்கள் எவ்வாறு அந்நியமாக்கல் வழி வெளியாரிடம் சென்றுவிட்டதை ஆராய்கிறது. இந்த ஆய்வை செல்வராஜன் இரண்டு காலகட்டங்களில் இருவேறு அமைப்புகள் மேற்கொண்ட மதிப்பாய்வின் (survey) அடிப்படையில் செய்துள்ளார். முதல் மதிப்பாய்வை உதகையில் உள்ள பழங்குடி ஆய்வு மையம் 1989இல் மேற்கொண்டதாகும். இவ்வாய்வு மத்திய அரசின் ஊரக மேம்பாட்டு அமைச்சகத்தின் தேவைக்காக அவர்களுடைய நிதியுதவியில் செய்யப் பட்டதாகும். இரண்டாவது ஆய்வானது ACCORD எனும் அமைப்பும் நீலகிரியில் உள்ள ஆதிவாசி முன்னேற்ற சங்கமும் இணைந்து 1998இல் மேற்கொள்ளப்பட்டதாகும்.

முதலாவது மதிப்பாய்வானது ஆய்வு முறையியல்படி பார்க்கும் போது இரண்டாவதைக் காட்டிலும் மேலானது என்று செல்வராஜன்

காடர் வாழிடம் புலிகள் காப்பகமாக மாறியது

குறிப்பிடுகிறார் (2012: 104). முதலாவது ஆய்வானது 16 மாவட்டங்களில், 16 வருவாய்க் கிராமங்களில் 102 குடியிருப்புகளில் 2,631 குடும்பங்களை மாதிரிகளாகக் கொண்டு செய்யப்பட்டதாகும் (மேலது: 103). தமிழகத்தின் ஒன்பது முக்கியமான பழங்குடிகளான மலையாளி, இருளர், தொதுவர், கோத்தர், முள்ளுக் குறும்பர், பெட்டக் குறும்பர், காட்டுநாயக்கர், பணியர், சோளகர் ஆகியோரிடம் இவ்வாய்வு செய்யப்பட்டது.

ACCORDஉம் ஆதிவாசி முன்னேற்றச் சங்கமும் இணைந்து மேற்கொண்ட மதிப்பாய்வானது ஒன்பது பழங்குடிகளைப் பற்றியதாகும். ஆனால் மேற்குறிப்பிட்ட ஆய்வில் இடம்பெற்ற இரண்டு பழங்குடிகள் (தொதவர், கோத்தர்) இதில் சேர்க்கப்படவில்லை. மாறாக, பெட்டக் குறும்பர், முள்ளுக் குறும்பர், காட்டு நாயக்கர், பனியர், இருளர், சோளகர், ஊராளி, மலையாளி, குறுமன் ஆகியோர் ஆய்வுக்கு எடுத்துக்கொள்ளப்பட்டனர். ஒன்பது மாவட்டங்களில் 19 வருவாய் கிராமங்களில், 3,341 குடும்பங்களை மாதிரிகளாகத் தேர்வு செய்து தரவுகள் சேகரிக்கப்பட்டன. இந்த ஆய்வு முடிவுகள் அச்சில் 60 பக்கங்களில் வெளியிடப்பட்டது. இதில் 13 அட்டவணைகளும் 11 வரைபடங்களும் உள்ளன. முதலாவது மதிப்பாய்வானது 461 தட்டச்சுப் பக்கங்களைக் கொண்டுள்ளது. இதில் 316 அட்டவணைகள் உள்ளன (மேலது: 104).

உதகையில் உள்ள பழங்குடி ஆய்வு மையம் நடத்திய ஆய்வின்படி 2,631 குடும்பங்களில் 986 குடும்பங்கள் (37%) மட்டும் 3,630.25 ஏக்கர் நிலத்தை இழந்துள்ளன. சராசரியாக ஒவ்வொரு பழங்குடிக் குடும்பமும் 1.38 ஏக்கர் நிலத்தை இழந்துள்ளது. இவற்றில் 160 குடும்பங்கள் முற்றிலுமாக நிலங்களை இழந்து (738.97 ஏக்கர்) நிர்கதியாக நின்றுள்ளனர். இந்த ஆய்வின்வழி தமிழகப் பழங்குடிகளிடம் காணப் பட்ட பல்வேறு வகையான சுரண்டல்களையும் அந்நியமயமாதல் போக்குகளையும் அறிய முடிகிறது.

ஆய்வுக்கு எடுத்துக்கொள்ளப்பட்ட 2,631 குடும்பங்களில் முற்றிலும் நிலமற்ற குடும்பங்கள் 652 (25%) ஆகும். மீதமுள்ளவற்றில் விளிம்புநிலை விவசாயிகளாக 920 குடும்பத்தாரும் (35%), சிறு விவசாயிகளாக 642 குடும்பத்தாரும் (24%), நடுத்தர விவசாயிகளாக 305 குடும்பத்தாரும் (1.2%), பெரிய விவசாயிகளாக 112 குடும்பத்தாரும் (4%) உள்ளனர் (மேலது: 109).

பழங்குடி மக்கள் தங்கள் நிலங்களைப் பல்வேறு வகைகளில் இழந்து வந்துள்ளனர். மேற்கூறிய ஆய்வுகளின் வழி பார்க்கும்போது பின்வரும் தகவல்கள் நம் கவனத்தை ஈர்க்கின்றன (மேலது: 109):

இரண்டாவது மதிப்பாய்வின்படி ஆய்வுக்கு எடுத்துக்கொள்ளப் பட்ட 3,341 குடும்பங்களில் 1,535 குடும்பங்கள் தங்களுடைய எல்லா நிலத்தையும் மொத்தமாக இழந்து வெறும் கை, கால்களுடன் பிழைப்பதாக அறிய முடிகிறது. இந்த 1,535 குடும்பங்கள் இழந்துள்ள நிலத்தின் அளவு 4,647.92 ஏக்கர்களாகும் (மேலது: 110).

பழங்குடிகளின் நிலங்கள் பின்வரும் காரணங்களால் மற்றவர் களுக்குச் சென்று சேர்ந்துள்ளதை மேற்கூறிய ஆய்வுகள் வழி அறியலாம்: பெரும்பாலான பழங்குடிக் குடும்பங்களில் வருமானத்திற்கும் அதிக மான செலவுகள் குடும்பத்தில் ஏற்பட்டபோது அவற்றை சமாளிக்க முடியாமல் நிலத்தை விற்றுள்ளனர். நிலத்தை இழந்த குடும்பங்களில் 57% இந்த வகையினராக உள்ளனர். கடன் தொல்லையால் 20% குடும்பங்களும், திருமணம், சாவு, சாமி கும்பிடுதல் போன்ற சமூக, சமய விழாக்களின் செலவுகளைச் சமாளிக்க 8% குடும்பங்களும், மருத்துவச் செலவுகளைக் கவனிக்க 37 குடும்பங்களும், மதுபானங் களைக் குடிக்கும் பழக்கத்திற்கு அடிமையானதால் 1% குடும்பங்களும் தங்களுடைய நிலங்களை இழந்துள்ளனர் (மேலது: 111).

ஏக்தா பரிஷத்

தமிழகப் பழங்குடி மக்களின் மேம்பாட்டுக்காகக் களப்பணியாற்றி வரும் மனித நேயர்கள் பலர் உள்ளனர். தொண்டு நிறுவனங்கள் மூலம் பணியாற்றுபவர்களும் உள்ளனர். தத்தம் பழங்குடி இனத் தாருக்குச் சேவை செய்ய வேண்டுமென்று முன்னேற்றச் சமூகங்கள் அமைத்துச் செயல்படுபவர்களும் உள்ளனர். இடதுசாரியினர் பல்வேறு அமைப்புகள் மூலம் களப்பணியாற்றுகின்றனர். இன்னும் வேறு சில நிலைகளில் செயல்படுபவர்களும் உள்ளனர். இவர்கள் யாவரையும் பற்றி எழுத வேண்டுமென்றாலும் ஒரு சோற்றுப் பதமாக ஏக்தா பரிஷத் பற்றியும் ச.தனராஜ் பற்றியும் அறிய வேண்டியது அவசியம்.

தமிழகப் பழங்குடி மக்களின் பால் பெரிதும் ஈர்ப்புகொண்டவர் தனராஜ். இவர் குடகுப் பகுதியில் மலைக்குடி எனும் பழங்குடிச் சமூகத்தைச் சேர்ந்த பெண்ணை மணந்துகொண்டு தம் சிந்தனை களையும் செயல்பாடுகளையும் முழுவதுமாகப் பழங்குடியினர் மேம்பாட்டுக்காகவே அர்ப்பணித்து வருகிறார். 'வன ஆதிவாசி களுக்கான தமிழகக் கூட்டுச் செயல்பாடு' (CAFAT) எனும் அமைப்பின் வழி தீவிரமாகச் செயல்பட்டுக்கொண்டிருக்கிறார்.

'உலக ஆதிவாசிகள் தினம்: ஆதிவாசிகளின் கலைவிழா' எனும் ஒரு பிரம்மாண்டமான விழாவை 10.8.2009 அன்று தேனியில் பளியர் பழங்குடி மக்களை முன்னிறுத்தி தனராஜ் நடத்தினார். அவ்விழாவில் நான் கலந்துகொண்டபோது பளியர்களின் சுவாசத்தை அறிந்துகொண்டேன். தமிழகத்திலேயே மலையாளிக்கடுத்துப் பளியர்கள்தான் வெவ்வேறு மலைப்பகுதிகளில் புவியியல் மாறுபாடுகளோடு வாழ்கிறார்கள். மிகவும் பின்தங்கிய நிலையிலும் வாழ்கிறார்கள். வனப்பொருள்களையும் காடுகளையும் சார்ந்து வாழ்கிறார்கள். ஆறு மாவட்டங்களில் பரவி வாழும் பளியர் பழங்குடியினருக்காகத் தனராஜ் செய்துவரும் பணிகள் ஏராளம். 'வன ஆதிவாசிகளுக்கான தமிழகக் கூட்டுச் செயல்பாடு' எனும் அமைப்பு மூலம் ஆக்கபூர்வமான பணிகளை ஆரவாரமின்றி அவர் செய்து வருகிறார்.

இந்திய அளவில் செயல்படும் 'ஏக்தா பரிஷத்' எனும் அமைப்பின் தமிழகப் பொறுப்பாளராகவும் தனராஜ் செயல்பட்டு வருகிறார். ஏக்தா பரிஷத் நிறுவனமானது மத்தியப்பிரதேசத்தில் போபாலில்

தலைமையகத்தைக் கொண்டுள்ளது. வேளாண்மை பயின்ற விஞ்ஞானி பி.வி.ராஜகோபால் இவ்வமைப்பின் தலைவர். இவருடைய பணிகளைப் பற்றி அறியும்போது நமக்கு வியப்பாக உள்ளது. வட இந்தியாவில் பழங்குடிப் பிரதேசங்களில் காணப்படும் 'வன்முறைக்குக் காரணம் வறுமையே' எனும் கருத்திலும், 'மக்களை மையமிட்ட வளர்ச்சி தேவை' எனும் கருத்திலும் நம்பிக்கைகொண்டு இவர் செயல்பட்டு வருகிறார்.

ஏக்தா பரிஷத் அமைப்பின் நோக்கங்களுக்கிணங்க தமிழகப் பழங்குடிகளுக்காகப் பல்வேறு நிலைகளில் தனராஜ் செயல்பட்டு வருகிறார். பழங்குடி மக்களுக்கான வனம், நிலம், நீர், வாழ்வாதார உரிமை, விழிப்புணர்வு, அரசியலமைப்பின் உரிமைகளைப் பழங்குடி மக்களுக்கு அறிவித்தல் என்பன போன்ற பல்வேறு தளங்களில் களப்பணி ஆற்றுகிறார். கொள்கை பேசுவதும் வழிகாட்டுவதும் எளிது. களத்தில் நின்று செயல்படுவது கடினம். அதனைத் தனராஜ் தன்வயமாக்கியுள்ளார்.

ஏக்தா பரிஷத் வடகிழக்கு மாநிலங்களில் மேற்கொண்டிருந்த 'சம்வத் யாத்ரா' எனும் நெடும் பயணத்தின் வழியாகவும், தமிழகம் உள்ளிட்ட பகுதிகளில் 'ஜன சத்தியாகிரகப் பயணம்' வழியாகவும், விழிப்புணர்வை ஏற்படுத்தி வருகிறார். இளைஞர்களை இணைத்துக் கொண்டு பழங்குடி மக்களிடமும், அடித்தள மக்களிடமும் பணியாற்றி வருகிறார். கையேடுகள் வெளியிடுதல், முக்கியமான சட்ட திட்டங்களை மொழிபெயர்த்து வெளியிடுதல் போன்ற தளங்களிலும் குறிப்பிடத்தகுந்த பணிகளைச் செய்துள்ளார். சட்டம் பயின்ற வழக்குரைஞர் என்ற தகுதியானது இவருக்கான கூடுதல் பலமாகும்.

இவரைப் போன்று களத்தில் நின்று செயல்படும் உதகையில் தோதவர்களின் வாசமல்லி, திண்டிவனத்தில் பேராசிரியர் கல்விமணி, பென்னாகரத்தில் ந.நஞ்சப்பன், செங்கல்பட்டிலிருந்து மாமல்லபுரம் செல்லும் வழியில் தண்டரையில் செயல்படும் இருளர் பழங்குடிப் பெண்களின் மேம்பாட்டுக்கான மையத்தின் பொறுப்பாளர்கள், மண்ணாடிமங்கலத்தில் ச. தவமணி, பழங்குடி பாலு, சென்னையில் கேப்டன் துரை, புதுச்சேரியில் ராம்குமார், அரக்கோணத்தில் மண்ணு என எண்ணற்றவர்களின் பணிகள் பலரும் அறியத்தக்கவை. இவர்களைப் போன்ற இன்னும் பல களப் பணியாளர்களின் பணிகளையும் நாம் நினைவில்கொள்ள வேண்டும்.

மாவட்டம் வாரியாகப் பழங்குடி நிலம் அந்நியவயமாதல்

மாவட்டம்	நிலம் இழந்த குடும்பங்கள்	ஒட்டுமொத்த நிலத்தின் அளவு
1. சேலம்	60%	36%
2. தென்னார்க்காடு	37%	28%
3. தர்மபுரி	33%	34%
4. வடார்க்காடு	28%	22%
5. நீலகிரி	40%	25%

நில இழப்பானது பல்வேறு நிலைகளில் நடந்துள்ளது. நேரடியாக மற்றவர்களுக்குப் பழங்குடிமக்களே விற்றுவிடுவது 34% ஆகவும், நிலம் கையகப்படுத்தல் 30% ஆகவும், பழங்குடிமக்களை மற்றவர்கள் ஏமாற்றி நிலத்தை அபகரித்துக் கொண்டது 27% ஆகவும், அடமானம் வைப்பது 5% ஆகவும் இருந்துள்ளது (மேலது: 114).

மேற்கூறிய ஆய்வுகளை மேற்கொண்ட போது பழங்குடிகளின் மொழியைப் புரிந்துகொள்ளாததன் மூலமும் சில பிரச்சினைகள் உருவாகியுள்ளன. பழங்குடி நிலங்களை அளவிடும்போது பழங்குடி மக்கள் தாம் பயிரிடும் நிலங்களைக் 'காடு' எனக் குறிப்பிட்டுள்ளனர். காடு என்பது பழங்குடிகளுக்கான நிலம் என்பதைச் சரியாகப் புரிந்து கொள்ளாமல் அதிகாரிகள் அதனை அரசு நிலமாகக் கணக்கிட்டுக் கொண்டார்கள். இதனால் ஏராளமான ஏக்கர்கள் வனத்துறையின் கீழ் கொண்டு வரப்பட்டது (மேலது: 109-110). இவ்வாறாகப் பழங்குடி களின் நிலமானது எவ்வாறெல்லாம் அந்நியப்பட்டது என்பதை மேற்கூறிய ஆய்வாளர்கள் விரிவாக ஆராய்ந்துள்ளனர்.

19

பின்னுரை

பழங்குடிச் சமூகங்களுக்கும் கிராமங்களில் வாழும் சாதிய வேளாண் சமூகங்களுக்கும் இடையே நிலவிய தொடர்ச்சியான உறவினால் பழங்குடிகள் பெருமளவு சமூக அளவிலும் பண்பாட்டு அளவிலும் மாற்றமடையத் தொடங்கினார்கள். இந்தியச் சூழலில் பழங்குடிச் சமூகமானது சாதியச் சமூகத்தோடு தொடர்ந்து உறவாடி வருகிறது எனும் நோக்கில் அத்தகைய உறவைப் 'பழங்குடி-சாதி உறவு' (tribe-caste continuum) எனப்பட்டது. இத்தகைய தொடர்ச்சியான உறவால் பழங்குடிச் சமூகமானது மெல்ல மெல்ல சாதியச் சமூகத்தின் கூறுகளை தன்வயப்படுத்திக் கொள்கிறது என்னும் கருத்து முன்வைக்கப்பட்டது.

என்.கே.போஸ் அவர்கள் இத்தகைய பழங்குடி-சாதி உறவில் 'உறிஞ்சப்படுதல்' (absorption) எனும் போக்கு நிகழ்வதாகக் கூறுவார். அதாவது பழங்குடிச் சமூகமானது கிராமியச் சமூகத்தின் கூறுகளை மெதுவாக ஏற்றுக்கொண்டு தங்களுடைய பழங்குடித் தன்மை யிலிருந்து மெல்ல மெல்ல விலகுவதாகக் கூறுவார். எம்.என்.சீனிவாஸ் அவர்கள் இத்தகைய சமூக மாற்றத்தைச் 'சம்ஸ்கிருதவயமாக்கம்' (Sanskritization) என்று கூறுவார். ஆனால் மார்க்சிய வரலாற்றாசிரியர் டி.டி. கோசாம்பி அவர்கள் ஒரு மாற்றுக் கருத்தாக, பிராமண இந்துத்துவம் என்பது பண்டைய பூர்வகுடிகளின் தெய்வங்கள், வழிபாட்டு முறைகள், சடங்குகள் முதலானவற்றைத் தன்வயப் படுத்திக்கொண்டது என்று கூறுவார் (கோசாம்பி 1976: 169-70). சமூக அசைவியக்கத்தில் கீழிருந்து மேல் நோக்கிய மாற்றம் ஒன்று நிகழ்ந்ததைக் கவனிக்க வேண்டியுள்ளது என்பதைக் கோசாம்பி நன்றாகவே தெளிவுபடுத்தியிருக்கிறார்.

தமிழகத்தில் இன்று பழங்குடிகள் பல்வேறு நிலைகளில் மாற்றம் அடைந்து வருகின்றனர். இதனால் ஏற்பட்டுள்ள மாற்றங்களை

முன்வைத்துப் பின்வரும் ஐந்து படிநிலைகளில் அவர்களை இனங் காணலாம்.

1. தொன்மைப் பழங்குடிகள். இந்து சமூகத்தாரிடமிருந்து முற்றிலும் தனித்தொதுங்கி காடுகளிலும் மலைகளிலும் வாழும் நிலை.
2. தொன்மைப் பழங்குடிகள். இந்து சமூகத்தின் சில கூறுகளை ஏற்றுக் கொண்டாலும் சாதி வடிவமாக மாறாத நிலை.
3. இந்துவயமாகி சாதிகளாக மாற விரும்பும் பழங்குடிகள். சாதிபோல தங்களைக் காட்டிக் கொள்ளும் நிலையை அடைய விரும்புதல்.
4. இந்துவயமாகிப்போன பழங்குடிகள். ஆனால் சாதிகளிடமிருந்து விலகி தனித்துவமாகச் செயல்படும் நிலை.
5. சாதிகளாக மாறிய பழங்குடிகள். மீண்டும் பழங்குடியாக அடையாளம் காண முயலுதல்.

பழங்குடிகளின் சமூக-பண்பாட்டு அசைவியக்கம்

சாதியாக மாறாமல் தனித்தொதுங்கி இருத்தல்	சாதிகளின் சில கூறுகளை ஏற்றுக் கொள்ளுதல்	சாதியைப் பெரிதும் தழுவுதல்

இந்நிலையில் பழங்குடிகளின் சமூக அசைவியக்கம் பின்வரும் மூன்று நிலைகளில் உள்ளதாக அனுமானிக்கலாம்:

இன்று பழங்குடிகளை வளர்ச்சியடையச் செய்வதற்கு அரசியல் அமைப்புச் சட்டத்தில் பின்வரும் மூன்று முக்கிய அம்சங்கள் இடம் பெற்றுள்ளன. அதன்படி பல்வேறு வழி முறைகள் மேற்கொள்ளப் பட்டு வருகின்றன.

1. அடிப்படைப் பாதுகாப்பு: கல்வி, வேலைவாய்ப்பில் இட ஒதுக்கீடும் முன்னுரிமையும், கொத்தடிமை, தீண்டாமை ஒழிப்பு, சுரண்டுதலிலிருந்து விடுவிப்பு, பழங்குடிகள் வாழும் பகுதிகளைத் தனியாக நிர்வகித்தல்.
2. அரசியல் பாதுகாப்பு: மக்களவையிலும் மாநிலங்களவையிலும் பழங்குடியினருக்குத் தனி ஒதுக்கீடு, பழங்குடி வளர்ச்சிக்கென்று தனித்துறையும் அமைச்சரும், இன்னும் பிற பாதுகாப்புகள் ஆகியவற்றை வழங்குதல்.
3. வளர்ச்சிசார் பாதுகாப்பு: கல்வி, பொருளாதார வளர்ச்சிக்கான

நிதி ஒதுக்கீடு, பழங்குடி மேம்பாட்டுக்கென மாநில அரசுகளுக்குத் தனி ஒதுக்கீடு, இன்னும் பிற பாதுகாப்புகள் ஆகியவற்றை வழங்குதல்.

மேற்கூறிய பல வகைகளில் பழங்குடி மக்களுக்கு வளர்ச்சித் திட்டங்கள் மேற்கொள்ளப்பட்டு வருகின்றன.

பழங்குடிகளின் வளர்ச்சி என்பது மிகவும் திட்டமிட்டுச் செய்யக் கூடியதாக இருக்க வேண்டும். பழங்குடிகளை அருங்காட்சியக விலங்குகள் போல் தனிமைப்படுத்தி ஒரு பார்வைப் பொருளாக வைத்திருக்கக்கூடாது. அதே நேரத்தில் நவீன யுகத்தின் அசுர வளர்ச்சி என்னும் சர்க்கஸ் கம்பெனியில் கோமாளிகளாகச் சேர்க்கவும் கூடாது. தரையில் எறியப்படும் மீன்களாக மாறக்கூடாது. ஒவ்வொரு பழங்குடிக்கும் உரிய வளர்ச்சித் திட்டங்கள் உருவாக்கப்பட வேண்டும். இதற்கு வட்டார அளவில் திட்டமிடப்படவேண்டும்.

ஆகவே பழங்குடிகளைப் பொருத்தவரையில் ஓடிக்கொண்டிருக்கும் கடிகாரத்தைப் போல் வளர்ச்சிப் பாதைக்குத் தங்களைத் தயார்படுத்திக் கொள்ள வழிவகை செய்யவேண்டும். இந்தக் கடிகாரம் சரியான நேரம் காட்டும் கடிகாரமாக இருக்குமளவிற்குப் பொருத்தமான முறைகளையும் உருவாக்க வேண்டும். ஆதலின் இந்த நவீன உலகில் பழங்குடிகளைத் 'தனிமைப்படுத்தி' இவர்களை மிருகக்காட்சி சாலையாகவோ அருங்காட்சியகமாகவோ வைத்திருக்கக்கூடாது. அவ்வாறு செய்தால் அது அவர்களைத் தனிமைப்படுத்தும் போக்கிற்கே இடமளிக்கும்.

காலத்திற்கேற்ப மாறாமல் இவர்களை வரலாற்றோடு விட்டு விடவும் முடியாது. 2000-4000 ஆண்டுக் காலத்திற்கும் மேல் தேங்கிப் போயுள்ளனர். திட்டமிட்ட மாற்றத்திற்கு உட்படுத்த வேண்டும். நவீனத்திற்கேற்ப 'தகவமைப்பும் அடுத்தடுத்த மறு தகவமைப்பும்' பெறுவதற்குரிய திட்டங்கள் தீட்டுவது அவசியமாகும். இது மெல்ல மெல்ல பழங்குடிகளிடையே உகந்த 'ஒருங்கிணைப்பையும் மறு ஒருங்கிணைப்பையும்' உருவாக்குவதாகவும் அமைய வேண்டும்.

வளர்ச்சி பற்றிய மானிடவியலரின் கருத்து முழுமையை நோக்கியதாக இருக்கும். இதற்காகக் களப்பணியில் ஈடுபட்டு ஒவ்வொரு பகுதிக்கான விரிவான ஆலோசனைகள் கூறப்பட்டுள்ளன. சில சமயங்களில் பழங்குடிப் பிரதேசங்களில் பெரும் திட்டங்கள் கொண்டுவரும்போது ஏற்படும் சிக்கல்களை அணுகுவது குறித்தும் ஆராயப்பட்டுள்ளன (பக்தவத்சல பாரதி 1996, 2000). இந்நிலையில் பழங்குடிகளின் வளர்ச்சிக்கு உதவுவது மானிடவியலர்கள், அரசு

அதிகாரிகள், தொண்டு நிறுவனத்தார் மட்டுமன்றி சமூகத்தி லுள்ள மனிதநேயம் மிக்க அனைவரின் கடமையாகும்.

தமிழகத்தில் பழங்குடி மக்களுக்கு இன்றுள்ள முக்கியப் பிரச்சினை அவர்களுக்குரிய எஸ்.டி. சான்றிதழ் பெறுவதாகும். நீதித்துறையில் வழங்கும் ஒரு கருத்து என்னவெனில், ஒரு குற்றவாளி தண்டனையி லிருந்து தப்பிவிட்டாலும் ஒரு நிரபராதி தண்டிக்கப்படக்கூடாது என்பது போல், பழங்குடியல்லாதார் எஸ்.டி. சான்றிதழ் பெற்று விட்டாலும் ஒரு பழங்குடியைச் சேர்ந்தவர்கள் அவர்களுக்குரிய சான்றிதழ் பெறுவது மறுக்கப்படக்கூடாது.

இன்று நவீன கல்வியாலும் புதிய வேலை வாய்ப்புகளாலும் பல்வேறு பழங்குடியினர் தங்களின் பாரம்பரிய இடங்களைவிட்டு வெளியேறி உள்ளனர். சிலர் நகரப் பகுதிகளிலும் காணப்படுகின்றனர். இவர்களின் சமூக, பொருளாதார நிலை மேம்பட்டதாக மாறி வருவதால் அரசு அதிகாரிகள் இவர்களுக்குச் சான்றிதழ் வழங்கத் தயங்குகின்றனர்; முன்னேறிவிட்டதாக எண்ணுகின்றனர் அல்லது இவர்கள் உண்மையிலேயே பழங்குடியினர்தானா என்ற ஐயத்தை ஏற்படுத்திக்கொள்கின்றனர்.

உண்மையானவர்களுக்கு மட்டுமே சான்றிதழ் கிடைக்க வேண்டும். அதே நேரத்தில் உரியவர்களுக்குச் சந்தேகப் பார்வையால் சான்றிதழ் கொடுக்காமல் நிராகரிக்கவும் கூடாது. இது மிகவும் சிக்கலான விடயமாகும். இத்தகு சூழலில் அவர்களுக்குச் சான்றிதழ் கிடைக்க அரசு அதிகாரிகள் புதிய அணுகுமுறைகளைக் கைக்கொள்ள வேண்டியது அவசியமாகிறது. இதற்கு மானிடவியலர்கள் நிச்சயம் உதவமுடியும்.

ஒவ்வொரு பழங்குடிக்கும் உரிய தனித்துவமான நிலவியல்-பூகோள பண்புகள், தாவர-விலங்கினங்கள், கால்வழிக் குழுக்கள் உள்ளிட்ட சமூகக் கூறுகள், தெய்வங்கள் வழிபாடுகள் உள்ளிட்ட சமயக் கூறுகள், திருமணம்-சடங்கு-உறவுமுறை உள்ளிட்ட பண்பாட்டுக் கூறுகள், வழக்குச் சொற்கள் உள்ளிட்ட மொழி வழக்காறுகள், பழங்குடிகளின் வாய்மொழி வழக்காறுகள் என இத்தகைய கூறுகளை இனங்காணும் கையேடு ஒன்றை மானிடவியலர்களின் துணையுடன் தயாரிக்கலாம். அதனைக்கொண்டு பழங்குடிகளை அடையாளங் காணலாம்.

பின்னிணைப்பு

1

சியாட்டல் உரை

பழங்குடிகளின் நிலங்களை அரசு கையகப்படுத்தியபோது அமெரிக்க இந்தியப் பழங்குடிகளின் தலைவர் திரு. சியாட்டல் ஆற்றிய உரை

[1851 வாக்கில் வாஷிங்டனில் பூஜே சவுண்ட் என்னுமிடத்தைச் சுற்றிலும் வாழ்ந்துகொண்டிருந்த சுகுவாமிஷ் பழங்குடிகளுக்கும் பிற அமெரிக்க இந்தியப் பழங்குடிகளுக்கும் தலைவராக விளங்கியவர் சியாட்டல்.

இங்குள்ள பழங்குடி மக்களுக்குச் சொந்தமான 2 மில்லியன் ஏக்கர் நிலங்களை 150,000 டாலர்களுக்கு விற்க முயற்சிகள் நடந்தன. இதற்கான உடன்படிக்கை செய்துகொள்வதற்கு ஆயத்தமாகும் சூழலில் இந்த உரை நிகழ்த்தப்பட்டது.]

இந்தப் பூமிக்கு அணுக்கமாக உள்ள வானத்தை எப்படி வாங்கவோ விற்கவோ முடியும்? இவ்வாறு செய்ய வேண்டுமென்ற எண்ணம் விநோதமாக உள்ளது. காற்றின் தூய்மையையும் நீரின் உன்னதத்தை யும் நாம் சொந்தமாக்கிக்கொள்ள முடியாது. அவ்வாறாயின் நீங்கள் அவற்றை எவ்வாறு விலைகொடுத்து வாங்க முடியும்?

இந்தப் பூமியின் ஒவ்வொரு பகுதியும் எம்மக்களுக்குப் புனித மானதாகும். கூடவே, மின்னும் ஒளியுடைய ஒவ்வொரு ஊசியும், எல்லாக் கடற்கரையும், கருமரங்களில் தவழும் பனித்துளிகளும், இன்னிசை எழுப்பித் திரியும் பூச்சி வகைகளும் எம்மக்களின் ஞாபகத் திலும் வாழ்வனுபவத்திலும் மிகவும் புனிதமானவை. பாலூறும் மரத்திலிருந்து ஒழுகும் திரவம்கூட செவ்விந்தியர்களின் நினைவு களைச் சுமந்து நிற்பதாகும்.

வெள்ளைக்காரர்கள் இறந்தபின் விண்ணுலகுக்குச் சென்றுவிடுவதால் தாம் பிறந்த மண்ணை மறந்துவிடுகின்றனர். ஆனால் எமது மக்களோ,

இந்தப் பூமியை மறப்பதேயில்லை. ஏனெனில் இதுவே எமக்குத் தாயாகும். நாங்கள் இந்த மண்ணுக்கு உரியவர்கள்; இந்த மண்ணும் எமக்குரியதாகும்.

இங்குள்ள நறுமணம் மிகுந்த மலர்கள் யாவும் எமது சகோதரிகள். மான்கள், குதிரைகள், கழுகுகள் போன்ற அனைத்தும் எமது சகோதரர்கள். மேலும், மலைமுகடுகள், பசும்புல்வெளிகளின் பனித்துளிகள், மட்டக் குதிரைகளின் உடல் சூட்டின் இதமான கதகதப்பு போன்றவையும், இங்குள்ள மனிதர்களும் ஒரே குடும்பத்தைச் சேர்ந்தவையாகும்.

இந்நிலையில் வாஷிங்டனின் பெருந்தலைவர் எங்கள் நிலங்களை வாங்க விருப்பம் தெரிவித்துச் செய்தி அனுப்பியபோது எங்களைப் பற்றி விரிவாக விசாரித்திருக்கிறார். அதோடு நாங்கள் நிம்மதியுடன் வாழ எங்களுக்கென்று தனியிடம் ஒதுக்கித் தருவதாகவும் கூறியிருக்கிறார். ஆதலின் அவர் எங்களுக்குத் தந்தையாகவும் நாங்கள் அவருக்குப் பிள்ளைகளாகவும் ஆகிறோம்.

இந்நிலையில் எங்களுடைய நிலத்தை வாங்கும் உங்கள் திட்டத்தைப் பற்றி யோசிப்போம். எனினும், இந்நிலமானது எங்களுக்கு மிகவும் புனிதமானது என்பதால் இதற்குச் சம்மதிப்பது என்பது மிகவும் இயலாத ஒன்றாகும்.

இங்குள்ள ஓடைகளிலும் ஆறுகளிலும் ஓடும் வனப்புமிகு நீரானது வெறும் தண்ணீரல்ல; எமது மூதாதையரின் இரத்தமாகும். நாங்கள் எமது நிலத்தை உங்களுக்கு விற்போமானால் இந்நிலம் புனிதமானது என்பதை நீங்கள் மறக்கக்கூடாது. உங்கள் குழந்தைகளுக்கும் இதனைச் சொல்லிக் கொடுக்க வேண்டும்.

ஏரிகளில் நிலையான தண்ணீரின் பிரதிபலிப்பால் தோன்றும் நினை வெச்சங்கள் எம்மக்களின் வாழ்வியல் நிகழ்வுகளையும் நினைவுகளை யும் கூறுபவை. இந்த நீரின் முணுமுணுப்புகள் எம் பாட்டன் மார்களின் குரல்களேயாகும். இந்த ஆறுகள் யாவும் எம் சகோதரர்கள். இவர்கள் தாம் எமது தாகத்தைத் தீர்க்கிறார்கள். எம்மக்களின் தோணிகளையும் இவர்களே சுமந்து செல்கின்றனர்; குழந்தைகளுக்கு உணவளிக்கின்றனர்.

நாங்கள் எமது நிலத்தை உங்களுக்கு விற்போமானால் அதில் ஓடும் ஆறுகள் எங்களுடைய உங்களுடைய (நம்முடைய) ஆறுகள் என்பதால், உங்களுடைய சகோதரர்களை நேசிக்கும் வகையிலேயே இவற்றையும்

நீங்கள் நேசிக்க வேண்டும். இதனை நீங்கள் மறக்காமல் இருப்பதோடு, உங்கள் குழந்தைகளுக்கும் அவசியம் சொல்ல வேண்டும்.

எமது வாழ்வுமுறையின் சிறப்புகள் வெள்ளைக்காரர்களுக்குத் தெரியாது என்பது எங்களுக்குத் தெரியும். ஒரு குறிப்பிட்ட நிலப் பகுதியும், அதற்கடுத்துள்ள நிலப்பகுதியும் அவர்களுக்கு ஒன்றுதான். அவர்கள் அயலவர்கள். இந்நிலத்திலிருந்து தேவையானவற்றை எடுத்துச் செல்லவே அவர்கள் இங்கு வருகின்றார்கள்.

இப்பூமியானது அவர்களின் சகோதரர் அல்ல; பகையானதே. இதனை வென்று கையகப்படுத்திய பின் வேறு இடத்திற்கு நகர்ந்து விடுவார்கள். அவர்கள்தம் தந்தையர்களின் இடுகாடுகளைக்கூட மறந்துவிட்டு வெகுதூரம் சென்றுவிடுபவர்கள். பிறப்புரிமைக்குரிய தம்சொந்த மண்ணையுங்கூட அவர்கள் மறந்துவிடுவார்கள்.

அவர்கள் தாயைப் பூமியாகவும் தந்தையை வானமாகவும் கருதக் கூடியவர்கள். பொருள்களை வாங்குவதும் கொள்ளையடிப்பதும் அவர்களுக்கு ஆடுகள் அல்லது மணிகள் விற்பது போன்றவை. அவர்களுடைய கோரப் பசியானது இப்பூமியைக் கொன்றழித்துப் பாழாக்கி அதனைப் பாலைவனம் ஆக்கிவிடும்.

எங்களுடைய வாழ்வுமுறை உங்களுடைய முறையிலிருந்து எந்த அளவு மாறுபட்டது என்பது எமக்குத் துல்லியமாகத் தெரியாது. உங்களுடைய நகரங்களின் காட்சியெல்லாம் எமது செவ்விந்தியர் களின் கண்களை உறுத்துகின்றன. இந்த வெள்ளையர் நகரங்களில் அமைதியான இடமொன்றில்லை.

வெள்ளைக்காரர்கள் வாழும் எந்த ஓர் இடத்திலும் அசைந்தாடும் இலைகளின் ஓசைகளையோ பூச்சி இனங்களின் ரீங்காரங்களையோ கேட்க முடிவதில்லை. மாறாக, சடசடவொலிகள் காதைப் பிளக் கின்றன. மகிழ்வூட்டும் இராக் கூவற் பறவைகளின் சப்தங்களையோ, குட்டையைச் சுற்றி போட்டி போட்டுக் கத்தும் தவளைகளின் கூச்சல் களையோ கேட்காத வாழ்வென்ன வாழ்வு? நான் ஒரு செவ்விந்தியன் என்பதால் எவ்வாறு இதனைப் புரிந்துகொள்வதென்பது தெரிய வில்லை.

எம்மக்கள் யாவரும் அமைதியான குளத்தின் முகத்தை முகந்து வரும் தென்றலின் இன்னோசையையும் நடுப்பகலில் பெய்யும் மழையால் எழும் மண்வாசனையையும் தேவதாரு மரத்திலிருந்து பறக்கும் இலைகளின் மணத்தை நுகர்வதையும் விரும்புபவர்கள்.

செவ்விந்தியர்கள் காற்றை மிகவும் மதித்துப் போற்றுபவர்கள். விலங்குகள், மரங்கள், மனிதர்கள் உள்ளிட்ட யாவற்றுக்கும் சுவாசித்தல் பொதுவானது. அவ்வாறே பொதுவான ஒரு காற்றையே இவையாவும் சுவாசிக்கின்றன.

வெள்ளைக்காரர்கள் தாம் சுவாசிக்கும் காற்றை உற்று நோக்குவதில்லை. இவர்கள் இறப்பு நோக்கிப் பல நாட்கள் கடக்கும் மனிதனைப் போன்று புழுங்கிய நாற்றத்துடன் உணர்ச்சியற்று மரத்துப்போனவர்களாக உள்ளவர்கள். இந்தக் காற்றானது அத்தனை உயிர்களையும் காக்கிறது. இவ்வுணர்வுகளைச் சுமந்து நிற்கும் காற்றின் முக்கியத்துவத்தை நாங்கள் நிலத்தை விற்றுவிட நேர்ந்த பின்னரும் அதனை நீங்கள் மறக்கவே கூடாது.

எங்கள் கால்களைத் தாங்கி நிற்கும் இந்த நிலமானது எம்முடைய பாட்டன்மார்கள் எரிந்த சாம்பலால் ஆனதாகும். நீங்கள் இதனை உங்கள் குழந்தைகளுக்குக் கண்டிப்பாகச் சொல்லித்தர வேண்டும். அப்போதுதான் அவர்கள் இந்நிலத்தை மதிப்பார்கள்.

எம் தாயே இந்நிலமாகும்; எமது உறவுமுறையாரின் வளமான வாழ்வால் ஆனதே இந்நிலமாகும். இதனை நாங்கள் எங்கள் குழந்தைகளுக்குச் சொல்லித் தருவதுபோல் உங்கள் குழந்தைகளுக்கும் சொல்லிக் கொடுங்கள்.

இப்பூமியின்மீது எது வந்து விழுந்தாலும் அதுவெல்லாம் பூமிக் குழந்தைகள் மீது வந்து விழுவதேயாகும். மேலும், இப்பூமியின் மீது மக்கள் துப்பக்கூடுமானால் அது அவர்கள் தம் தாய் மீதும் தம்மீதும் துப்பிக்கொள்வதற்கு ஒப்பானதாகும்.

இந்நிலமானது கடவுளுக்கும் மதிப்பு வாய்ந்த ஒன்றாகும். ஆகவே இதற்குக் கெடுதல் செய்வதென்பது அதனைப் படைத்த இறைவனை அவமதிக்கும் செயலாகிவிடும். வெள்ளைக்காரர்கள் மற்ற பழங்குடியினரைக் காட்டிலும் முன்கூட்டியே இந்நிலத்தை விட்டுச் செல்லக் கூடும். அதாவது உன்னுடைய கழிவுகளைக் கொண்டு பாழ்பட்டுப் போன படுக்கையால், நீயே அவதிப்படுவது போன்றதாகும்.

உன்னுள் அழிவு நிகழ்ந்து கொண்டிருந்தாலும் இறைவனின் அருளால் நீ பிரகாசிப்பாய். இறைவனாலேயே நீ இந்த உலகத்திற்குச் சில தனிப்பட்ட நோக்குகளுக்காகக் கொண்டுவரப்பட்டாய். அதனாலேயே நீ இந்தப் பூமியையும் செவ்விந்தியர்களையும் ஆட்சிசெய்கிறாய்.

இந்த ஊழ் விதியானது எமக்குப் புரியாத புதிராக உள்ளது. எருமைகள் எல்லாம் எப்போது கொல்லப்படும் என்பதும் எங்களால் புரிந்துகொள்ள முடியவில்லை. இங்குள்ள குதிரைகள் எங்களுடன் நன்கு பழகியவை. காடுகளின் இரகசிய மூலைகள் எல்லாம் எம் மனிதர்களின் வாசத்தால் நிரம்பியுள்ளன. மிகவும் நலந் தருகிற மலைகள் யாவும் எமது உணர்வுகளுடன் பேசும் ஒலிக் கம்பிகளால் இறுக்கி வைக்கப்பட்டவை போல் உள்ளன.

புதர்க்காடுகள் எங்கே சென்றன?

கழுகுகள் எங்கே சென்றன?

'இது வாழ்வு முடிவுக்கு வருவதாக உள்ளது; பிழைப்புக்கான சவால் தொடங்குவதாக உள்ளது.'

2

தொதவர் மனு

நீலகிரியில் தொதவர்களின் எருமைப் பலியை 1886இல் கட்டுப்படுத்திய ஆங்கில அரசின் ஆணைக்குத் தொதவர்கள் கொடுத்த மனு. அம்மனுவை எட்கர் தர்ஸ்டன் (1898: 128-30) பின்வருமாறு பதிவு செய்துள்ளார்.

'இதுநாள்வரை சூதுவாதற்ற எளிய மனங்கொண்டவர்களாகவும், பால் உண்டு வாழ்பவர்களாகவும் இருந்துவரும் தொதவர்கள் தங்கள் முறையீட்டை அங்காடியிலுள்ள தொழில்முறை மனு எழுதுவோரால் தங்களின் மாண்பமை சமூகத்திற்குப் பணிந்து முன்வைத்துள்ளதை தொதவர் பற்றிய என்னுடைய எழுத்துகளில் (இதழ் எண் 4, 1896) குறிப்பிட்டுள்ளேன். தொதவர் சமூகத்தினர் அரசுக்கு அண்மையில் ஒரு மனுவைப் பணிந்தளித்துள்ளனர். அவர்களின் இறப்புச் சடங்காகிய 'கெது'வில் காலங்காலமாகப் பலியிடப்பட்ட எருமைகளைத் தொடர்ந்து பலியிடுவதற்கு அனுமதிக்க அம்மனு வேண்டுகிறது. மூல மனுவிலிருந்து எடுத்த படியை அதன் முழுவடிவத்தில் நான் இங்கு முன்வைக்கின்றேன்.

மாண்பமை வருவாய் வாரியத்திற்கு,

நீலகிரி மாவட்டத்தில் உதகமண்டலத்திலும் அதனைச் சுற்றியுள்ள பகுதிகளிலும் வாழும் தொதவர் சமூகத்தார் 120 பேர், தங்களுடைய சட்ட ஆலோசகர் வழியே அளித்த தாழ்மையான மனு தெரிவிப்பதாவது:

1. நினைவிற்கு எட்டாத காலத்திலிருந்து உங்கள் மனுதாரர்களின் சமூகத்தினர் யாராவது ஒருவர் இறப்பின் கெது எனப்படும் இறுதிச் சடங்கை செய்து வருகிறார்கள். அச்சடங்கில் தொதவர் பழங்குடிக்கேயுரிய தனித்துவமான சில சமயச் சடங்குகளையும் செய்து வருகிறார்கள்.

2. இறந்த ஒருவர் தம் வாழ்நாளில் பெரிதும் கொண்டிருந்த மரியாதைமிக்க தோற்றத்தில் குறைந்தபட்சம் சிறிய அளவு தோற்றம் கூட இல்லாமல் இருளாகிய நரகத்தில் நுழைதல் கூடாது எனக் கருதுகின்றனர். இதற்காக கெது சடங்கில் எருமையைப் பலி கொடுக்கிறார்கள்.

3. கெதுவில் எருமையைப் பலிகொடுத்தல் என்பது தொதவர்களின் சமயச் சடங்கு, சம்பிரதாயங்கள் எல்லாவற்றிலும் மிக முக்கியமானதாகும். அது உங்கள் மனுதாரர்களாகிய தொதவர் சமூகத்தினரால் தொடர்ந்து செய்யப்பட்டு வருகிறது. அதனை உரிய முறையில் சரியாகக் கடைப்பிடிக்காவிட்டால் அடுத்த உலகத்தில் அவர்கள் துன்புறுத்தப்படுகிறார்கள் என அவர்கள் நம்புகிறார்கள். மேலும், கெதுவில் பலிகொடுக்காவிட்டால் இறந்தவரின் உறவினர்களுடைய பேரும் புகழும் அச்சமூகத்தார் பார்வையில் குறைந்துவிடும்.

4. தொதவர்கள் நடத்தும் கெது சடங்கின்போது ஐரோப்பியர்கள் வருகைதந்து பார்வையிடுவது கடந்த ஆண்டுகளில் ஒரு நாகரிகப் பாணியாக ஆகியிருக்கிறது. ஐரோப்பியர்கள் தம் கேளிக்கைக்காக நடத்தப்படும் நாடகங்களைப் பார்ப்பது போன்று இதனைப் பார்வையிடுகின்றனர். அதுவே உங்கள் மனுதாரர்களின் சமூகத்திற்கு அவப்பேறாக அமைகிறது. மேலும் ஸ்பெயின் நாட்டில் எருதுப்போரில் உள்ளதைப் போன்ற, இறுதி வீச்சை (coup de grace) பெறுவதற்கு முன் எருமைகள் மீது தேவையற்ற கொடுமை இழைக்கப்படுகிறது என்று அயல்நாடுகளில் எழுந்துள்ள எண்ணம், இவர்கள் கூறிய விவரத்திலிருந்து உருவாகியுள்ளது. உங்கள் மனுதாரர்கள்பால் சார்த்தப்படும் இந்த எண்ணம் முற்றிலும் நியாயமற்றது ஆகும்.

5. ஒரு கெது நிகழ்த்தப்பட்ட பின்னர், அதில் நிகழ்ந்தது கொடுமை என்று குற்றச்சாட்டுகளும் சாட்டுரைகளும் அந்தச் சடங்கின்போது வருகைதந்து சான்றாக இருந்தவர்களிடமிருந்து எழவில்லை. கெதுவில் எருமைகள் கொல்லப்பட்டன என்றும், அதில் சில ஐரோப்பியர்கள் கலந்துகொண்டு சான்றாக இருந்தார்கள் என்றும் கேள்விப்பட்டவர்களால் மட்டுமே அவ்வப்போது இவ்வகை குற்றச்சாட்டுகள் கூறப்படுகின்றன.

இந்தக் கூற்றுப் பற்றிய மெய்ச்சான்று எதுவும் மேலும் தேவைப்படுகிறது என்றால் இத்தகு கெதுக்கள் பற்றி ஏற்கனவே

எழுதப்பட்டவற்றை நோக்கலாம். நீலகிரி மாவட்ட ஆட்சியர் மாண்பமை திரு ஜே.டி.ரீஸ்., சி.ஐ.ஈ. அவர்களுடைய எழுத்துக்கள் 'பத்தொன்பதாம் நூற்றாண்டு' என்னும் தாளிகையில் வெளியாகிப் பரவலாகப் படிக்கப்பட்டவை. பெரும்பாலும் முழுமையான விவரங்கள் கொண்ட இவரது எழுத்துக்களைக் கூர்ந்து நோக்குமாறு உங்கள் மனுதாரர்கள் மாண்பமை வாரியத்தின் கவனத்திற்கு மீண்டும் நினைவுபடுத்துகிறோம். இந்த முழு விளக்கக் கட்டுரை ஏறக்குறைய பத்தாண்டுகளுக்கு முன்பு வெளிவந்தது. அது முதல் பல கெதுக்கள் நிகழ்ந்துள்ளன. அவற்றிற்குப் பெரும் எண்ணிக்கையில் வருகை தருவது ஐரோப்பியர்களின் நாகரிகப் பாணியாக இருந்திருக்கிறது. மிக அண்மைக்காலம் வரையில் கெதுக்களில் செயல்படுத்தப்பட்ட கொடுமைகள் குறித்த சாட்டுரை எதுவும் எழவில்லை. அவ்வாறு எழுப்பப்பட்டிருந்தாலும் அது அதிகாரிகளால் கடுமையானதாகக் கருதி நடவடிக்கை ஏதும் எடுக்கப்படவில்லை.

6. 30 மார்ச் 1886 அன்று பிறப்பிக்கப்பட்ட ஆணை (எண் 834, நீதித்துறை) மூலம் பலியிடப்படும் எருமைகளின் எண்ணிக்கை இரண்டாகக் குறைக்கப்பட்டுள்ளது. இறந்த ஒவ்வோர் ஆளுக்கும் இரண்டு எருமைகள் பலியிடலாம் என இந்த ஆணை பொருள் தருவதாக உங்கள் மனுதாரர்கள் இதுவரை புரிந்துகொண்டிருக் கிறார்கள். ஆனால், நீலகிரி மாவட்டத்தின் செயலமர் ஆட்சியர் திரு எச். ட்ரீமென்ஹீரே அவர்கள் இறந்த தொதவர்களுக்காகக் கொல்லப்படும் எருமைகள் அத்தகைய கெதுக்களில் இறந்தவர் எண்ணிக்கை எத்தனையாக இருந்த போதிலும், எந்த ஒரு கெதுவிலும் பலிகொடுக்கப்படும் விலங்குகளின் எண்ணிக்கையை இரண்டு அளவுக்குக் கட்டுப்படுத்துவது அந்த ஆணைவழியமைந்த உட்கருத்தாகும் என எண்ணினார். இத்தகைய ஒரு கருத்து நீலகிரி மாவட்டத்தின் முந்திய ஆட்சியர் எவராலும் மேற்கொள்ளப் படாதது ஆகும். இவரது புதிய பொருள்கோடலின் பின்விளை வாக ஒரு கெதுவை முறையாகக் கடைப்பிடிக்கவோ செய்து பார்க்கவோ இயலாமல் போகிறது.

7. தொதவர் சமூகத்தின் மரபான வழக்கத்திற்கிணங்க, குறித்த எண்ணிக்கையிலான எருமைகள் (குறைந்தது ஒவ்வொரு தொதவருக்கும் இரண்டு) கொல்லப்பட்டால் அன்றிப் பலன் இல்லை. அரசின் விதியைப் பின்பற்றி கெது நோக்கத்திற்காகத்

தனித்தனியே ஒரு எருமையை மட்டுமே பலியிட வேண்டு மென்றால் இறந்தவரின் குடும்ப உறுப்பினர்கள் அத்தகைய கொடையை இனிமேலும் கொடுக்க மாட்டார்கள். அத்தகைய கொடைகள் கொடுக்கப்படவில்லை என்றால் வரும் உறவினர் களுக்கு விருந்தளிக்க முடியாது. பலியிடப்படும் எருமை களுடன்கூட மேலும் சில எருமைகள் இதற்காகக் கொல்லப்பட வேண்டும். இத்தகு ஒரு சடங்கியல் முதலீடு நிலவிவரும் சூழல் மாறுமானால் அது முற்றிலுமாக அற்றுப் போய்விடும் உண்மை விவரத்தை உங்கள் மனுதாரர்கள் மாண்பமை வாரியத்தின் கவனத் திற்குக் கொண்டுவர விரும்புகிறார்கள்.

8. நீலகிரி மாவட்டத்தின் கூடுதல் பொறுப்பு வகிக்கும் ஆட்சியர் திரு எச். ட்ரீமென்ஹீரே அவர்களால் பொருள் கொள்ளப்படும் வகையில் ஒரு கட்டுப்பாட்டை அந்த ஆணை தொடர்ந்து எப்போதும் விதிக்குமா என்பது பற்றித் தெளிவுபடுத்துமாறும், வெளிப்படையான வார்த்தைகளில் விதி வகுக்குமாறும் மாண்பமை உங்கள் வாரியத்தை, உங்கள் மனுதாரர்கள் நயந்து வேண்டிக்கொள்கிறார்கள்.

9. அந்த ஆணையின் உட்கருத்து இத்தகுக் கட்டுப்பாடுகளை விதிக்கும் பட்சத்தில் மாண்பமை தங்கள் வாரியம் அதை நீக்கி விடுவதும், அதனால் உங்கள் மனுதாரர்கள் கொண்டுள்ள அவதிகளை நீக்கிவிடுவதும் அவசியமாகிறது. அத்தகைய குறைகளை அகற்றுவது குறித்து மன்றத்தமர் மாட்சிமிகு ஆளுநருக்கு அறிவுரைகூறும் நோக்கத்துடன் தங்களின் உண்மை மிகுந்த கவனத்தை இதன் பொருட்டு அளிக்கும்படி உங்கள் மனுதாரர்கள் கெஞ்சிக் கேட்டுக்கொள்கிறார்கள்.

இதற்காக உங்கள் மனுதாரர்கள் எப்போதும் வேண்டுரை செய்கிறார்கள்.

120 தொதவ மனுதாரர்கள் சார்பாக

மனுதாரர்களின் சட்ட ஆலோசகர்

உதகமண்டலம்
20 பிப்ரவரி, 1897

இந்த மனு மீதான ஆணையைப் பிறப்பிக்கையில், மாவட்ட நீதி நடுவரால் (மாவட்ட ஆட்சியர்) இந்தப் பொருட்பாட்டில் நிலவிவரும் ஆணை மீது கொள்ளப்பட்ட பொருள்கோள் சரியானது;

இறந்த தொதவர்களுக்காகக் கொள்ளப்படும் கெது தொடர்பாக, இறந்தவர்களின் எண்ணிக்கை எத்தனையாக இருந்தாலும் கெது ஒவ்வொன்றிலும் கொல்லப்படும் விலங்குகளின் எண்ணிக்கை இரண்டு அளவுக்குக் கட்டுப்படுத்தப்பட வேண்டும் என்று அரசு விதித்தது.

3

பழமையான ஓர் அரசாணை

இந்த ஆவணம் கல்வராயன் மலையில் வரி வசூல்
செய்யும் உரிமை பற்றியது – அ. கிருட்டிணமூர்த்தி, 1992.

முத்தியக் குறும்பக் கவுண்டருக்குக் கொடுக்கும் கிரயப் பத்திரம்

தென்னார்காடு டிஸ்டிரிக்ட்டு கல்லக்குரிச்சி தாலுக்காவில் ஆதியில் உமக்கு ஊழியத்திற்காக இனாமாய் விடப்பட்ட வாழப்பாடி மதுரா தும்பை 1 பாச்சேரி 2 கூடலூர் உள்பட மோட்டாம்பட்டி 3 அரசம்பட்டு உள்பட பனப்பாடி 4 அத்திப்பாடி 5 மொட்டயனூர் 6 எடப்பட்டு 7 எறுக்கம்பட்டு 8 பொரசாம்பூண்டி 9 இறும்பலப்பூண்டி 10 விலாரிக் காடு 11 மூணாமதுரை 12 துறூர் 13 முத்தனம் பெலாப்பூண்டி 14 சின்னபெலாபூண்டி 15 இன்னாடு 16 வெதூர் 17 பொர்ம்ப நத்தம் 18 முருக்கணாம்பட்டு 19 குழிப்புளி 20 ஏறிக்கறை 21 தும்பராம்பட்டி 22 ஆத்தூர் 23 வஞ்சிக்குழி 24 எடப்பட்டு 25 பல்லாறு 26 மான்கொம்பு 27 செருக்களூர் 28 பொரசம்பட்டு 29 விளநெல்லி 30 பூதரனம்பாக்கணம் 31 வாழகுழி 32 பெரும்பறூவூர் 33 பறிக்கஞ்சேரி 34 ஆளனூர் 35 தேக்கம்பட்டு 36 ஆனைமடுவு 37 மூலக்காடு 38 பாபாத்தி மூலை 39 கீறிபுள்ளி 40 கள்ளிப்பட்டு 41 பாலப்பட்டு 42.

1. இந்த எல்லா மலைக் கிராமங்களின் சர்க்கார் தீர்வை வசூல் செய்துகொள்ளும் பாத்தியம் உமக்கு இருக்கிறதென்பதை ஆலோசனை சபையிலுள்ள இந்திய செக்ரிடெரி ஆப் ஸ்டேட் அவர்களின் பிரதிநிதியாகிய சென்னப் பட்டணம் ஆலோசனை சபையிலுள்ள கவர்னர் அவர்களின் உத்திரவுபடி நான் ஒப்புக் கொள்கிறேன்.

2. இந்த மானியமானது இப்பொழுது விட்டுப்போன காவல் ஊழியத்திற்காக விடப்பட்டதால் இதற்காக வருஷ வாரி குயிட் ரெண்டு ரூ.154.00 செலுத்த வேண்டியது. இந்த குயிட்ரெண்டானது

நிறுத்திவிடப்பட்ட ஊழியத்திற்கும் மேற்படி இனாம் சர்க்காருக்கு மறுபடியும் சேரவேண்டிய பாத்தியதைக்கும் பதிலாக விதிக்கப் பட்டிருக்கிறது. இந்த இனாமுக்குள்ள குயிட்ரெண்டை நீர் செலுத்திவிட்டு உம்மிஷ்டப்படிக்கு அதை வைத்துக் கொள்ள வாவது விக்கிறயம் செய்து விடவாவது உரிமையுள்ள காணியாட்சியாக இப்பொழுது ஊர்ஜிதம் செய்யப்பட்டிருக்கிறது.

3. மேற்படி இனாம் குயிட்ரெண்டுக்குப் பதிலாய் இருபது வருஷத் திற்குள்ள குயிட்ரெண்டின் சமமான தொகையை ஒருமிக்கச் செலுத்த இஷ்டமிருந்தால் அந்தப்படி செய்யலாம்.

4. ஆதலால் உம்முடைய சாசனத்தில் 2வது பாராவில் கண்டிருக்கிற ஏற்பாட்டின்படி உம்முடைய உரிமையுள்ள காணியாட்சிக்குள்ள ஆதரவைத் திருப்ப சம்மதித்து இனாமில் சார்ஜு செய்யக்கூடிய குயிட்ரெண்டையும் ஊர்ஜிதமான விலக்கில் ரூபா.

கவர்மெண்ட் கஜானாவில் செலுத்தியிருக்கிறீர்.

5. ஆலோசனை சபையிலுள்ள இந்தியா செக்ரிடெரி ஆப் ஸ்டேட் அவர்களின் பிரதிநிதியாகிய சென்னப்பட்டணம் ஆலோசனை சபையிலுள்ள கவர்னர் அவர்களின் உத்திரவுப்படி நான் உம்முடைய இனாமை உரிமையுள்ள காணியாட்சியாக அதாவது கவர்ன்மெண்டின் எல்லாவித வரிகளின்றும் விலக்கும்படி நான் இதனால் நீடூழிகாலம் ஊர்ஜிதப்படுத்தியிருக்கிறேன்.

மேற்படி மானியத்தின் குயிட்ரெண்டுக்குப் பதிலாய் 20 இத்துக் குள்ள குயிட்ரெண்டுக்குச் சமமான தொகையை ஒருமிக்கச் செலுத்த இஷ்டமிருந்தால் அந்தப்படி செய்யலாம்.

1870 மார்ச்சு மீ 4உ
சென்னப்பட்டணம்

கையொப்பமிட்டது
ராபின்ஸன்
இனாம் கமிஷனர்

4
அண்மையில் அழிந்த ஒரு புராதன மொழி

புராதன மொழியின் அழிவு

2010 பிப்ரவரி முதல் வாரம் ஒரு புராதன இந்திய மொழி அழிந்து விட்டது. அந்தமான் தீவுகளில் பேசப்பட்ட 'போவா' (Boa) மொழியே அது. போவாவைக் கடைசியாகப் பேசி வந்தவர்கள் இருவர்தான். அதில் ஒரு முதியவர் அண்மையில் இறந்துபோனார். இந்த மொழியைப் பேசுவதற்கு வேறு எவருமில்லாமல் தன்னந்தனியாக இருந்தவர் மூதாட்டி போவா (Boa Sr). தன் மொழிப் பெயரையே தன்னுடைய பெயராகவும் கொண்டிருந்தவர் அவர். இந்தியாவில் வட மாநிலங்களில் இன்றும் மொழிப் பெயரைத் தம் பெயர்களின் பின்னொட்டாக வைக்கும் முறை உள்ளது. முண்டா பழங்குடியினர் பலர் தம் பெயருக்குப் பின்னால் முண்டா எனச் சேர்த்துக் கொள்வார்கள்.

அந்தமான் எண்ணற்ற தீவுகளைக் கொண்ட ஒரு தொகுப்பாகும். அங்குப் பல்வேறு மொழிகள் பேசப்பட்டு வந்துள்ளன. அதில் கிரேட் அந்தமான் (Great Andamanese) என்பது ஒரு பிரிவாகும். இதில் 10 மொழிகள் உள்ளன. அதில் ஒன்றே போவா மொழி. கிரேட் அந்தமானியர் பழங்குடியைச் சேர்ந்தவர்கள் இன்று 52 பேர் மட்டுமே வாழ்கின்றனர். அவர்களில் வயதில் மூத்தவர் போவா மூதாட்டியாவார். இவர் மட்டுமே அவர்களின் மொழியை முழுமை யாகப் பேச முடியும். மற்றவர்களால் பேச முடியாது. அந்த மூதாட்டியும் 2010 பிப்ரவரி மாதம் இறந்துவிட்டார்.

அழிவின் தொடக்கம்

அந்தமான் தீவுகளின் வரலாறும் அங்குள்ள மனிதகுலத்தவர்களின் தொன்மையும் தமிழர்கள் கவனிக்க வேண்டிய ஒன்றாகும். 1858இல் ஆங்கிலேயர்கள் அந்தமான் தீவுகளைத் தமது காலனியாக மாற்றினார்கள்.

அப்போது 10 பழங்குடியினங்கள் அங்கு வாழ்ந்தார்கள். கிரேட் அந்தமானியர் எனும் இனம் மட்டும் 5000 அளவில் இருந்தார்கள். காலனிய மக்களின் தாக்குதலால் பலர் இறந்தார்கள். காலனியவாதிகளால் பரவிய புதிய வகை நோய்களுக்கு ஆட்பட்டு இறந்தவர்கள் பலர். அவர்களுடன் சுமூகமான உறவுகொண்டு பழகுவதற்கு ஆங்கிலேயர்கள் தொடர்ந்து முயற்சிகளை மேற்கொண்டார்கள். வெற்றிபெற முடியவில்லை. இறுதியாகப் பலரைச் சிறைப்பிடித்து ஆங்கிலேயர்கள் ஏற்படுத்திய 'அந்தமான் காப்பகத்தில்' வளர்க்க முற்பட்டனர். ஏறக்குறைய 150க்கும் மேற்பட்ட குழந்தைகள் காப்பகத்தில் பிறந்து வளர்ந்தார்கள். இரண்டு வயதைத் தாண்டி யாரும் உயிருடன் இருக்கவில்லை.

ஜவஹர்லால் நேரு பல்கலைக்கழகத்தில் இருந்தபோது மொழியியல் பேராசிரியர் அன்விதா அபி அந்தமான் பழங்குடிகளின் மொழிகளை ஆராய்ந்தார். இந்தியாவில் திராவிடம், இந்திய-ஆரியம், ஆஸ்திரிய-ஆசியம், திபேத்திய-பர்மியம் ஆகிய நான்கு மொழிக் குடும்பங்களே உள்ளனவென்று இத்தனை நூற்றாண்டுகள் பேசப்பட்டுவந்துள்ளன. ஆனால், அந்தமான் பழங்குடிகளின் மொழிகளை ஆராய்ந்த பிறகு அன்விதா அபி இந்தியாவில் ஆறு மொழிக் குடும்பங்கள் இருப்பதை அங்கீகரிக்க வேண்டுமென்றார்.

அந்தமான் பழங்குடிகளின் வாழ்வாதாரத்திற்காகப் பாடுபட்டு வரும் 'சர்வைவல் இன்டர்நேஷனல்' எனும் அமைப்பின் இயக்குநர் ஸ்டீபன் கோரி இம்மக்களின் தனித்துவங்களையும் ஆங்கிலேயக் காலனிகளால் சிதறுண்டதையும் அழகாக விவரிக்கிறார்.

புராதன அறிவு அழிவுற்றது

2004 டிசம்பரில் வந்த சுனாமியின் போது அந்தமான் தீவுக் கூட்டங்களில் வாழ்ந்த பழங்குடிகள் எவ்வாறு சுனாமியில் இருந்து தப்பித்தனர் என்பதையும் கண்கூடாகக் கண்ட நிகழ்வுகளுடன் விவரிக்கிறார். பல்லாயிரக்கணக்கான உயிர்களைப் பலிகொண்ட சுனாமியிடமிருந்து அந்தமான் பழங்குடியினர் மிகவும் லாவகமாகத் தப்பித்துக்கொண்டனர். கடலின் சீற்றத்தைப் பார்த்தவுடன் மரத்தில் ஏறிக்கொண்டும் பல்வேறு வழிமுறைகளைக் கையாண்டும் இவர்கள் தப்பித்துக் கொண்டனர். ஆனால் அந்தமான் பழங்குடியினரில் கிரேட் அந்தமானியர் காலனியத்தாலும் அதனைத் தொடர்ந்து தற்சார்பு நிலையை இழந்து வெளியாரைச் சார்ந்து வாழும் வாழ்க்கை

முறையாலும் தம் போவா மொழியைக் காப்பாற்றிக்கொள்ள முடியாதவர்களாக நிர்கதியாயினர்.

தொல் பழங்காலம் முதல் பல ஆயிரமாண்டுகள் தொடர்ந்து வாழ்ந்து வரும் ஓர் இனம் இது. இப்பழங்குடிகளிடம் ஏறக்குறைய 65,000 ஆண்டுகளுக்கும் மேல் வாழ்ந்த ஒரு மொழி நம் காலத்தில் நம் கண்களின் முன்னால் அற்றுப் போய்விட்டது ஓர் அவலம்; இந்தியர் ஒவ்வொருவருக்குமான அவலமாகும்.

இலக்கியங்களில் அந்தமான்

தமிழிலக்கியங்களிலும் ஆவணங்களிலும் அந்தமான் பற்றிய குறிப்புகள் உள்ளன. பழந்தமிழர்கள் அந்தமான் நிக்கோபர் தீவுக்கூட்டத்தை 'நக்கவாரம்' என்றழைத்தனர். பழந்தமிழில் இதன் பொருள் மலையகத்தில் வாழும் ஆடையில்லாத, அம்மணமான மக்கள் என்பதாகும். 11ஆம் நூற்றாண்டுச் சோழக் கல்வெட்டுகளும் இக்குறிப்பைக் காட்டுகின்றன. இராஜேந்திர மன்னன் கடல்வழி வணிகத்தின்போது 'மா நக்க வாரம் பகுதியை வெற்றிகொண்டான்' என இக்கல்வெட்டுக்கள் மூலம் அறியமுடிகிறது. பௌத்த இலக்கியமாகிய மணிமேகலையும் நக்க சாரணம் எனும் ஆடையற்ற நாடோடிக் கூட்டத்தைக் குறிப்பிடுகிறது. இன்றும்கூட இப்பெயர் உருமாறி மருவி நிற்பதைக் காண முடிகிறது. அந்தமான் தீவுக் கூட்டங்களில் தென்பகுதிக் கூட்டம் 'நிக்கோபார்' என்று அழைக்கப் படுகிறது. நக்காவரம் என்பதே 'நிக்கோபார்' என்று மருவிவிட்டது.

பின்னுரை

அந்தமான் தீவுக்கூட்டங்களில் காட்டுப் பகுதிகளில் வாழும் ஜாரவா பழங்குடி ஓரளவு பண்பாட்டு விபத்திலிருந்து தப்பித்துக் கொண்டிருக்கும் பழங்குடியாக உள்ளது. கிரேட் அந்தமானியர் தமது புராதன மொழியான போவா மொழியை இழந்துவிட்டனர். தொல் பழங்காலம் முதல் இன்று வரை தொடர்ந்து வழக்கிலிருந்த இம்மொழி நம் காலத்தில் அற்றுப் போயிருப்பது நமக்கு அவப்பெயரை ஏற்படுத்தியுள்ளது. எஞ்சியுள்ள மக்களிடம் இம்மொழியை உயிர்ப்பிக்க வேண்டியது இந்திய அரசின் கடமையாகும்.

கலைச்சொற்கள்

அகத்தார் பார்வை	Insider view
அகமணம்	Endogamy
அகவயப் பார்வை	Emic approach
அட்டவணைப் பழங்குடி	Scheduled tribe
அமைப்பியம்	Structuralism
அயலார் பார்வை	Outsider view
ஆதிக்குடி/முதுகுடி	Primitive tribe
ஆவி வழிபாட்டினர்	Animists
ஆவி வழிபாடு	Animism
இளையவர் கூடம்	Dormitory
இனப்பெயர்	Ethnonym
இனவகைமை	Ethnic category
இனவரலாறு	Ethnohistory
இனவரைவியல்	Ethnography
இனவரைவியல் ஆட்சிமுறை	Ethnographic state
உடனடிப் பலன்பெறும் முறை	Immediate return system
உயிர்வெளிப் பாதுகாப்பு	Biosphere reserve
உறவுமுறைசார் உற்பத்தி	Kinbased production
எளிமைச் சமூகம்	Simple society
ஒரு காரணக் கோட்பாடு	Mono-causal theory
ஓரிடம்தங்கா ஆயர் வாழ்வு	Transhumance
ஓரிடம் தங்கா உணவு சேகரிக்கும் சமூகங்கள்	Foraging societies
ஓரிடம் வாழும் உணவு சேகரிப்பாளர்கள்	Settled foragers
களப்பணி	Fieldwork
கிராமக் காடு	Village forest
குடிப்பெயர்ச்சிக் கதை	Migration tale
குடிமதிப்பு	Census

குற்றவாளிப் பழங்குடி	Criminal tribe
கூட்டு/கலப்புப் பொருளாதாரம்	Mixed economy
கூட்டுமரபு	Great tradition
சகோதரர்கள் பலகணவர் மணம்	Fraternal polyandry
சமத்துவச் சமூகம்	Egalitarian society
சமூக ஒழுங்கமைப்பு	Social organization
சிக்கலான மாறிகள்	Complex variables
செயற்பாட்டியம்	Functionalism
தனித்த பகுதிகள்	Excluded areas
தனித்தொதுக்கப்பட்ட காடு	Reserved forest
தனிமரபு	Little tradition
தாங்கு திறன்	Carrying capacity
தாமதமாகப் பலன்பெறும் முறை	Delayed return system
தொல்குடி	Aborigine
தொன்மைப் பொதுவுடைமை	Primitive communism
தோற்றத் தொன்மம்	Origin myth
படிமலர்ச்சி	Evolution
பண்பாட்டுச் சூழியல்	Cultural ecology
பலகணவர் மணம்	Polyandry
பலகாரணக் கோட்பாடு	Multi-factoral theory
பழங்குடி	Tribe
பழமரபுக் கதை	Legend
பாதுகாப்புக்குரிய காடு	Protected forest
பிழைப்பாதார மதிப்பு	Survival value
பிழைப்புப் பொருளாதாரம்	Subsistence economy
பின்காலனியம்	Post-colonialism
புதுப்படிமலர்ச்சி	Neo-evolution
புறவயப் பார்வை	Etic approach
பூர்வகுடி	Indigenous people
பெண்குழந்தைக் கொலை	Female infanticide
மண்ணின் மைந்தர்	Autochthon
மந்திரம்	Magic
மானிடவியல்	Anthropology
முழுமையியம்	Holism
வழக்காறு	Lore
வாய்மொழி வரலாறு	Oral history

உசாத்துணை

அகத்தியலிங்கம், ச. (பதி.). 1972. தமிழகப் பழங்குடிகள். அண்ணா மலை நகர்: ஆராய்ச்சி மாணவர் வெளியீடு.

அய்யப்பன், கி. 2014. கல்வராயன் மலையாளிகள்: அன்றும் இன்றும். கடையம்: விசாலட்சுமி பதிப்பகம்.

அல்போன்சா, எஸ். 1985. மலைவேடர்களின் நம்பிக்கைகள் (மதுரை வட்டாரம்). மதுரை: மதுரை காமராசர் பல்கலைக்கழகம்.

அழகர், க.2004. விருதுநகர் மாவட்டப் பழியர்களின் வாழ்வியல். மேல ஆவரம்பட்டி: வெண்ணிலா பதிப்பகம்.

அன்னகாமு, செ. 1961. மேல்மலை மக்கள். தஞ்சாவூர்: சர்வோதயப் பிரசுராலயம் (விற்பனை உரிமை).

இதயவேந்தன், விழி.பா. 2005. பழங்குடியினர்: கதை, கவிதை, கட்டுரைகள். திண்டிவனம்: பழங்குடி இருளர் பாதுகாப்புச் சங்கம்.

இந்திய மிஷனெரி சங்கம். 1963. பளியர் பூமியில் முத்துமாலை. பாளையங்கோட்டை.

இரகுபதி, பொ. 2007. வல்லியக்கனும் வல்லிபுரநாதரும். பன்முக சிந்தனைகளுக்கான கூடம். இதழ் 4 (ஜனவரி-மார்ச்): 55-63.

இராசேந்திரன், சு. 2008. முதுவர் இனப் பழங்குடிகள். சென்னை: சேகர் பதிப்பகம்.

இராசேந்திரன், ம. 2014. மெக்கன்சி சுவடிகளில் தமிழகப் பழங்குடி மக்கள். புத்தாநத்தம்: அடையாளம்.

இராமர்,சு. 2014 திணைக்கோட்பாட்டு மரபில் குடியாக்கம். சிவகங்கை: சிவமணி பதிப்பகம்.

இலட்சுமி, ஜே.ஆர். 2016. ஆனைமலைக் காடர்கள். சென்னை: மதன்மோனிகா பதிப்பகம்.

கல்விமணி, பிரபா (கல்யாணி). ஆ.இ. இருளருனா இளக்காரமா? திண்டிவனம்: பழங்குடி இருளர் பாதுகாப்புச் சங்கம்.

கவிதா, த. 2011. மலசர் பழங்குடிகள். சென்னை: அருள் பதிப்பகம்.

காமராஜ், கா. 2014. *பழங்குடி மாணவர்களுக்கான தமிழ்மொழிப் பாடநூல் மதிப்பீடு*. சென்னை: உலகத் தமிழராய்ச்சி நிறுவனம்.

கார்மேகம், ச. 2016. நிகழ்த்துதல் அணுகுமுறையில் காணிக்காரர்களின் சாற்றுப்பாட்டுச் சடங்கு. *புதிய ஆராய்ச்சி* 5: 104-140.

கிருட்டிணமூர்த்தி, அ. 1992. *கல்வராயன் மலை மக்கள்*. சென்னை: சேகர் பதிப்பகம்.

குணசேகரன், க. 2008. *இருளர்கள்: ஓர் அறிமுகம்*. சென்னை: கிழக்கு.

குணசேகரன், கே.ஏ. 1989. *நீலகிரி மலையின மக்கள் ஆட்டங்கள்*. தஞ்சாவூர்: தமிழ்ப் பல்கலைக்கழகம்.

_______. 2006. *தமிழக மலையின மக்கள்*. சென்னை: என்சிபிஎச்.

குப்புசாமி, பாகூர் சு. 1978. *மலையமான்கள்*. சென்னை: சேகர் பதிப்பகம்.

கென்னடி, ஜான். 1999. *கோடைமலைப் பழங்குடியினர்*. மதுரை: முகில் வெளியீடு.

கோபாலகிருஷ்ணன், ம.சு.1963. *மானிடவியல்*. சென்னை: தமிழ் வெளியீட்டுக் கழகம்.

கோவிந்தராஜ், ரே. 2017. *ஜவ்வாதுமலை மக்களின் வாழ்வியலும் பண்பாடும்*. முனைவர்பட்ட ஆய்வேடு, மாநிலக் கல்லூரி, சென்னை.

கோவிந்தன், தி. 1995. *தருமபுரி மாவட்டப் பழங்குடிகள்*. தருமபுரி: ஸ்ரீ விவேகானந்தர் கொடை மற்றும் அறக்கட்டளை.

சக்திவேல், சு. 1998. *தமிழ்நாட்டுப் பழங்குடி மக்கள்*. சென்னை: மணிவாசகர் பதிப்பகம்.

சக்திவேல், சு. 2004. *சமவெளி இருளர் வாழ்வும் பண்பாடும்*. தமிழ்ப் பல்கலைக்கழக முனைவர் பட்ட ஆய்வேடு.

சண்முகம், பெ. 2008. *வனஉரிமைச் சட்டம்: ஒரு வரலாற்றுத் திருப்புமுனை*. சென்னை: தமிழ்நாடு மலைவாழ் மக்கள் சங்கம்.

சிதம்பரநாதபிள்ளை, வே. 2005. *குறும்பரின் விடுகதைகள்*. தஞ்சாவூர்: தமிழ்ப் பல்கலைக்கழகம்.

_______. 2006. *தமிழகக் காணிக்காரப் பழங்குடியினரின் நாட்டுப்புறப் பாடல்கள்*. தஞ்சாவூர்: தமிழ்ப் பல்கலைக்கழகம்.

சிவகாமி. 2005. *தமிழகப் பழங்குடியினர் நிலவுரிமை*. திண்டிவனம்: பழங்குடி இருளர் பாதுகாப்புச் சங்கம்.

சிவசுப்பிரமணியன், ஆ. 1999. *மந்திரமும் சடங்குகளும்* (இரண்டாம்

பதிப்பு). சென்னை: என்சிபிஎச்.

சிவத்தம்பி, கா. 2005. *பண்டைய தமிழ்ச் சமூகத்தில் நாடகம்.* சென்னை: குமரன் புத்தக இல்லம்.

சீனிவாசன். 1961. *நமது பழங்குடிகள்.* சென்னை: தமிழ்ப் புத்தகாலயம்.

சுப்பிரமணியம், வ.அய். 1961. *கேரளப் பழங்குடி மக்கள்: சில கட்டுரைகள்.* மதுரை: மீனாட்சி புத்தக நிலையம்.

சுப்பிரமணியன், தி. 2015. *தொல்லியல் நோக்கில் குறுமன்ஸ் பழங்குடி.* தருமபுரி: அதியமான் சமூக வரலாற்று ஆய்வு மையம்.

செங்கோ. 1979. *வனாந்தரப் பூக்கள்: வெட்டக்காடு இருளப்பள்ளர் என்ற கோவை இருளரைப் பற்றிய ஒரு சமூகவியல் அறிமுகம்.* சென்னை: என்சிபிஎச்.

செந்தீ நடராசன். 2016. *சிற்பம்-தொன்மம்.* சென்னை: என்சிபிஎச்.

செல்லப்பெருமாள், ஆ. 2004. தமிழகப் பழங்குடிகளின் இடப்பெயர்ச்சிக் கதைகள். *சனங்களும் வரலாறும்* நூலிலுள்ள கட்டுரை. ப-ர், ச. பிலவேந்திரன். புதுச்சேரி: வல்லினம்.

ஞானசுந்தரம், வ. 2009. *இந்தியச் சூழலில் மொழி இழப்பு: ஒரு சமுதாய மொழியியல் பார்வை.* சென்னை: உலகத் தமிழாராய்ச்சி நிறுவனம்.

________. 2013. ஏளு ஆண்மக்களுமு ஒரு பொட்ட பொண்ணுமு: ஒரு பழங்குடியின எரவல்ல மொழிக்கதை. *புதிய பனுவல்,* தொகுதி 5, இதழ் 1: 7-28.

டாக்டர் நசீம்தீன், பி. 1977. *தேக்கடி மலைப் பழங்குடிகளின் வாழ்வியல் (மன்னான்).* இளமுனைவர் பட்ட ஆய்வேடு, கேரளப் பல்கலைக் கழகம்.

________. 1989. *இடுக்கி மாவட்டப் பழங்குடி மக்களின் வழக்காற்றியல்.* சிவகங்கை: அன்னம்.

தமிழ்நாடன். 2009. *கொங்கு நாடும் கிழக்கிந்தியக் கம்பெனியும் (1792 - 1856).* ஈரோடு: புதுமலர் பதிப்பகம்.

______. 2011. மலையின மக்கள் கலை, இலக்கியம். *இலக்கிய ஆராய்ச்சி* 2 (சூன் இதழ்) 28 - 52.

தர்மராஜ், யோ. 2004. *காணிக்காரப் பழங்குடியினத்தவரின் வழக்காற்றியல்.* நாகர்கோவில்: தென்னிந்திய வரலாற்று ஆவணப் பதிப்பகம்.

தர்ஸ்டன், எட்கர் & க. ரங்காச்சாரி (தமிழாக்கம் க.ரத்னம்). 1986-2005. *தென்னிந்தியக் குலங்களும் குடிகளும்* (7 தொகுதிகள்). தஞ்சாவூர்: தமிழ்ப் பல்கலைக்கழகம்.

துரைமுருகன், செ. 2011. *கூடலூர் வட்டாரத் தொல் பழங்குடிகளின் வழக்குத் தமிழ்.* முனைவர்பட்ட ஆய்வேடு, புதுவைப் பல்கலைக் கழகம்.

தெய்வம், இரா. 2010. *சித்தேரி மலைவாழ் மக்களின் வாழ்வியல்.* முனைவர் பட்ட ஆய்வேடு, பெரியார் பல்கலைக்கழகம், சேலம்.

தேவகி, பா. 2013. *தமிழர் பண்பாட்டில் இருளர் குலமரபுகள்.* நெய்தல் பதிப்பகம்.

நஞ்சப்பன், ந. 2007. பழங்குடியினர் பண்பாடு. திருப்பத்தூர் தூய நெஞ்சக் கல்லூரி நடத்திய கருத்தரங்கில் வழங்கிய கட்டுரை, டிசம்பர் 18-19, 2007.

நரசிம்மன், து. & சௌந்திர பாண்டி.2003. தமிழகக் காடுகளும் வனச்சிறு பொருள்களும் (அச்சாக்கம் பெறாத கட்டுரை).

நல்லதம்பி, சி. 2011. *தமிழகப் பழங்குடி வழக்காற்றியல்: கல்வராயன் மலைப் பழங்குடி மக்கள்.* சென்னை: புலம்.

பகத்சிங், அ. 2014. *சோளகர் வாழ்வும் பண்பாடும்.* பொள்ளாச்சி: எதிர் வெளியீடு.

பரமசிவன், தொ. 2001. *பண்பாட்டு அசைவுகள்.* நாகர்கோவில்: காலச்சுவடு பதிப்பகம்.

________.2007. *பண்பாட்டு மானிடவியல் நோக்கில் தமிழிலக்கிய ஆய்வுகள்* (அச்சாக்கம்பெறாக் கட்டுரை).

பரமசிவானந்தம், அ.மு. 1967. *மலைவாழ் மக்கள் மாண்பு.* சென்னை: தமிழ்க்கலைப் பதிப்பகம்.

பழனிச்சாமி, மா. 2009. *கேரள ஊராளிப் பழங்குடிகளின் வழக்காற்றியல்.* சென்னை: திருக்குறள் பதிப்பகம்.

பாரதி, பக்தவத்சல. 1988. பண்பாட்டு மாற்றமும் மரபுவழி நம்பிக்கையும்: பழங்குடிப் பண்பாட்டில் ஓர் ஆய்வு. *நாவாவின் ஆராய்ச்சி,* இதழ் 27: 5-12.

________. 2002. *தமிழர் மானிடவியல்.* புத்தாநத்தம்: அடையாளம்.

________. 2006. அணைக்கட்டுகள் அணுகுண்டுகளா? *தீராநதி* மே 56-60.

________. 2007 அ. திராவிடப் பழங்குடியியல் ஆய்வுகள் (தனிச் சுற்றுக்கான கட்டுரை).

________. 2007 ஆ. சங்ககால இனக்குழுச் சமூகக் கட்டமைப்பு. *சங்ககால நாட்டார் மரபுகள்* எனும் தேசியக் கருத்தரங்கில் வழங்கிய கட்டுரை, பிப்ரவரி 2007, தூய சவேரியார் கல்லூரி, பாளையங்கோட்டை.

________. 2007 இ. சங்ககாலக் காட்டெரிப்பு வேளாண் சமூகம். *சங்க இலக்கியத்தில் சமூகங்கள்* எனும் தேசியக் கருத்தரங்கில் வழங்கிய கட்டுரை, மார்ச் 2007, இராணிமேரி கல்லூரி, சென்னை.

________. 2007 ஈ. *கொண்டரெட்டிகள்* (களப்பணி விவரங்கள்).

________. 2007. *தமிழகப் பழங்குடிகள்.* புத்தாநத்தம்: அடையாளம்.

________. 2010. அண்மையில் அழிந்துவிட்டது ஒரு புராதன மொழி. *உன்னதம்* மார்ச் 2010: 64–65.

________. 2011. *மானிடவியல் கோட்பாடுகள்.* புத்தாநத்தம்: அடையாளம்.

________. 2012. *பாணர் இனவரைவியல்.* புத்தாநத்தம்: அடையாளம்.

________. 2013. *வரலாற்று மானிடவியல்.* புத்தாநத்தம்: அடையாளம்.

________. 2014. *இலக்கிய மானிடவியல்.* புத்தாநத்தம்: அடையாளம்.

________. 2016. தமிழகப் பழங்குடிகளின் வாய்மொழி இலக்கியம். சாகித்திய அகாதெமி புதுச்சேரியில் செப்டம்பர் 23, 24.9.2016இல் நடத்திய *தமிழகப் பழங்குடிகளின் வாய்மொழி இலக்கியம்* எனும் இரண்டு நாள் தேசியக் கருத்தரங்கில் வழங்கிய கருத்தரங்க முதன்மை உரை.

________. (பதி.). 2017. *தமிழகத்தில் நாடோடிகள்: சங்ககாலம் முதல் சமகாலம் வரை.* புத்தாநத்தம்: அடையாளம்.

________. 2017. *பண்பாட்டு மானிடவியல்.* புத்தாநத்தம்: அடையாளம்.

பாலகிருஷ்ணன், இரா. 1984. *நீலகிரி மொழிகள்.* அண்ணாமலை நகர்: அனைத்திந்திய மொழியியற் கழகம்.

பாலசுந்தரன், ஆதி. 2012. *சேரர் வரலாறும் பழனிமலைவாழ் பழங் குடிகளும்.* தஞ்சாவூர்: தமிழ்ப் பல்கலைக்கழகம்.

பாலுசாமி, சா. (பதிப்பாசிரியர்) லி. வேதவல்லி எ.தே. இஸ்ரேல் ஆலிவர் கிங் (தொகுப்பாசிரியர்). 2002. *கொல்லிமலை மக்கள் பாடல்கள்.* சென்னை: ம.சா. சுவாமிநாதன் ஆராய்ச்சி நிறுவனம்.

புவியரசு, சி. 2013. *சித்தேரி பழங்குடி இன மக்களின் வரலாறும் வாழ்வியலும்.* சென்னை: காவ்யா.

பூங்குன்றன், ர. 2007. தொல்குடிகள். *சமூக விஞ்ஞானம்* மலர் 4, இதழ் 16: 12-19.

________. 2016. *தொல்குடி, வேளிர், வேந்தர்.* சென்னை: என்சிபிஎச்.

பெரியாழ்வார், ஆர். 1976. *இருளர் வாழ்வியல்.* சென்னை: தமிழ் நூலகம்.

பெருமாள், அ.கா. 2005. தமிழகப் பழங்குடிகள். *மனோரமா இயர் புக்.* 302-18.

பெருமாள், எஸ்.ஏ. 2009. *பழங்குடி மக்களின் வீரப் போராட்டங்கள்.* சென்னை: பாரதி புத்தகாலயம்.

பெனிடிக்ட், ரூத். (தமிழில் உமாபாலு). 2017. *பண்பாட்டுக் கோலங்கள்.* புத்தாநத்தம்: அடையாளம்.

மகேசுவரன், சி. 1983. பச்சைமலை மலையாளிகள்: ஓர் இனவியல் அறிமுகம். *ஆராய்ச்சி* 24, மலர் 6, இதழ் 4: 228-35.

மணி, மா.மு. 1996. சேலத்து மலைப்புறங்களில் ஆங்கிலேயரது நிதி நிர்வாகம். *தமிழ்நாட்டு மலைவாழ் பழங்குடி மக்கள்* நூலிலுள்ள கட்டுரை, பக்.23-27. தொகுப்பாசிரியர் தமிழ்நாடன். சேலம்: சேலம் மாவட்ட ஓவியர் எழுத்தாளர் மன்றம்.

மல்லி, பி.கே. 2011. சிலப்பதிகாரத்தில் கோத்தர். *தென்மொழி* நவம்பர் 2011 இதழ்: 23-24.

மனுஜோஸ். 2001. *முள்ளுக்குறும்பருது களிப்பாட்டுகள்.* கூடலூர்: ஆதிவாசி முன்னேற்றச் சங்கம்.

மனோகரன், ச. 2012. *திராவிட மொழிகளும் திராவிட மொழி ஆய்வுகளும்.* சென்னை: உலகத் தமிழாராய்ச்சி நிறுவனம்.

மார்க்ஸ், அ. 1999. *இருளர் மீது தொடரும் வன்கொடுமைகள்.* திண்டிவனம்: பழங்குடி இருளர் பாதுகாப்புச் சங்கம்.

முத்துஇலக்குமி, க. 2016. *முதுவர் வாழ்வியல்.* சென்னை: திருக்குறள் பதிப்பகம்.

ராஜஸ்ரீ 2006. *கன்யாகுமரி மாவட்டக் காணிகளின் பணிசாற்றுப் பாடல்கள்.* முனைவர்பட்ட ஆய்வேடு, கேரளப் பல்கலைக்கழகம்.

ரெங்கையா முருகன். 2007. பழங்குடியினர் தொன்மங்கள்.க ஜனவரி-மார்ச் 79-84.

ரெங்கையா முருகன் &ஹரிசரவணன். 2010. *அனுபவங்களின் நிழல் பாதை.* திருவண்ணாமலை: வம்சி.

லட்சுமணன். 2014. *ஒடியன்: இருளர் மொழிக் கவிதைகள்.* சென்னை: என்சிபிஎச்.

லஜபதிராய், தி. 2016. *தமிழகத்தில் தொல்குடிகளும் காடுகளும்: ஒரு அறிமுகம்.* சென்னை: கீழைக்காற்று.

லூசினா. 2009. *பழங்குடியினர் மற்றும் இருளர் பெண்கள்.* திண்டிவனம்: பழங்குடி இருளர் பாதுகாப்புச் சங்கம்.

லூர்து, தே.2000. *நாட்டார் வழக்காற்றியல் கோட்பாடுகள்.* பாளையங் கோட்டை: நாட்டார் வழக்காற்றியல் ஆய்வு மையம்.

_____. 2007. *பண்டைத்தமிழிலக்கியங்களும் பண்பாட்டாய்வும்* (அச்சேறாத கட்டுரை).

வாசமல்லி, கே. 2016. தொதவர் வாழ்வும் பண்பாடும். சாகித்திய அகாதெமி செப்டம்பர் 23, 24.9.2016 புதுச்சேரியில் நடத்திய தமிழகப் பழங்குடிகளின் வாய்மொழி இலக்கியம் எனும் கருத்தரங்கில் வாசித்த கட்டுரை.

வாசமல்லி, கே. & ரா. காத்திக் நாராயணன். 2017. *மாறும் உலகில் மறையா ஒலிகள்: தோடர் வாய்மொழி இலக்கியத்தின் ஒரு தொகுப்பு.* புது தில்லி: சாகித்திய அகாதெமி.

வானமாமலை, நா. 1992. *பழங்கதைகளும் பழமொழிகளும்.* சென்னை: என்சிபிஎச்.

விஜயலட்சுமி, த. 2008. *இரவாளப் பழங்குடிகளின் வாழ்வியல்.* சென்னை: திருக்குறள் பதிப்பகம்.

வேலப்பன், கெ. 1994. *ஆதிவாசிகளும் ஆதிவாசி பாஷைகளும்.* திருவனந்தபுரம்: கேரளா பாஷா நிறுவனம்.

வேலாயுதன், சு. 2003. *மேற்கு மலைத்தொடர் பளியர்களின் வாழ்வியல்.* நாகர்கோவில்: செந்தில் பதிப்பகம்.

ஜெயசீலன், க. 1997. *குறுமன் பழங்குடியினர் வரலாறும் கலாச்சாரமும்.* மாடப்பள்ளி: கவி உலா வெளியீடு.

ஜெயதேவ், சி.ஜே. 1962. *பழங்காலப் பண்பாடும் பழங்குடிகள் பண்பாடும்.* சென்னை: அரசு அச்சகம்.

ஸ்டீபன், ஞா. 1997. *கொக்கரை: காணிக்காரர் வாழ்வும் பண்பாடும்.* நாகர்கோவில்: திணை வெளியீட்டகம்.

Ahmed, S.K. and Vergheese. 1965. A Note on Kanis of Papanasam Hills of Tirunelveli District of Madras State. *Vanyajati* 13, 4: 146-49.

Aiyappan, Ayinipalli. 1948. *Report on the Socio-economic Conditions of the Aboriginal Tribes of the Province of Madras*. Madras: Government Press.

_____. 1988. *Tribal Culture and Tribal Welfare*. Madras: University of Madras.

_____. 1992. *The Paniyas: An Ex-slave Tribe of South India*. Calcutta: Institute of Social Research and Applied Anthropology.

Aiyappan, A. & Mahadevan, K. 1990. *Ecology, Economy, Matriliny and Fertility of Kurichians*. New Delhi: B.R. Publishing Corporation.

Ananthakrishna Iyer, L.K. 1909-1912. *The Tribes and Castes of Cochin*.

3 vols. (Reprint). New Delhi: Cosmo Publications.

_____. 1937-1941. *The Travancore Tribes and Castes*. 3 vols. Trivandrum: Government Press.

Ananthakirshna Iyer, L.. K. and Bala Ratnam.1961. *Anthropology in India*. Bombay: Bharatiya Vidya Bhavan.

Atal, Yogesh (ed.) 1983. *Swidden Cultivation in Asia* (3 vols). Bangkok: UNESCO.

Atlas of Tribal India. 1990. With Computed Tables of District-Level Data and its Geographical Interpretations, ed. by Moonis Raza and Aijazuddin Ahmad. New Delhi: Concept Publishing House.

Baden-Powell, B.H. 1977 (1892). *The Indian Village Community*. Delhi: Cosmo Publications (Reprint).

Bailey, F.G. 1961. 'Tribe' and 'Caste' in India. *Contributions to Indian Sociology*, Vol. 5.

Bascom, W. 1965. Four Functions of Folklore: In *The Study of Floklore*, ed. A. Dundes, Prentice- Hall.

Basham, A.L. 1954. *The Wonder that Was India*. London: Sidgwick and Jackson.

Beteille, Andre. 1986. The Concept of Tribe with Special Reference to India. *European Journal of Sociology* 27: 297-318.

Bharathi, Bhakthavatsala S. 1996. Nation Building Process and Development in India. *Indian Economic Panorama* 39-43.

_____. 1999. Human Rights and Development Projects in India. *The Journal of Human Rights* 3,4: 19-22.

_____. 2000. The Nilgiri Tribal Heritage. Paper Presented to the *Indira Gandhi Memorial Seminar on Tribal Heritage of South India*, Mangalore University, December 26-29.

_____. 2008. Tribal Development: Agenda for Endogenous Development. In *Indian Tribes and the Mainstream*, eds. Sukant K. Chaudhury and S.M. Patnaik, pp. 269-278. Jaipur: Rawat Publications.

_____. et al. 2009.*Vaagri Material Culture: A Resource Book for the Vaagri Community*. Chennai: National Folklore Support Centre.

_____. 2010. The Vaagri in Tamilnadu: Ethnographic Perspectives. In *Social History of Tamil Vaagri*, ed. by M.D. Muthukumarasamy. Chennai: National Folklore Support Centre.

_____. 2017. Unearthing Aboriginal Pan-Indianism: Perspectives from the Tamil Region. Paper presented in a National Seminar on *Unwritten*

Languages in India, organized in New Delhi by Sahitya Akademi on 27.02.2017.

Bhaskar, S. 1990. *Prehistoric and Primitive Hunter-Gatherers of South India.* New Delhi: Discovery Publishing House.

Bhanu, B.A. 1984. *Societal Development in a Pre-Agricultural Socity: The Cholanaickan-The Cave-man of Kerala.* PhD Thesis, University of Mysore.

_____. 1991. Boundaries, Obligations and Reciprocity: Levels of Terrtorialityamong the Cholanaickan of South India. In *Mobility and Territoriality* ed. by M.J. Kashmir and Aparna Rao, pp. 29-54. Oxford: Berg Publishers Ltd.

Bird-David, Nurit. 1982. 'Inside and Outside' In Kinship Usage: The Hunter-Gatherer Naicken of South India. *Cambridge Anthropology* 7(1): 47-57.

_____. 1983. Wage-Gathering: Socio-economic Change and the Case of the Naickan of South India. In P. Robb (ed). *Rural South Asia: Linkages, Changes and Development,* 57-88. London: Curzon Press.

_____. 1987. The Kurumbas of the Nilgiris: An Ethnographic Myth? *Modern Asian Studies* 21(1): 173-89.

_____. 1989. An Introduction to the Naikens: The People and the Ethnographic Myth. In Paul Hockings (ed.) (1989) pp. 249-80.

_____. 1990. The Giving Environment: Another Perspective on the Economic system of Gatherer-Hunters. *Current Anthropology* 31(2): 189-96.

_____. 1997. The Nilgiri Tribal System: A View from Below. In *Paul Hockings* (ed.). (1997) pp.5-22.

Blackburn, Stuart H & A.K. Ramanujan. (edo.) 1986. *Another Harmony: New Essays in the Folklore of India.* Delhi: Oxford University Press.

Breeks, James W. 1873 (1983). *An Account of the Primitive Tribes and Monuments of the Nilagiris.* Delhi: Publishing House.

Chhabra, Tarun. 2015. *The Toda Landscape: Explorations in Cultural Ecology.* Harvard University & Orient Blackswan.

Chidambaranatha Pillai, V. 1978. *A Grammar of the Kasaba Language.* Annamalai Nagar: Annamalai University.

Cleghorn, H.F.C. 1861. *The Forest and Gardens of South India.* London: W.H. Allen & Co.

Cohn, B.S. (1970) 1987. Is there a New Indian History. Society and Social Change Under the Raj. In *An Anthropologist among the Historians and other Essays.* Delhi: Oxford University Press.

Congreve, Harry. 1847. The Antiquities of the Neilgehrry Hills, including an Inquiry into the Descent of the Thautawars or Todars. *Madras Journal of Literature and Science* 14, pt.i: 77-146.

Dahmen,F. Rev. 1908. The Paliyans: A Hill Tribe of the Palni Hills (South India). *Anthropos* 3: 19-31.

Deliege, Robert. 1985. *The Bhils of Western India.* New Delhi: National Publishing House.

Demmer, Ulrich. 1997. Voices in the Forest: The Field of Gathering among the Jenu Kurumbas. In *Paul Hockings*, ed. (1997).

Dhebar, U.N. 1961. *Report of the Scheduled Areas and Scheduled Tribes Commission.* New Delhi: Planning Commission.

Dirks, N.B. 1987. *The Hallow Crown: Ethnohistory of an Indian Kingdom.* Cambridge: Cambridge University Press.

_____. 1992. Castes of Mind. *Representations* 37: 56-78.

Dorson, Richard M.(ed.)1972. *Folklore and Folklife: An Introduction.* Chicago: Chicago University Press.

Dundes, Alan.1975. *Analytical Essays in Folklore.* The Hague: Mouton.

Ehrenfels, Uma R.von. 1952. *Kadar of Cochin.* Madras: University of Madras.

_____. 1957. Slash-and-burn. *Man* 57: 48.

Emeneau, M. B. 1938. Toda Culture Thirty -Five Years After: An Acculturation Study. *Annals of the Bhandarkar Oriental Research Institute.* XIX: 101-121.

_____. 1944-6. *Kota Texts* (4 vols.). Berkeley: University of California Press.

_____. 1967. *Dravidian Linguistics, Ethnology and Folktales (Collected Papers).* Annamalai Nagar: Annamalai University.

_____. 1971. *Toda Songs.* Oxford: Clarendon Press.

_____. 1994. *Dravidian Studies: Selected Papers.* Delhi: Motilal Banarsidass Publishers.

_____. 1994. Toda Verbal Art and Sanskritization. In *Dravidian Studies: Selected Papers.* Delhi : Motilal Banarsidass Publishers Pvt. Ltd.

Fox, R.G. 1969. Professional Primitives: Hunters and Gatherers of Nuclear South Asia. *Man in India* 49: 139-160.

Fuchs, Stephen. 1973. *The Aboriginal Tribes of India.* New Delhi: Macmillan India Ltd.

Furer-Haimendorf, Christoph von.1952. Ethnographic Notes on Some Communities of the Wynad. *Eastern Anthropologist* 6: 18-32.

_____. 1979. *The Gonds of Andhra Pradesh:Tradition and Change in an Indian Tribe*. New Delhi: Vikas Publishing House Pvt. Ltd.

_____. 1989. *Tribes of India: The Struggle for Survival*. Delhi: Oxford University Press.

Gardner, Peter M.1966. Symmetric Respect and Memorate Knowledge: The Structure and Ecology of Individualistic Culture. *Southwestern Journal of Anthropology* 22: 389-415.

_____. 1969. Paliyan Social Structure. In *Contributions to Anthropology: Band Societies*, edited by David John Damas, 153-67. National Museum of Canada, Bulletin No.228. Ottawa.

_____. 1972. The Paliyans. In *Hunters and Gatherers Today*, edited by Macro G.Bicchieri, 404-47. New York: Holt, Rinehart & Winston.

_____. 1991. Foragers' Pursuit of Individual Autonomy. *Current Anthropology* 31: 543-72.

_____. 1993.Dimensions of Subsistence Foraging in South India. *Ethnology* XXXII, 2: 109-44.

Ghosh, A.K. 1976. The Kota of Nilgiri Hills: A Demographic Study. *J.Biasoc. Sci.* 8: 17-26.

Gnanasundaram, V. 2012. *A Study of Eravalla*. Department of Linguistics, Coimbatore: Bharathiar University.

Gould, H.A.1967. Priest and Counterpriest: A Structural Analysis of Jajmani Relationships in the Hindu Plains and the Nilgiri Hills. *Contributions to Indian Sociology* (n.s) 1: 25-55.

Government of India. 1989. *Report of the Working Group on Development and Welfare of Scheduled Tribes during Eighth Five-Year Plan 1990-95*. New Delhi: Ministry of Welfare.

Guha, Ramachandra, 2012. Forestry in British and Post-British India: A Historical Analysis. In *The Adivasi Question,* ed. by Indra Munshi, pp. 25-58. New Delhi: Orient Blackswan.

Ehidemann, Frank, 1997. Immigrant Labourers and Local Networks in the Nilgiris. In *Paul Hockings* (ed.)(1997).

Hamilton, D. Lieut. Col. 1864. *Report on the Pulni Mountains*. Madras: United Scottish Press(Graves, Cookson & Co.).

Hatch, W.J. 1976 (1928). *The Land Pirates of India*. Delhi: Concept Publishing Company.

Hockings, Paul.1978. *A Bibliography for the Nilgiri Hills of Southern India 1602-1978.* New Haven: Human Relations Area Files.

_____. 1980. *Ancient Hindu Refugees: Badaga Social History 1550-1975.* The Hague: Mouton.

_____. 1989. The Cultural Ecology of the Nilgiris District. In *Paul Hockings* (ed.) (1989).

_____. (ed.) 1989. *Blue Mountains: The Ethnography and Biogeography of a South Indian Region.* Delhi: Oxford University Press.

_____. (ed.) 1997. *Blue Mountains: Revisited: Cultural Studies on the Nilgiris.* Delhi: Oxford Univeristy Press.

_____. (ed.). 2006. *Encyclopedia of the Niligiri Hills.* New Delhi: Manohar Books.

Inden, R. 1980. Orientalist Construction of India. *Modern Asian Studies* 20, 3.

_____. 1990. *Imagining India.* Oxford: Blackwell Publishers.

Istiaq, M. 2000. Patterns of Distribution of Bilingual Tribal Population in India. *PILC Journal of Dravidic Studies* 10, 1: 71-80.

Jayapathy, F. 1981. *The Kanikkar Religion.* M.Phil. thesis, Delhi: University of Delhi.

Jebadhas, W., Mulley, Philip and Noble, William. 2000. Spirit Stones and Related Funeral Practices in the Nilgiris. In *Geographic and Planning Research Themes for the New Millinium.* eds. Allen G.Noble and Others. New Delhi: Vikas Publishing House.

Jeyasree, G. 2002. *Impact of Developmental Programmes on the Malayali of Javadhu Hills, Tamil Nadu.* Unpublished PhD thesis, University of Madras, Chennai.

Kapp, Dieter B. and Hockings, Paul1989. The Kurumba Tribes. In *Paul Hockings* (ed.) 1989.

_____. 1997. A South Indian Tribal Version of the Sibi Legend. *PILC Journal of Dravidic Studies* 7, 2: 209-13.

_____. 2000. Basic Colour Terms in South Dravidian Tribal Languages. *PILC Journal of Dravidic Studies* 11, 2: 25-30.

Karuppaiyan, E. 1989. Issues in Poverty Alleviation Programmes for the Tribals. *Social Action* 39: 72-82.

_____. 1990a. *Development of a Tribal Village in Tamil Nadu: 1961-1988.* Unpublished PhD dissertation, Annamalai Nagar, Annamalai University.

_____. 1990b. Alienation of Tribal Lands in Tamil Nadu. *Economic and Political Weekly 25:* 1185-86.

_____. 1990c. Studies on Tribal Development in India: A Critical Analysis. *International Journal of Development Planning Literature* 5 (4): 159-72.

Kokkot, S. 2005. The Primitive Tribal Groups of Kerala: A Situational Appraisal. *Studies in Tribes and Tribals* 3,1: 47-55.

Kosambi, D.D. 1956. *An Introduction to the Study of Indian History.* Bombay: Popular Book.

Lalitha,V. 1994. *The Making of Criminal Tribes: Patterns and Transitions.* Madras: The Era Publications.

Lee, R.B., and I.De Vore (eds.)1968. *Man the Hunter.* Chicago: University of Chicago Press.

Levi-Strauss, Claude. 1966. *The Savage Mind.* Chicago: Chicago University Press.

Logan, William. 1989. (1887). *Malabar Manual.* New Delhi: Asian Educational Services.

Luiz, A.A.D. 1962. *Tribes of Kerala.* New Delhi: Bharatiya Adimjati Sevak Sangh.

Maheshwaran, C. 2007. *An Ethnographic Study of the Pachaimalai Malaiyali Tribe.* Chennai: Government Museum.

_____. 2017. The Ritual Structure and its Language Structure of the Alu Kurumbhas of Tribal Nilgiris. Paper presented in a National Seminar on *Unwritten Languages of India*, organised in New Delhi by Sahitya Akademi on 27.02.2017.

Mahias, Marie-Claude. 1997. The Construction of the Nilgiris as a 'Tribal Sanctuary'. In *Paul Hockings* (ed.)(1997) pp.316-34.

Mandelbaum, D.G.1941. Culture Change among the Nilgiri Tribes. *American Anthropologist* 43, 1: 19-26.

_____. 1952. Technology, Credit and Culture in an Indian Village. *Human Organization* 11-28. Reprinted in 1960, in *India's Villages* (ed.) M.N.Srinivas, 103-15. Bombay: Asia Publishing House.

_____. 1989. The Nilgiris as a Region. In *Paul Hockings* (ed.)(1989).

Manivannan, S. 1989. *A Study of Tribal Indebtedness with Special Reference to the Malayali Tribe of South Arcot Kalrayan Hills, Tamil Nadu.* Unpublished PhD dissertation. Annamalai Nagar: Annamalai University.

Mathur, P.R.G. 1977. *Tribal Situation in Kerala*. Trivandrum: Kerala Historical Society.

Menon, Madhava. 1996. *The Encyclopaedia of Dravidian Tribes*. Thiruvananthapuram: International School of Dravidian Linguistics.

Metz, Johann F. 1864. *The Tribes Inhabiting the Neilgherry Hills: Their Social Customs and Religious Rites*. Mangalore: Basel Mission Press.

Misra, Kamal K. (Chief Editor). 2016. *The Particularly Vulnerable Tribal Groups in India: Privileges and Predicaments*. Kolkatta: Anthropological Survey of India and Delhi: Manohar.

Misra, P.K. 2007. Rereading the Ethnographies of the People of the Nilgiris: Anthropology at Crossroad. *Eastern Anthropologist* 60,2: 151–71.

Misra, Rajalakshmi. 1971. *Mullu-Kurumbas of Kappala*. Calcutta: Anthropological Survey of India.

Morgan, H.R. 1876. The Hill Ranges of North Coimbatore and Lambton Peak Range. In *The Hill Ranges of Southern India*, Part 5 (John Shortt, ed.) 95-101. Madras: Higginbotham & Co.

Morris, Brian. 1977. Tappers, Trappers and the Hill Pandaram (South India). *Anthropos* 72:225-41.

_____. 1981. Hill Gods and Ecstatic Cults: Notes on the Religion of a Hunting and Gathering People. *Man in India* 61: 203-36.

_____. 1982. Economy, Affinity and Inter-cultural Pressure: Notes around Hill Pandaram Group Structure. *Man* 17: 452-61.

_____. 1986. *Forest Traders: A Socioeconomic Study of the Hill Pandaram*. London: The Athlone Press.

Mukherjee, B. 1982. *Structure and Kinship in Tribal India*. Calcutta: Minerva Associates.

Munshi, Indra (ed.) 2012. *The Adivasi Question: Issues of Land, Forest and Livelihood*. New Delhi: Orient Blackswan.

Naidu, T.S. 1991. Ecological Adaptation and Cultural Change among Todas of Nilgiries. *PILC Journal of Dravidic Studies* 1,2: 213-23.

_____. 1999, *Strategic Planning for the Future Development of the Tribes in India*. Puducherry: Pondicherry University.

_____. 2002. *Women and Child Health among the Primitive Tribes of Tamilnadu*. Puducherry: Pondicherry University.

Nandi, S.B. et al. 1971. *Life and Culture of the Mala Ulladan*. Calcutta: Anthropological Survey of India.

Natanasabhapathy, S. 1986. *Descriptive Study of Kattunayaka Language.* Annamalai Nagar: Annamalai University.

Natarajan, T.S. 1985. *Tribal Habitats of Nilgiri District: A Profile (unpublished).* Ooty: Tribal Research Centre.

_____. 1994. *Health Status of Todas in Nilgiris.* Thanjavur: Tamil University.

Noble, William A. 1976. Nilgiri Dolmens (South India). *Anthropos* 71: 90-128.

_____. 1997. Toda Huts and Houses: Traditional and Modern. In *Paul Hockings* (ed.) 1989.

Norstrom, Christer & Lawrence Surendra (eds.). 2009. *Livelihood Strategies of Forest Dwelling Tribes of South India.* Mumbai: Earthwarm Books.

Palanisamy, G. 2002. *The Economic Conditions of the Primitive Tribes.* PhD thesis, Pondicherry University.

Pandian, Anand. 2005. Securing the Rural Citizen: The Anti-Kallar Movement of 1896. *The Indian Economic and Social History Review* 42, 1: 1-39.

Parthasarathy, Jakka. 1997. Socio-Cultural Base, Physical Environment and Tribal Development: Some Reflections from Tamilnadu. In Georg Preffer and D.K. Behra (eds.) *Contemporary Society: Tribal Studies, vol. 1. Structure and Process,* pp.248-62. New Delhi: Concept Publishing Company.

_____. 1987. Culture and Pig: A Case Study of the Malaiyali of the Yelagiri Hills. Paper presented in UGC National Seminar on *Nutritional Ecosystems among the Tribes,* Tribal Research Centre, Udhagamandalam.

_____. 1992. The Paniyan of Tamil Nadu: A Tribe from Malabar. *Man in Asia* 11: 1-18.

_____. 1994. Tribal Women's Issues. In *Changing Status and Role of Women in Indian Society,* ed. by C.Chakrapani and S.Vijayakumar. New Delhi: M.D.Publications Pvt.Ltd.

_____. 2003. *Kurumbas of Niligiri District, Tamilnadu.* Udhagamandalam: Tribal Research Centre.

Patterson, Maureen L.P.1981. *South Asian Civilizations: A Bibliographic Synthesis.* Chicago: University of Chicago Press.

Perialwar, R. 2001. Tribal Lore of Tamilnadu with Particular Reference to Nilagiri Tribes. In *Dravidian Folk and Tribal Lore,* ed. B. Ramakrishna Reddy, pp. 119-139. Kuppam: Dravidian University.

Peterson, J.T. 1978. Hunter-Gatherer/Farmer Exchange. *American*

Anthropologist 80,2: 335-51.

Poirier, Frank E. 1989. The Non-Human Primates of the Nilgiris. In *Paul Hockings,* ed.(1989).

Poovilangothai, B. and P. Karkuzhali (eds). 2016. *Unearthing the Unexplored: A Critical Comparison to Fourth World Literature.* New Delhi: Authors Press.

Pouchepadass, Jacques. 1998. British Attitudes Towards Shifting Cultivation in Colonial South India: A Case Study of South Canara District 1800-1920. In David Arnold & Ramachandra Guha (eds.) *Nature, Culture, Imperialism: Essays on the Environmental History of South Asia.* Delhi: Oxford University Press.

Premalatha, M. *et al.* 2012. *Paniyan Tribe of Nilgiris: A Socio-economic Profile.* Germany: Lambert Academic Publishing Co.

Price, John Fredrick. 1908. *Ootacamund: A History* (compiled for the Government of Madras). Madras: Government Press.

Radhakrishna, Meena. 2001. *Dishonoured by History: Criminal Tribes and British Colonial Policy.* Hyderabad: Orient Longman.

Raghava Rao, D.V., and K.Baskaradoss. 1989. *A Study on Alienation of Tribal Lands in Tamil Nadu.* Udagamandalam: Tribal Research Centre.

Ramachandran, S. 1992. *Integrated Tribal Development Programmes: An Evaluation at Kalrayan Hills of South Arcot District.* Unpublished PhD dissertation. Annamalai Nagar: Annamalai University.

Ranga, N.A. 1934. *The Tribes of the Nilgiris: Their Social and Economic Conditions.* Madras: Bharat Publishing House.

Rangaswamy, Dorai. 1947. *The Surnames of the Cankam Age: Literary & Tribal.* Madras: Unversity of Madras.

Ratnagar, Shereen. 2010. *Being Tribal.* Delhi: Primus Books.

Reddy, B.R. 2006.Linguistic Heritage of South Indian Tribes. *International Journal of Dravidian Linguistics* XXXV, 1: 203-19.

Reddy, K. Nirmalananda. 1985. Irulas of Nilgiris: A Study on Anthropological Demography (Unpublished report). Ooty: Tribal Research Centre.

_____.1987. Short Notes on Nilgiri Primitive Tribes: Toda of Nilgiris (unpublished report). Udagamandalam: Tribal Research Centre.

Reddy, K.N and D.V. Raghava Rao. 1991. *Population Structures among Tribes.* Thanjavur: Tamil University.

Rivers, W.H.R. 1906. *The Todas.* London: Macmillan & Co.

Roy, S.C. 1912. *The Mundas and their Country.* Ranchi: EFCS.

Sahlins, Marshall.1968. *Tribesmen.* Englewood Cliffs, N.J: Prentice-Hall.

Saminatha Ratnam, R. 1988. *A Case Study of the Tribal Economy of Malayalees of Pachamalai Hills, Trichirapalli District, Tamilnadu.* Unpublished PhD dissertation. Annamalai Nagar: Annamalai University.

Sathyapalan, Jyothis. 2002. *Economics of Biodiversity Conservation: A Case Study of Western Ghats Regions of Kerala.* Unpublished PhD thesis. Bangalore: Institute of Social and Economic Change.

Sathyanarayanan, C.R. 2003. The Todas of the Nilgiris: A Study on their Transition. In *Transition, Change and Transformation,* eds. Jayantha Sarkar & Jyotirmoy Chakraborty, pp. 9-36. Calcutta: Anthropological Survey of India.

_____. 2004 The Toda of Nilgiris: A Socio-Economic Update. In *Studies in Indian Anthropology,* ed. by P.K. Misra, pp.230-61. Jaipur: Rawat Publications.

_____. 2009. Sharing and Collective Subsistence: Codes of Living among the Muduvans of Anamalai Hills, South India. In *Christer Norstrom & Lawrence Surendra* (2009).

_____. 2016. The Irular of Tamil Nadu. In K.K. *Misra* (Chief Editor), pp. 187-94.

_____. 2016. The Kota of Tamil Nadu. In *K.K. Misra* (Chief Editor), pp.355-61.

_____. 2016. The Paniyan of Tamil Nadu. In *K.K. Misra* (Chief Editor), pp.505-12.

_____. 2016. The Kurumbas in Tamil Nadu and Kerala. In K.K. Misra (Chief Editor), pp. 375-94.

Schrire, C. (ed.). 1984. *Past and Present in Hunter-Gatherer Studies.* London: Academic Press.

Singh, K.S. 1989. Jawaharlal Nehru, Tribal and their Transformation. In *Jawaharlal Nehru, Tribes and Tribal Policy,* ed. K.S.Singh. Calcutta: Anthropological Survey of India.

_____. (ed.). 1983. *Tribal Movements in India.* 2 vols. New Delhi: Manohar.

_____. 1985. *Tribal Society in India.* New Delhi: Manohar.

_____. 1992. *People of India: An Introduction.* Calcutta: Anthropological Survey of India.

_____. . 1997. Tribe into Caste: A Colonial Paradigm. In *From Tribe to Caste,* ed. Dev Nathan, pp. 31-44. Shimla: IIAS.

_____. 2003. Gender Roles in History: Women as Hunters. In *Gender Relations in Forest Societies in Asia: Patriarchy at Odds.* New Delhi: Sage Publications.

Singh, K.S. 1994. *The Scheduled Tribes.* Delhi: Anthropological Survey of India & Oxford University Press.

Sinha, S. 1980. Tribes and Indian Civilization: A Perspective. *Man in India* 60:1-15.

Spencer, J.E. 1977 (1966). *Shifting Cultivation in Southeastern Asia.* Berkeley: University of California Press.

Sreenathan, M. 2008. *Dravidian Tribes and Languages.* Kuppam: Dravidian University.

Srinivasa Varma, G. & A. Mubarak Ali. 2010. *Vaagri Boli: A Multilingual Dictionary.* Chennai: National Folklore Support Centre.

Subrahamanyam, P.S. 1987. The Non-Literary Languages and their Contribution to Dravidian Comparative Grammar. *International Journal of Dravidian Linguistics* vol. XVI, I: 22-30.

Tamilnadu Forest Department. 1971. *Proceedings of the Minor Forest Produce Seminar,* held at Ootacamund, 2-4 November, Madras.

Thamizholi, P. 1996. Cognition of Space: The Irula Man-Land Relationship. *PILC Journal of Dravidic Studies* 6, 1: 129-32.

Tandon, V.K. & Parthasarathy, J. 1983. *Malasar of Tamilnadu: Tribes in Contemporary India.* Unpublished report. Calcutta: Anthropological Survey of India.

Tanna, Kaku J. 1970. *Plantations in the Nilgiris: A Synoptic History.* Wellington: C.D.Dhody & Sons.

Tharakan, George C. 2003. The Mixed Economy of the South Indian Kurumbas. *Ethnology* XLII, 4: 323-34.

Thani Nayagam, Xavier S. 1966. *Landscape and Poetry: A Study of Nature in Classical Tamil Poetry.* London: Asia Publishing House.

Thin, Neil. 2001. Indirect Speech: Heteroglossia, Politeness and Rudeness in Irula Forest Festivals. In *An Anthropology of Indirect Communication,* ed. by Joy Hendry and C.W. Watson, pp. 201 – 217. London & New York: Routledge.

Thurston, E. and K.Rangachari. 1898. *Eurasians of Madras and Malagasy-Nilas-Dravidians; Toda Petition.* Madras: Government Press.

_____. 1903. Uralis, Sholagas and Irulas. *Bulletin of the Madras Government Museum* 4: 202-13.

_____. 1907. *Ethnographic Notes in Southern India.* Madras: Government Press.

_____. 1913. *The Madras Presidency with Mysore, Coorg and Associated*

States. Cambridge: Cambridge University Press.

_____. 1975 (1909). *Castes and Tribes of Southern India* (7 Vols). Numerous reprints. Delhi: Cosmo Publications.

Tribal Research Centre, Ooty. 1998. *The Kota of Nilgiris: A Profile.* Udagamandalam (unpublished).

_____. 2011. *Report on the Socio-economic Condition of Tribes in Tamil Nadu*: Udagamandalam (unpublished).

Verghese, I. 1974. The Kota. *Bulletin of the Anthropological Survey of India.* Calcutta, Vol. XVIII, No.2. April.

Venkatraman, S.R. 1955. *Two South Indian Tribes.* Servants of India Society.

Verma, R.C. 1990. *Indian Tribes Through the Ages.* New Delhi: Publications Division.

Walker, A.R. 1986. *The Toda of South India: A New Look*: Delhi: Hindustan Publishing Corporation.

_____. 1997. *Between Tradition and Modernity and other Essays on the Toda of South India.* Delhi: B.R. Publications.

Wolf, Richard K. 2005. *The Black Cow's Foot Print.* Delhi: Permanent Black.

Woodburn, E. 1968. Stability and Hadza Residential Groupings. In *Man the Hunter*, eds., R. Lee and I.De Vore, pp.103-10. Chicago: Aldine. Xaxa, Virginius. 1997. *Structure of Class in a Dualistic Economy.* New Delhi: Cosmo Publications.

Zvelebil, Kamil. 1973. *The Irula Language.* Wiesbaden: Otto Harrassowitz.

_____.1990. The Cat in Irula Culture: An Irula Creation Myth. *Anthropos* 85: 165 – 70.

_____.1998. Problems of Identification and Classification of Some Nilgiri Tribes. In *International Encyclopaedia of Anthropology* (ed.). S.M. Channa, pp.166-244. New Delhi: Cosmo Publications.

சுட்டி

அகண்ட தமிழகம் 21
அட்டவணைப் பழங்குடி 29, 69
அட்டவணை மொழிகள் 6
அடையாள இழப்பு 79-100
அண்ணாமலையார் 287
அதிர்ஷ்டம் 229
அதீத ஆற்றல் 229
அதீத நம்பிக்கை 123
அந்தமான் 340
அம்பு வகைகள் 124
அமானி முறை 191
அய்யப்பன், அ. 1, 17-18
அய்யப்பன், கி. 256-57
அரநாடன் 218
அளியசந்தான முறை 155
அன்னகாமு செ. 42, 119-120, 123
ஆட்டாளி 283
ஆதிக்குடி 1-2
ஆதி சைவம் 258
ஆதி விவசாயி 12 155-59
ஆதி வைணவம் 249
ஆநிரைப் பண்டமாற்றம் 164
ஆநீர்ப்பத்தல் 160
ஆயர் வகையினர் 160-3
ஆயர் வாழ்க்கை 160
ஆர்னி, அன்டி. 273
ஆவி வழிபாடு 227
ஆறுநாடன் 96
ஆனந்தபானு 128
ஆஸ்திரிய-ஆசிய மொழி 3
ஆஸ்திரேலிய முதுகுடி 7
இடப்பெயர்ச்சிக் கதைகள் 272
இடபாசூரன் 79
இந்திய-ஆரிய மொழி 3
இந்திய மொழிகள் 3
இந்திய வனக்கொள்கை 308-19
இந்துவயமாக்கம் 260-62
இயற்கை வழிபாடு 230
இரட்சண்ய சபை 304
இரவாளர் 22, 85, 87, 240
இராமர் 253
இராசேந்திரன், சு. 278
இராசேந்திரன், ம. 195
இருமொழியம் 9
இருளர் 22, 44, 90-1, 137, 148-50, 153, 184, 214, 216, 238-9, 253, 269, 293-4
இலட்சுமி ஜே. ஆர். 146, 224
இளந்தாரி மடம் 17
இனாம்தாரி முறை 197
இஷ்டியா 99
உட்பார்ன் 103
உதகமண்டலம் 169
உபாசி நிறுவனம் 171
உயிர்ப்பன்மியம் 76
உலகப் பூர்வகுடிகள் ஆண்டு 50
உழவு ஆயர் 162
உறவுமுறை உற்பத்தி 131
ஊராளி 22, 44, 86, 112, 283
எத்தாப்பட்டி 208
எமனோ எம். பி. 6, 264, 275, 294
எய்க்ஸ்டெட் 80
எயினர் 116
எரன்பெல்ஸ் 139

எருது இழுத்தல் 214
எருதுப்போர் 332-6
எருமை பலி 332-6
எருமையூரன் 22
எல்வின், வெரியர். 17
எளிமைச் சமூகம் ix
ஏக்தா பரிஷத் 317
ஐநா முன்மொழிவு 50
கசவர் 7
கண்ணகி 243
கதைகள் 272
கம்பட்ராயன் 221
கரடிப் பஞ்சாமிர்தம் 206
கரிராயன் (கரிராமன்) 256
கரிவிநாளு 88
கல்மாடம் 224
கல்வராயன் மலை 194, 242-3
கலப்புப் பொருளாதாரம் 108
களக்காடு 244
காங்கிரேவ் 82
காட்டுநாடு 162
காட்டுநாயக்கர் 8, 22, 59, 89-90, 210, 230, 239, 242
காட்டெரிப்பு வேளாண்மை 138-40
காட்டெரிப்பு வேளாண்மையின் பெயர்கள் 140
காடர் 2, 17, 45, 146, 159, 208-9, 219, 224, 234
காடர் சடங்கு 224
காடுகளின் வகைகள் 132, 308
காணிக்காரர் 22, 159, 230, 241, 243, 284, 297
காப் டியீட்டர் 27, 95-6
காமட்ராயர் 236, 261, 268
காரமடை ரங்கநாதர் 249-50, 270
காராளர் 256-7
காரிக்குதிரை 281
கால்டுவெல் ராபர்ட் 6, 264
காலனிய இனவரைவியல் xii, 62-6

காலனியப் பொருளியல் கொள்கை 300
காலனிய வரிமுறை 190-97
காலின் மெக்கன்சி 195
கானக் குறவர் 138, 141-2
கானல் சோறு 224
கிருட்டினமூர்த்தி, அ. 216, 243, 336
கிரேட் அந்தமான் 338
கிழக்குத் தொடர்ச்சி மலை 72
கிளைமொழி 7-10
குட் அந்தோனி 216
குடகு மக்கள் 82
குடநாடு 22
குடிமதிப்பு 32-9
குடியா 94
குடியிருப்பு முறை 112
குந்தான் 126
கும்மட்டி மக்கள் 84, 92
குமரிமடம் 17
குலக்குறி வழிபாடு 232
குற்ற மரபினர் 300-6
குற்றவாளிப் பழங்குடி 299
குற்றவாளிப் பழங்குடிச் சட்டம் 299
குறவர் 147 299-306
குறிச்சன் 12 43, 92
குறிஞ்சி 41 309
குறும்பர் 8-9, 22, 93-6, 108, 111, 126-7, 148-50, 159, 184, 201, 207, 210, 218-9, 222, 228, 230, 238, 254, 266, 290
குறும்பர் பிரிவுகள் 93-5
குன்றுடையான் கதை 23
குன்ன வேடன் 84
கூடுலூர் 108
கெது 333
கென்னடி, ஜான் சே. ச. 226
கையுரை 209
கைலாசபதி, க. 265

கொடக்கல் 15
கொடைக்கானல் (கோதைக்கானல்) 168
கொண்கானம் கிழான் 23
கொண்டரெட்டி 44, 107, 245, 255
கொத்துக்காடு 150
கோட்டுல் 17
கோண்டு 15-7
கோசாம்பி, டி.டி. 320
கோத்தர் 7, 12, 25, 80, 85-6, 187, 219, 235, 255, 261, 268
கோதை மன்னர் 168
கோந், 140
கோவிந்தராஜ், ரே. 41, 287
சங்ககால வேளாண்மை 140-6
சடையக் கவுண்டர் 192
சண்முகம், பெ. 314
சத்திய சோசப், இராபர்ட்,. 254, 267
சமத்துவ உடைமை 131
சமத்துவச் சமூகம் 131
சமூக உறவின் அடர்த்தி 122
சமூக முறை 101
சர்வீஸ் 138
சஜீவ் 77
சாதி அமைப்பின் முன்வடிவம் 186-7
சாதி மைப்பு 14
சாதி முறை 182
சாவடி வீடு 17
சித்தேரி மலையாளி 73
சிதம்பரநாதபிள்ளை 290
சியாட்டல் உரை 326
சிலப்பதிகாரம் 25, 27, 254, 271, 276, 297
சிலு ஆவோ குழு 56
சிவத்தம்பி, கா. 280
சிறிய ஆவி 223, 228
சிறிய திருமணம் 216

சிறுமலை 240
சீர்மரபினர் 306
சீனிவாச வர்மா, கோ. 305
சுப்பிரமணியன், தி. 228
சுல்லிவன் ஜான் 183
சுவலபெல் கமில், 254, 270
செங்கோ 96
செஞ்சு 2
செப்புக்காடு 202
செல்வராஜன் 314
சேர்வராயன் மலை 194
சோளகர் 245
சோளநாயக்கர் 2, 128
ஞானசுந்தரம், வ. 264, 283
டன்னா 174
டிர்க்ஸ், நிக்கோலஸ் xii
டெமர், 312
டெலீஜ், ராபர்ட் 20
டேவிட், பேர்ட் 89
டைலர், இ. பி. 227
தமிழ்ஒளி, பெ. 150, 153
தமிழ்ச் சமூகங்கள் 70
தமிழகப் பழங்குடிகள் 61
தமிழக வனங்கள் 134, 308
தர்ஸ்டன் எட்கர் 14, 26, 28, 41, 62, 68, 206, 276
தவமணி, சு. 84
தழையாடை 24
தனராஜ், ச. 317
தாங்கு திறன் 122
தாம்சன், ஸ்டிச் 273
தாமதமாகப் பலன்பெறுதல் 103
தாமோதரன் 221
தாரகன், ஜார்ஜ் 109
தாலி 209
திணைசார் தெய்வங்கள் 233
திபேத்திய-பர்மிய மொழி 3
திராவிட மொழி 4
திருமணப் பாடல் 217

திணைப்புனம் 40, 142-3
தீக்கடைதல் 13
துரைமுருகன், செ. 7, 127, 150
துலக்குச் சோறு 224
தூய மந்திரம் 146
தெய்வம் தந்த கல் 228
தெவ கொட்டக் கற்கள் 223
தேவ சோலை 223
தேன் வகைகள் 127
தேனெடுத்தல் 127
தொடக்ககால வேளாண்மை 138
தொதவர் 6, 13, 80-82, 85, 160-79, 207, 219, 230, 235, 240, 244, 258, 309
தொதவர் குடில் 167
தொதவர் மனு 331
தொல்குடி 46
தொன்மம் 266
தொன்ம மூதாதையர் 270
தொன்மை ஆஸ்திரேலியர் 2, 7
தொன்மைப் பழங்குடிகள், 38, 58
தொன்மைப் பொதுவுடைமை 131
தோட்டி 16
தோண்டு கழி 12, 155-59
நக்கவாரம் 341
நஞ்சப்பன், ந. 57
நடராசன், செந்தீ 247
நரசிம்மன், து. 134
நரபலி 244
நல்லதம்பி, சி. 256-7
நாகர் 140
நாச்சப்பா (சிவன்) 199
நாச்சம்மாள் (பார்வதி) 199
நாயாட்டு 126
நாலுபாடி 223
நான்காம் உலகம் 39, 52
நூயர் 161
நிலவரி நிர்வாகம் 190

நிறுவனக் கோட்பாடு 102
நீக்ரிட் டோவினர் 2
நீலகிரி அந்நியமாதல் 173
நீலகிரி கூட்டு வாழ்க்கை 261
நீலகிரி சீமெ சுத்தி 224
நீலகிரி பழங்குடிகள் 58
நீலகிரி பொருளாதாரம் 169
நீலகிரி விவசாயம் 171
நோபுல், வில்லியம் 110, 167
பக்தவத்சல பாரதி 27 44, 120, 246, 322
பங்காளிக் காய்ச்சல் 57
பஞ்சசீலக் கொள்கை 312
பஞ்ஞாரா 300-2
பட்டிப் பொங்கல், 212
படகர் 48, 173, 188, 250
பண்டமாற்றம் 163
பண்பாட்டுக் குறியீடு 205
பண்பாட்டுச் சூழலியல் 185
பணியர் 68, 210, 230, 244, 267, 283
பதிமலசர் 92
பர்தான்கள் 15
பர்ரோ 264
பரமசிவன், தொ. 24
பலகணவர் மணம் 82, 165
பலசகோதரர் 165
பழங்குடித் தன்மை 208
பழங்குடி மொழி 98
பழங்குடி மாவட்டம் 74
பழங்குடி வகைப்பாடு 45
பழங்குடி வரையறை 28-46, 48-60
பழமரபுக் கதைகள் 271
பழமொழிகள் 288
பழனிமலை 240
பள்ளு இலக்கியம் 281
பளிப்பாட்டம் 136
பளியர் 22, 67, 86, 88, 100, 105, 135, 208, 226, 231, 240,
பளியர் கலைகள், 226

பளியர் உணவு 135
பறையர் 255
பன்றி 205
பாடுதனாக்கள் 24
பாண்டியன், ஆனந்த் 306
பாதீடு, 129
பார்த்தசாரதி, ஜக்கா 200
பாரதிபுத்திரன் 275
பாலகிருட்டிணன், ஆர். 18
பாலசுந்தரன் ஆ.தி. 169
பாஸ்போ 204
பாஷம், ஏ. எல். 19
பில்லர் 98
பிளவட்ஸ்கி 82
பிளாத்தி 109
பிராமணர் 12
பிராப், விளாடிமிர் 274
பிரீக்ஸ் 249
பில்லர் 15-6, 19-20, 98
பிழைப்புப் பொருளாதாரம் 130
புகாரி 209, 211
புத்தரி விழா 210
புதுப்படிமலர்ச்சி 29
புராதன மொழிகள் 5
புலிக்கு வாய் கட்டுதல் 119
புலையர் 59
புன்னா 22
புனம் விவசாயம் 147-150
பூங்குன்றன் ர. 32
பூதவழிபாடு 11, 24
பூர்வகுடி 50-2
பூவாட்டு நோம்பு 240
பெட்டத்தம்மன் 251
பெண்குழந்தைக் கொலை 164
பெய்லி 34
பெரிய ஆவி 223, 228
பெரியாழ்வார் 8, 216, 285
பேட்ரிக், ஏ. 212
பேர்ட், டேவிட் 89, 183, 189, 219

பொருளாதார முறைகள் 118
பொலி சோறு 224
போவா மொழி 338
பௌரா சி. எம். 278
மகாமலசர் 92
மகேசுவரன், சி. 18, 41, 212, 223, 228
மங்கோலியர் 2
மல்லி பிலிப் கே. 25-6, 271
மலசர் 81
மலைக்குடி 155
மலையமான் 23
மருமக்கள் தாயம் 219
மலைமலசர் 82
மலையமான் திருமுடிக்காரி 36
மலையர் 33
மலையாளி 40, 66, 95, 130, 148, 198-206, 210, 212, 238, 256, 262, 272
மலை விவசாயம் 138
மலைவேடர் 83, 93, 218, 229, 259
மவுன்டாடன் செட்டி 9, 250
மழைச் சடங்கு 146
மன்னான் 193
மனிதஉடல் பண்பேற்றம் 248
மனோகரன் ச. 264
மஹல்வாரி முறை 190
மாதையன், பெ. 144
மார்கன் 152
மிட்டாதாரி முறை 197
மில்லர், எரிக் 254
முத்து இலக்குமி க. 42, 79, 230, 253, 260, 276, 286-8, 295
முதல் இனம் 52
முதல் மக்கள் 52
முதல் விவசாயக் கருவி 156
முதுகுடி 46
முதுவர் 17, 22, 66, 202, 209, 219, 230, 239, 259-60, 272, 278, 289,

சுட்டி ✤ 367

293-5
முருகன், ரெங்கையா 17
முன்னோர் வழிபாடு 231
மூதேவி 11
மேண்டல்பாம் 189
மேற்குத்தொடர்ச்சி மலை 78
ரத்னம் க. 28
ரத்னாகர், ஷெரீன் 146
ரயத்வாரி முறை 190, 197
ராஜ் கௌதமன் 145
ராஜகோபால், பி. வி. 318
ரிவர்ஸ் 82
ரீடு, அலெக்சாண்டர் 190
ரெட்ஃபீல்டு, ராபர்ட் 52
ரெட்டி, இராமகிருஷ்ண 4
லம்பாடி 300-2
லஜபதிராய், தி. xiii
லூர்து, தெ. 24, 26, 271, 289
வங்க ஆசியக் கழகம் 30
வல்லியக்கன் 24
வனச்சட்டங்கள் 151, 311
வனச்சிறு பொருள்கள் 133
வாசமல்லி, கே. 178
வாய்மொழி இலக்கியம், 266
விடுகதைகள் 289
விஷ்ணுவர்தனன் 80
வெறியாட்டு 208
வேட்டுவப் பொருளாதாரம் 116
வேட்டைச் சடங்கு 218
வேடர் 2, 90, 116
வேலன் 24
வேளாண் கருவிகள் 155
ஸ்டீபன், ஞா. 230
ஸ்பென்சர் 138
ஜவ்வாது மலை 212, 238, 287
ஜாகீர்தார் முறை 190, 337
ஜாகீர் வரிகள் 194
ஜாத்தி 216, 218
ஜெயமோகன் 233
ஜோன்ஸ் வில்லியம் 30
ஷாலின்ஸ் 29, 51
ஹட்டன் 53
ஹாக்கிங்ஸ் பால், 96, 176, 183-4, 250
ஹானிக்மேன் 51
ஹெய்மண்டார்ஃப், வான் 16
ஹேரிஸ் 138
ஹைட்மன் 174

ஜுஓ